பௌத்த வேட்கை

பௌத்த வேட்கை

மீரா கோஸம்பி (1939–2015)
ஆங்கில மொழிபெயர்ப்பாளர்

தர்மானந்த கோஸம்பியின் பேத்தியும் டி.டி. கோஸம்பி யின் மகளுமான மீரா கோஸம்பி ஸ்டாக் ஹோம் பல்கலைக்கழகத்தில் சமூகவியலில் முனைவர் பட்டம் பெற்றவர். மும்பை எஸ்என்டிடி மகளிர் பல்கலைக் கழகத்தின் பெண்ணிய ஆய்வு மையத்தின் இயக்குநராகப் பணியாற்றினார். பண்டித ரமாபாய் பற்றி விரிவாக ஆராய்ச்சி செய்துள்ளார். அவரது எழுத்துக்களையும், தர்மானந்த கோஸம்பியின் எழுத்துக்களையும் மராத்தியிலிருந்து ஆங்கிலத்தில் மொழிபெயர்த்துப் பதிப்பித்துள்ளார்.

தி.அ. ஸ்ரீனிவாஸன் (பி. 1966)
மொழிபெயர்ப்பாளர்

துளுவைத் தாய்மொழியாகக் கொண்ட இவர், பிறந்ததும் வளர்ந்ததும் நாகர்கோவிலுக்கு அருகிலுள்ள திருப்பதிசாரம் கிராமத்தில். மத்திய அரசு நிறுவனம் ஒன்றில் பணிபுரிந்து விருப்ப ஓய்வு பெற்றுத் தற்போது தனது சொந்த கிராமத்தில் வசிக்கிறார். அகமத் ஹம்தி தன்பினாரின் துருக்கிய நாவலான 'நிச்சலனம்', சீர்ஷேந்து முகோபாத்யாயின் வங்கக் குறுநாவலான 'அத்தைக்கு மரணமில்லை', பயண நூலான 'ராமன் வனவாசம் போன வழி', ரொமிலா தாப்பரின் 'எதிர்ப்புக் குரல்கள்' ஆகியவை இவரது மொழிபெயர்ப்புகள்.

தர்மானந்த கோஸம்பி (1942இல்)

தர்மானந்த கோஸம்பி

பௌத்த வேட்கை

மராத்தியிலிருந்து ஆங்கிலத்தில்
மீரா கோஸம்பி

ஆங்கிலத்திலிருந்து தமிழில்
தி.அ. ஸ்ரீனிவாஸன்

காலச்சுவடு பதிப்பகம்

● அன்பார்ந்த வாசகருக்கு,

வணக்கம்.

காலச்சுவடு நூலை வாங்கியமைக்கு நன்றி.

நூலின் உள்ளடக்கம், உருவாக்கம், அட்டைப்படம் இன்ன பிற அம்சங்கள் பற்றிய உங்கள் கருத்துகளையும் ஆலோசனைகளையும் காலச்சுவடு வரவேற்கிறது. தகவல், எழுத்து, வாக்கியப் பிழைகள் தென்பட்டால் கட்டாயம் தெரிவித்து உதவுங்கள். நூல் தயாரிப்பில் கடும் குறைபாடு இருப்பின் மாற்றுப் பிரதி உங்களுக்குக் கிடைக்கக் காலச்சுவடு ஏற்பாடு செய்யும்.

மின்னஞ்சல்: publisher@kalachuvadu.com

காலச்சுவடு நாகர்கோவில் அலுவலகத்திற்குக் கடிதம் அனுப்பலாம்.

தங்கள்

எஸ்.ஆர். சுந்தரம் (கண்ணன்)
பதிப்பாளர் – நிர்வாக இயக்குநர்

NIVEDAN by Dharmanand Kosambi

First published in English as 'Nivedan' by PERMANENT BLACK

© 2011 Meera Kosambi

பௌத்த வேட்கை ❖ தன்வரலாறு ❖ ஆசிரியர்: தர்மானந்த கோஸம்பி ❖ ஆங்கிலத்திலிருந்து தமிழில்: தி.அ. ஸ்ரீனிவாஸன் ❖ முதல் பதிப்பு: செப்டம்பர் 2024 ❖ வெளியீடு: காலச்சுவடு பப்ளிகேஷன்ஸ் (பி) லிட்., 669, கே.பி. சாலை, நாகர்கோவில் 629001

காலச்சுவடு பதிப்பக வெளியீடு: 1275

pautta veeTkai ❖ Autobiography ❖ Author: Dharmanand Kosambi ❖ Tamil Translation from English by T.A. Srinivasan ❖ Language: Tamil ❖ First Edition: September 2024 ❖ Size: Demy 1 x 8 ❖ Paper: 18.6 kg maplitho ❖ Pages: 272

Published by Kalachuvadu Publications Pvt. Ltd., 669, K.P. Road, Nagercoil 629001, India ❖ Phone: 91-4652-278525 ❖ e-mail: publications @kalachuvadu.com ❖ Printed at Mani Offset, Chennai 600077

ISBN: 978-93-6110-813-6

09/2024/S.No. 1275, kcp 5096, 18.6 (1) 9ss

பொருளடக்கம்

தமிழ் மொழிபெயர்ப்பாளர் முன்னுரை	9
ஆங்கில மொழிபெயர்ப்பாளர் முன்னுரை	13
அறிமுகம்	17

பௌத்த வேட்கை

முகவுரை	41
1. பால்யகால நினைவுகள்	43
2. இளமைக்காலம்	46
3. அன்றைய நிலைமை	52
4. தாய்மண்ணைத் துறத்தல்	56
5. நாட்குறிப்பும் நினைவுக் குறிப்புகளும்	63
6. புண்ணியப் பட்டணத்தில் தற்காலிக வாசம்	72
7. புனேயிலிருந்து குவாலியருக்கு	82
8. காசி யாத்திரை	90
9. காசிவாசம்	95
10. நேபாள யாத்திரை	114
11. நேபாளத்திலிருந்து சிலோனுக்கு	131
12. வித்யோதயா வித்யாலயா	153

13.	மதராஸிலும் பர்மாவிலும்	167
14.	பௌத்த புனிதத் தலங்களுக்கு யாத்திரை	177
15.	மீண்டும் பர்மாவில்	213
16.	மாற்றம்	223
17.	ஸ்ரீமந்த் கெய்க்வாட் மகாராஜாவின் ஆதரவு	241
18.	அமெரிக்கப் பயணம்	250
	துணைநூல் பட்டியல்	269

தமிழ் மொழிபெயர்ப்பாளர் முன்னுரை

தர்மானந்த கோஸம்பி மராத்தியில் எழுதிய தன்வரலாறான நிவேதன் நூலை மீரா கோஸம்பி (1939-2015) ஆங்கிலத்தில் மொழிபெயர்த்து, அது 'Nivedan' என்ற தலைப்பில் Permanent Black பதிப்பக வெளியீடாக 2011இல் வெளியானது. அந்த ஆங்கில மொழிபெயர்ப்பின் தமிழாக்கம்தான் இது.

தர்மானந்தரின் வாழ்க்கை வரலாற்றையும், மராத்தி மொழியில் இந்நூல் பெற்றுள்ள இடத்தையும் 'அறிமுகம்' பகுதியில் மீரா கோஸம்பி தந்துள்ளார்.

இந்த நூல் உருவான விதத்தைக் குறித்து தர்மானந்தர் தனது முகவுரையில் பேசுகிறார். மராத்தியில் இது முதலில் வெளிவந்தது நூல் வடிவில் அல்ல; 'பாரத்' என்ற மராத்தி-போர்ச்சுக்கீசியம் இருமொழி இதழில், தொடராக இதன் முதல் 13 அத்தியாயங்கள் வெளிவந்தன. பின்னருள்ள 5 அத்தியாயங்களும் அத்தொடருக்காக எழுதப்பட்டவைதான். ஆனால் அவை இதழில் வெளியாகவில்லை. 1912ஆம் ஆண்டின் சம்பவங்களோடு இறுதி அத்தியாயம் முடிந்து விடுகிறது. இந்நூல் முற்றுப்பெறாததைப் போல அமைந்திருப்பதற்குக் காரணம் இதுதான். அதன் பிறகான காலகட்டத்தை தர்மானந்தர் எழுதவில்லை. தன்வரலாறு என்றில்லாமல் தன் பயணங்களைப் பற்றிய குறிப்பாகவே அவர் இதைக்

கருதி எழுதிவந்திருந்தார். பௌத்த அறிவைப் பெறுவதற்கான அவரது நிலையற்ற அலைச்சல், இந்த நூலின் இறுதி அத்தியாயம் சொல்லும் காலகட்டத்தில் கிட்டத்தட்ட நிலைக்கு வந்துவிடுகிறது. எனவே, தர்மானந்தர் மேற்கொண்டு எழுதாமல் இருந்திருக்கலாம். அதன் பிறகான காலகட்டத்தில் அவர் மீண்டும் மும்முறை அமெரிக்கா சென்றிருக்கிறார்; ரஷ்யாவில் இருந்திருக்கிறார். இந்த அனுபவங்களை அவர் எழுதாதது நமக்கு இழப்புதான்.

※

கா.ஸ்ரீ.ஸ்ரீ. தமிழாக்கத்தில் வெளியான தர்மானந்தரின் 'பகவான் புத்தர்' (சாகித்திய அகாதெமி, 1956) நூலின் முன்னுரையில் காகாசாஹேப் காலேல்கர், 'நிவேதன்' பற்றிக் குறிப்பிடுகிறார். தர்மானந்தரின் மறைவுக்கு 64 ஆண்டுகள் கழித்தே நிவேதன் ஆங்கில மொழிபெயர்ப்பைக் கண்டது. ஆங்கில மொழிபெயர்ப்பை வாசித்த நாள்முதல் அதைத் தமிழில் கொண்டுவரும் ஆசை என் மனதில் ததும்பிக்கொண்டே இருந்தது. இப்போது அது நிறைவேறியிருக்கிறது. தர்மானந்தரின் நூல் மராத்தியில் 1924இல் வெளியானது. சரியாக ஒரு நூற்றாண்டு கழித்து அது இப்போது தமிழில் வெளிவருகிறது. இது தற்செயலாக நிகழ்ந்த ஒன்றுதான். என்றாலும் எனக்கு மகிழ்ச்சியைத் தருகிறது. நானறிந்தவரையில், குஜராத்தி தவிர்த்து வேறு எந்த இந்திய மொழிகளிலும் இந்நூலின் மொழிபெயர்ப்பு இந்த நூறு ஆண்டுகளில் வெளியாகவில்லை – இந்தி உட்பட.

※

இம்மொழிபெயர்ப்பு பற்றிச் சில வார்த்தைகள்:

சிலோன், மதராஸ், பர்மா ஆகிய இடங்களின் பெயர்களை அந்தக் காலகட்டத்தின் வாசனைக்காக அப்படியே தந்திருக்கிறேன். மூல நூலில் சில இடங்களில் பம்பாய் என்றும் சில இடங்களில் மும்பை என்றும் இருக்கிறது. குழப்பத்தைத் தவிர்ப்பதற்காக எல்லா இடங்களிலும் பம்பாய் என்றே இட்டிருக்கிறேன்.

புத்தரோடு தொடர்புடைய இடங்கள், மனிதர்கள், பௌத்த வழிபாட்டு ஆன்மிக மரபுகள் இவற்றின் பெயர்களை ஒப்பிட்டுப் பார்த்துத் தமிழில் இடுவதற்கு, கா.ஸ்ரீ.ஸ்ரீ. மொழிபெயர்த்த 'பகவான் புத்தர்' நூலும், ப. ராமசாமியின் 'பௌத்த தருமம்' (ஹிலால் பிரசுரம், 1956) நூலும் உதவின.

ஆங்கிலத்தில் அறிமுகம் பகுதியிலும், நூலுக்குள்ளும் தரப்பட்டுள்ள அடிக்குறிப்புகளில் தமிழ்ச் சூழலுக்குத் தேவையானவையாக நான் கருதியவற்றை மட்டும் தந்துள்ளேன். மராத்தி நூல்களின் பெயர்களை மேற்கோளிடும் அடிக்குறிப்பு களைப் பொதுவாகத் தரவில்லை.

இலக்கமிட்டுள்ள அடிக்குறிப்புகள் ஆங்கில மூலத்தில் உள்ளவை. உடுக்குறியிட்டவை எனது.

இந்நூல் மொழிபெயர்ப்பிற்கான அனுமதியைப் பெற்றுத்தந்த கண்ணனுக்கு என் நன்றிகள்.

இதை மெய்ப்புப் பார்த்த நண்பர் எஸ். செந்தில்குமார், நூலாக்கத்தில் உதவிய இரா. ஹெமிலா ஆகியோருக்கும் நன்றி.

அட்டைப்படத்தை வடிவமைத்துத் தந்த நண்பர் முரளிக்கு என் மனமார்ந்த நன்றிகளைத் தெரிவித்துக்கொள்கிறேன்.

மனைவி லதா, மகன் ஸ்ரீகிருஷ்ண பிரசாத் இருவருக்கும் எனது அன்பு.

ஒரு சாதாரணக் கிராமத்து மாணவனான என்னை ஆங்கிலத்தின்மீது ஆர்வம் கொள்ளவைத்தவர், இன்றும் என்னை வழிகாட்டி வருபவர், நாற்பதாண்டுகளுக்கு முன்னால் எனக்கு மேல்நிலைப் பள்ளி வகுப்பில் ஆங்கிலம் கற்பித்த எனது ஆசிரியர் கு. முத்துசாமி அவர்களுக்கு என் சிரம் தாழ்ந்த வணக்கங்கள்.

‘அனவரதம்’
திருப்பதிசாரம்
11 ஜூலை 2024

தி.அ. ஸ்ரீனிவாஸன்

ஆங்கில மொழிபெயர்ப்பாளர் முன்னுரை*

என் தாத்தா தர்மானந்த கோஸம்பியை எனக்குத் தெரியாது. இதைக் கேட்பதற்கு அதிர்ச்சியாக இருக்கும். ஆனால் அதுதான் உண்மை. தாடிவைத்த ஒரு முதியவரின் உருவம் – புனேயில் அவர் எங்களைப் பார்க்க வந்திருந்தபோது – என் குழந்தைப் பருவத்து மனத்தில் பதிந்துபோயிருந்தது; இந்தப் பதிவு அவரை நேரில் பார்த்த நினைவிலிருந்து உருவானது என்பதைவிட எங்கள் வீட்டு வரவேற்பறையில் மாட்டியிருந்த அவருடைய புகைப்படத்திலிருந்து உருவானது என்பதே சரியாக இருக்கலாம். இதற்குச் சில நாட்களுக்குள் அவர் வார்தா காந்தி ஆசிரமத்தில் உண்ணாநோன்பிருந்து உயிர்நீத்தார். சொந்தக் குடும்ப விஷயங்கள் பற்றிப் பேசுவதில் ஒருபோதும் ஆர்வமற்ற என் அப்பா (டி.டி. கோஸம்பி), தன் பெற்றோரிடமோ அல்லது உடன்பிறந்தவர்களிடமோ தான் கொண்டிருந்த உறவைப் பற்றிச் சொன்னதில்லை. ஆக, தர்மானந்தர் எனக்குத் தாத்தா என்று நான் சொல்லிக்கொள்ளும் உறவு பழகித் தெரிந்து வந்ததல்ல; எனக்கு அறிவார்ந்த திறனை அளித்த மூதாதை என்று அறிவித்துக்கொள்ளும் என் நப்பாசையிலிருந்து பிறந்தது. இதை நப்பாசை என்று சொல்வதுதான் பொருத்தம். ஏனென்றால்,

---
* சுருக்கப்பட்ட முன்னுரை

நூலகங்களிலும் தூசிபடிந்த ஆவணக் காப்பகங்களிலும் மதிய உணவாக ஏதோ கொறித்துக்கொண்டு, சுறுசுறுப்புக்காக ஒரு சிறு கோப்பைத் தேநீர்கூட (வீட்டில் பெரிய கோப்பையில் குடிப்பேன்) அருந்த முடியாமல் அடைந்து கிடக்க வேண்டி யிருக்கிறதே என்று வெறுப்போடு குறைப்பட்டபடியிருக்கும் அறிவுஜீவி நான். தாத்தாவோ, தனது பௌத்த வேட்கையில், நேபாளத்தின் உயர்ந்த மலைகளின் வழியே பனியினூடாக வெற்றுக்காலில் நடந்து சென்றவர்; இந்தியாவிலும் இலங்கையிலும் பர்மாவிலுமுள்ள பல்வேறு வனப்பகுதிகளிலும் குக்கிராமங்களிலும் ஏகாங்கியாக இருந்தவர். கிடைத்தவற்றை உண்டு ஏதோ உயிர்வாழ்ந்தவர்.

ஆங்கிலத்தில் அற்புதமாக எழுதத் தெரிந்த ஒரு அறிஞர் மராத்தியில் எழுதிய தன்வரலாற்றை ஆங்கிலத்தில் மொழி பெயர்க்க வேண்டிய அவசியம் எனது தயக்கத்துக்கு மற்றொரு காரணம். ஹார்வர்டு ஓரியண்டல் வரிசைக்காக அவர் ஆய்ந்து பதிப்பித்த 'விசுத்தி மாக்க' நூலுக்கு எழுதிய அறிமுக உரையும் சரி, என்னால் தேடிக் கண்டுபிடிக்க முடிந்த அவரது வேறு ஆங்கில எழுத்துக்களும் சரி, ஆங்கிலத்திலும் பாலியிலும் (பனுவல் ஆய்விலும்) அவருக்கிருந்த அபாரத் திறமையைக் காட்டுகின்றன. இதுபோக அவர் சமஸ்கிருத மொழியை மிகச் சிறந்த ஆசிரியர்களிடமிருந்து கற்றிருந்தார். இந்தியும் குஜராத்தி யும் நன்றாகவே அறிந்திருந்தார். ஹார்வர்டில் இருந்தபோது ரஷ்ய மொழியும் பயின்றிருக்கிறார்; பர்மிய மொழி, சிங்களம் இரண்டிலும் கொஞ்சம் பரிச்சயம் இருந்திருக்கலாம். என்றாலும் அவர் மராத்தி மொழியிலேயே எழுதினார்; புத்த சமயத்தின் போதனைகளை, நன்மைகளை மகாராஷ்டிரத்தின் பரந்துபட்ட மக்களிடம் கொண்டுசேர்க்க வேண்டும் என்பதே அவரது நோக்கமாக இருந்தது.

இந்தப் புத்தகம், தர்மானந்தர் என்ற மனிதரை, அறிஞரை அவரது தன்வரலாற்றின் வழியே ஆங்கிலம் அறிந்த வாசகர் களிடம் அறிமுகம்செய்யும் முயற்சி. அறிமுகப் பகுதி அவரது வாழ்க்கையைச் சுருக்கமாகத் தருவதோடு, இந்தப் புத்தகத்தையும் அதன் பின்னணியில் வைத்து அணுகுகிறது.

இந்தப் புத்தகத்திலுள்ள புகைப்படங்கள் அதிகமும் 'நிவேதன்' நூலிலிருந்து எடுக்கப்பட்டவை. முகப்புப் படம் டி.டி. கோஸம்பியின் சேகரிப்பிலிருந்து எடுத்தது. அந்தப் புகைப்படத்தை எடுத்தவர் அவரே. தர்மானந்தரின் 1909 புகைப்படம் மனோரஞ்சன் இதழ் 1909 தீபாவளி மலரிலிருந்து எடுத்தது.

வளைவு அடைப்புக்குள் உள்ள குறிப்புகள் மூல மராத்தியில் உள்ளவை. பகர அடைப்புக்குள் உள்ளவை நான் இட்டவை.

இந்தப் புத்தகத்திற்குப் பங்களிப்பு செய்த அனைத்து மனிதர்களுக்கும் நிறுவனங்களுக்கும் என் நன்றிகள்.

முடிவாக ஒன்றைச் சொல்லிக்கொள்கிறேன். இந்தப் புத்தகம் அன்பின் வெளிப்பாடு என்பதைத் தாண்டி, நான் பெற்றிருக்கும் உடல், அறிவு இரண்டிற்கும் மூலகர்த்தாவான என் தாத்தாவுக்கு நான் செலுத்தும் ஒரு சிறிய கைமாறு. சிறுவயதிலிருந்தே நான் அப்பாவால் பகுத்தறிவு ஊட்டி வளர்க்கப்பட்டவள்தான் என்றாலும் இந்தப் புத்தகத்தை விரைவில் மொழிபெயர்த்து முடிக்கத் தாத்தா ஏதோவிதத்தில் துணைநின்றார் என்ற நம்பிக்கையை மனத்தில் பேண விரும்புகிறேன். என் முயற்சி அவருக்குத் திருப்தியளித்திருக்கும் என்று மனப்பூர்வமாக நம்புகிறேன்.

மீரா கோஸம்பி

புனே,
மார்ச் 2011

அறிமுகம்

– மீரா கோஸம்பி

தர்மானந்தர் 1930இல்

ஓர் ஒற்றைக் குறிக்கோளுக்காகப் பெருமளவு அர்ப்பணிக்கப்பட்ட வாழ்க்கை, தர்மானந்த கோஸம்பியின் வாழ்க்கை (1876-1947). புத்தரின் போதனையைச் சக மகாராஷ்டிர மக்களிடம் கொண்டுசெல்வதுதான் அந்தக் குறிக்கோள். இந்த மனிதாபிமான தொண்டு, ஒரு பௌத்த அறிஞராக இந்தியாவிலும் அமெரிக்காவிலும் ரஷ்யாவிலும் அவர் மேற்கொண்ட கல்விப்புலப் பணிகளோடு இயைந்து செயல்பட்டது. ஒரு

சிந்தனையாளராக அவர் சமத்துவம், உலக அமைதி இவை சார்ந்த கருத்துக்களைத் தேசிய எல்லைகளைத் தாண்டியும் பரப்ப முயன்றார். சோஷலிச சித்தாந்தத்தைப் பௌத்த அறவியலோடு பொருத்தி, இவ்விரண்டையும் காந்தியத்தின் வாய்மை, அஹிம்சை இவற்றோடு இணைத்துக் கொண்டுசெல்ல முனைந்தார். தனது சமூக, அரசியல் அக்கறைகளை ஆன்மிகத்தோடும் தார்மீக ஒழுக்கத்தோடும் ஒருங்கிணைக்கும் தேடலைக் கொண்டிருந்தார் தர்மானந்தர். காந்திய விடுதலைப் போராட்டத்தில் அவரது இடம் தனித்துவமானது, ஒருவிதத்தில் ஏகாந்தமானதும்கூட.

இந்தியாவிலிருந்து பல நூற்றாண்டுகளுக்கு முன்பே மறைந்துபோய், ஒரு காலத்தில் தான் பெற்றிருந்த மாபெரும் வாழ்வின் மௌன சாட்சியாகப் பிரம்மாண்டமான இடிபாடு களை மட்டுமே விட்டுச்சென்றிருந்த பௌத்தத்தை இருபதாம் நூற்றாண்டில் உயிர்ப்பித்து அதை வாழும் சமயமாக ஆக்கிய பெருமை தர்மானந்தரையே சாரும். பௌத்தத்தை உயிர்ப்பித்ததன் மூலம் அவர் அதன் போதனைகளையும் நடைமுறைகளையும் மீட்டுக் கொண்டுவந்ததோடு நில்லாமல், சமகாலத்தியச் சமூக, அரசியல் சித்தாந்தங்களோடு அதற்குள்ள பொருந்தப்பாட்டை யும் நிறுவிக்காட்டினார். புதியதொரு ஒருங்கிணைந்த உலகப் பார்வையை உருவாக்கினார். இதை எதற்காக, எவ்வாறு உருவாக்கினார் என்ற கதையைத்தான் மராத்தியில் அவர் எழுதிய இந்தத் தன்வரலாறு நம் முன் விரிக்கிறது.

பல மொழிகளில் தேர்ச்சி பெற்றிருந்தாலும் தர்மானந்தர் தனது வாழ்க்கை வரலாற்றையும் பிறவற்றையும் மராத்தி யிலேயே எழுதினார்; அவருக்குத் தனது பிரதேசம் சார்ந்த அக்கறைகளே முதன்மையாக இருந்ததுதான் இதற்குக் காரணம். என்றாலும், பௌத்த சமய ஆராய்ச்சித் துறையில் அவர் எழுதிக் குவித்திருப்பவற்றை அறிந்த பொதுவாசகர்கள் இன்று குறைவு. அவரை ஒரு சமூக, அரசியல் சிந்தனையாளராக அறிந்தவர்களோ அதைவிடக் குறைவு.

தர்மானந்தரின் ஆளுமைமீதும் அவரது அறிவார்ந்த, சித்தாந்தரீதியிலான பயணப் பாதைமீதும் ஒளிபாய்ச்சுவதற்கு அவரது தன்வரலாற்று நூலின் இந்த மொழிபெயர்ப்பு முயல்கிறது.

1876 அக்டோபர் 9இல் பிறந்த தர்மானந்தரின் பௌத்த வேட்கை, அவரை போர்ச்சுக்கீசிய ஆட்சிக்குட்பட்ட ஒப்பீட்டளவில் பின்தங்கிய கோவாவின் எளிய கிராமியக் குடும்பம் ஒன்றிலிருந்து இந்தியாவின் பல பகுதிகளுக்கும் பின்னர் வெளிநாடுகளுக்கும்

இட்டுச் சென்றது; அறிவு, கருத்தியல்சார்ந்த சாகசப் பயணம் அது.[1] தர்மானந்த் என்று தன்னைப் பின்னர் அழைத்துக்கொண்ட தர்மா, கோவாவின் சாங்க்வால் கிராமத்தில் கௌட சரஸ்வத குடும்பம் ஒன்றில் பிறந்தார். ஏழு குழந்தைகளில் (ஐந்து பெண்கள், இரண்டு ஆண்கள்) கடைசி. அவரது பூஞ்சை உடலும் மந்தத்தனமும் அவரது அப்பா தாமோதர் ராமச்சந்திர கோஸம்பேயை[2] இத்தகைய குழந்தையைப் பெற்றதற்காக வருந்தச் செய்தன. கோவாவிலும் அதன் எல்லைப் பகுதியிலும் ஆங்காங்கே பள்ளிக்கல்வி கற்ற கோஸம்பி, தனது உடல் பிரச்சினைகளால் படிப்பைப் பாதியில் விட வேண்டி வந்தது. பதின்ம வயதின் ஆரம்பத்தில் அவரது நாட்கள் குடும்பத்தின் தென்னந்தோப்பைக் கவனித்துக்கொள்ளும் சலிப்பான, கொல்லும் வழமையில் கழிந்தன. போதாதற்கு, அந்நாளைய வழக்கப்படி, அவருக்குப் பதினான்கு வயதிருக்கும்போதே குடும்பம் அவரைத் திருமண பந்தத்திற்குள் தள்ளியது; இது மேலும் அவரை விரக்திக்குள்ளாக்கியது. மராத்தி நூல்களையும் பத்திரிகைகளையும் ஆர்வமுடன் வாசிப்பதில் அவர் ஆறுதல் கண்டார். சமகாலச் சீர்திருத்தக் கட்டுரைகள் தொடங்கி நூற்றாண்டுகளுக்கு முந்தைய பக்திக் கவிதைகள்வரை அவருக்கு விரிவான ஈடுபாடிருந்தது. தன் வாழ்நாள் முழுதும் அவர் வாசித்துக்கொண்டே இருந்தார். புத்தகங்கள்தான் தனது சிறந்த நண்பர்கள் என்று அடிக்கடி உணர்ச்சிவசப்பட்டுச் சொல்வார். அவரது விரிவான வாசிப்பும், ஒத்த எண்ணம் கொண்ட ஆதரவான சிறிய ஒரு நட்புவட்டத்தோடு அவர் மேற்கொண்ட விவாதங்களும் சமூக, அரசியல், சமயத் துறைகளில் செய்ய வேண்டிய சீர்திருத்தங்கள்பற்றிய தெளிவான எண்ணங்களை அவரிடம் உருவாக்கின. மராத்தி மொழியறிவை வளர்த்துக்கொள்ளவும் உதவின. அவரது தாய் மொழியான கொங்கணி அந்த நாட்களில் இலக்கிய மொழியாகவோ அல்லது அறிவு வளர்ச்சிக்கான மொழியாகவோ வளர்ந்திருக்கவில்லை. துக்காராம், கௌதம புத்தர் இருவரின் வாழ்க்கையிலிருந்து ஆன்மிக வலுவைப் பெற்ற தர்மானந்தர், தன்

---

1. இந்தச் சிறு வாழ்க்கைக் குறிப்பானது தர்மானந்தரின் தன்வரலாறு, நான் கேட்டறிந்தவை, ஜே.எஸ். சுக்தாங்கர் அவரைப் பற்றி மராத்தியில் எழுதிய வாழ்க்கை வரலாறு இவற்றை அடிப்படையாகக் கொண்டு தரப்படுகிறது.

2. தர்மானந்தரின் மூலக் குடும்பப் பெயர் ஷெனாய் லோட்லிகர்; லோட்லி என்ற கிராமத்தின் பெயரிலிருந்து இது வந்தது. போர்ச்சுக்கீசியர்களின் ஆட்சியின்போது கட்டாய மதமாற்றத்துக்கு அஞ்சி அவரின் முன்னோர்கள் கோஸம்பே என்ற கிராமத்தில் தஞ்சம் புகுந்ததால், குடும்பப்பெயர் கோஸம்பே என்று மாறியது. தர்மானந்தர் அதைக் கௌஸாம்பி என்ற புராதன நகரின் பாலி வடிவமான ‘கோஸம்பி’யாக மாற்றிக் கொண்டார் (கோவாவில் வாழும் அந்தக் குடும்பத்தைச் சேர்ந்தவர்கள் இப்போதும் கோஸம்பே அல்லது கஸம்பே என்றே போட்டுக்கொள்கிறார்கள்).

வாழ்நாளின் இனிவரும் காலத்தைப் புத்த சமயத்தைக் கற்பதிலும் ஆய்வதிலும் அர்ப்பணிக்க வேண்டும் என்று தீர்மானித்தார்.

அந்தக் கிராமத்தைத் தாண்டியும் தொடர்புகளைக் கொண்ட, நெருங்கிய பிணைப்புள்ள ஒரு சாதியில் கட்டுப்பெட்டியாக வளர்க்கப்பட்டாலும், தர்மானந்தர் தனக்கான பாதையை வகுத்துக்கொள்ளும் துணிச்சலைப் பெற்றார்.[3] அன்று உயர்வாக மதிக்கப்பட்ட சமஸ்கிருதக் கல்வியைப் பெறுவதற்காக வீட்டை விட்டு அரைகுறை மனதோடு ஓரிரு முறை சென்று திரும்பிய அவர், அப்பாவின் மரணத்துக்குப் பின், கடன் வாங்கிக்கொண்டு வீட்டை விட்டுக் கிளம்பி அந்த நோக்கத்தோடு புனே செல்லும் சாகசத் திட்டத்தைத் தீட்டினார். மனைவி பாலாபாயைக் கைக்குழந்தையாக இருந்த மகள் மாணிக்கோடு பிறந்தகத்தில் கொண்டுவிட்டார். 1899 இறுதியில் இருபத்து மூன்றாம் வயதில் தர்மானந்தர் கோவாவை விட்டுக் கிளம்பி 1900 ஆரம்பத்தில் புனே போய்ச் சேர்ந்தார்.

மகாராஷ்டிரத்தின் கல்வி, கலாச்சார மையமாக இருந்த புனேயில் அவரது சமஸ்கிருதக் கல்வி மெதுவாகவே முன்னேறியது; ஆனால் படித்தவர்கள், நாகரிகம் பெற்றவர்களின் வட்டங்களில் கலந்து பழகுவதற்கான தைரியத்தை அவர் அங்கே வளர்த்துக்கொண்டார். டாக்டர் ஆர்.ஜி. பண்டார்கரோடும் – இவரும் ஒரு சரஸ்வத்தாக அமைந்தார் – அவர் மூலமாகப் பிரார்த்தனா சமாஜத்தோடும் ஏற்பட்ட தொடர்பு பின்னரும் நீண்டகாலம் நீடித்தது. புத்த சமயத்தைக் கற்று மராத்தி மொழியில் அதைப் பற்றி எழுதி மக்களிடையே பரப்புவேன் என்று அவர் உறுதிமொழி எடுத்துக்கொண்டதும் புனேயில்தான். இந்த உறுதிமொழியை அவர் தன் வாழ்நாள் முழுவதும் விடாமல் காத்தார். ஆனால், மூல பௌத்த நூல்கள் பாலி மொழியில் (சமஸ்கிருதத்தின் பிராகிருதமான இது முதலில் மகதி என்றழைக்கப்பட்டது) எழுதப்பட்டவை என்பதோ அவற்றை எங்கே பெற முடியும் என்பதோ அவருக்கு அந்தச் சமயத்தில் தெரியவே தெரியாது.

இப்போது பாதையில் மேலும் முயன்று பார்க்க அவருக்குத் துணிச்சல் வந்துவிட்டது. அடுத்த ஆறு ஆண்டுகள் இந்தியாவிற்குள்ளும் வெளியேயும் கால்நடையாகவோ அல்லது பிறர் தானமாக அளித்த பணத்தைக் கொண்டோ, தீராத வறுமைக்கிடையிலும், பரவலாகப் பயணம் செய்தார்.

3. கோவா கிராமச் சமூகத்தின் வரலாறு, பொருளாதாரம், சமுதாய அமைப்பு இவற்றைத் தெரிந்துகொள்ள டி.டி. கோஸம்பியின் 'Myth and Reality' நூலிலுள்ள 'The Village Community in the 'Old Conquests' of Goa' என்ற கட்டுரையைப் பார்க்கவும்.

வடநாட்டின் பல்வேறு பகுதிகளில் குடியேறியிருந்த சக மகாராஷ்டிரர்களின் ஆதரவோடு உஜ்ஜையினி, குவாலியர் போன்ற இடங்களின் வழியே சிறிது சிறிதாகப் பயணப்பட்டுக் காசியைச் சென்றடைகிறார். காசியில் அக்காலத்தில் புகழ்பெற்றிருந்த சமஸ்கிருத ஆச்சாரியரான கங்காதர சாஸ்திரி தெலங்கிடம் ஓராண்டு சமஸ்கிருதம் கற்கிறார். பொருளாதார நெருக்கடியிலும், பிராமணர்களில் தாங்கள் மேலான பிரிவினர் என்று சொல்லிக்கொண்டவர்கள் காட்டிய சாதிப் பாகுப்பாட்டின்[4] இன்னல்களிலும் அவர் முழுக்க உழன்ற காலகட்டம் இது. இங்கே தர்மானந்தர் தன்னோடு பயில வந்த நேபாளி மாணவர் ஒருவரைச் சந்திக்கிறார்; அந்த வாய்ப்பைப் பயன்படுத்தி அவரோடு காட்மாண்டு செல்கிறார்; பௌத்த சமயம், அதன் கல்வி இரண்டிற்கும் கேந்திரமாகக் கருதப்பட்ட நாடு நேபாளம். மலைப்பிரதேசத்தில், அவ்வப்போது பனியினூடாக வெற்றுக் காலில் மேற்கொண்ட இந்தக் கடும் பயணம் இறுதியில் பெரும் ஏமாற்றத்தில் போய் முடிகிறது – ஏனென்றால்,பௌத்தம் அந்தக் காலத்தில் நேபாளத்தில் பெரும் வீழ்ச்சியைக் கண்டிருந்தது.

இந்தக் கட்டத்தில் எதிர்காலம் நிச்சயமற்றதாக மீண்டும் அவருக்குத் தோன்றத் தொடங்குகிறது. தர்மானந்தர் கயா நகரத்திற்கு அருகிலுள்ள புத்தகயாவுக்கு, அங்கே பௌத்தம் நிலைபெற்றிருக்கும் என்ற எண்ணத்தில், செல்ல முடிவு செய்கிறார். ஆனால் அங்கே பௌத்தம் பெயரளவில்தான் இருப்பதைக் காண்கிறார். பௌத்தம் தழைத்திருக்கும் இலங்கைக்குச் செல்லும்படி அவருக்கு ஆலோசனை கிடைக்கிறது. கல்கத்தாவிலிருந்த மகாபோதி சபையின் உதவியோடு அவர் இலங்கை செல்கிறார். கல்கத்தா, அங்கிருந்து சென்னை வழியாக இலங்கை என்ற சிக்கலான பயணத்தின் முடிவில் அவர் 1902இன் தொடக்கத்தில் வெற்றிகரமாக இலங்கையை எட்டுகிறார். இலங்கையில் ஒருவழியாக அவருக்குப் பாலி மொழியைக் கற்றுக்கொள்ளவும் பௌத்த அடிப்படை நூல்களைப் படிக்கவும் சாத்தியமாகிறது. பௌத்த சங்கத்தில் ஆரம்பநிலை பிக்குவாக அவர் தீட்சையும் பெறுகிறார்.

ஒரு வருடம் அங்கிருந்துவிட்டு உணவு ஒத்துக்கொள்ளாமல் உடல்நிலை பாதித்ததால் அவர் இந்தியா திரும்புகிறார். தொடந்து

4. சித்பவன் அல்லது கொங்கணஸ்தர், தேசஸ்தர், கர்ஹாடே போன்ற சமூக ரீதியாகவும் பண்பாட்டு ரீதியாகவும் அதிகாரமிக்க மகாராஷ்டிரப் பிராமணப் பிரிவினர், சரஸ்வத் பிராமணர்களைக் கீழானவர்களாகப் பார்த்தார்கள். அசைவ உணவுகளில் மீனை மட்டுமே எடுத்துக்கொள்ளும் சரஸ்வத்களை அவர்கள் பிராமணர்களாகக்கூட ஏற்றுக்கொள்ளவில்லை. மகாராஷ்டிரத்தின் சாதி அமைப்பைத் தெரிந்துகொள்ள, இராவதி கார்வேயின் 'Maharashtra: Land and Its People' என்ற நூலைப் பார்க்கவும்.

பௌத்த வேட்கையிலிருக்கும் அவர் சென்னையிலிருந்த சில பௌத்தர்களின் உதவியோடு பர்மா (இன்றைய மியான்மர்) செல்கிறார். அங்கே அவர் முழு பிக்குவாகத் தீட்சை பெறுகிறார். உணவுப் பிரச்சினை அவரை இங்கேயும் வாட்ட, மீண்டும் 1904 தொடக்கத்தில் கல்கத்தா வருகிறார். அங்கிருந்து வட இந்தியாவிலுள்ள பௌத்த புனிதத் தலங்களுக்குப் பிரயாணமாகிறார். 1904 டிசம்பரில் பௌத்தத் தியானத்தைக் கற்றுக் கடைபிடிப்பதற்காக மீண்டும் பர்மா செல்கிறார். அங்கிருந்து 1906 ஜனவரியில் கல்கத்தா திரும்புகிறார்.

இந்த முறை (1906) அவரது கல்கத்தா வருகை தர்மானந்தரின் வாழ்க்கையில் பெரும் திருப்பத்தைக் கொண்டுவருகிறது – கல்விப்புலப் பணியை மேற்கொள்ளும் சந்தர்ப்பம் அவருக்கு அமைகிறது. பௌத்த சங்க நியமங்களைக் கடைபிடித்து ஒழுகுவதில் இருக்கும் நடைமுறைச் சிக்கல்கள் காரணமாக அவர் தனது பிக்குத்துவத்தை முறைப்படி துறக்கிறார். முக்கியமான நண்பர்களும் தொடர்புகளும் இங்கே அவருக்கு அமைகிறார்கள் – மொழியியலாளரான ஹரிநாத் டே, பேராசிரியர் மன்மோகன் கோஷ் (அரவிந்த கோஷ், பரீந்திரநாத் கோஷ் போன்ற தீவிரவாத தேசியவாதிகளின் சகோதரர்), சத்தியேந்திரநாத் தாகூர் (பம்பாய் மகாணத்தில் உயர் அரசு அதிகாரியாக இருந்து புகழ்பெற்றவர்), ஜஸ்டிஸ் அசுதேஷ் முகர்ஜி போன்றோர். இவர்கள் செல்வாக்கின் காரணமாகத் தர்மானந்தரால் தேசியக் கல்லூரியில், அது தொடங்கப்பட்ட 1906இலிருந்தே, பாலி மொழியைப் பாடத்திட்டத்தில் சேர்க்க முடிகிறது. அதன் பின் அவர் கல்கத்தா பல்கலைக்கழகத்தில் அந்த மொழித் துறையில் உதவிப் பேராசிரியராகச் சேர்ந்து 1908வரை பணியாற்றுகிறார்.[5]

ஆறாண்டுக் கால இடைவெளிக்குப் பின் 1906இல் தர்மானந்தர் கோவாவுக்கு வந்து குடும்பத்தைச் சந்திக்கிறார். பின்னர் கல்கத்தாவுக்கு அவரது மனைவியும் உடன் வருகிறார்; ஆனால் சில மாதங்களுக்குப் பிறகு உடல்நோவு காரணமாக மனைவி கோவா திரும்ப நேர்கிறது. 1907 ஜூலையில் மகன் தாமோதர் பிறப்பு; 1910இல் மகள் மனோரமா பிறப்பு; கடைசிக் குழந்தையான மகள் கமலா 1918இல் பிறப்பு.

---

5. கர்சன் பிரபு 1905இல் தன்னிச்சையாக வங்காளத்தைப் பிரிக்கவும் கல்விக் கொள்கையை உருவாக்கவும் முயன்றபோது, அங்கே தேசியக் கல்வி சபையின் சார்பில் 1906இல் வங்காள தேசியக் கல்லூரியும் வங்காளத் தொழிநுட்ப நிறுவனமும் தொடங்கப்பட்டன. இந்த இரண்டு அமைப்புகளும் 1910இல் இணைக்கப்பட்டன; ஆனால் 1917இல் தேசியக் கல்லூரி மூடப்பட்டது. தொழில்நுட்ப நிறுவனம், பின்னர் ஜாதவ்பூர் பொறியில் கல்லூரியாகவும், அதன்பின் 1955இல் கலை, அறிவியல் பாடங்கள் சேர்க்கப்பட்டு ஜாதவ்பூர் பல்கலைக்கழகமாகவும் மாறியது.

கல்கத்தாவில் அவர் பரோடா அரசர் சாயாஜிராவ் கெய்க்வாடை[6]ச் சந்திக்க நேருகிறது. அந்த அரசர் கல்விக்கு ஆதரவு அளிப்பதில் மட்டுமில்லாமல், தனது சமஸ்தானத்தில் மேற்கொண்ட பல்வேறு சமூகச் சீர்திருத்தங்களுக்காகவும் பெயர்பெற்று விளங்கினார். தர்மானந்தரின் வாழ்க்கைப் பாதையில் மற்றொரு மாற்றம் வருகிறது. அவர் மகாராஷ்டிரத்தில் எங்காவது தங்கி, பௌத்தம் தொடர்பான நூல்களை எழுது வதற்காக சாயாஜிராவ் அவருக்கு மாதம்தோறும் ஒரு சிறிய தொகையை அளிக்க முன்வருகிறார். 1908 செப்டம்பரில் அவர் கல்கத்தாவை விட்டுக் கிளம்புகிறார்; அவரை அங்கேயே தங்கவைப்பதற்காக அவரது சம்பளத்தை உயர்த்தியும் அவர் நிற்கவில்லை. 1908 செப்டம்பரில் அவர் மூன்றாவது முறையாக பர்மா செல்கிறார். தனக்காகவும் கல்கத்தா பல்கலைக்கழகத் திற்காகவும் பாலி நூல்கள் வாங்குவதற்காக. கிட்டத்தட்ட ஒரு மாதம் அங்கே வாசம். அதன் பின்னர் பம்பாய் வரும் அவர், கடைசியாக புனேக்குத் தனது குடும்பத்தைக் குடியமர்த்தும் எண்ணத்தோடு இடம்பெயர்கிறார். 1909இல் அவர் பரோடாவில் பௌத்தம் பற்றி ஐந்து உரைகள் நிகழ்த்துகிறார். இவற்றில் மூன்று உரைகள் சாயாஜிராவின் நிதியுதவியோடு 'புத்தமும் தர்மமும் சங்கமும்' என்ற நூலாகப் பின்னர் வெளிவருகின்றன.

சாயாஜிராவின் தாராள குணத்தைத் தர்மானந்தர் பாராட்டினாலும், அவரை விமர்சிக்கவும் தயங்கியதில்லை. சாயாஜிராவ், வருவாய்க்கு வேறு வழியில்லை என்று காரணம் காட்டி பரோடாவில் மதுக்கடைகளை மூட மறுத்ததை இந்த உரையொன்றின் போது சுட்டிக்காட்டுகிறார் தர்மானந்தர். அரசரின் இந்த மறுப்பை பேரரசர் அசோகர் எடுத்த உயரிய நிலைப்பாட்டோடு ஒப்பிட்டுக் காட்டுகிறார். இந்தக் கூட்டத் திற்குத் தலைமை வகித்த சாயாஜிராவ் உரை முடிந்ததும் அவர் பேச வேண்டிய உரையைப் பேசாமல் எழுந்து சென்று விடுகிறார். இதனால் அவையினரிடம் அச்சம் தோன்றுகிறது; ஆனால் அது தேவையற்ற அச்சம் என்று பின்பு தெரிகிறது: மதுக்கடைகளை மூடுவதற்கு அரசர் உடனடியாக ஆணை பிறப்பிக்கிறார். இதனால் சாயாஜி ராவுடனான தர்மானந்தரின் நட்பு மேலும் வலுப்படுகிறது.

---

6. கெய்க்வாட் அல்லது கெய்க்வார் மகராஜா எல்லா விதங்களிலும் முற்போக்குச் சிந்தனை கொண்ட மன்னர். விதவை மறுமணம் (1910), பாலியமணத் தடுப்பு (1904), இந்துப் பெண்களுக்கு குறிப்பிட்ட சில நிலைமைகளில் விவாகரத்து செய்யும் உரிமை (1931) போன்ற சட்டங்களை இயற்றிப் பரோடாவில் பல சமூகச் சீர்திருத்தங்களைக் கொண்டுவந்தார். பார்க்க: Y.D.Phadke, 'Social Reform Movements in Maharastra'

தர்மானந்தர் 1909இல்

பம்பாயில் தர்மானந்தர், ஹார்வர்டு பல்கலைக்கழகத்தில் சமஸ்கிருதப் பேராசிரியராக இருந்த டாக்டர் ஜேம்ஸ் ஹெச் வுட்ஸிற்குப் பாலி மொழி கற்பிக்க இசைகிறார். டாக்டர் வுட்ஸ், சமஸ்கிருதவியலாளரும் பிரார்த்தனா சமாஜத்தைச் சேர்ந்தவரும் தர்மானந்தரின் நட்பு வட்டத்தைச் சேர்ந்தவருமான டாக்டர் வி.ஏ. சுக்தாங்கரின்[7] *நண்பர். பின்னர், 1910இன் ஆரம்பத்தில் வுட்ஸ் தர்மானந்தரை ஹார்வர்டு வரும்படி அவசர அழைப்பு விடுக்கிறார். பாலி மொழி நூலான விசுத்தி மாக்கத்தின் ஆய்வுப் பதிப்பைத் தயார்செய்துவரும் பேராசிரியர் லான்மானுக்கு உதவுவதற்காக.*

புத்தகோஷரின் விசுத்தி மாக்க (சமஸ்கிருதத்தில் விசுத்தி மார்க்கா – பரிபூர்ணத்திற்கு (நிர்வாணம்) வழி; காலம் ஏறத்தாழ கி.பி.400) பௌத்த புனித திரிபிடகங்களான அபிதம்ம பிடகம், சுத்த பிடகம், விநய பிடகம் இவற்றின் சாரமாகக் கருதப்படு கிறது. ஹென்றி கிளார்க் வாரன் (1854–1899) சேகரித்து

7. வி.ஏ. சுக்தாங்கர்: பிரார்த்தனா சமாஜத்தின் உறுப்பினர்களில் ஒருவர். 1903இல் யூனிட்டேரியன் உதவித்தொகை பெற்று ஆக்ஸ்போர்டிற்குக் கல்வி கற்கச் சென்றார். அங்கே இரண்டாண்டுகள் தத்துவம் படித்தார். மற்றொரு கல்வித்தொகை மூலமாக ஜெர்மனியின் போன் பல்கலைகழகத்தில் சேர்ந்து முனைவர் பட்டம் பெற்று இந்தியா திரும்பினார்.

வைத்திருந்த நான்கு கையெழுத்துப் பிரதிகளை (இவற்றில் இரண்டு பர்மிய வரிவடிவிலும் இரண்டு சிங்கள வரிவடிவிலும் இருந்தன) அடிப்படையாகக் கொண்டு ஹார்வர்டில் நூலின் ஆய்வு பதிப்பொன்றைக் கொண்டுவருவதுதான் பணி. ஜான் ஹாப்கின்ஸ் பல்கலைகழகத்திலும் (1876–80), பின்னர் ஹார்வர்டு பல்கலைகழகத்திலும் (1880–1926) சமஸ்கிருதத் துறையில் பணியாற்றிய பேராசிரியர் சார்லஸ் ராக்வெல் லான்மான் (1850–1941) இந்தப் பணியில் ஈடுபட்டிருந்தார். அவரும் ஜான் ஹாப்கின்ஸில் அவருக்கு மாணவராக இருந்த வாரனும் ஹார்வர்டு ஓரியண்டல் நூல்வரிசையை 1891இல் தொடங்கினார்கள். இந்த வரிசையில் விசுத்திமாக்க ஆய்வுப்பதிப்பு ரோம எழுத்தில் அச்சிட்டு வெளியாக இருந்தது.

இந்த அழைப்பைத் தர்மானந்தர் ஏற்றுக்கொண்டதற்குக் காரணம், அவரும் தேவநாகரி வரிவடிவில் அந்த நூலின் பதிப்பொன்றைக் கெய்க்வாடின் ஆதரவோடு கொண்டு வருவதற்கான தயாரிப்பில் ஈடுபட்டிருந்ததுதான். 1910இல் அமெரிக்கா செல்லும் அவர் 1912 ஜனவரியில் திரும்புகிறார். இந்தக் காலகட்டத்தில் அவருக்கு அந்தப் பதிப்பிற்கான பணி நிறைவடைந்துவிட்டது என்று தோன்றுகிறது. "எனக்கு ஆன்மிக உணவு மட்டுமல்ல, உடலுக்கும் உணவிட்ட என் ஆச்சாரியர்களுக்கு ஏதோ ஒருவிதத்தில் நான் கைமாறு செய்துவிட்டேன் என்பதை நினைத்து ஆனந்தம்' அடைந்ததாகத் தர்மானந்தர் கூறினார். 'அதற்குச் சரியான நகல் எடுத்து அச்சேற்றுவதுதான் பேராசிரியர் லான்மான் செய்ய வேண்டியது' என்று நம்பினார். ஆனால் இந்தப் பணிக்காகச் சில வருடங்கள் கழித்து தர்மானந்தர் மீண்டும் அமெரிக்கா போக வேண்டி வந்தது. தர்மானந்தருக்கும் லான்மானுக்குமுள்ள உறவில் சில உரசல்கள் வந்தன. அவரே சொல்வதுபோல, 'பாணினியின் இலக்கணத்தின் மீதும் நவீன இந்தியப் பண்டிதர்கள்மீதும் லான்மானுக்கிருந்த நம்பிக்கையின்மை' இந்த உரசல்களுக்குக் காரணமாக அமைந்தது. 'நூலின் அட்டையில் யார் பெயரைப் பதிப்பாசிரியராகப் போடுவது' என்பதிலும் அவர்களிடையே கருத்து வேறுபாடு வந்தது. அமெரிக்காவில் முதலில் பணியாற்றிய காலத்தில் ஹார்வர்டு பணியை அவர் விரும்பியதுபோல முழுமையாக முடிக்க முடியாவிட்டாலும், அவரது பொதுவான ஈடுபாடும் வாசிப்பும் விரிவடைந்து, சமூக அறிவியலிலும் சோஷலிசத்திலும் அவருக்கு அக்கறை ஏற்பட்டது. சமயம், ஆன்மிகம் சார்ந்ததாக மட்டுமே இருந்த அவரது மனம் இப்போது சமூக, அரசியல் விஷயங்களையும் சிந்திக்க ஆரம்பித்தது. இத்துடன் தினமும் உடற்பயிற்சி செய்யும் அவசியத்தையும் அவர் உணர்ந்தார்.

இந்தத் தன்வரலாற்று நூல் தாமதமாக 1924இல்தான் வெளியானது என்றாலும், இதில் விவரிக்கும் சம்பவங்கள் இந்தக் கட்டத்தோடு முடிந்துவிடுகின்றன.

மகாராஷ்டிரத்தில் நிரந்தரமாகக் குடியேறுவதற்கு முன்பே தர்மானந்தர் அங்கே பிராபல்யம் அடைந்திருந்தார். அதற்கு முக்கியக் காரணம் பிரார்த்தனா சமாஜம்.[8] 1867இல் தொடங்கப் பட்ட இந்தச் சபை சமய, சமூகச் சீர்திருத்தங்களுக்காகப் பாடுபட்டது. ஜஸ்டிஸ் ரானடே, டாக்டர் பண்டார்கர், வித்தல் ராம்ஜி ஷிண்டே[9] போன்ற முன்னணி சீர்திருத்தவாதிகள் இந்த சமாஜத்தோடு தொடர்புகொண்டிருந்தார்கள். தர்மானந்தர் அடைந்திருந்த அறிவுத் தேர்ச்சியும் கல்கத்தாவில் அவரது கல்வித்துறைப் பணியும் பண்டார்கரைக் கவர்ந்தன. 1908இன் பின்பகுதியிலிருந்து பம்பாய்க்கு அவ்வப்போது வந்துபோய்க் கொண்டிருந்த தர்மானந்தருக்கு பிரார்த்தனா சமாஜ வட்டத்தினரோடு நெருக்கம் ஏற்பட்டது; பௌத்தம் பற்றி உரையாற்ற அவர் அழைக்கப்பட்டார். சமாஜத்துக்குள் மதச் சகிப்புத்தன்மை, பிற சமயங்களையும் திறந்த மனதோடு அணுகுவது எனப் புதிய கருத்தோட்டம் இதனால் உருவானது; பல மதத்தினரும் கலந்து வாழும், ஒப்பீட்டளவில் தாராளச் சிந்தனை நோக்கு கொண்ட பம்பாயில் இந்தக் கருத்தோட்டம் செழித்து வளர்ந்தது.

பௌத்தம் தொடர்பான தர்மானந்தரின் மராத்தி எழுத்துக்கள் நாளிதழ்களிலும் பத்திரிகைகளிலும் வெளிவரத் தொடங்கின. அசோகரின் கல்வெட்டு பற்றிய சிறிய கட்டுரையோடு அவரது எழுத்துப் பணி தொடங்கியது. 1910இல் பௌத்தம் பற்றிய அவரது முதல் நூலான *‘புத்தமும் தர்மமும் சங்கமும்’* வெளியானது. புத்தரின் வாழ்க்கையிலிருந்தும் அவரது போதனைகளிலிருந்தும் பௌத்த சங்கத்தின் அமைப்பு, வளர்ச்சி இவற்றிலிருந்தும் பௌத்தத்தின் சாராம்சத்தை அறிந்துகொள்ளும் முயற்சி இந்த நூல். பௌத்த சமயத்திற்குள்ளே இருப்பவரால் எழுதப்பட்டது என்பதுதான் இதன் பெரிய பலம்.

8. ‘பிரார்த்தனா சமாஜம்’ பெண்களுக்கான பள்ளிகளையும் வீடடற்ற பெண்களுக்கான விடுதிகளையும் ஏற்படுத்தியது; பம்பாய் மகாணத்தில் முதன்முதலாக ஆதரவற்றோருக்கான இல்லத்தைத் திறந்ததும் இதுவே. சாதிப் பாகுபாட்டை ஒழிப்பது இதன் மற்றொரு ஈடுபாடாக இருந்தது.

9. வி.ஆர். ஷிண்டே: ‘பிரார்த்தனா சமாஜ’த்தின் பிரசாரகர்களில் ஒருவர். யூனிட்டேரியன் உதவித்தொகை பெற்று ஆக்ஸ்போர்டில் இரண்டாண்டுகள் (1901–03) கல்வி பயின்றார். ஒடுக்கப்பட்ட வகுப்பினருக்கான அமைப்பில் (Depressed Classes Mission) 1906இலிருந்து பகுதி நேரமாகப் பணிசெய்ய ஆரம்பித்த இவர் 1910இல் முழுமையாகத் தன்னை ஈடுபடுத்திக்கொண்டார்.

இந்தக் காலகட்டத்தில் பௌத்தத்தையும் சோஷலிசத்தையும் ஒருங்கிணைக்கும் பார்வை மாற்றமும் தர்மானந்தரின் எழுத்துக்களில் வெளிப்படத் தொடங்கியது. *கேஸரி, சுதாரக், சுபோத் பத்ரிகா* போன்ற மராத்திப் பத்திரிகைகளுக்கு அவர் அமெரிக்காவிலிருந்து எழுதியனுப்பிய கட்டுரைகள் இதற்குச் சான்றாக உள்ளன. அவரைப் பொறுத்தவரை, சோஷலிசம் அன்னிய நாட்டிலிருந்து வந்த நவீன சித்தாந்தமல்ல; பௌத்தச் சங்கமே, கூட்டுரிமை, கலந்து பொதுப்பட முடிவெடுத்தல் என்ற சோஷலிசக் கொள்கையை அடிப்படையாகக் கொண்டதுதான் என்பது அவரது பார்வை. இந்தியாவின் தொழிலாளர் பிரச்சினை குறித்தும் அவர் எழுதினார். மகாராஷ்டிரத்தில் – இந்தியாவில் என்றுகூடச் சொல்லாம் – சீர்திருத்தங்கள் பற்றிய விவாதங்களில் மார்க்ஸையும் சோஷலிசத்தையும் அறிமுகம் செய்த ஆரம்பகால முயற்சிகளில் இவரதும் ஒன்றாகும். பின்னர் புனேயின் வசந்த உரைத் தொடருக்காக (வசந்த விக்யான் மாலா) அவர் 1912இல் சோஷலிசம் பற்றியும் 1916இல் கார்ல் மார்க்ஸ் பற்றியும் இரு உரைகள் நிகழ்த்தினார்.

அறிஞராகவும் சிந்தனையாளராகவும் தர்மானந்தர் மகாராஷ்டிரத்தில் இந்தக் காலகட்டத்தில் தனது முத்திரையைப் பதித்திருந்தார். *நிவேதன்* என்ற தன்வரலாற்று நூலின் வழியாக (இது 1912–16 காலகட்டத்தில் தொடராக வந்தது) ஒரு மனிதராக அவரது வாழ்க்கையும் தெரியவந்தது. அறிவைப் பெறவும் அதன் வழியே ஆன்ம ஆறுதலை அடையவும் விழைந்த ஓர் இளைஞனின் போராட்டத்தை இந்த நூல் மனதைக் கவரும் வகையில் பன்முகத்தன்மையோடு பதிவுசெய்திருந்தது. அவரது பயணங்களைத் தொகுத்துச் சொல்வது என்பதை முதன்மை நோக்கமாகக் கொண்டிருந்த இந்த நூலில், பத்தொன்பதாம் நூற்றாண்டின் கடைசிப் பத்தாண்டுகளுக்கும் இருபதாம் நூற்றாண்டின் முதல் பத்தாண்டுகளுக்கும் இடைப்பட்ட காலகட்ட வரலாற்றின் ஒரு பகுதியும் இழையோடுகிறது. (முதலாம் உலகப் போரின்போது 1916இல் இந்தத் தொடர் நிறுத்தப்பட்டதாகத் தெரிகிறது; மீதிப் பகுதிகள் 1916 அல்லது 1917இல் எழுதப்பட்டிருக்கின்றன. நூலாக 1924இல்தான் வெளியானது என்றாலும் கதை 1912ஆம் ஆண்டின் தொடக்கத்தைத் தாண்டிச் செல்லவில்லை).

இதில் நாம் 'பரந்த மகாராஷ்டிரம்' என்பதன் காட்சித் துணுக்குகளைக் காண முடிகிறது. கோவாவின் கடற்கரைப் பகுதிகளைத் தனது பண்பாட்டு வளையத்துக்குள் கொண்டுவந்த

மகாராஷ்டிரம், அரச சமஸ்தானங்களான பரோடா, இந்தோர், குவாலியர் போன்ற இடங்களிலும் குறிப்பிடத்தக்க தாக்கங்களை ஏற்படுத்தியிருந்தது. காசி உட்பட இந்தியாவின் வட, மத்திய பகுதிகளைச் சேர்ந்த முக்கிய நகரங்களில் கணிசமான அளவு மகாராஷ்டிரர்களின் குடியிருப்புகள் அமைந்திருந்தன. எனவே, அறிவும் கடும் உழைப்பும் மரியாதையுணர்வும் கொண்ட, மராத்தி பேசும் ஒரு பிராமண இளைஞன் தனது சொந்த ஊருக்கு வெகு தொலைவிலுள்ள பல இடங்களிலும் தேவைப்பட்ட போது புகலிடத்தையும் கனிவான உபசரிப்பையும் பெற முடிந்தது. ஒருவிதத்தில் இது சன்னியாசிகளுக்கும் கற்றறிந்தோருக்கும் சாதி, இனப் பின்னணியைப் பார்க்காமல் மரியாதை அளிக்கும் இந்திய பண்பின் நீட்சிதான். மராட்டியர்கள் மட்டும்தான் தர்மானந்தருக்கு உதவினார்கள் என்றல்ல. சமத்துவத்தில் நம்பிக்கை கொண்டிருந்த அவர், சமஸ்கிருதக் கல்வி கற்பதற்கான சந்தர்ப்பத்தின்போது மட்டுமே தனது பிராமண அடையாளத்தைப் பயன்படுத்திக்கொண்டார். மற்ற எந்த சந்தர்ப்பத்திலும் அவர் தனது சாதிப் பின்னணியைக் காட்டிக்கொள்ள முயன்றதாகவோ அல்லது அத்தகைய உணர்வு அவருக்கு இருந்ததாகவோ தெரியவில்லை. எல்லாச் சாதியினரும் ஒன்று என்ற தனது நம்பிக்கையின்படியே அவர் நடந்துகொண்டார்.

மனவுறுதி, உணவில்லாமல் இருக்கும் தேர்வு, கால்நடையாகவே அதிக தூரம் பயணம் செய்வது, தனது முதன்மைக் குறிக்கோளிலிருந்து கவனம் சிதறாமை ஆகிய அவரது மிக முக்கியமான குணங்கள் இந்த நூலில் வெளிப்படுகின்றன. இவையே தர்மானந்தரைப் பௌத்தத்தைத் தேடி இந்தியாவிலிருந்து நேபாளத்துக்கும், பின்னர் இலங்கைக்கும் பர்மாவுக்கும் சிக்கிமிற்கும் இட்டுச் சென்றன. பி.எம்.லாத்[10] பின்னர் குறிப்பிட்டது போல, 'பௌத்தம் பற்றிய ஞானத்தைப் பெறுவதற்காக தர்மானந்தர் மேற்கொண்ட ஏழாண்டு புனித யாத்திரையின்போது சில நேரங்களில் எதிர்கொண்ட இன்னல்களுக்கு முன்னால் யுவான் சுவாங் போன்ற சீன யாத்திரிகர்களின் துன்பங்கள் ஒன்றுமே இல்லை என்று தோன்றும். தர்மானந்தரின் யாத்திரைக்கும் அந்தச் சீனர்களின் யாத்திரைக்கும் உள்ள வேறுபாடு என்னவென்றால், இவர்கள் முதலிலேயே பௌத்த அறிஞர்களாக இருந்தவர்கள்; புத்தரின் தாயகத்தில் அறிவின் செழிப்பைப் பார்ப்பதற்காக வந்தவர்கள். கல்வியறிவு பெற்றிராத தர்மானந்தரோ புத்தரும் அவரது தர்மமும் தனக்கு வெளிப்பட வேண்டும் என்று விரும்பியவர்.'

---

10. ஐ.சி.எஸ். அதிகாரியான பி.எம். லாத், இந்திய அரசின் செய்தி மற்றும் ஒலிபரப்புத் துறையில் செயலராக இருந்தவர். தர்மானந்தரின் நண்பர்; சமஸ்கிருத, பாலி அறிஞர். பாலி மொழியை இவர் தர்மானந்தரிடம் கற்றார்.

இந்தத் தொடர் சாகசம் முழுக்க ஒரு ஆணின் கதையாக மட்டுமே அமைவது தவிர்க்க முடியாதது; ஆபத்து நிறைந்த இத்தகைய ஒரு பயணத்தை எந்தப் பெண்ணும் தொடர்ச்சியான இக்கட்டுகள் இல்லாமல் மேற்கொண்டிருக்கவே முடியாது, உயிர்பிழைப்பதுகூடக் கடினம்.[11] இந்த நூலில் பெண்களைப் பற்றிய பேச்சு மிகக் குறைவு. பின்நாட்களில் தர்மானந்தர் கொண்டிருந்த பெண்ணிய அக்கறைகளுக்கும் பெண்ணுரிமை ஆதரவுக்கும் மாறானதாக இது இருக்கிறது. இதன் சம்பவ விவரிப்புகளில் ஆணுக்குரிய அகந்தை அல்லது இறுமாப்பின் சிறு சாயல் வெளிப்படுகிறது என்றல்ல இதன் பொருள். ஆனாலும், அவர் அறிவைத் தேடி அலைந்துகொண்டிருந்த, கிட்டத்தட்ட ஏழாண்டுகளில் தனது மனைவியையும் மகளையும் விட்டுப் பிரிந்து வந்ததைப் பற்றி எந்த உறுத்தலும் இல்லாமலிருந்தார். அவரது பேத்தியான இந்திரயாணி சாவ்கர், தர்மானந்தரையும் அவரது மனைவியையும் வைத்துப் புனைந்துள்ள நூலில் இதை வெளிச்சத்துக்குக் கொண்டுவந்திருக்கிறார்.[12]

'நிவேதன்', நினைவுகள் என்றில்லாமல் பிரயாணக் குறிப்பு என்றே திட்டமிட்டு எழுதப்பட்டது. இவ்விரண்டும் கலந்துள்ள இந்த நூல் ஒருவிதத்தில் கோட்ஸே பட்ஜியின் 'மாஸா பிரவஸ்' (எனது பயணங்கள் 1907) என்ற நூலை நினைவுபடுத்துகிறது. பட்ஜியின் மரணத்துக்குப் பிறகு வெளிவந்த இந்த நூலில், 1857இல் வட இந்தியாவில் அங்குமிங்கும் நடந்த சில சண்டைகளைப் பற்றிய நேரடி சாட்சி ஒருவரின் வர்ணனைகள் அடங்கியுள்ளன. கொங்கணக் கடற்கரைப் பகுதிக் கிராமமொன்றைச் சேர்ந்த வறிய இளைஞரான கோட்ஸே (1827–1906) பிழைக்க வழி தேடி

---

11. பெண்கள் சில சாதனைகளைச் செய்யவிடாமல் தடுக்கும், பெண்கள் மட்டுமே எதிர்கொள்ளும் சமூக முட்டுக்கட்டைகளைப் பற்றி வெர்ஜினியா வூல்ஃப் வாதிடுவதை இங்கே நினைவில் கொள்ள வேண்டும். ஷேக்ஸ்பியருக்கு ஒரு சகோதரி இருந்து, அவர் 'அபாரமான திறமையும்' அதற்குச் சமமான சாகசத் துணிவும் கற்பனையும் கொண்டிருந்தாலும், ஷேக்ஸ்பியரைப் போல அவரால் லண்டன் சென்று நாடக உலகில் பிரகாசித்திருக்க முடியாது. பள்ளிக் கல்வி பெறாமை, இளவயதுத் திருமணத்திற்கான குடும்ப நிர்ப்பந்தம் இவற்றையெல்லாம் வென்று அவர் லண்டன் போயிருந்தாலும்கூட, ஆண்கள் அவர் 'நடிக்க வந்ததற்காக அவர் முகத்திற்கெதிரேயே எள்ளி நகையாடியிருப்பார்கள்'. இதுபோக, அவரின் 'பாதுகாப்பிற்காக' இருக்கும் பொறுப்பாளர் அவரைத் தனக்குச் சாதகமாகப் பயன்படுத்திக்கொண்டிருப்பார்; அவரது இளம் வாழ்க்கை தற்கொலையில் போய் முடிந்திருக்கும். பார்க்க: Virginia Wolf, 'A Room of One's Own and Three Guineas'. (Room of One's Own 1924இல் வெளியானது). தர்மானந்தரின் ஊர்சுற்றலை, அவர் காலத்திலும் சரி நம் காலத்திலும் சரி, எந்தப் பெண்ணும் மேற்கொண்டிருக்க முடியாது.
12. இந்திரயாணி சாவ்கரின் 'பாலா–பாபு' (மராத்தி) நூல். மனோரமா சாத்தேயின் (கோஸம்பி) மகள் இந்திரயாணி, தர்மானந்தர் தனது மனைவி பாலாபாயை விட்டுவிட்டுச் சென்ற பின் அவர் எதிர்கொண்ட அவமானங்களை இதில் நுட்பமாக விவரிக்கிறார்.

வடக்குப் பக்கமாக மராத்திய சமஸ்தானங்களை நோக்கிச் செல்கிறார். இந்த அலைச்சலின்போது அவர் 1857 சிப்பாய்க் கலகத்தின் நடுவே போய் மாட்டி கொள்கிறார். நிஜமாகவே அவர் இருந்தது மோசமாகச் சண்டை நடந்துகொண்டிருந்த ஜான்சியில். உள்ளதை உள்ளப்படிச் சொல்லும் அவரது கதையாடல் ஒரு புறம் அன்றாட நிகழ்வுகளை விறுவிறுப்பாக தருகிறது; மற்றொரு புறம், வைதிக பிராமணரான நூலாசிரியரின் சடங்காச்சாரக் கவலை அடியோட்டமாக ஓடிக் கொண்டிருக்கிறது. எனவே கதை இவ்விரண்டிற்கும் இடையே ஊசலாடுகிறது.

தர்மானந்தரின் இந்த பயண நினைவுகளும் நடந்ததை நடந்தபடிச் சொல்லும் நூல்தான். சீரான உணர்ச்சியோடு, சமன்குலையாமல், நாடகத்தன்மைக்கு இடம்கொடாத நிதானமான நடையில் சொல்கிறது. நேபாளத்துக்குச் செல்லும் வழியில் பனியினூடே நடந்து செல்லும் வேதனையை அலட்டாமல் ஒற்றை வரியில் அற்புதமாக அடக்கிவிடுகிறார். இமாலயத்தின் சிகரங்களைக் காண்பதில் உண்டாகும் பெருங்களிப்பு தானாகவே காளிதாசரின் பாடல் வரிகளை அழைத்து வந்துவிடுகிறது. தான் மேற்கொண்டிருக்கும் பயணத்தின் அற்புத வெற்றிக்குப் புத்தரின் மாபெரும் கருணையே சுட்டப்படுகிறது.

நினைவுக்குறிப்பு என்ற நிலையில் 'நிவேதன்' மராத்தி உரைநடையில் அன்று புதிதாக உருவாகிவந்த ஒரு வகைமையோடு தன்னைப் பொருத்திக்கொள்கிறது. ஆங்கிலத்தில் வெளியான ஆளுமைகளின் வரலாறுகளையும் தன்வரலாறுகளையும் மூலத்திலோ அல்லது மொழிபெயர்ப்பிலோ படித்து அவற்றால் தூண்டப்பட்டுத் தோன்றியது இந்த வகைமை. நிவேதன் அதன் தன்மையிலும் உள்ளார்ந்த குணத்திலும் டி.கே. கார்வேயின் '*ஆத்ம விருத்தா*' (*தன்வரலாறு 1917*) நூலுக்கு மிக நெருக்கமாக இருக்கிறது. *ஆத்ம விருத்தா* நூல் அதன் ஆசிரியர் அடைந்த 'சாதாரண' வெற்றியை அமைதியாக, தன்னை முன்னிறுத்தாமல் சொல்லும் நூல். (தர்மானந்தரும் கார்வேயும் புனேயின் ஃபெர்குஸன் கல்லூரியில் சக ஆசிரியர்கள்; கார்வே அங்கே 1914வரை கணிதம் கற்பித்தார்). கார்வே (1858–1962 – பின்னர் இவருக்கு 'பாரத் ரத்னா' அளிக்கப்பட்டது), இந்த நூலில் "நான் பெரிதாக எதுவும் செய்துவிடவில்லை என்பதை அறிந்தவன்" என்று கூறிக்கொள்கிறார்; என்றாலும், தான் இதை எழுதுவதற்குக் காரணம், 'ஒரு சாதாரண மனிதன்கூட சாதனை படைக்க முடியும் என்பதைக் காட்டி, ஓரளவு திறமையுள்ள இளைஞர்களுக்கும் இளம்பெண்களுக்கும்' தூண்டுதல் அளிக்கத்தான் என்கிறார். சற்று வசதியான பிராமணக்

குடும்பத்தைச் சேர்ந்த தனது இளமைக்காலம், கொங்கணில் தனது கிராமத்திலும், பின்னர் பம்பாயிலும் – ஓடியோடி மாணவர்களுக்கு வகுப்புகள் எடுத்து – படித்தது, பிராமண விதவைகளின் துயரைக் குறைப்பதில் அவருக்கிருந்த ஆழ்ந்த அக்கறை, முதல் மனைவி மறைந்ததும் விதவையொருவரை மணந்து அதனால் சமூகத் துன்புறுத்தலுக்கு ஆளானது, சிறுமிகளும் விதவைகளும் தங்கிப் படிக்க (பண்டித ரமாபாயின் சாரதா சதனை முன்மாதிரியாகக்கொண்டு) பள்ளிகள் நிறுவியது, பெண்களுக்கென்றே கல்லூரியும், இறுதியாக அவர்களுக்கான பல்கலைகழகமும் (எஸ் என் டி டி பெண்கள் பல்கலைக்கழகம் என்று பின்னர் இது பெயரிடப்பட்டது) ஏற்படுத்தியது போன்ற வற்றைச் சொல்லும் அபாரமான நூல் இது.

கார்வே, தர்மானந்தர் இருவரின் தன்வரலாறுகளிலும் தங்களின் சாதனைகளை மிகுந்த தன்னடக்கத்தோடு சொல்லிக் கொள்ளும் தன்மை பொதுவாக அமைந்துள்ளது. கார்வே 'அமைப்புரீதியாகச் செயல்பட்ட மனிதர்'; சமூகக் குழுவொன்றில் தன்னை ஐக்கியம் செய்துகொண்டவர்; பின்னவரோ ஏகாந்தமான வழியில் தனித்துப் பயணித்தவர். தன்னைப் பற்றி பிற்காலத்தில் எழுதுவோம் என்பதை எண்ணிப் பார்த்திராத கார்வே நாட்குறிப்பு எழுதவோ அல்லது வேறுவிதமாகக் குறிப்பெடுத்து வைத்துக்கொள்ளவோ இல்லை; தான் ஈடுபட்டிருந்த அமைப்புகளின் கூட்ட நடவடிக்கைக் குறிப்புகள், அறிக்கைகள் ஆகியவற்றைத் துணையாகக்கொண்டு தன் நினைவிலிருந்து நூலை எழுதினார். தர்மானந்தர் எதற்காக நாட்குறிப்பும் பிற குறிப்புகளும் எழுதினார் என்பது தெரியவில்லை. அவரும்கூடத் தன்னைப் பற்றி என்றேனும் எழுதுவோம் என்று நினைத்துப் பார்த்திருக்க மாட்டார். அவரது தலைமுறையையும் அதற்கு முந்தைய தலைமுறையையும் சேர்ந்த பலரிடமும் நாட்குறிப்பு எழுதும் இந்தப் பழக்கம் இருந்திருக்க வேண்டும். ரெவரெண்ட் பாபா பத்மன்ஜீயின் *(1831–1906)* நினைவுக்குறிப்பான *'அருணோதயா'* (சூரியோதயம் 1884) நூலில் இது மிகச் சிறப்பாக வெளிப்படுகிறது. அதன் முன்னுரையில் தான் பயன்படுத்திய ஆதாரங்களாகத் தனது ஞாபகங்கள், குறிப்புகள், நாட்குறிப்பு, கடிதங்கள் இவற்றையும் நண்பர்கள், புத்தகங்கள், அறிக்கைகள், செய்தித்தாள்கள் ஆகியவற்றிலிருந்து பெற்ற தகவல்களையும் அவர் குறிப்பிடுகிறார். இந்த நூலை எழுதியதற் கான முக்கிய நோக்கத்தையும் அவர் தெளிவுபடுத்துகிறார்: 'இழிந்த பாவி ஒருவன்மீது ஆண்டவன் காட்டிய மாபெரும் கருணையை இதில் விவரிக்கிறேன்; பாவம்செய்த பிறரும் இதைப் படித்து அந்தக் கருணையைத் தாங்களும் அனுபவப்படட்டும் என்பதற்காகவும் ஏற்கனவே அனுபவித்தவர்கள் அதைப்

பாடி அவரைக் கனப்படுத்தட்டும் என்பதற்காகவும்.' இந்த நோக்கம், நினைவுக்குறிப்புகளாக அமைந்த இந்நூலை கிறிஸ்தவ பாவமன்னிப்புக் கோரலின் தன்மை கொண்டதாக ஆக்கி விடுகிறது – நூலாசிரியரின் சமயப் பின்னணியில் தொடங்கி, சுற்றியுள்ள நம்பிக்கைகளை அவர் கொஞ்சம் கொஞ்சமாகக் கேள்விக்குட்படுத்துவது, கிறிஸ்தவ சமயப் பரப்பாளர்கள் அவரிடம் உருவாக்கிய தாக்கம், 1854இல் மிகவும் பரபரப்பாகப் பேசப்பட்ட அவரது மதமாற்றம், மனைவியோடு ஏற்படும் பிரிவு, தனது குடும்பத்தினர் பிறரோடான ஓரளவு இணக்கம் போன்ற சம்பவங்கள் நூலில் விரிகின்றன. பத்மன்ஜீயின் மதமாற்றம் பத்தொன்பதாம் நூற்றாண்டில் மிக வெளிப்படையாகத் தெரிந்த மதமாற்றங்களில் ஒன்று என்பதால், மேற்கிந்தியாவின் சமூக, சமய மாற்றங்களைத் தெரிந்துகொள்வதற்கான ஆதாரம் என்ற நிலையில் இந்நூல் மதிப்புமிக்க ஓர் ஆவணமாகும். தர்மானந்தர் பௌத்தத்திற்கு 'மதம் மாறியதும்', பின்னர் பிக்குவாகச் சில வருடங்கள் கழித்ததும் பெருமளவு கமுக்கமாகவே இருந்திருக்கிறது; மேற்கிந்தியாவிலிருந்து தொலைதூரத்தில் இவை நிகழ்ந்ததும், பௌத்த சமயம் இந்து சமயத்திலிருந்து வேறுபட்டதாக எண்ணப்படாததும்தான் இதற்குக் காரணம்.

'நிவேத'னை, அது தொடராக வந்த காலத்தை (1912–16) வைத்துப் பார்த்தால், மராத்தி மொழியில் வெளியான ஆரம்பகால நவீன நினைவுக்குறிப்பு நூல்களில் ஒன்றாகக் கொள்ள முடியும். மராத்தியில் முதலில் வெளியான முழு தன்வரலாறு, 1868இல் வெளியான பிரபல இலக்கணப் பண்டிதர் ததோபா பாண்டுரங்க் தர்க்கத்கரின் நூல்தான். இதற்கு அடுத்ததாக, பத்மன்ஜீயின் நினைவுக் குறிப்பும் (1884), அதைத் தொடர்ந்து ராமாபாய் ரானடேயின் மண வாழ்க்கை நினைவுகளும் (1910) – இதைப் புகழ்பெற்ற அவரது கணவர் ஜஸ்டிஸ் எம்.ஜி. ரானடேயின் வாழ்க்கை வரலாற்றைச் சொல்வது என்றே குறிப்பிடலாம் – வெளிவந்தன. அடுத்ததாக *நிவேதன்*, டி.கே. கார்வேயின் தன்வரலாற்று நூல் (1915) வெளிவருவதற்கு முன்னால் தொடராக வெளியானது. மராத்திய இலக்கிய வரலாற்றில் *நிவேதன்* வெளியான 1924ஆம் ஆண்டினைக் குறிப்பிட்டுப் பேசும்போது அது சிறிய அளவே பேசப்படுகிறது; அதே சமயம், அந்த ஆண்டின் முக்கிய மராத்தி இலக்கிய நிகழ்வாக இதைக் குறிப்பிடப்படுவது வியப்பைத் தருகிறது.

பல்வேறு இலக்கிய வகைமைகளுக்குள் ஊடாடி, சமஸ்கிருதம், பாலி பௌத்த இலக்கிய நூல்கள், பழைய மராத்திப் பக்திக் கவிதைகளின் மேற்கோள்களுடன் கனகச்சிதமாக எழுதப்பட்ட *நிவேதன்*, யதார்த்த வாழ்க்கையை விறுவிறுப்பான நடையில்

சொல்லும் நூலாக இன்றும் திகழ்கிறது. மராத்தி உரைநடைக்கு முன்மாதிரி நூல் என்ற நிலையை இது பல ஆண்டுகளுக்கு முன்பே அடைந்துவிட்டது; மராத்தி பள்ளிப் பாடப்புத்தகத்தில் இதன் பகுதிகள் சேர்க்கப்பட்டன.

தர்மானந்தர், மனைவி பாலாபாய், மகள் மாணிக் (நிற்பவர்), மகன் தாமோதர், மகள் மனோரமா (1915)

1912இல் அமெரிக்காவிலிருந்து இந்தியா திரும்பியதும் தர்மானந்தர் புனேயிலுள்ள ஃபெர்குஸன் கல்லூரியில் பாலி மொழி கற்பிக்கத் தொடங்கினார். கல்லூரிப் பாடத்திட்டத்தில் இதை அறிமுகம்செய்த அவர் அடுத்த ஆறு ஆண்டுகள் அங்கே பணியாற்றினார். (இது பம்பாய் பல்கலைக்கழகத்திற்கு உட்பட்ட கல்லூரி; தர்மானந்தர் இதற்கு முன்னால் அந்தப் பல்கலைக்கழகத்திலும் அதன் துணைவேந்தரான டாக்டர் பண்டார்கர் மூலமாகப் பாலியைப் பாடத்திட்டத்தில் சேர்த்தார்). பாலகங்காதர திலகர், ஜி.ஜி. ஆகார்கர் போன்ற தேசியவாதிகள் சிலர் 1885இல் உருவாக்கிய தக்காணக் கல்விக் கழகத்தால் (டெக்கான் எஜுகேஷன் சொசைட்டி) நிறுவப்பட்ட கல்லூரி அது; அந்தக் கழகத்தின் பின்னாலிருந்தோரின் தியாகங்கள் அவருக்குத்

தெரியும் என்பதால் தர்மானந்தர், ஊதியம் மிகைக் குறைவு என்றாலும் அந்தப் பணியை ஏற்றுக்கொண்டார். பௌத்தம் பற்றிய பல நூல்களையும் இக்காலத்தில் வெளியிட்டார்.

1918 அக்டோபரில் ஹார்வர்டிலிருந்து இரண்டாம் முறையாக அழைப்பு வந்தது; 'விசுத்தி மாக்க' ஆய்வுப் பதிப்புப் பணியைத் தொடருவதற்காக. இம்முறை அவர் தனது மூத்த குழந்தைகள் இருவரையும் உடன் அழைத்துச் சென்றார். பத்தொன்பது வயதான மாணிக், பெண்களுக்காகத் தொடங்கப்பட்ட ராட்கிளிஃப் கல்லூரியில் சேர்ந்தார்; நான்காண்டுகள் கழித்துப் பட்டப்படிப்பை முடித்துவிட்டு, அப்பாவுடன் அவர் இந்தியா திரும்பினார். பதினோரு வயதான தாமோதர் கேம்பிரிட்ஜிலும், மாஸசூஸெட்டிலும் பள்ளிக்கல்வி பெற்றார்; பின்னர் கல்வி உதவித்தொகை பெற்று ஹார்வர்டு கல்லூரியில் சேர்ந்தார்; 1929இல் பட்டப்படிப்பில் முதன்மையாகத் தேறி, நாடு திரும்பினார். (தர்மானந்தர் இந்த இரண்டு குழந்தைகளிடமே, பிற்காலம் வரையிலும், அதிக நெருக்கத்தோடிருந்ததாகத் தோன்றுகிறது). நீரிழிவு நோயால் பலவீனப்பட்டிருந்தாலும் (இந்த நோயிருப்பது எப்போது தெரியவந்தது என்று தெளிவாக அறிய முடியவில்லை), அவர் மிகக்கடுமையாக உழைத்தார்;

தர்மானந்தர் 1924இல்

அவரது நண்பரும் உடன் பணிபுரிந்தவருமான பேராசிரியர் லியோ வெய்னர் நடத்திய ரஷ்ய மொழி வகுப்பிலும் – பட்டம் பெறுவதற்கு என்றில்லாமல் – சேர்ந்து படித்தார். ரஷ்ய மொழியில் எளிய நூல்களைப் படிக்கும் அளவுக்குத் தேர்ச்சி பெற்றார்; 1938இல் தல்ஸ்தோயின் 'இவான் த ஃபூல்' என்ற கதையை மராத்தியில் மொழிபெயர்த்தார்.

1922 ஆகஸ்டில் இந்தியா திரும்பிய அவர், மகாத்மா காந்தியின் விடுதலை போராட்ட வளையத்துக்குள் ஈர்க்கப்பட்டார். 1916இல் காந்தி புனே வந்திருந்தபோது ஆச்சாரிய கிருபளானி மூலமாக அவரை ஏற்கனவே சந்தித்திருந்தார். 1922இல் காந்திஜி தர்மானந்தரை அகமதாபாத்திலிருக்கும் அவரது குஜராத் வித்தியாபீடத்தில் கீழைத்தேய மொழிப் பிரிவில் பணியாற்றுவதற்கு அழைத்தார்; சமண ஆராய்ச்சி அறிஞரான முனி ஜீனவிஜயாஜி மூலமாக இது நிகழ்ந்தது. அங்கே தர்மானந்தர் மூன்றாண்டுகள் கற்பித்ததோடு ஏராளமாக எழுதவும் செய்தார். *நிவேதன்* நூலாக 1924இல் வெளியானது; வேறு நூல்களும் கட்டுரைகளும் வெளியாயின.

மூன்றாவது முறையாக 1926–27இல் அமெரிக்கா சென்ற தர்மானந்தர் '*விசுத்தி மாக்க*'ப் பணியைத் திருப்திகரமாக முடித்து, அதற்குப் பதிப்பாசிரியர் முகவுரையும் எழுதி வெளியீட்டுக்குத் தயார்செய்துவைத்தார். ஆனால் தாமதமாக 1950இல்தான் இந்த நூல் ஹார்வர்டு ஓரியண்டல் வரிசையில் வெளிவந்தது; இந்தத் தாமத்திற்கான காரணம் தெரியவில்லை.

1928இல் *யங் இந்தியாவில்* ஜவகர்லால் நேரு எழுதிய கட்டுரையொன்றில், ரஷ்யாவின் லெனின்கிராட் அறிவியல் கழகத்தில் பௌத்தக் கலாச்சார ஆராய்ச்சிக்கான நிறுவனம் ஒன்று தொடங்கப்பட இருப்பதாகக் குறிப்பிட்டிருந்தார். இந்தச் செய்தி தர்மானந்தரின் ஈடுபாட்டைத் தட்டி எழுப்பியது. சமயங்கள் பற்றிய போல்ஷ்விக்குகளின் கொள்கைக்கு இது முரணாகத் தோன்றியதால், அவர் தனது ரஷ்ய நண்பர்களுக்கு எழுதிக் கேட்டார். விளைவு, அவர் லெனின்கிராடிற்கு அழைக்கப்பட்டார்; லெனின்கிராட் பல்கலைக்கழகத்திலும் புதிய நிறுவனத்திலும் பாலி மொழிப் பேராசிரியராக நியமிக்கப்பட்டார். தனது ஊதியத்தின் பெரும்பகுதியை ரஷ்யாவைச் சுற்றிப் பார்த்து, புதியச் சமூக அமைப்பை அறிந்துகொள்வதில் செலவிட்டார்.

1930 தொடக்கத்தில் இந்தியா திரும்பிய தர்மானந்தர், காந்திய இயக்கத்தில் தன்னை முழுவதுமாக ஒப்படைத்துக்கொண்டார். ஏப்ரலில் உப்புச் சத்தியாகிரகப் பிரச்சாரத்திற்காக அவர்

வி.ஆர். ஷிண்டே குழுவினருடன் புனே மாவட்டத்தின் இருபத்தைந்து கிராமங்களுக்கும் சிறு நகரங்களுக்கும் கால்நடையாகவே சென்றார். மே மாதம் கோவாவுக்கு அருகில் சிரோடி கடற்கரைக் கிராமத்தில் உப்புச் சத்தியாகிரகத்தை அவரே தலைமை தாங்கி நடத்தினார். பின்னர், பம்பாயின் புறநகர்ப் பகுதியான வில்லே பரேல் சத்தியாக்கிர முகாமில் தங்கி, சத்தியாகிரகக் கொள்கையைப் பிரசாரம் செய்துவந்ததோடு பரேலைச் சுற்றியிருந்த மில்களின் தொழிலாளர்கள் மத்தியில் சோஷலிசத்தையும் பரப்பினார். 1930இல் அவசரச் சட்டத்தின் கீழ் அவர் பிற சத்தியாகிரகிகளோடு கைது செய்யப்பட்டார் (மில் தொழிலாளர்கள் மத்தியில் பணியாற்றியதால் அவருக்குக் கடுமையான தண்டனை வழங்கியதாகச் சொல்லப்படுகிறது). காந்தி இர்வின் உடன்பாட்டின்படி இந்த அவசரச் சட்டம் விலக்கிக் கொள்ளப்பட்டு, அதன்கீழ் கைதாகியிருந்த அனைவரும் 1931 மார்ச்சில் விடுதலை பெற்றார்கள்.

அடுத்த ஆண்டு தர்மானந்தர் டாக்டர் வுட்ஸின் வற்புறுத்தலின் பேரின் நான்காவதும் கடைசி முறையுமாக அமெரிக்கா சென்றார். (தர்மானந்தர் சிறையிலிருந்த போது தன் குடும்பத்தைப் பற்றிய கவலையில்லாமல் இருக்க வேண்டும் என்பதற்காக வுட்ஸ் மாணிக்கிற்குப் பணம் அனுப்பியிருந்தார்.) அடுத்த ஆண்டு அங்கிருந்து அவர் ரஷ்யா சென்று தன் பழைய நண்பர்களைச் சந்தித்துவிட்டு இந்தியா திரும்பினார்.

அடுத்து வந்த இரண்டாண்டுகளையும் அவர் புனே ஃபெர்குஸன் கல்லூரியில் கணிதம் கற்பித்த தன் மகன் தாமோதர் வீட்டிற்குப் போய்வந்து கழித்தார். தாமோதர் அங்கே தனது மனைவி நளினியுடன் வசித்துவந்தார். நளினி தர்மானந்தரின் பழைய நண்பரான பி.ஆர். மட்காவோங்கரின் மகள் (இத்திருமணம் இருவரின் தந்தையரும் இணைந்து நடத்திவைத்ததுதான்). 1934–35 காலகட்டத்தில் ஓராண்டிற்கும் மேலாகக் காசியில் கழித்த தர்மானந்தர், முதலில் பனாரஸ் இந்துப் பல்கலைகழத்திலும் பின்னர் காசி வித்தியாபீடத்திலும் விருந்துநிலைப் பேராசிரியராக இருந்தார். காசி வித்தியாபீடத்தில் இருந்தபோது *இந்தியப் பண்பாடும் அகிம்சையும்* (1935) என்ற நூலை எழுதினார்.

பௌத்த அறிவைப் பரப்பும் முயற்சியின் நிலைபெற்ற வடிவமாக பம்பாயின் பரேல் பகுதியில் பௌத்த விகாரையொன்று கட்ட வேண்டும் என்பது அவரது நீண்டகால ஆசை. பௌத்த விகாரை என்று அதற்கு அவர் பெயரிடாமல் ‘பகுஜன் விகாரை’ என்று பெயரிட்டார். மில் தொழிலாளர்களை முன்னிலைப்படுத்தியே அது நிறுவப்பட்டதாலும், அவர்கள் மத்தியில் சாதி வேறுபாட்டையும் தீண்டாமையும் களைவதற்கான

தர்மானந்தரின் சோதனைக் களமாக அது அமையவிருந்தாலும் அப்பெயர் சூட்டப்பட்டது. பெருங்கொடையாளரும் சாரநாத், குஷினரா*, கல்கத்தா, டார்ஜிலிங் போன்ற இடங்களில் பௌத்த ஆலயங்களையும் விடுதிகளையும் கட்டிக்கொடுத்தவருமான சேட் ஜுக்கல் கிஷோர் பிர்லாவின் உதவியை அவர் நாடினார். அந்த விகாரை 1936இல் கட்டிமுடிக்கப்பட்டது; அதில் குடியேறிய தர்மானந்தர் 1939 இறுதிவரை அங்கே இருந்தார்.

தர்மானந்தரின் நூல்களில் மிகப் பிரபலமான 'பகவான் புத்தர்' இரண்டு பாகங்களாக 1940–41இல் வெளியானது. மிகப் பழைய பௌத்த பாலி நூல்களின் அடிப்படையில் புத்தரின் வாழ்க்கை குறித்த நம்பகமான வரலாற்றை உருவாக்கித் தருவதுதான் அவரின் நோக்கம். புத்தரின் வாழ்க்கை பற்றியும் அவரது காலகட்டம் பற்றியுமான அதிகாரப்பூர்வ வரலாற்று ஆவணமாக 'பகவான் புத்தர்' நூல் கருதப்படுகிறது. தர்மானந்தரின் வாழ்க்கை வரலாற்றை எழுதிய ஜே.எஸ். சுக்தாங்கர், இந்த நூல் 1956இல் (ஆங்கிலம் தவிர) பதின்மூன்று இந்திய மொழிகளில் சாகித்திய அகாதெமியால் மொழிபெயர்க்கப்பட்டிருப்பதாகவும்*, இதன் இந்தி மொழிபெயர்ப்பு புத்தரின் 2500 பரிநிர்வாண ஆண்டின் நினைவாக 1956 மே 22இல் இந்தியக் குடியரசுத் தலைவரிடம் அளிக்கப்பட்டதாகவும் குறிப்பிடுகிறார். சாரநாத்தில் தர்மானந்தரிடம் பாலி மொழி கற்றவரான வணக்கத்துக்குரிய ஆனந்த கௌசல்யாயன் இதைச் சிங்களத்தில் மொழிபெயர்த்து இலங்கையில் வெளியிட்டார். 1956 அக்டோபர் 14இல் இரண்டு லட்சம் தொண்டர்களோடு புத்த சமயத்தைத் தழுவிய பி.ஆர். அம்பேத்கரும் இந்த நூலையே ஆதாரமாகக் கொண்டிருக்க வேண்டும் என்று சுக்தாங்கர் கருதுகிறார்.[13]

1930களின் பின் வருடங்களிலும் 1940களிலும் தர்மானந்தர் இந்தியத் துணைகண்டத்தின் அனைத்துப் பகுதிக்கும் அதைத் தாண்டியும் பயணம் மேற்கொண்டபடியே இருந்தார். இந்தியாவின் வெவ்வேறு பகுதிகளில் குடியேறியிருந்த அவரது மனைவியையும் குழந்தைகளையும் சென்று பார்த்தோடு, சில

13. ஆனால் அம்பேத்கர் தனது 'புத்தமும் அவரது தம்மமும்' நூலிலோ அல்லது வேறு எழுத்துக்களிலோ கோஸம்பியைப் பற்றி குறிப்பிடவே இல்லை. சொல்லப்போனால், பௌத்தம் பற்றிய எழுதப்பட்ட எந்தெந்த நூல்களை அவர் ஆதாரமாகக் கொண்டார் என்பதையே அம்பேத்கர் குறிப்பிடவில்லை.

* குஷிநகர்

* பகவான் புத்தர்: மராத்தியிலிருந்து கா.ஸ்ரீ.ஸ்ரீ செய்த இதன் நேரடி மொழிபெயர்ப்பு சாகித்திய அகாதெமியால் 1956இல் வெளிவந்தது.

நேரங்களில் தேவைப்படும் உதவிகளையும் செய்தார். ஆனால் தொடர்ச்சியாக அவர்களோடு அவர் இருந்ததே இல்லை.

1946இல் அவருக்கு வயது எழுபதை நெருங்கிக்கொண் டிருந்தது; வாழ்க்கையில் அவருக்குச் சலிப்பு ஏற்பட்டு விட்டிருந்தது. கடும் நீரிழிவு நோய் அவரது சக்தியை எல்லாம் உறிஞ்சியிருந்தது. உடல் முழுவதும் ஓயாத அரிப்பு. தனது இருபத்தி இரண்டு நூல்களில் கடைசி இரண்டை எழுதி முடித்திருந்தார். (இவை அவர் மறைவுக்குப் பின்னர் வெளியாகின.) இனியும் தன்னால் ஆக்கப்பூர்வமான பணிகளைச் செய்ய முடியும் என்ற நம்பிக்கையை அவர் இழந்திருந்தார்; வாழ்ந்தது போதும் என்ற உணர்வு மேலோங்கியது; மனசாந்திக்காக ஏங்கினார். எனவே, வார்தாவிலுள்ள காந்தி ஆசிரமத்தில் சல்லேகனா (உண்ணா நோன்பிருந்து உடல் நீத்தல்) என்ற சமண முறையைக் கடைபிடிக்க முடிவுசெய்தார். ஒரு மாதத்திற்குப் பிறகு 1947 ஜூன் 4இல் அவரது மூச்சு ஓய்ந்தது. மரணத்துக்குப் பத்து நிமிடங்களுக்கு முன்பு வரையிலும் அவரது அறிவு துடிப்போடுதான் இருந்தது; தணிந்த குரலில் அவரால் உரையாடவும் முடிந்தது. 'பவித்திரமான பேரொளித் தருணம்' என்று இதை அழைத்தார்கள். தர்மானந்தரின் இருப்பால் தனது ஆசிரமம் புனிதம் அடைந்ததாக காந்திஜி குறிப்பிட்டிருந்தார். 1947 ஜூன் 5ஆம் தேதி அவர் ஆற்றிய பிரார்த்தனை உரையில் தர்மானந்தரை ஒரு அறிஞராகவும், சுய தம்பட்டம் தட்டிக்கொள்ளாமல், 'பின்னணியில் அமைதியாகப் பணியாற்றுவதையே விரும்பிய' அர்ப்பணிப்புள்ள மனிதராகவும் குறிப்பிட்டார். உரையை அவர் இந்த வேண்டுகோளோடு முடித்தார்: 'அவர் சென்ற பாதையில் நாமும் நடக்க ஆண்டவன் நமக்குத் தூண்டுதல் அளிப்பாராக.'

ஒரு அறிஞராகவும் சிந்தனையாளராகவும் தர்மானந்தரின் பொருத்தப்பாடு இன்று உணர்ந்து அங்கீகரிக்கப்பட்டுவருவது மனதிற்கு இதம் தருகிறது. தர்மானந்தருக்கு இந்த அங்கீகார அக்கறைகளெல்லாம் தேவையற்றதாக – வீண் என்றுகூட – தோன்றியிருக்கும் என்பதுதான் இதிலுள்ள நகைமுரண். அவரது முதன்மை நோக்கம், புத்த சமயத்தின் மீது ஈடுபாட்டைத் தூண்டுவதுதான். இன்றைய சூழல் அவருக்குச் சிறிது நம்பிக்கையை அளித்திருக்கும்.

மனிதநேயமும் மகிழ்ச்சியும் அமைதியும் நிறைந்த உலகைக் காணும் அவரது மற்றொரு கனவு கைகூடும் காலம் இனிதான் கனிய வேண்டும்.

☙

பௌத்த வேட்கை

முகவுரை

கோவாவிலிருந்து *பாரத்* என்ற இரு மொழி [மராத்தி – போர்ச்சுக்கீசியம்] வாரப் பத்திரிகை யொன்று வெளிவருகிறது. உற்சாகமான இளைஞர்கள் சிலர் ஆரம்பத்தில் அதை நடத்திவந்தார்கள். நான் அமெரிக்காவிலிருந்து திரும்பியதும் அவர்கள் என்னிடம், நான் வீட்டைத் துறந்து போனதிலிருந்து அமெரிக்கா சென்று திரும்பியது வரையிலான எனது வாழ்க்கைப் பயணத்தை எழுதச் சொன்னார்கள். நானும் ஒன்றிரண்டு அத்தியாயங்களை எழுதி அதன் ஆசிரியருக்கு அனுப்பினேன். அதைப் படித்த அவருக்கு இது பயணக் கட்டுரையல்ல, தன்வரலாறு என்ற எண்ணம் தோன்றியதால் தலைப்பை *மாஸா பிரவஸ்* [எனது பயணங்கள்] என்பதிலிருந்து *ஆத்மவிருத்தா* [தன்வரலாறு] என்று மாற்றினார். ஸ்ரீ சாம்பராவ் கிருஷ்ணாஜி சர்தேசாய் அப்போது அந்தப் பத்திரிகையின் மராத்திப் பகுதிக்கு ஆசிரியராக இருந்தார். மறுவாரம் ஆத்மவிருத்தா என்ற தலைப்பை *ஆத்மநிவேதன்* [தன் வெளிப்பாடு] என்று மாற்றினார். முதல் இரண்டு அத்தியாயங்களும் உண்மையில் வெறும் அறிமுகம்தான். என் பயண அனுபவங்களைச் சொல்வதுதான் எனது முக்கிய நோக்கமாக இருந்தது. எனவே, எனது பயணங்கள் என்பதுதான் இந்த நூலுக்குப் பொருத்தமான தலைப்பாக இருந்திருக்க முடியும். ஆனாலும், ஸ்ரீ சாம்பராவ் கொடுத்திருந்த தலைப்புக்கு நான் மறுப்பு எதுவும் தெரிவிக்கவில்லை. முதல் பதிமூன்று அத்தியாயங்களும் பதினான்காவது அத்தியாயத்தின் ஒரு பகுதியும் அதே தலைப்பில் பாரத் பத்திரிகையில் வெளிவந்தன. ஆனால் கோவா சகோதரர்கள் எனது இந்தப் பயணக் கட்டுரையின் தலைப்பில் ஆத்ம என்பதை விட்டுவிட்டு அதை *நிவேதன்* [வெளிப்பாடு] என்றே குறிப்பிட்டார்கள். அவர்களைப் பின்பற்றி நானும் வசதிக்காக அந்தத் தலைப்பையே நூலுக்கு வைத்துவிட்டேன்.

நிவேதன் 1912 நவம்பர் தொடங்கி 1916 பிப்ரவரி வரை *பாரத்தில்* வெளியானது. இவ்வளவு நீண்டகாலம் அது வெளியானதற்குக் காரணம், முதலாம் உலகப் போர் தொடங்கிய பின்பு *பாரத்* தொடர்ச்சியாக வெளிவராததுதான். முதலிலெல்லாம் நான் ஒவ்வொரு அத்தியாயமாக அனுப்பிக்கொண்டிருந்தேன். ஆனால் அமெரிக்காவுக்கு மீண்டும் [1918இல்] போக வேண்டி வரும் என்று எனக்குத் தோன்றியபோது, 1916இலோ அல்லது 1917இலோ அத்தியாயங்கள் 14முதல் 18வரை எழுதித் தயாராக்கி என் நண்பர் ஸ்ரீ விஷ்ணு ராமசந்திர நாயக்கிடம் கொடுத்தேன். நூலாக அதை கோவாவில் அவர் மூலமாகக் கொண்டுவர வேண்டும் என்பதுதான் எனது திட்டம்; ஆனால் பலவிதமான காரணங்களால் அது நடக்கவில்லை. கைப்பிரதியும் அவரிடமே இருந்துவிட்டது. கடைசியாக, இந்த நூல் கோவாவிலிருந்து வரப்போவதில்லை என்பது எனக்குத் தெளிவாகத் தெரிந்ததும், *பாரத்தில்* வந்த முதல் பதின்மூன்று அத்தியாயங்களோடு கைப்பிரதியாக இருந்த அடுத்த அத்தியாயங்களையும் என் நண்பர் ஸ்ரீ தாமோதர் ரகுநாத் மித்ராவிடம் சேர்ப்பித்தேன். இந்த நூலை இப்போது அவர் கொண்டுவந்திருப்பது என்மீது அவருக்கிருக்கும் அன்பின் வெளிப்பாடு.

பல குடும்பஸ்தர்கள், பிக்குகள் எனக்கு நிறைய சந்தர்ப்பங்களில் ஆதரவளித்து என்னிடம் மரியாதையையும் தாராள குணத்தையும் காட்டினார்கள். இவர்களில் சிலர் எனக்கு உதவ மறுத்த சந்தர்ப்பங்களையும் நான் மனத்தளர்ச்சி அடையும்படியாக நடந்துகொண்ட சந்தர்ப்பங்களையும் இதில் குறிப்பிட்டிருக்கிறேன். நான் இந்த விஷயங்களை சேர்த்திருக்கக் கூடாது என்று பலர் நினைக்கலாம். எனக்கு உதவியவர்களையும் நண்பர்களையும் இழிவுபடுத்தும் ஆசையினால் இவற்றை நான் இதில் சேர்க்கவில்லை. எனக்கு இவர்கள்மீது பெரும் மரியாதை உண்டு, இது அவர்களுக்கும் தெரியும். உலக நடப்புக்கு மாறான ஒரு பாதையை நான் தேர்ந்தெடுத்திருந்தேன். எனவே, அதில் நான் வெற்றிபெறப்போவது கடினம் என்று பிறர் நினைத்தது இயற்கைதான். ஆனால் இப்படி அவர்கள் எண்ணியபோதும் என்னை ஒரேயடியாக ஒதுக்கிவிடாமல் இன்னமும் என்மீது அன்பு வைத்துக்கொண்டிருக்கிறார்கள் என்பதுதான் ஆச்சரியம்!

இந்த நூலுக்குப் பிழைதிருத்தம் பார்ப்பதில் பேருதவியாக இருந்த ஸ்ரீ வித்தல் ஜீவாஜி நட்கர்னிக்கு நான் மிகவும் கடமைப்பட்டவன்.

அகமதாபாத்,
ஜூலை 5, 1924.

தர்மானந்த கோஸம்பி
பூரதத்வ மந்திர்

1

பால்யகால நினைவுகள்

கோவாவின் சால்சேட் பகுதியிலுள்ள சாங்க்வால் கிராமத்தில் 1876 அக்டோபர் 9ஆம் தேதி அதிகாலை ஐந்து மணிவாக்கில் நான் பிறந்தேன். என் அம்மாவின் பெயர் ஆனந்திபாய், அப்பா தாமோதர். இரண்டு ஆணும் ஐந்து பெண்களுமாக நாங்கள் ஏழு குழந்தைகள். எழுவரில் நான்தான் கடைசி. நான் பிறந்தவுடனேயே அம்மாவுக்கு உடல்நலம் குன்றி அவரால் என்னைக் கவனித்துக்கொள்ள முடியாமல் போய்விட்டது. தாதியொருவரிடம்தான் நான் பால் குடித்து வளர்ந்தேனாம். நான் ஆறுமாதக் குழந்தையாக இருந்தபோது திடீரென்று என் இடதுகால் வீங்கி பழுப்பு வைத்துவிட்டது. கண்ஸூப்பிலிருந்து ஒரு வைத்தியர் வந்து மூட்டுக்கு மேலே கீறிவிட்டுப் பழுப்பை முழுவதுமாக வெளியே எடுத்துக் குணப்படுத்திவிட்டார். ஆனாலும் அந்தக் கால் நிரந்தரமாக வலு குறைந்து போய்விட்டது.

சாங்க்வால் கிராமத்துக்கு என் தாத்தா ராமசந்திர கோஸம்பே குடிபெயர்ந்தபோது அந்தக் கிராமம் கிட்டத்தட்ட ஆளே இல்லாமலிருந்தது. எனது சிறுவயதில் நிறைய முன்னேற்றம் வந்து விட்டாலும், இரண்டு நாளைக்கு ஒரு தடவையாவது மாலை ஆறு மணி ஆனதும் புலிகளின் உறுமல் கேட்கத் தொடங்கும். என் வீட்டை அடுத்து சுப்பராய காமத்தின் சின்னக் கடை இருந்தது. என் வீட்டின் தென்புறத்தில் பிக்கு ஷெனாவி சன்சாகிரியின் வீடு. அவருக்குப் பையன்கள் கிடையாது; விதவையான இரண்டு மகள்களும் விதவையான ஒரு பேத்தியும் அவரோடு அந்த வீட்டில் வசித்தார்கள். நாராயண ஷெனாவி சன்சாகிரியும் பக்கத்து வீட்டுக்காரர்தான்

(இப்போது அவரது மகன் அந்தப் பழைய வீட்டில், ஏகப்பட்ட மராமத்து செய்து புதுப்பித்து, வசித்து வருகிறார்). இந்த மூன்று பிராமண வீடுகள் போக, பிராமணரல்லாத எட்டு இந்துக்களின் வீடுகளும், பிராமணரல்லாத ஆறு கிறிஸ்தவரின் வீடுகளும் இருந்தன. கிறிஸ்தவக் குழந்தைகளோடு நான் பழகியதில்லை. சேரக் கூடாது என்று அப்பா சொல்லியிருக்கலாம். ஆனால், பிராமணரல்லாத இந்துக் குழந்தைகளோடு விளையாடுவதற்கு எனக்குப் பெரிய தடை இருந்ததுபோலத் தெரியவில்லை; ஏனென்றால் அந்தக் குழந்தைகளோடு அடிக்கடி விளையாடியது எனக்கு நினைவிருக்கிறது. என் வயதுக் குழந்தைகளில் நான்தான் மிகவும் அசமந்தம். கிராமத்திலிருந்த குழந்தைகளிலேயே நான்தான் ரொம்ப அசமந்தம் என்றுகூடச் சொல்லலாம். ஒன்பது வயதுவரை என்னால் சரியாகச் சாப்பிடக்கூட முடிந்ததில்லை. என் நண்பர்கள் என்னை அடித்தாலும் வீட்டில் போய் சொல்ல மாட்டேன்; சரியாகச் சொன்னால் என்னால் சொல்ல முடியாது. என் அப்பாவின் நண்பர்கள் சிலர் அவருக்கு பெரும் பாரமாக நான் இருக்கிறேன் என்றுகூட அவரிடம் சொன்னார்கள்.

அப்பா வேறுமாதிரி எண்ணம் கொண்டிருந்திருக்கலாம். சாதாரண ஒரு தகப்பனுக்குக்கூட மனச்சோர்வைத் தரும்படியாக இருந்தது என்னுடைய மந்தத்தனம். என்றாலும் அப்பாவுக்கு நான் நன்றாக வருவேன் என்று பயங்கர நம்பிக்கை இருந்தது. கிராமத்து ஜோசியர், எனக்குப் படிப்பு வரும், ஆனால் பணம் வராது என்று கணித்திருந்தார். அப்பா இதை உள்ளூர நம்பினார். நான் குறைந்தபட்சம் குல்கர்ணியாகவாவது (கிராம கணக்குப்பிள்ளை) ஆகிவிடுவேன் என்று அவர் எண்ணியிருந்தார்.

நான் படிக்க வேண்டும் என்பதில் அவர் முனைப்பாக இருந்தாலும் எப்படிப் படிப்பைக் கொடுப்பது என்று அவருக்குத் தெரியவில்லை. முதலில் வீட்டிலேயே மரப்பலகையில் மணலைப் பரப்பி எழுதக் கற்றுக்கொண்டேன். பின்னர் சில மாதங்கள் மட்காவுக்கு அனுப்பினார். அங்கே அடுத்த நிலையிலுள்ள பாடங்களைப் படித்தேன். அதற்குப் பின்னால் சிக்காலேயிலிருந்த என் அக்கா வீட்டுக்கு அனுப்பினார். அங்கே பிக்காம் பட்ஜி[1] என்ற ஆசிரியர் நடத்தி வந்த பள்ளியில் ஆறு மாதம்போல் படித்தேன். அவருக்குத் தெரிந்ததை எல்லாம் எனக்குக் கற்றுத் தந்தபிறகு, பத்து வயதில் அரோபேயில் ரகோபா கோபால் பிரபு நடத்தி வந்த பள்ளியில் சேர்த்தார்கள். அவர் ரொம்பக் கறார் என்றாலும் நன்கு படித்தவர் என்ற பெயர் பெற்றிருந்தார். அவருக்கு என்னைப் பிடித்துப் போய்விட்டது. தன் மாணவர்கள் ஒவ்வொரு

---

1. பட் அல்லது பட்ஜி என்பது பிராமண பூசாரிகள் / புரோகிதர்களைக் குறிக்கும் மரியாதை பின்னொட்டு

வருக்கும் அவர் பட்டப் பெயர் வைத்திருந்தார்; எனக்கு அவர் வைத்த பெயர் 'வெண்டைக்காய் பொறியல்'; மிருதுவாக ஆனால் ருசியாக இருக்குமாம், அவர் சொல்லுவார். மூன்று மாதம்தான் அந்தப் பள்ளிக்குப் போனேன். சிக்காலேயிலிருந்து ஒரு ஆற்றைக் கடந்துதான் அதற்குப் போக வேண்டும்; எப்போதும் தாமதமாகவே போவேன். அதன் பிறகு எனக்குக் காய்ச்சல் வந்து பள்ளிக்குப் போவது நின்றது. நான் இன்று ஏதோ கற்றுக்கொண்டிருக்கிறேன் என்றால் எல்லாம் இந்தப் பள்ளியில் கற்றுக்கொண்டதுதான். கணக்கு நன்றாகப் போடுவேன். பள்ளிக்கூடத்தில் பெருக்கல், வகுத்தல் நன்கு தெரிந்துகொண்டேன். அதற்கு மேல் நானே வீட்டில் சொந்தமாகப் படித்து தசமஸ்தான கணக்கு வரைப் போடக் கற்றுகொண்டேன்.

நான் அடிக்கடி நோய்வாய்ப்பட்டதால் என்னை சிக்காலே யிலிருந்து திரும்பவும் வீட்டுக்கே கூட்டிவந்துவிட்டார்கள். ஒரு வருடம் வீட்டிலிருந்து விட்டு, 1888இல் பெல்காம் ஷகாபூரில் இருக்கும் என் அக்கா வீட்டுக்குப் போனேன். அங்கே ஒரு அரசுப்பள்ளியில் மராத்தி வழி இரண்டாம் வகுப்பில் என்னைச் சேர்த்தார்கள். ஐந்தாம் வகுப்புக் கணக்குவரைப் போடத் தெரிந்திருந்த நான் அங்கே முதல் மாணவனாகத் திகழ்ந்தேன் என்பதில் ஆச்சரியமில்லை. விளையாட்டைத் தவிர எல்லா பாடங்களிலும் நான்தான் முதல். ஆண்டுத் தேர்வு முடிந்ததும் என்னை அப்படியே ஐந்தாம் வகுப்பில் தூக்கிப் போட்டுவிட்டார்கள். அங்கேயும் முதல் மாணவன்தான். ஆனால் இந்தப் பள்ளியிலும் நான் நீடிக்கவில்லை. இரண்டு மாதத்தில் மீண்டும் நோய்வாய்ப்பட்டு, கோவாவுக்கே திரும்பி வந்துவிட்டேன். ஷகாபூரில் என்னோடு படித்த நண்பர்களில் பெரும்பான்மையோர் மெட்ரிக்குலேஷன் வரைக்கூடப் போகவில்லை. ஸ்ரீ நாகேஷ் வாசுதேவ் குணாஜீ மட்டும்தான் பி.ஏ., எல் எல் பி வரை படித்தார். ஷகாபூரை விட்டு வந்தபிறகு இரண்டொரு தடவை போர்ச்சுக்கீசியப் பள்ளியில் சேர்ந்துப் படித்தேன். ஆனால் தேறவில்லை. பல்வேறு காரணங்களால் எனக்கு போர்ச்சுக்கீசிய மொழி வரவில்லை. சமஸ்கிருதம் படிக்க வேண்டும் என்ற ஆசை அதிகமாக இருந்தது. அது நடக்கவில்லை. கடைசியில் பள்ளிப் படிப்பில் வெறுப்பு வந்து வீட்டிலேயே இருந்துவிட்டேன். அப்பாவும் என்னைக் கட்டாயப்படுத்தவில்லை. என்னை குல்கர்ணியாக்கும் ஆசையை அவர் கைவிட்டிருக்க வேண்டும்!

2

இளமைக்காலம்

இந்தப் பரந்துவிரிந்த உலகத்தில் ஆசையில்லாத இளைஞர் யாருமுண்டோ? – காதம்பரி.[1]

மேலை நாடுகளில் பதினான்கு வயதுப் பையனை இளைஞன் என்றும் பன்னிரண்டு வயது சிறுமியை இளைஞி என்றும் சொன்னால் சிரிப்பார்கள். நமது நாட்டிலும் ரிஷிகள் வாழ்ந்த காலத்தில் இப்படிக் குழந்தைகளை இளைஞன், இளைஞி என்று அழைத்ததில்லை, ஒரு பைத்தியம் கூட அப்படி அழைத்திருக்க மாட்டார். ஆனால் இன்று இந்த ஆரிய பூமியில் பதினான்கு வயது தாய்மாருக்கும் பதினாறு வயது தந்தையருக்கும் கணக்கே இல்லை! நிலைமை இப்படி இருக்கும்போது நானும் பதினான்கு வயதில் இளைஞனாகி விட்டேன் என்று சொன்னால் என் மராத்தி வாசகர்கள் ஆச்சரியப்படக் கூடாது. என் உடல் அதற்கான வளர்ச்சி அடைந்துவிட்டது என்றல்ல இதன் அர்த்தம்; ஆனால் இளம்வயதுக்கே உரிய ஆசைகள் என்னை வலுவாகப் பற்றிப் பிடித்தன. எனது நண்பர்களில் பலருக்கும் திருமணமாகியிருந்தது; மற்றவர்கள் திருமண உறவின் அறுதிப் பொருளைக் கண்டறியும் அரும் முயற்சியில் இறங்கியிருந்தார்கள்; சிலருக்கு இளமையின் சாராம்சம் தேவதாசிகள் மூலமாகக் கிடைத்திருந்தது. இப்படிப்பட்டச் சூழலில் நான் மட்டும் எதுவும் தெரியாமல், குழந்தையாகவே இருப்பது சாத்தியமில்லை.

---

1. 'காதம்பரி' – பாணப்பட்டரால் இயற்றப்பட்ட சமஸ்கிருத கதைப் பாடல்.

அப்பா ஒரு தென்னந்தோப்பைத் தொண்ணூறு ஆண்டுக் குத்தகைக்கு எடுத்திருந்தார். எங்கள் வீட்டிலிருந்து இரண்டு மைல் தொலைவில் அது இருந்தது. தினமும் இரண்டு வேளை அவர் அங்கே போவார்; நானும் உடன்போக ஆரம்பித்தேன். திருடர்களிடமும் குரங்குகளிடமும் தேங்காய்கள் பறிபோகாமல் பாதுகாப்பதுதான் முக்கிய வேலை. மற்ற நேரங்களில் கால்வாய்க்குத் தண்ணீர் இறைப்பது, வாழைக்கு நீர்ப் பாய்ச்சுவது, சுற்றுவேலி பிரிந்திருந்தால் சரி பார்ப்பது இப்படி ஏதாவது வேலை செய்துகொண்டிருப்போம். கொஞ்சம் கொஞ்சமாக நான் தென்னை ஏறவும் கற்றுக்கொண்டுவிட்டேன். அப்பா வெளியூர் போயிருக்கும்போது தனியாகவே தோப்புக்குப் போகவும் ஆரம்பித்தேன். ஆனால் அந்திக் கருத்ததும் என்னைப் பயம் பிடித்துக்கொள்ளும்; தென்னம் கள் இறக்கும் பண்டாரிகளை வீடுவரைக்கும் என்னைக் கொண்டுவிடச் சொல்வேன். அவர்களின் சகவாசம் சில மோசமான மாற்றங்களை என்னிடம் கொண்டுவந்துவிட்டது. நான் கள் குடித்தேன் என்றோ வேறு இழிவுகளில் இறங்கினேன் என்றோ அல்ல. அவர்கள் பேச்சிலிருந்த ஆபாசம் என்னிடம் மோசமான தாக்கத்தை உண்டாக்கியது; என் மனம் முழுவதுமே கீழான எண்ணங்களால் நிரம்பியது. நான் குடும்பத்தோடு இருந்ததால் உடல்ரீதியாகக் கெட்டுபோகவில்லை என்றாலும், மனதளவில் கெட்டுப் போயிருந்தேன்; அந்த விஷத் தீண்டல் இப்போதும் என்னைப் படுத்தாமல் இல்லை.

1891இன் இறுதியிலோ 1892இன் ஆரம்பத்திலோ எனக்குக் கொஞ்சம் கொஞ்சமாக வாசிப்பின்மீது ஈடுபாடு வளரத் தொடங்கியது. யாரும் இதற்குத் தூண்டுதலாக இல்லை. என் மனம் இயல்பாகவே வாசிப்பை நோக்கி ஈர்க்கப்பட்டது. முதலில் நான் 'அராபிய இரவுகள்[2]' படித்தேன். அதன்பிறகு எனக்கு பாண்டு ரங்க வைத்தியா ஆசிரியராக இருந்த பத்ய போத் [ஆரோக்கிய வழிகாட்டி] என்ற மாதப் பத்திரிகை கிடைத்தது. அதில் வந்த 'குப்த ரோக்' [ரகசிய நோய்கள்] என்ற கவிதை எனக்கு நல்லறிவைத் தந்தது. இன்பம் தருவதாக நான் முன்பு நினைத்திருந்தவை இப்போது கெடுதலாகத் தோன்றின; முற்றிலும் புதிய விஷயங்கள் என் மனதுக்குள் ஊடுருவின. ஆனால் இந்த எண்ணங்கள் என்னுள் ஆழமாக வேர்விடுவதற்குள் எனக்குக் கல்யாணமாகிவிட்டது, 1891 ஜூனில்! இளைஞன் என்ற தகுதி எனக்கும் வந்துவிட்டது.

வாசிக்க வாசிக்க எனக்குப் போதவில்லை. விஷ்ணு சாஸ்திரி சிப்புல்கர், ஆகார்கர் போன்ற பெரிய மனிதர்கள் தங்களின்

2. 'அராபிய இரவுகள்' நூலின் பெரும்பகுதி மராத்திய மொழியில் விஷ்ணுசாஸ்திரி சிப்லுக்கரின் தந்தை கிருஷ்ணசாஸ்திரி சிப்லுக்கரால் மொழிபெயர்க்கப்பட்டது.

திறமையால் இந்த நாட்டிற்கு நல்லது செய்துகொண்டிருக்கிறார்கள். கொடுத்துவைத்தவர்கள் என்று எல்லோரும் அவர்களைக் கருதுகிறார்கள். அவர்களைப் போல நான் என்றாவது உயர்ந்த விஷயங்களைச் செய்வேனா? அவர்களிடம்தான் என்ன படிப்பு, என்ன உற்சாகம், என்ன துணிச்சல்! இதோ இங்கே, என்னிடம் இவை எதுவுமே இல்லை. விலங்கைப் போல வாழும் ஒரு மனிதனான நான் இந்த உலகத்தில் இனியும் எதற்காக வாழ வேண்டும்? ஏதாவது விஷத்தைக் குடித்து இந்த வாழ்க்கைப் பயணத்தை முடித்துக்கொள்வதுதானே உத்தமம்? இம்மாதிரியான எண்ணங்கள்தான் என் மனதில் நிறைந்திருந்தன. விஷம் குடிக்கும் தைரியம் என்னிடமில்லை; எனவே அந்தக் கட்டத்தைத் தாண்டி வந்துவிட்டேன். என்றாலும், என் போன்ற அறிவொளி வாய்க்கப் பெறாத இளைஞனால் தனக்குள் இருக்கும் பதற்றத்தின் கனலை அணைத்துவிட முடியாது என்பது சொல்லித் தெரிய வேண்டியதில்லை. ரொம்ப காலம் நான் பாதி இரவில் திடீரென்று விழித்துக்கொள்வேன், மூச்சிரைக்கும், இதயம் படபடக்கும், தூக்கம் போய்விடும். இந்தச் சமயத்தில்தான் நான் குட்குடி³ பக்தனானேன். ஆனால் குட்குடி என் படபடப்பை அதிகரித்ததே ஒழிய குறைக்கவில்லை.

எங்கள் குலதெய்வம் ராம்நாத். அவரது கோயில் இப்போது பந்திவாடேயில் இருக்கிறது. தசரா தினத்தன்று ஒரு குறவாவின் [பிராமணமரல்லாத பூசாரி] மீது வேதாளம் ஏறிவிடும். அதன்பின் அவர் பேய் பிசாசுகளை ஓட்டுவார். ராம்நாத்மீதும் அவரது பரிவாரமான வேதாளம் மீதும் அப்பாவுக்கு உள்ளூர பக்தியுண்டு. எனவே ஒரு தசரா தினத்தில் என்னை அழைத்துக்கொண்டு அவர் அங்கே போனார். வேதாளம் ஏறியிருக்கும் மனிதர் முன்னால் என்னை நமஸ்காரம் செய்வித்து அவரும் நமஸ்காரம் செய்தார்; பிறகு எனது இதய வியாதி பற்றிய குறையைச் சொன்னார். என் வீட்டுக்குக் கொஞ்சம் தொலைவில் ஒரு கிறிஸ்தவக் கல்லறைத் தோட்டம் இருப்பது குறவாவுக்குத் தெரிந்திருக்க வேண்டும். புரிந்தது பாதி புரியாதது பாதியாக அவர் சொன்னது இதுதான்: நான் ஒருநாள் இரவு என் வீட்டின் கிழக்குப் பக்கமாகப் போயிருக்க வேண்டுமாம்; அப்போது ஒரு பேய் என்னை அடித்துவிட்டதாம். எனக்கோ அப்படி ஒரு விஷயம் நடந்த ஞாபகமே இல்லை. அப்பா "உனக்கு ஞாபகமில்லை என்றால் அதற்கென்ன? அங்கே கல்லறைத் தோட்டம் இருக்கிறதா இல்லையா; நீ எதையோ பார்த்துப் பயந்திருக்க வேண்டும்" என்றார். அவரிடமிருந்து திருநீரை ஓதி, அதை வாயில் போட்டுக்கொண்டு கோயிலில்

---

3. குட்குடி – மரக்குழல்கள் தேங்காய்ச் சிரட்டை ஆகியவை கொண்டு செய்யப்பட்ட ஒரு சிறிய புகைப்பிடிக்கும் சாதனம். ஹுக்காவைப் போன்றது.

தீர்த்தம் வாங்கிக் குடிக்கச் சொன்னார். அப்பாவின் நிம்மதிக்காகத் திருநீரை வாயில் போட்டுக்கொண்டு, தீர்த்தம் குடித்தேன். ஆனால் எந்தப் பலனும் கிடைக்கவில்லை.

நெஞ்சு படபடப்புக்காக இரவில் நான் குட்குடி குடிப்பது போல, பகலில் எனக்கு வாசிப்பு பயன்பட்டது. வாசிப்பில் மூழ்கியிருக்கும் வரையிலும் எனக்கு ஒன்றுமே வரவில்லை. எனவே, இயல்பாகவே வாசிப்பில் மும்முரமானேன். ஆனால் எங்கள் கிராமத்தில் எவ்வளவுதான் புத்தகங்கள் கிடைக்கும்? அங்கே கிடைக்கிற எல்லா புத்தகங்களையும், 'விருத்த சாணக்கிய' [முதிய சாணக்கியன்] உட்பட, படித்து முடித்துவிட்டேன். அடுத்தது என்ன செய்வது என்ற கவலை என்னைப் பிடித்துக்கொண்டு விட்டது. இந்து பிரகாஷ் பிரஸ் வெளியிட்ட 'துக்காராமின் பாடல்கள்'[4] தொகுப்பு என் வீட்டில் இருந்தது. என் அக்கா சில நேரங்களில் அதிலிருந்து பாடல்களைப் பாடுவாள். நானும் அதை யதேச்சையாக எடுத்துப் படிக்கத் தொடங்கினேன். அதிலுள்ள பாடல்களில் அப்போது எனக்கு நாட்டம் செல்லவில்லை; முன் பகுதியில் தரப்பட்டிருந்த துக்கராமின் வாழ்க்கை வரலாறு என்னிடம் பெரிய தாக்கத்தை ஏற்படுத்தியதால் அதை மீண்டும் மீண்டும் பலமுறை படித்தேன். அத்துடன் சில பாடல்களையும் மனனம் செய்துகொண்டேன். அவரது வாழ்க்கை வரலாறு என் இதய நோயைக் குணப்படுத்தியது. நான் என் வறுமையை நினைத்துப் புலம்பிக்கொண்டிருந்தேன்; துக்காராமோ ஓட்டாண்டி! எனக்கு எதுவுமே தெரியவில்லை என்று நான் ஒப்பாரி வைத்துக்கொண்டிருந்தேன், துக்கராமோ நான் பெற்றதில் பத்தில் ஒரு பங்கு அறிவுச் சாதனம்கூடக் கிடைக்கப் பெறாதவர்! திருமணம் செய்துகொண்டதற்காகப் நான் புலம்பினேன், துக்கராமுக்கோ இரு மனைவிகள்! என்னைக் காட்டிலும் எவ்வளவோ அதிகமான துன்பங்களை வாழ்க்கையில் நேர்கொண்டபோதிலும் துக்கராம் ஆன்மிக வாழ்வின் உச்சத்துக்குச் சென்றுவிட்டார்! வாழ்க்கையில் அவர் பட்ட துன்பங்கள் அவரைக் குலைக்கவில்லை, மேன்மைப் படுத்தின என்று தோன்றுகிறது. அப்படியானால் நான் ஏன் புலம்பிக் கொண்டே இருக்க வேண்டும்? என்னால் அறிவையோ ஆஸ்தியையோ அடைய முடியாமல் போகலாம்; ஆனால்,

---

4. ஸந்த் துக்கராம் - 17ஆம் நூற்றாண்டில் வாழ்ந்த பக்தி ஞானி. 'வரகாரி பக்தி' இயக்கத்தின் முன்னணி ஞானிகளில் ஒருவர். அதைத் தோற்றுவித்த பதின்மூன்றாம் நூற்றாண்டைச் சேர்ந்த தியானேஸ்வருக்கு (இவர் பகவத் கீதைக்கு, தியானேஸ்வரி என்ற பெயரில் மராத்தியில் உரை எழுதியுள்ளார்) நிகரானவராகக் கருதப்படுபவர் துக்கராம். இவரைத் துக்கராம் புவா என்றழைப்பர். புவா என்பது சமய ஞானிகளைக் குறிக்கும் மரியாதை பின்னொட்டு. சுருக்கமாக, துக்கோபா என்று இவரைச் சொல்வர்

முயன்றால் என்னாலும் துக்கராமைப் போல நற்குணங்களை அடைய முடியாதா? துறவறம் பூண்டு, சத்தியம் போன்ற நற்குணங்களை ஆயுதமாக ஏந்தி ஆறு பெரும் எதிரிகளோடும்[5] என்னால் போரிட முடியுமானால், நானும் ஒருநாள் வெற்றியடைவேன் என்ற நம்பிக்கை எனக்குள் துளிர்க்க ஆரம்பித்தது. எனக்குப் பெயரோ பெருமையோ வேண்டாம், துக்கராம்போல ஒரு பக்தத் துறவியாக ஆக வேண்டும் என்று தோன்றத் தொடங்கியது. தனிமையில் அமர்ந்து இந்தச் சிந்தனைகளை வலுப்படுத்தலானேன். என் இதய நோய் முற்றிலுமாகக் குணமாகிவிட்டது.

பிக்கு புண்டலிக் நாயக் என்று எனக்கு ஒரு உறவுக்காரர் இருந்தார். அவரது அப்பா என் தந்தையின் தாய்மாமா; அவரது தங்கை என் தாய்மாமாவின் மனைவி. அவருக்கு என்மேல் இருந்த அன்பு, சொந்தக்காரன் என்ற உணர்வை எல்லாம் கடந்த ஒன்று; எனக்கு அவரது சிந்தனைகள்மீது உண்மையிலேயே மதிப்பு உண்டு. மட்காவிலிருக்கும் அவரது வீட்டில் ஒவ்வொரு மாதமும் பத்து நாட்கள்போல் கழிப்பேன். வம்பர்கள் சிலர் என்னை அவரது 'வால்' என்று கிண்டல் செய்தார்கள்! குடிப்பழக்கம், குழந்தைத் திருமணம், ஆடம்பரக் கேளிக்கைகள், சாதி இவையெல்லாம் தனிமனிதனுக்கும் நாட்டிற்கும் கேடு விளைவிப்பவை என்பது அவரோடு சேர்ந்ததால்தான் எனக்குத் தெளிவானது. வேறொரு நன்மையும் விளைந்தது; எனக்கு மட்காவில் நிறைய நட்பு கிடைத்தது. இவர்களிடமிருந்து நான் புத்தகங்கள் இரவல் வாங்கிக்கொண்டேன். பல வருடங்கள் புத்தகங்கள் இரவல் வாங்குவதும் அதை வீட்டிற்குக் கொண்டுபோய் படித்து முடித்துவிட்டுத் திருப்பிக் கொடுப்பதுமாக இருந்தேன். பிக்கு நாயக் சினேகிதத்தில் விளைந்த கேடு என்னவென்றால், குட்குடிப் போதை எனக்கு மேலும் அதிகரித்ததுதான். மதியம் சோறு சாப்பிட்டதும் தூங்கும் பழக்கமும் வந்துவிட்டது. ஒட்டு மொத்தமாகப் பார்த்தால் அவரது சினேகத்தால் எனக்கு விளைந்த நன்மைகள்தான் அதிகம்.

சோன்பா மங்கேஷ் முல்கவோங்கர் என் அப்பா வழியில் ஒரு அக்காவின் மகன். தூரத்து உறவுதான், என்றாலும் நாங்கள் நெருங்கிப் பழகினோம். அவன் என்னைவிட மூன்று வயது இளையவன். மட்காவில் அவன் படிக்கும்போதே அவனது அறிவு வெளிப்பட ஆரம்பித்துவிட்டது. மராத்தியில் நல்ல கவிதைகள் எழுதினான். 1895இல் அவன் என் வீட்டிற்கு அருகே ஒரு மளிகைக் கடை தொடங்கினான். அவனுக்கு வியாபாரத்தில்

5. ஆறு பெரும் எதிரிகள்: காமம், குரோதம், ஆசை, பாசம், கர்வம், அசூயை அல்லது பொறாமை.

பெரிய ஈடுபாடு ஒன்றுமில்லை. ஆனாலும் கட்டாயத்தின்பேரில் வேறு வழியில்லாமல் செய்ய வேண்டி வந்தது. எங்கள் இருவரின் சிந்தனையும் ஒரேபோல. படிப்பதிலும் உருப்படியான பேச்சிலும் எங்கள் பொழுது கழிந்தது.

என் அண்ணா ராமசந்திரா 1892இல் கன்கோன் மண்டலிலுள்ள கோல்காட் கிராமத்தில் எங்கள் அத்தை வீட்டிற்குக் குடிபோனார். அத்தையின் இளம்வயது மகன் தவறிப் போயிருந்தான்; நிலபுலங்களைப் பார்ப்பதற்கு யாருமில்லை. எனவே என் அண்ணன் அங்கேயே தங்கி அவர்களின் தோட்டம் துரவுகளைக் கவனித்து வந்தான். இங்கோ அப்பாவுக்கு வயதாகிவிட்டால், வீட்டுப் பொறுப்புகள் எல்லாம் என் தலையில் விழுந்தன. பதினாறு வயதிலிருந்து எல்லாவற்றையும் நானே கவனித்து வந்தேன். எவ்வளவோ ஏற்ற இறக்கங்கள், எவ்வளவோ தடைகள். என்றாலும் நான் எல்லாவற்றையும் என்னால் முடிந்த அளவுக்குச் சமாளித்தேன். துக்காராமின் வாழ்க்கையிலிருந்தும் புத்தக வாசிப்பிலிருந்தும் நான் தைரியம் பெற்றேன். என் வாழ்க்கையும் ஒருமாதிரியாக ஸ்திரப்பட்டுவிட்டது. இளம்வயது ஆசைகளின் அலைக்கழிப்பிலிருந்து நான் விடுபட்டுவிட்டேன் என்று எனக்குத் தோன்ற ஆரம்பித்தது.

3

அன்றைய நிலைமை

ஸ்ரீ பிக்கு புண்டலிக் நாயக் ஒருமுறை என்னிடம் சொன்னார்: "நீ மட்டும் ஐரோப்பாவில் பிறந்திருந்தால், உன் அறிவு பிரகாசித்திருக்கும்; இங்கே அறிவோடிருந்து எதற்கு? குரங்கு விரட்டுவதிலேயே உன் வாழ்க்கை பூராவும் கழியப் போகிறது!"

இதைத் தாண்டி ஏதாவது செய்வேன் என்று நானும் யோசித்ததில்லை. பெரிதாக எதுவும் செய்ய நான் லாயக்கில்லை என்று நானே நம்பிக்கொண்டிருந்தேன்; ஏதோ குடும்பத்துக்கு முடிந்ததைச் செய்வது மட்டுமே எனக்குப் போதுமானதாக இருந்ததுபோலத் தோன்றுகிறது. என் மனதில் அவ்வப்போது ஒரு பேராசை – சமூக, சமயச் சீர்த்திருத்தங்களின் வாயிலாக நமது நாட்டுக்கு ஏதோ நல்லது செய்ய வேண்டும் என்ற ஓர் ஆசை – குமிழியிடாமல் இல்லை. ஆனால் அது சாமானியனின் கோபத்தைப் போல வரும், பின்னர் மனதிலிருந்து போய்விடும். நான் இருக்கும் பிரதேசத்திலேயே ஏதாவது சீர்த்திருத்தம் செய்ய வேண்டும் என்றால்கூட நிலைமை அவ்வளவு சாதகமாக இல்லை. எடுத்துக்காட்டாக, ஜம்பாவலியில் சிம்ம ஜெயந்திக்கு மதாகிராமிலிருக்கும் [மட்காவ்] இந்துச் சகோதரர்கள் செலவழிக்கும் பணத்தை ஒரு பொதுப்பள்ளிக்கூடம் கட்டுவதற்குப் பயன்படுத்தலாமே என்று நினைப்பேன். ஆனால் என்னைப் போன்ற ஒருவன் சொல்வதை யார் கேட்பார்கள்? சிம்ம ஜெயந்தி நிற்கவில்லை; மாறாக, 'வளர'த்தான் செய்தது – ஒரு சதிர் நடந்துகொண்டிருந்த இடத்தில் இப்போது இரண்டு சதிர்கள்!

கோவாவுக்கு வெளியே இருக்கும் வாசகர்களுக்கு ஜாம்பவலி சிம்ம ஜெயந்தித் திருவிழா பற்றி உண்மையில் கற்பனை செய்ய முடியாது. எனவே கொஞ்சம் விவரங்களைச் சொல்வது பொருத்தமாக இருக்கும் என்று நினைக்கிறேன். மட்காவின் ஊர்க் கடவுள், தாமோதர். முன்பு அவரது கோயில் மட்காவில் இருந்தது. போர்ச்சுக்கீசியர்கள் கோவாவைக் கைப்பற்றி மக்களைப் பெருமளவில் மதமாற்றம் செய்யத் தொடங்கியதும், அந்த ஊர் மக்கள் தங்கள் கடவுளின் சிலையை எடுத்துக் கொண்டு போய் சோந்தே சமஸ்தானத்திலிருந்த ஜாம்பவலியில் பிரதிஷ்டைச் செய்தார்கள். இந்தக் கடவுளுக்குரிய பல திருவிழாக்களில் சிம்ம ஜெயந்தியும் ஒன்று. சரஸ்வத் பிராமணர்களும் வாணியச் செட்டிகளும் தங்களுக்குள் பணம் பிரித்து இதை நடத்துவார்கள். இதற்காக, 1897ஐ ஒட்டி மட்காவுக்கு வரும் சாமான்களுக்குச் சிறிதாகச் சுங்கவரி அனைவரின் ஒப்புதலோடு போடப்பட்டது. ஒரு வருடத்துக்கு அது 700, 800 ரூபாய் வரும். (இப்போது எவ்வளவு வருகிறது என்று எனக்குத் தெரியவில்லை.) இதுபோல வேறு நன்கொடைகளும் கிடைக்கும். ஊர்க்காரர்களுக்கு ஏழு நாள் சாப்பாடு, இளம்பெண்களின் சதிர்க்கச்சேரி, மண்டப விளக்கு அலங்காரங்கள் இன்ன பிற விஷயங்களுக்கு இந்தப் பணத்தைச் செலவழிப்பார்கள். எல்லாவற்றுக்கும் ஒப்பந்தக்காரர்கள் இருப்பார்கள். இளைஞர்கள் இரவில் நாடகங்கள் போடுவார்கள்; பகலில், வந்திருப்பவர்களைக் குஷிப்படுத்த அருவருப்பாக மாறுவேடம் போட்டுக் கொண்டு நடப்பார்கள். பெண்களின் சதிர்கச்சேரி சாயங்காலம் ஆரம்பித்து இரவு ஒன்பது மணிக்கு முடியும். சிம்ம ஜெயந்தித் திருவிழா தெய்வத்துக்காகத்தான் நடத்தப்படுகிறது என்று நம்பும் உண்மை பக்தர்களை இப்போதும் பார்க்கலாம். ஆனால், இளைஞர்களிடம் அது தீய விளைவைத்தான் ஏற்படுத்தியது; இப்போதும் ஏற்படுத்துகிறது. தாமோதர் கோவிலைச் சுற்றியிருக்கும் பிராமண அக்கிரகாரங்கள் ஐந்நூறு முதல் எழுநூறு பேர் தங்குவதற்குப் போதாது. சாப்பாட்டிற்கென்றே ஒரு அக்கிரகாரத்தை ஒதுக்கி வைத்துவிடுவார்கள். எனவே, வருபவர்களில் பலரும் தாசிகளின் வீடுகளிலேயே தங்க வேண்டியிருக்கும். இதுபோன்ற சந்தர்ப்பங்களில் நல்லவனும்கூடக் கெட்டுப்போய்விடுவான்; அப்படியிருக்கும்போது, முகத்தில் அரிதாரம் பூசி மேடையில் ஆடுவதையே வாழ்க்கையின் இறுதி லட்சியமாகக் கொண்டிருக்கும் வெற்றுமூளை இளைஞர்களைப் பற்றிச் சொல்லவே வேண்டாம்.

அப்பாவுக்கு இந்த நாடகம், கூத்து எல்லாம் பிடிக்கவே பிடிக்காது. ஆனால் கடவுளுக்கு இந்தச் சிம்ம ஜெயந்தித் திருவிழா பிடித்திருக்கிறது, மனிதர்கள் அதைத் தடுக்கக் கூடாது

என்ற எண்ணம் அவருக்கிருந்தது. அந்த விழாவுக்காக வருடத்துக்கு ஒரு ரூபாய் கொடுத்துவிடுவார். ஜம்பாவலிக்குப் போய் தெய்வத்துக்கு அபிஷேகத்துக்கான ஏற்பாடுகளைச் செய்வதோடு, பூசாரிகளுக்குத் தட்சிணையும் கொடுப்பார். அவருக்கு வயதாகிவிட்டதால் ஒருமுறை, 1893இலோ 1894இலோ, நான் போக வேண்டி வந்தது. வேறுவழியில்லாமல் நான் ஒரு இரவு அங்கே தங்க நேர்ந்தது; அப்போது இளைஞர்கள் சிலரின் வினோதமான நடத்தையைப் பார்த்து ஆச்சரியப்பட்டேன். அந்த வீட்டின் எஜமானியான ஒரு முதிர்ந்த தாசி என்னிடம், அந்த இளைஞர்களைப் போல நீயும் குஷியாக இருக்க வேண்டியதுதானே என்று நேரடியாகவே கேட்டுவிட்டார்! அவர் சொன்ன வார்த்தைகளை இங்கே சொல்வது நன்றாக இருக்காது; ஆனால், அந்த வார்த்தைகளைச் சொன்னவிதம் இளைஞர்களிடம் இப்படிச் சொல்வது தனது உரிமை என்று அவர் நம்பியது போல இருந்தது! மறுநாள் அதிகாலையில் ஜம்பாவலியை விட்டுக் கிளம்பிய நான் அதன்பிறகு சிம்ம ஜெயந்தித் திருவிழாவுக்கு மீண்டும் போகவே இல்லை. ஆண்டுதோறும் ஒரு ரூபாய் கொடுப்பதையும் நிறுத்துவிட்டேன்.

பத்து பதினைந்து வருடங்களுக்கு முன்பு கோவாவில் நாடக அலை அடித்தது. மாபூசாவில் இரண்டு நாடகங்கள் போட்டார்கள் என்றால், பனாஜி ஊர்க்காரர்களும் இரண்டு போட்டார்கள்! சிம்ம ஜெயந்தித் திருவிழாவா, ராம நவமியா, ஹனுமன் ஜெயந்தியா, கண்காட்சியா எதுவானாலும் நாடகம்தான்! இது கோவா இளைஞர்களை சீரழித்தது. வருடம் முழுவதும் கஷ்டப்பட்டுச் சம்பாதிப்பதை நாடக உடைகளுக்காக வாரியிறைத்தார்கள். மேடையில் பயமில்லாமல் நடிப்பதற்காகப் பலரும் கள் தேவியின் உபாசகரானார்கள்! என் அப்பா கள் ஒரு துளி மேலே பட்டால்கூடக் குளித்துவிடுவார் – கள்ளை அவ்வளவு அசுத்தமாக நினைத்தார்கள் அந்தத் தலைமுறைகாரர்கள். ஆனால், இப்போது கோவாவின் இந்துக்கள் கள் தேவியின் பக்தகோடிகளாகி, எண்ணிக்கையில் குடிக்காதவர்களுக்குச் சமமாக வந்துவிட்டார்கள்!

இப்படிப்பட்டச் சூழலில் என்னால் சமயச் சீர்த்திருத்தத்தையோ அல்லது சமூகச் சீர்த்திருத்தத்தையோ மேற்கொள்வது நிச்சயம் முடியாது. என்றாலும் ஒரு விஷயத்தைப் பின்பற்றினேன்: “நீ கண்ணால் கண்டதைச் சொல், முடிந்ததைச் செய்.” நான் சுதேசியத்தின் பக்தன். கோவாவில் நேர்த்தியான சுதேசி உடைகள் கிடைக்கவில்லை; எனவே நான் ஏனோதானோவென்று தைத்த உடையையே போட்டுக்கொள்ள வேண்டி வந்தது. இதனால் என்னைப் பைத்தியங்களின் கூட்டத்தைச் சேர்ந்தவன் என்று

பிறர் நினைப்பது வழக்கமாகிவிட்டது. விரல்விட்டு எண்ணக் கூடிய எனது இளம் நண்பர்கள் சிலர் எனக்கு ஆதரவாக இருந்தார்கள் என்பதுதான் ஒரே ஆறுதல். இவர்களில் ஸ்ரீவிஷ்ணு ரங்காஜீ ஷேடலேக்கர், ஸ்ரீதர் பிரபு மாத்ரே இருவரும் இப்போது உயிரோடிருக்கிறார்கள். விஷ்ணுபந்த் எனக்கு ரொம்ப நெருக்கம். ஸ்ரீதர்பந்தோடு நான் ரொம்ப காலம் பழகவில்லை. என்றாலும் அவரது தொடர்பினால் மராத்திக் கவிஞர்களான வாமன், மோரோபந்த்[1] இவர்கள்மீது எனக்குப் பிடிப்பு ஏற்பட்டது. சமூக, சமயச் சீர்த்திருத்த விஷயங்கள் எல்லாவற்றிலும் நானும் நண்பர்களும் ஒத்துபோனோம் என்றல்ல; ஆனால் எங்களிடையே இருந்த கருத்துவேறுபாடுகள் எங்களின் உறவில் பிளவை உண்டாக்கவில்லை. என்னை வளர்த்துக்கொள்ள அன்றையச் சூழ்நிலையில் எனக்கிருந்த ஒரே வழி இதுதான். ஆனால் குடும்பப் பிரச்சினைகளால் இதுவும்கூட முடியாமல் போனது.

எனக்கு அரசாங்க அதிகாரிகளைப் பார்ப்பது, கொள்வது இதிலெல்லாம் விருப்பமே கிடையாது; ஆனால் செய்துதான் ஆக வேண்டியிருந்தது. சமஸ்கிருதம் படிப்பதில்தான் எனக்குப் பெரிய விருப்பம். சந்தர்ப்பம் அமையாததாலும் வீட்டிலிருந்து சில நாட்கள்கூட வெளியே இருக்க முடியாததாலும் எனக்கு இது சாத்தியமில்லை என்பது வெட்டவெளிச்சமானது. சமஸ்கிருத நூற்களின் பண்டார்கர் செய்த மராத்தி மொழிபெயர்ப்பை இரவல் வாங்கிப் படித்தேன்; இப்படியாக, (காளிதாசரின்) ரகுவம்சத்தின் இரண்டாவது காண்டத்தில் கிட்டத்தட்ட முப்பது பாடல்களை மனனம் செய்துவிட்டேன். ஆனால் இதிலிருந்து எவ்வளவு சமஸ்கிருத அறிவு வந்துவிடப்போகிறது? என்றாலும் மராத்தியில் விடாமல் படித்துக்கொண்டு வந்தேன். விஷ்ணு சாஸ்திரி சிபுல்கரின் *நிபந்தமாலா* என்ற கட்டுரைத் தொடர், அகார்கரின் கட்டுரைகள், மோரோபந்தின் *பாரத்* இவற்றையும், தியானேஸ்வரி, தினசரிகள், பத்திரிகைகள், நாவல்கள், மர்ரே லான்மான் இனிப்பு மாத்திரைகளுக்கான விளம்பரங்கள் – சுருக்கமாகச் சொன்னால், கையில் கிடைத்ததை எல்லாம் படித்தேன். என்னை வளர்த்துக்கொள்ள எனக்குக் கிடைத்த ஒரே வழி இதுவாகத்தான் இருந்தது.

1. மோரோபந்த் – பதினெட்டாம் நூற்றாண்டைச் சேர்ந்த புகழ்பெற்ற மகா பண்டிதர், புலவர். இவரது சமகாலத்தவரான வாமன் பண்டிட்டும் பெயர்பெற்றவர். இந்தச் சமஸ்கிருத மரபைச் சேர்ந்த கவிஞர்களைப் ‘பந்த் கவிகள்’ என்றும் பக்தி மரபைச் சேர்ந்த கவிஞர்களை ‘ஸந்த் கவிகள்’ என்றும் அழைப்பர்.

4

தாய்மண்ணைத் துறத்தல்

எனது நிலைமையில் வெறுப்படைந்து நான், சமஸ்கிருதம் கற்கும் நோக்கத்துடன் 1894இல் ஒருமுறை கோலாப்பூர்வரை சென்றேன். மகாலட்சுமிக் கோவில் வளாகத்துக்குள்ளேயே தங்கிக்கொண்டேன். அங்கே தங்கிப் படித்துக் கொண்டிருந்த சில கொங்கணஸ்த (சித்பவன்) பிராமண வித்யார்த்திகள் எனக்கு மிகவும் உதவினார்கள். உணவுச் சத்திரத்தில் நான் சாப்பிட ஏற்பாடு செய்து தந்தார்கள். நீங்கள் உணவுக்கு என்ன செய்வீர்கள் என்று கேட்டபோது அவர்கள், "மகாலட்சுமிக்குப் படைக்கும் பிரசாதம் கிடைக்கும், சாப்பிட்டுக்கொள்வோம். அதுவும் கிடைக்கவில்லையா, இருக்கவே இருக்கிறது வழக்கமான '*பவதி பிட்சாம் தேகி!*'" என்றார்கள். அவர்கள் சொன்னது எனக்குப் புரியவில்லை. '*பவதி பிட்சாம் தேகி*' என்று கையேந்தி உஞ்ச விருத்திப் போவோம் என்று அவர்கள் எனக்கு விளக்கினார்கள். எனக்குப் பூணூல் போடும் சடங்கின்போது புரோகிதர் என் கையில் ஒரு பிட்சைப் பாத்திரத்தைத் தந்து '*ஓம் பவதி பிட்சாம் தேகி*' என்று சொல்லச் சொன்னது என் நினைவுக்கு வந்தது. அதன் பொருள் இப்போது எனக்குப் புரிந்துவிட்டது. அப்படி '*ஓம் பவதி*' சொல்லிப் பிழைப்பு நடத்தும் தைரியம் எனக்கு இல்லை. என் வயதான அப்பாவுக்குக்காக நான் ரொம்பவும் ஏங்கினேன். எனவே, கைக்காசு கரைவதற்கு முன்பாகவே கோலப்பூரை விட்டுக் கிளம்பி மட்காவ் போய்ச் சேர்ந்தேன். என்னைப்

பற்றி எந்தச் செய்தியும் தெரியாததால் அப்பாவும் மட்காவுக்கு ஏற்கெனவே வந்திருந்தார். நான் அவர் காலில் விழுந்து என்னை மன்னிக்கும்படி வேண்டினேன். அவர், "இனி நீ வீட்டைவிட்டுப் போனால் நானும் உன்னைத் தேடிப் பின்னாலேயே வந்து விடுவேன். இதை மனதில் வைத்துக்கொள். அப்புறம் உன் இஷ்டம்" என்றார். எனக்கு மிகவும் சங்கடமாகப் போய்விட்டது; கோவாவை விட்டுப் போகும் எண்ணத்தை நான் அடியோடு கைவிட்டேன்.

1896இல் இந்தியா முழுவதும் பருவமழை பொய்த்தது. கோவாவிலும் வறட்சி வந்தது. ராகி போன்ற தானியங்கள் விளைச்சல் இல்லாமல் போயின; ஏழைகள் அதிகச் சிரமத்துக்கு ஆளானார்கள். எங்களைப் பஞ்சம் பெரிதாகப் பாதிக்கவில்லைதான். ஆனால், 1897இல் மழை பெய்தபோது, வயிற்றுப்போக்குப் போன்ற நோயொன்று பரவியது. எங்கள் குடும்பத்தில் ஒன்றிரண்டு பேரைத் தவிர எல்லோரும் நோயுற்றார்கள். எனக்கு நோய் வராவிட்டாலும் மற்றவர்களுக்குச் சுஷ்ருட்சை செய்துச் செய்து களைத்துப்போனேன். ஏற்கெனவே நோயாளியான என் அண்ணியை நோய்க் கடுமையாகப் பாதித்தது. ரொம்பவும் பலவீனமடைந்து போய், 1897 அக்டோபர் 4ஆம் தேதி அவர் மரணமடைந்தார். பிறர் வீடுகளில் யாரேனும் இறந்து மற்றவர்கள் துக்கப்படும்போதெல்லாம் எனக்கு வியப்பாக இருக்கும்; இறப்பு என்பது இயல்பாக நடப்பதுதானே, எதற்கு இந்த அழுகை ஆர்ப்பாட்டம் எல்லாம் என்று எண்ணிக்கொள்வேன். ஆனால் என் அண்ணி இறந்தபோது நான் மனமுடைந்து போனேன். அவரது குட்டிக்குழந்தைகள் அழுதபோது என்னால் துக்கத்தை அடக்கிக்கொள்ளவே முடிய வில்லை. 'துன்பமும் துக்கமும் தனக்கு வந்தால்தான் தெரியும்' என்று சொல்வதின் அர்த்தத்தை இந்தச் சந்தர்ப்பத்தில்தான் அனுபவத்தில் நான் உணர்ந்துகொண்டேன். என் வாழ்க்கையில் சங்கிலித்தொடராக நிகழவிருந்த பெருந்துயர்களுக்கு இந்த நிகழ்ச்சியே முதல் கண்ணியாக இருந்தது.

சோன்பா மங்கேஷ் முல்காவோங்கரின் சித்தப்பா சதாசிவ ராவ் முல்காவோங்கர் பம்பாயில் லோகர் சாலில் வசித்துவந்தார். 100 ரூபாய்ச் சம்பளத்தில் வேலை அவருக்கு. அவருக்கும் சோன்பாவுக்கும் பெரிய தொடர்பு எதுவும் இருக்கவில்லை. 1896இல் அவர் தனது குடும்ப தெய்வமான மங்கேஷுக்கு வழிபாடு செய்வதற்காக கோவா வந்தபோது, சோன்பாவை பம்பாய்க்கு வரும்படி அழைத்தார். அவன் அம்மாவுக்கோ அவனை அங்கே அனுப்ப விருப்பமே இல்லை; நான்தான் எடுத்துச் சொல்லிப் போகவைத்தேன். பம்பாயில் அவன் மூன்று வருடம் படிக்க வேண்டிய வகுப்புகளை ஒரு வருடத்திலேயே முடித்துவிட்டான்.

அவனுடைய எளிமையும் கள்ளம்கபடமில்லாத குணமும் பிடித்துப்போய் அவனது சித்தப்பாவும் சித்தியும் அவனைத் தங்களின் சொந்த மகனைக் காட்டிலும் அதிகமாக நேசிக்கத் தொடங்கினார்கள். 1896இல் கொள்ளைநோய் பம்பாயைத் தாக்கியபோது சோன்பாவும் அவன் சித்தாப்பாவின் மகனும் கோவாவுக்கு வந்து எங்களோடு தங்கியிருந்து, ஆறுமாதம் கழித்து ஊர் திரும்பினார்கள். 1897இல் கொள்ளைநோய் மீண்டும் தாக்கியது. சோன்பாவின் சித்தப்பா மாடுங்கா[1]வில் சிறிய வீடொன்றை ஏற்கனவே கட்டியிருந்தார்; ஆனால் அவருக்கு மிகவும் முடியாமல் இருந்ததால் பழைய வீட்டைவிட்டுக் கிளம்பவில்லை. லோகர் சாலில் நோயின் தாக்கம் பரவலாக இருந்தது; எனவே எல்லோரும் கிளம்பி கிர்காவ் வந்து விட்டார்கள்; வந்த இடத்தில் வீட்டு வேலைக்காரனுக்கு நோய் தொற்றிக்கொண்டது. சோன்பாவுக்கும் வந்துவிட்டது. 1898 மார்ச் 15ஆம் தேதி, நோய் வந்து இருபத்து நாலு மணிநேரத்திற்குள், சோன்பாவை அது இரக்கமற்ற மரணத்தின் கைகளில் கொண்டு சேர்ப்பித்தது.

1898 மார்ச் 28ஆம் தேதி பனாஜியிலிருந்து என் மனைவியின் அண்ணன் டாக்டர் சகராம் லாத் எங்கள் வீட்டுக்கு வந்தார். சோன்பா இறந்துபோனதை அவர்தான் சொன்னார். என்னால் நம்ப முடியவே இல்லை. அப்போதுதான் தபால்காரர் கடிதம் ஒன்றைக் கொண்டுதந்தார். அதில் முகவரி சோன்பாவின் கையெழுத்தில் இல்லை; அவன் சித்தப்பா மகன் கையெழுத்தில் இருந்தது. அந்தக் கடிதத்திலிருந்த விஷயங்கள் என்னை எவ்வளவு துயரத்திலாழ்த்தின என்பதை வார்த்தைகளால் விவரிக்க முடியாது. அதற்குப் பின் பல நாட்கள் என்னால் ஒழுங்காகச் சாப்பிட முடியவில்லை. மனதில் ஒரே குழப்பம். எதையுமே யோசிக்க முடியவில்லை.

> எப்படி வந்தான், எப்படிப் போனான் என்பதை அறிந்திராத ஒருவனுக்காக விசனப்பட்டுக்கொண்டே இருக்கிறாய் நீ! அவன் பாதையின் தொடக்கமும் முடிவும் உனக்குத் தெரியாது! துக்கப்படுவதால் ஏதாவது பலன் இருக்குமானால் ஒரு ஞானி துக்கப்பட்டு, மனம் குழம்பி உடல் வருத்துவான்! ஆனால் துக்கத்தால் உடல் வருத்தி இளைத்து வெளிறிப் போனாலும் இறந்தவன் மீளப் போவதில்லை. எனவே துக்கித்திருப்பதில் பலனில்லை – சல்ல ஸூத்தம்.

---

1. மாடுங்கா அந்தக் காலத்தில் வடக்கு பம்பாயில் குடியிருப்புகள் அதிகமற்ற புறநகர்ப் பகுதியாக இருந்தது.

புத்தரின் அமுதமொழி இது. இதுபோன்ற மருத்தளித்துக் குணப்படுத்தும் ஒரு மருத்துவனை நான் அப்போது கண்டடைந் திருந்தால், எவ்வளவோ பலனடைந்திருப்பேன்! இந்த ஸூத்தத்தில் சொல்லியிருப்பதுபோலவே நான் உடல் இளைத்து வெளிறிப் போனேன். அஜீரணக் கோளாறுக்கு நிரந்தரமாக ஆட்பட்டேன்.

இந்தச் சமயத்தில் எங்கள் குடும்பப் பொருளாதார நிலைமையும் சொல்லிக் கொள்ளும்படியாக இல்லை. சில்லறைக் கடன்கள் தலைக்குமேல் ஏறியிருந்தன; இவற்றை அடைக்க வேண்டிய பொறுப்பு எனக்கு. என் நண்பனின் மரணம் வேறு என்னை ரொம்பவும் பீதியடைய வைத்திருந்தது; எனக்கு கோவாவில் இருக்கவே பிடிக்கவில்லை. என்னென்ன கடன்கள் இருக்கின்றன என்று எழுதிவைத்து, இரண்டு ரூபாயையும் எடுத்துக்கொண்டு மே மாதம் 30ஆம் தேதி வீட்டைவிட்டுக் கிளம்பி, கோகர்ணம்வரை போனேன். தெரியாத அந்த இடத்தில் எப்படிப் பிழைப்பது என்று வழி பிடிபடாமல் ஜூன் 16இல் மீண்டும் வீட்டுக்கு வந்து சேரும்படியாகி விட்டது. வீட்டுக்கு வந்தும் என் மனக்குழப்பம் குறையவில்லை. ஒரு நாள் முழுவதும் நான் காட்டில் போய் இருந்தேன்; வீட்டில் அறையில் கதவையடைத்து இருந்துகொண்டேன், யாரோடும் பேசவில்லை. எனக்குப் பித்து பிடித்துவிட்டதாக ஊரார் பேசிக்கொண்டார்கள்; நான் கவலைப்படவில்லை.

உறவினரான விஷ்ணு ராமசந்திர நாயக் என்னை விசாரிப்ப தற்காக மட்காவிலிருந்து வந்தார். கடன் தொல்லையால்தான் எனக்குப் பித்துப் பிடித்திருக்க வேண்டும் என்று அவர் எண்ணியிருக்கலாம் – ஆனால் அதற்குக் காரணம் வேறு. என்னிடம் அவர் கடனைப் பற்றிக் கலக்கமடைய வேண்டாம் என்றும் ஏதாவது வழி கண்டுபிடிப்போம் என்றும் அறிவுரைச் சொன்னார். எனவே, அப்பாவின் அரைப்பங்கு நிலத்தை அவரிடமும், மீதியைப் பிக்கு புண்டலிக் நாயக்கிடமும் அடமானம் வைப்பது என்று முடிவெடுத்தேன்; தேவைக்கு இருவரிடமும் முன் தொகையாகப் பணம் வாங்கிகொண்டு, சில்லறைக் கடன்களை அடைப்பது என் உத்தேசம். இந்தத் திட்டத்தோடு நான் மட்காவ் சென்றேன்; ஆனால் பிக்கு நாயக் அரைப் பங்குத் தொகை தருவதற்கு ஒத்துக்கொள்ளவில்லை; கடைசியில் விஷ்ணு நாயக்கே முழுத் தொகையையும் தந்து என்னைக் கடன்களி லிருந்து மீட்டார். கோவாவை விட்டுச் செல்வதற்காக எனக்கிருந்த ஒரு பெரிய தடை நீங்கியது. (1912இல் மொத்தத் தொகையையும் வட்டியோடு திருப்பிக்கொடுத்து நிலத்தை மீட்டுக்கொண்டேன்

என்றாலும் அவசரத்திற்கு செய்த உதவிக்காக மனத்தளவில் நான் அவருக்கு ஆயுள் முழுவதும் கடனாளியானேன்.)

1898 ஆகஸ்டு 28இல் அப்பா திடீரென்று முடக்குவாதம் வந்து இறந்துபோனார். நான் அப்போது மட்காவில் இருந்தேன். இம்முறையும் துக்கம் என்னைப் பீடித்தது. குடும்ப வாழ்க்கையில் எனக்கிருந்த பிடிப்புப் போய்விட்டது. 1897இல் '*பாலபோத்*' (*சிறார் போதனை*) மராத்திப் பத்திரிகையில் புத்ததேவரின் சரித்திரத்தைப் படித்திருந்தேன். அதுமுதல் எனக்குக் கொஞ்சம் கொஞ்சமாக அவர்மீது ஈர்ப்பு வளர்ந்துகொண்டே வந்தது. குடும்ப வாழ்க்கையில் எனக்கிருந்த வெறுப்பு புத்தர்மீதான என் நம்பிக்கையை வலுப்படுத்தியது. புத்தர்தான் எனக்கு எல்லாம் அளிக்கக் கூடியவர் என்று தோன்ற ஆரம்பித்துவிட்டது. முதலிலெல்லாம் நான் புத்தரைப் பற்றி என் நண்பர்களிடம் பேசுவேன்; இப்போது எனக்குள்ளேயே பேசிக்கொள்ளத் தொடங்கினேன். புத்தரின் உருவத்தைக் கற்பனை செய்து மனதில் இருத்தித் தியானம் செய்தேன்; *பாலபோத்தில்* வந்த வரலாற்றை மீண்டும் மீண்டும் வாசித்தேன். இனி நான் மேற்கொண்டு வாழ்வேன் என்றால் அந்த வாழ்க்கையைப் புத்த சமயத்தை அறிந்துகொள்வதில் மட்டும்தான் செலவிடுவேன் என்று தீர்மானித்துக்கொண்டேன். எவ்வளவு துன்பங்கள் வந்தாலும் சரி, எத்தனைத் துயரங்கள் தாக்கினாலும் சரி, புத்தரின் போதனைகள் பற்றிய அறிவைப் பெறுவது மட்டுமே என் வாழ்க்கையின் ஒரே குறிக்கோளாக இருக்கும் என்று எனக்குத் தோன்ற ஆரம்பித்தது.

1898 டிசம்பரில் *கேரள கோகில்* (கேரளக் குயில்) என்ற மராத்தியப் பத்திரிகையைப் பார்க்க நேர்ந்தது. கொச்சியில் சரஸ்வத் சமூகத்தினர் புதிதாகப் பள்ளிக்கூடம் ஒன்றைத் திறந்திருக்கிறார்கள் என்ற செய்தியை அதில் படித்தேன். எனவே அங்கே போய் ஆங்கிலம் கற்றுக்கொண்டு, புத்தரின் போதனைகளைப் பற்றி என்னால் முடிந்த அளவு மேலும் தெரிந்துகொள்வோம் என்று எண்ணினேன். இதற்காக 1899 ஜனவரி 31இல் நான் மட்காவிலிருந்து படகில் மங்களூர் போனேன். ஆனால் பதினைந்து நாட்கள் மங்களூரில் இருந்துவிட்டு ஊர்த் திரும்பிவிட்டேன்.

என் மச்சினர் டாக்டர் சகராம் லாத் 1899 மார்ச் 12இல் போர்ச்சுக்கல்லிருந்து திரும்பியவர் எங்களோடு மூன்று மாதம் தங்கினார். பின்னர் அவர் மாபூசாவில் வீடு பார்த்து அங்கேயே தனது மருத்துவத் தொழிலைத் தொடங்கினார். 1899 அக்டோபர் 26இல் என் முதல் மகள் (மாணிக்) சிக்காலேயிலிருந்த டாக்டர் லாதின் வீட்டில் பிறந்தாள். அவள் பிறந்து ஆறாவது

நாள் நடந்த சடங்கின்போது நானும், டாக்டர் லாதும் வேறு நால்வருடன் உணவருந்தினோம். அக்கம்பக்கத்தவர்கள் இதைச் சாதிப் பிரச்சினையாக்கி[2], எங்களைச் சாதி விலக்கம் செய்யும் உத்தரவு ஒன்றைச் சைவ மடாதிபதி ஒருவரிடமிருந்து கொண்டு வந்தார்கள். அந்த நால்வரில் மூவர் சுத்திச் சடங்கு செய்து தப்பித்துக்கொண்டார்கள். டாக்டர் காசிநாத் லாதும் நானும் அதற்கு மறுத்துவிட்டோம். இதனால் என் உறவினர்களுக்கு என்மீது ரொம்பவும் வருத்தம்.

தென்பக்கமாகப் போகும் எண்ணத்தைக் கைவிட்டுவிட்டு நான் வடக்கே போகலாம் என்று எண்ணினேன். புனே மகாராஷ்டிரத்தின் மையமாக இருந்ததால், அங்கே போனால் என்ன என்று எனக்குத் தோன்றியது. என் நண்பர் விஷ்ணு ரங்காஜி ஷேலாதேக்கர், (தென் மராத்தா ரயில்வேயின் புனே கிளையில் தலைமை குமாஸ்தாவாக இருந்த) ஆனந்த ராமகிருஷ்ண ரேத்கருக்கு அறிமுகக் கடிதம் எழுதித் தருவதாக எனக்கு வாக்களித்திருந்தார். முன்பே அவர் என்னைப் பற்றி ரேத்கருக்கு எழுதியிருந்தார், ஆனால் அவரிடமிருந்து பதில் எதுவும் வரவில்லை. நானோ கோவாவை விட்டுப் போகிற அவசரத்தில் இருந்தேன். எனவே பதிலுக்குக் காத்திராமல் புனேவுக்கே சென்று அவரைச் சந்திப்பது என்று முடிவெடுத்தேன். 1899 நவம்பர் கடைசி வாரத்தில் மட்காவ் சென்றேன். என் உறவினர் பிக்கு நாயக் செலவுக்காகப் பத்து ரூபாய் தந்தார்; விஷ்ணு நாயக் பதினைந்து ரூபாய் தந்தார். மட்காவ் வந்தால் நான் பிக்கு நாயக்கோடு தங்குவதுதான் வழக்கம்; ஆனால், தான் சாதி விலக்கம் செய்யப்பட்டுவிடுவோம் என்று பயந்து அவர் இம்முறை என்னைத் தங்க விடவில்லை. எனக்குத் தனியாகச் சாப்பாடு போடுங்கள், சாப்பிட்ட பிறகு நானே இடத்தைச் சாணம் போட்டுத் துடைத்துவிடுகிறேன் என்றெல்லாம் சொன்னேன். என் போதாக்காலம், அவருக்கு என்னிடம் இரக்கம் தோன்றவே இல்லை. ஷேலாதேக்கர் என்னை நேரடியாக மட்காவில் சந்திப்பார் என்பதுதான் ஏற்பாடு; ஆனால் அவர் ரேத்கருக்கு எழுதிய கடிதத்தைத் தன் தம்பியிடம் கொடுத்துவிட்டார். இந்தக் கடிதத்துக்காக நான் மட்காவில் இரண்டு நாட்கள் தங்க வேண்டி வந்துவிட்டது. மட்காவில் எனக்குச் சாப்பாட்டிற்கு எந்த ஏற்பாடும் செய்ய முடியவில்லை;

2. சாதிப் பிரச்சனை – இந்து ஒருவர் கடலைத் தாண்டிச் சென்றால் அவர் தன் சாதியை இழந்தவராக, மதத்தை இழந்தவராகக் கருதப்படுவார். சுத்திச் சடங்கு செய்தால் அவர் மீண்டும் சாதியில் சேர்த்துக் கொள்ளப்படுவார். அப்படிச் செய்யாதவரும் அவரோடு சேர்ந்து உணவருந்துபவரும் சாதி விலக்கு செய்யப்படுவர். (* டாக்டர் லாத் கடல்கடந்து போர்ச்சுக்கீசு சென்று வந்தவர்).

எனவே நான் பனவாலியிலிருக்கும் என் சகோதரி வீட்டில் தங்கினேன். விஷ்ணுபந்தின் கடிதம் டிசம்பர் 1ஆம் தேதி வந்தது; நான் மறுநாள் கிளம்புவது என்று தீர்மானித்தேன். அந்த நாட்களில் ரயில் மட்காவிலிருந்து மதராஸ் நேரம்* காலை 6 அல்லது 6.30 மணிக்கு கிளம்பிவிடும்; பனவாலியிலிருந்தால் ரயிலைப் பிடிப்பது சாத்தியமில்லை. பிக்கு நாயக்கிடம் குறைந்த பட்சம் ஒரு நேரம் சாப்பாடாவது எனக்குத் தாருங்கள், எனக்கு சத்திரத்தில் போய்ச் சாப்பிடும் அவசியம் வராது என்று மன்றாடினேன்; ஆனால் அவர் இணங்கவில்லை. கடைசியில் நான் சத்திரத்தில் போய்ச் சாப்பிட்டுவிட்டு மட்காவில் ஓரிடத்தில் படுத்துக்கொண்டேன். மறு நாள் டிசம்பர் 2ஆம் தேதி நான் மட்காவ் விட்டுக் கிளம்பினேன். பிரயாண சுமைகளாக என்னிடம் இருந்ததெல்லாம் ஒரு பித்தளைத் தண்ணீர் கூஜாவும் விஷ்ணு நாயக் தந்திருந்த ஒரு விரிப்பும்தான்.

---

* Madras Time: 1906 'இந்திய திட்ட நேரம்' ஏற்படுத்தப்படும் வரையிலும் ரயில்வே துறையால் கடைபிடிக்கப்பட்ட நேரம்.

5

நாட்குறிப்பும் நினைவுக் குறிப்புகளும்

சுவற்றில் ஆணி அறைந்து அசைத்துப் பார்,
அதன் பிறகு அதில் பாரத்தை ஏற்று – துக்காராம்

1895 ஜூன் 23 முதல் நான் ஒரு பழைய நோட்டில் தினசரிக் குறிப்பு எழுத ஆரம்பித்தேன். அதில் 1898–99 காலகட்டத்துக் குறிப்புகள் சிலவும் உள்ளன. ஏழு வருடங்கள் கழித்து நான் ஊர் திரும்பியபோது, வீட்டில் பழைய காகிதங்களோடு இந்த நோட்டும் இருப்பதைக் கண்டேன். பழைய நிகழ்ச்சிகளைச் சொல்வதற்கு அது இப்போது மிகவும் உதவியாக இருப்பது தெரிகிறது. 1896 ஆண்டுக்கான நோட்டு எங்கே போனதென்று தெரியவில்லை. நான் கோவாவை விட்டு புனே போனபிறகு தனியாகக் குறிப்புகள் எழுத ஆரம்பித்தேன். 1904இல் இந்தக் குறிப்புகளை ஒரு உறையிலிட்டு ஒட்டி, கல்கத்தா மகாபோதி சபையின் செயலாளரிடம் (பத்திரமாக வைத்துக்கொள்வதற்காக) கொடுத்தேன். பின்னர் இந்தச் சபையின் புத்தகங்கள் எல்லாம் காசி அருகிலிருக்கும் சாரநாத்துக்குச் சென்றுவிட்டன; அங்கே பல புத்தகங்கள் கரையானுக்கு இரையாயின; இன்னும் பல காணாமல் போயின. இந்த இடமாற்றத்தில் என் குறிப்புகளும் தொலைந்து போய்விட்டன; இன்னும் என் கைகளுக்கு அவை கிடைக்கவில்லை. நானும் எவ்வளவோ முயற்சி செய்தேன், ஆனால் எந்தப் பலனுமில்லை. அந்தக் குறிப்புகள் மட்டும் கிடைத்திருக்குமானால், எனது

சுயசரிதையின் இந்தக் கட்டத்தை எழுதுவதற்கு எவ்வளவோ உதவியாக இருந்திருக்கும்.

எனது பழையக் குறிப்புகளிலிருந்து எல்லாவற்றையும் எடுத்துப் போட்டோ அல்லது நீண்ட குறிப்புகளை மேற்கோளிட்டோ வாசகர்களைச் சலிப்படைய வைக்கும் எண்ணம் எனக்கில்லை. ஆனால் நான் கோவாவிலிருந்து புனாவுக்குச் செல்வதற்கு முன்னால் எனது சிந்தனைகள் எப்படி இருந்தன என்பதை என்னை அறிந்திராத வாசகர்கள் தெரிந்துகொள்வது அவசியம். நான் வெறுத்துப் போய்தான் வீட்டை விட்டுப் போனேன், நான் அடைந்த முன்னேற்றத்துக்குக் காரணம் என் அதிருஷ்டம்தான் என்றெல்லாம் பலர் எண்ணிக் கொண்டிருக்கிறார்கள். வேறு சிலரோ, நான் கோவாவை விட்டுப் போனபிறகுதான் என் சமய, சமூகப் பார்வைகளில் மாற்றம் வந்தது என்று எண்ணுகிறார்கள். இதுபோன்ற பிழையான எண்ணங்களைக் களைவதற்காக நான் எனது குறிப்புகளிலிருந்து ஒரு சில பகுதிகளைத் தருகிறேன்.

குழந்தைகளுக்குச் சில அறிவுரைகள்
(எனது சகோதர, சகோதரிக் குழந்தைகளுக்காக எழுதியது): சாங்க்வால், 1896 மே 22; ஆனி மாதம், துவிதை, ஞாயிறு.

குழந்தைகளே, நான் போன பிறகு உங்களுக்கென்று சிலவற்றை விட்டுச் செல்லப் போகிறேன். என்னிடம் செல்வம் எதுவும் இல்லை; எனவே, இந்த உலகில் நான் பெற்ற சிறிய அனுபவங்களை உங்களுக்காக இங்கே தருகிறேன். உங்களுக்கு இவை பயன் தரும் என்று நம்புகிறேன். இந்த நோட்டுப்புத்தகம் கால ஓட்டத்தைத் தாண்டி நிற்குமானால், நீங்கள் பெரியவர்களானதும் உங்கள் கைகளில் கிடைக்கும். நான் எழுதியிருப்பவற்றைப் படியுங்கள். குடும்ப வாழ்வுக்குப் பயனுள்ள பல விஷயங்களை நீங்கள் பெறுவீர்கள்.

குழந்தைகளே, உங்களை வழி நடத்த யாரும் இல்லாமல் போயிருந்தாலும் நீங்கள் உங்கள் குழந்தைகளை நல்ல முறையில் வழிநடத்துவீர்கள் என்று நான் மனப்பூர்வமாக நம்புகிறேன். உங்களை வளர்த்தவர்கள் உங்களுக்குச் சரியான கல்வியை அளிக்கவில்லை என்றால் நீங்களாகவே அதைக் கற்றுக்கொள்ளுங்கள். சரியான பாதையில் சென்று உங்கள் குழந்தைகளுக்கும்

நண்பர்களுக்கும் ஒரு முன்னுதாரணமாகத் திகழுங்கள். உங்களைவிட அறிவில் குறைந்தவர்களுக்கும், ஏழைகளுக்கும் ஆதரவு காட்டுங்கள் – இதுவும் என்னுடைய ஆழமான ஆசை.

நமது இந்துக் குடும்பங்களில் இப்போதெல்லாம் நல்லபடியாக வழிநடத்துவோர் ஒருவரைக் கூடப் பார்க்க முடியவில்லை. இதன் பொருள் உங்களுக்கு நல்லபடியாக வழிநடத்த யாரும் கிடைக்க மாட்டார்கள் என்பதுதான். (உங்கள் பெற்றோர்) உங்களை பல இடங்களுக்கு அனுப்பிப்படிக்க வைக்கலாம்; என்றாலும் நல்லபடியாக வழிநடத்துவோர் கிடைப்பார்கள் என்று சொல்ல முடியாது. 'எல்லாக் குடும்பங்களும் ஒரே மாதிரிதான்' என்று சொல்வார்கள். எனது சொந்த அனுபவத்திலிருந்து இதைச் சொல்கிறேன். நல்லபடியாக வழிநடத்துவோர் கிடைக்கவில்லை என்றால் நாம் தவறான வழிக்குத்தான் போவோம்; இதுபற்றிய வருத்தம் நம் வாழ்க்கை முழுவதும் உறுத்தலாக இருந்துகொண்டே இருக்கும்; காலணிக்குள் சிறு கூழாங்கல்லைப் போல. என்ன நிகழும் என்று ஒவ்வொன்றாகப் பார்ப்போம். முதலாவதாக, உங்கள் பெற்றோர்களின் அறியாமையால் உங்களுக்கு நல்ல ஆசிரியர்கள் அமையாமல் போய் நீங்களும் அறிவற்றவர்களாக ஆகிவிடலாம். அறியாமையைக் காட்டிலும் இந்த உலகில் கொடியது எதுவுமில்லை. இரண்டாவதாக, ஒருவனுக்கு எதில் திறமையும் ஆர்வமும் இருக்கிறது என்பதைக் கணக்கில் கொள்ளவில்லை என்றால் பிரச்சினைதான். நான் என் தந்தையிடம் என்னைச் சமஸ்கிருதம் படிக்க வையுங்கள் என்று திரும்பத் திரும்ப வேண்டினேன், அவர் காதுகொடுக்கவே இல்லை. மிகப் பெரிய இழப்பு அது எனக்கு. மூன்றாவது, மோசமான நட்பு. உங்கள் பெற்றோர்கள் நீங்கள் யாரோடு பழகுகிறீர்கள் என்பதில் கண் வைக்கவில்லை என்றால், மோசமானவர்களோடு நட்பு கொள்வதிலுள்ள எல்லாத் தீமைகளும் வந்துசேரும். உங்கள் பாலுணர்ச்சி அதற்குரிய பருவத்துக்கு முன்பாகவே தூண்டப்படும்; குட்குடி போன்ற பிற தீயப் பழக்கங்களும் ஏற்பட்டு உங்கள் எதிர்காலத்தைப் பாதிக்கும். நான்காவது, பால்ய மணம். நம் பெற்றோர்களிடம் அறியாமையும் அத்துடன் கொஞ்சம் வசதியும் இருந்துவிட்டால், நம்மை மிக சிறுவயதிலேயே திருமண பந்தத்துக்குள்

சிறைப்படுத்திவிடுவார்கள். வயதில் நாம் சிறியவர்களாக இருந்தாலும் நம் மனைவி வீட்டுக்காரர்கள் நம்மை ஏகப்பட்ட மரியாதையோடு நடத்துவார்கள். இதனால் பகட்டுச் செருக்கு நம் மூளையில் ஏறிவிடலாம்.

குட்டிகளே, இவற்றில் ஏதாவது ஒன்றில் நீங்கள் மாட்டிக்கொண்டாலும், சந்தேகமில்லாமல் உங்களுக்குப் பாதிப்புதான். திருமணமானதும் இதன் விளைவுகள் உங்கள் மனைவியையும் சந்ததியையும் பாதிக்கும். இவற்றிலிருந்து உங்களை விடுவித்துக் கொள்வது எப்படி என்று பார்ப்போம்.

குழந்தைகளே, வளர்ந்து பெரியவர்களாவது வரையிலும் நீங்கள் படிப்பறிவு இல்லாமலேயே இருந்தீர்கள் என்றால், படிக்காமல் போய்விட்டோமே என்று நீங்கள் மனம் வருந்துவீர்கள்; அறியாமையிலிருந்து விடுபட வேண்டும் என்று விரும்புவீர்கள். ஆனால் மனவுறுதி இல்லாமல் உங்கள் முயற்சியில் நீங்கள் வெற்றிபெற முடியாது. பலர் இப்போது வயதான பிறகும் கல்வி கற்கத் தொடங்கியிருக்கிறார்கள். ஆனால் ஒரு சிலர் மட்டுமே அதை ஒழுங்காக முடிப்பார்கள். ஏன்? குழந்தைப் பருவம்தான் கல்விக்கு ஏற்றப் பருவம் என்று சொல்லப்படுகிறது; இது பெருமளவு உண்மைதான். ஒருவர் வளர்ந்து இளைஞரான பிறகு கல்வி கற்க முடியாது என்றல்ல இதன் பொருள். ஆர்வமிருந்தாலும் வளர்ந்த பருவத்தில் கற்க முடியாமல் போவதற்குக் காரணம், "நான் வளர்ந்து பெரியவனாகி விட்டேன். இந்த வயதில் கற்பதா?" என்ற கூச்சம்தான். இம்மாதிரியான எண்ணங்கள்தான் கல்வி கற்பதிலிருந்து நம்மை விரட்டுகின்றன. கல்விக் கடவுள்மீது ஆழ்ந்த பக்தி இருந்தால்தான் கல்வியில் நாட்டம் வரும். பக்தியில்லை என்றால் எந்தக் கடவுளும் அருள்புரிய மாட்டார் அல்லவா? கூச்சத்தை நீங்கள் விட்டொழிக்க வேண்டும். கல்விக் கடவுளின்மீது பக்தி செலுத்துவதற்குத் தடையாக உள்ள கூச்சங்கள் எல்லாம் மோசமானவை என்று கருதுங்கள். சரியானதும் நமக்கு நன்மை பயப்பதுமான ஒன்றைப் பெறுவதற்கு உங்களின் கூச்சம் தடையாக இருக்க அனுமதிக்காதீர்கள். இது துன்பத்தைக் கொண்டுவரும். மோசமான செயல்களை நோக்கி இந்தக் கூச்ச உணர்வைத் திருப்புங்கள்: அதாவது அவற்றைச் செய்வதற்கு வெட்கப்படுங்கள். அறிவின் வரம்பைக்

குறுக்குவது மரணத்துக்குச் சமம். இறக்கும்வரையிலும் கற்றுக்கொண்டே இருங்கள். வளர்ந்துவிட்டோம் என்று கல்வியின் பாதையில் செல்லாமலிருப்பவர்கள் தங்களைத் தாங்களே அழித்துக்கொள்கிறார்கள். உங்கள் மனநிம்மதிக்குப் பங்கம் வராமல் எவ்வளவு முடிகிறதோ அவ்வளவும் கற்றுக்கொள்ளுங்கள்.

உங்கள் ஈடுபாட்டைக் கணக்கில் கொள்ளாமல் நீங்கள் என்ன கற்றாலும் துன்பம்தான். எடுத்துக்காட்டாக, உங்களுக்குத் தையல் தொழிலில் ஈடுபாடு இருக்கிறது; விவசாயியான உங்கள் அப்பாவோ உங்களை விவசாயத்தில்தான் ஈடுபடுத்துகிறார் என்று வைத்துக் கொள்வோம். எதையுமே நீங்கள் உருப்படியாகச் செய்ய முடியாமல் ஆகிவிடும். நமக்கு இதில்தான் ஈடுபாடு என்று உங்களுக்குத் தெரிந்த உடனேயே அதை நோக்கி உங்கள் கவனத்தைச் செலுத்துவதுதான் ஒரே வழி. பிறர் என்ன சொல்கிறார்கள் என்பதைப் பற்றிக் கவலைப்படாதீர்கள். உங்களுக்குப் பிடித்த தொழிலை நல்லவண்ணம் கற்றுத் தேர்ச்சியடையுங்கள். உங்கள் பிற்கால வாழ்க்கையில் இது உங்களோடு என்றும் நிற்கும். அன்புக் குழந்தைகளே, ஊர்வம்பிழுத்து நேரத்தை வெட்டியாகப் போக்குவதைவிட, அரசாங்க அலுவலர்களுக்குக் கையூட்டு கொடுத்துச் சொத்துச் சேர்ப்பதைவிட, செருப்புத் தைத்து வாழ்க்கை நடத்துவது கௌரவமானது. நீங்கள் வாழ்வதற்கு உங்களிடம் ஒரு தொழில் இருப்பதைப் பெரும் பேறாகக் கருதுங்கள். கைவினைஞர்களும் விவசாயிகளும்தான் இந்த நாட்டின் உண்மையான பரோபாரிகள். மேலதிகாரிகளின் காலில் விழுந்துகிடக்கும் மாதச் சம்பளக்காரர்கள் அல்ல. ஒருவன் எவ்வளவு வசதி பெற்றிருந்தாலும் சரி, ஏதேனும் ஒரு நல்ல தொழிலை அவன் தெரிந்துவைத்திருப்பது அவசியம். எனவே, உங்களுக்கு எதில் ஈடுபாடு இருக்கிறதோ அதைக் கற்றுக்கொள்வது முக்கியம்.

மூன்றாவது பேராபத்து, தீய நட்பு. எவரோடு பழகினால் மோசமான பழக்கங்கள் நம்மைத் தொற்றிக்கொள்ளுமோ அவரோடு நட்பு வைத்துக் கொள்ளாதீர்கள். உங்களை விட அவர்கள் அந்தஸ்தி லும் வசதியிலும் மேலானவராக இருந்தாலும் அவர்களிடமிருந்து விலகியே இருங்கள். உங்களுக்கு அவர்களின் நடவடிக்கை பிடிக்கவில்லை என்பதை

வெளிப்படையாகவே காண்பித்துவிடுங்கள்; அவர்களாகவே உங்களைத் தங்களோடு சேர்ந்துகொள்ள அழைக்க மாட்டார்கள். சந்தர்ப்பவசமாக அவர்களோடு இருக்க வேண்டி வந்தாலும், அவர்கள் வற்புறுத்தினார்கள் என்பதற்காக நீங்களும் குடித்துத் தவறாக நடந்துகொள்ளாதீர்கள். இதுபோன்ற சந்தர்ப்பங்களில்தான் நாம் நம்முடைய தார்மீக பலத்தைக் காண்பிக்க வேண்டும். அவர்களின் கூட்டம் பெரிதாக இருந்தாலும், அவர்கள் செய்வது சரியல்ல என்பதைச் சொல்லிக்காட்டுங்கள். அவர்கள் உங்களைத் திட்டலாம்; திட்டிக்கொள்ளட்டும். அவர்களிடமிருந்து விலகி இருப்பதே நேரடியான ஒரே வழி.

பால்யத்திலேயே திருமணம் செய்ய நேரிட்டால், ஒரு விஷயத்தைச் செய்வதில் மகிழ்ச்சியடையுங்கள் – உங்கள் மனைவிக்குக் கல்வியளிப்பதுதான் அது. ஒழுக்கம் பற்றிய நூல்களைக் கற்பதில் உங்கள் மனைவிக்கு விருப்பமுண்டாக்குங்கள். நீங்களும் நன்னடத்தையோடு இருங்கள், அவளும் அதைக் கடைபிடிப்பாள். வறுமை காரணமாக உங்களால் வாலிபனாகும் வரையிலும் திருமணம் செய்துகொள்ள முடியவில்லை என்றால், மேலே சொன்ன மூன்று பேராபத்துகளிலிருந்தும் உங்களைக் காத்துக் கொள்ளுங்கள். இருபது வயதுக்காரன் ஒரு எட்டு வயதுச் சிறுமியை மணம் செய்வதைவிட வாழ்க்கை முழுவதும் பிரம்மசாரியாக இருப்பது மேல்.

குழந்தைகளே, உங்கள் குழந்தைகளுக்கு நீங்கள் என்ன செய்ய வேண்டும் என்பதை நான் இனி சொல்ல வேண்டியதில்லை. குடும்ப வாழ்க்கையை எப்படி நடத்த வேண்டும் என்று யாராவது என்னிடம் கேட்டால், பறவைகள் எப்படி நடத்துகிறதோ அப்படி என்று சொல்வேன். பறவைகள் கூட்டமாக வாழ்கின்றன என்றாலும் அவற்றின் கூடு பெண் பறவை, அதன் ஆண் பறவை, குஞ்சுகளுக்கு மட்டும்தான். நம்மைப் போல சகோதரர்கள், சித்தப்பா பையன்கள், அவர்களின் மனைவியர், குழந்தைகள் என்று சேர்ந்து வாழ்வதில்லை. இப்படி ஒரே வீட்டில் எல்லோரும் வாழும் இந்தப் பாழாய்ப் போன பழக்கம் நம் நாட்டில் காலங்காலமாக இருந்து வருகிறது. இது எவ்வளவு சீக்கிரம் முடிவுக்கு வருகிறதோ அவ்வளவுக்கு நல்லது.

பறவைகளில் ஆண், பெண் பறவைகளுக்கு தாங்கள் உயிர் வாழ என்னென்ன அவசியம் என்று தெரியும். தங்களின் குஞ்சுகளை அவை அன்போடு வளர்கின்றன, கூடு கட்டவும் இரை தேடவும் சொல்லிக்கொடுக் கின்றன. குஞ்சுகள் தாங்களாக வாழ வேண்டியிருக்கிறதே என்று அவை கவலைப்படுவதில்லை. குழந்தைகளே, பறவைகள் குடும்பத்தை நடத்தும்விதம்தான் எவ்வளவு நன்மைத் தருவதாக இருக்கிறது! அவற்றின் குடும்ப வாழ்க்கை நமது வாழ்க்கையைவிட மிக உயர்ந்ததாக இருக்கிறது என்பது சொல்லித் தெரிய வேண்டியதில்லை அல்லவா? அப்படியிருக்கும்போது, மனிதர்கள் நாம் அவற்றைவிட மேன்மையானவர்கள் என்று ஏன் மார்தட்டிக் கொள்கிறோம்?

குழந்தைகளே, உங்களிடம் இன்னமும் எவ்வளவோ சொல்ல வேண்டும் என்று எனக்குத் தோன்றுகிறது; ஆனால் நேரம் போதவில்லை. நான் எழுதியதைத் திருத்தக் கூட எனக்கு நேரம் கிடைக்கவில்லை. படிப்பதற்கு முன்னால் நீங்களே திருத்திக்கொள்ளுங்கள். கடைசியில் ஒரு விஷயத்தைச் சொல்லாமல் விட்டு விட்டேன்: உங்கள் பெற்றோருக்கு அவர்களின் வயதான காலத்தில் உங்களால் முடிந்த அளவு ஆதரவு காட்டுங்கள்.

எனது கருத்துகள்: சாலிவாகன[1] வருடம் 1821, ஆவணி மாதம் சுக்ல பட்ச நவமி; 1899 ஆகஸ்ட் 14.

சந்தர்ப்பங்கள் மாறும்போது ஒருவரின் பார்வை களும் மாறும்; இதற்கு நானும் விதிவிலக்கல்ல. எனது பார்வைகளில் படிப்படியாக ஏற்பட்டுள்ள மாற்றங்களைப் பிறர் அறிந்துகொண்டு, அவற்றைக் கூர்ந்து ஆராய்வதற்கு வசதியாக இன்று நான் கொண்டிருக்கும் பார்வைகளைத் தருகிறேன்:

முதலாவதாக, சமயம் பற்றி: சமயம் மனித வாழ்வோடு மிக நெருக்கமான தொடர்பு கொண்டது – அரசியலைக் காட்டிலும் கூடுதலாக. வெளிநாட்டு அரசன் ஒரு ராஜ்ஜியத்தை வெற்றி கொள்ளலாம்; ஆனால் சமயத்தை வென்றெடுக்க முடியாது. கட்டாயத்தின்

---

1. சாலிவாகன வருடம் - இதன் தொடக்கம் கி.பி.78.

பேரில் ஒருவர் சமயத்தை மாற்றிக்கொண்டாலும், அவருக்குள் ஆழமாக வேர்விட்டிருக்கும் பழைய சமயத்தின் விதைகள் பட்டுப் போக நிறைய காலம் பிடிக்கும். பரந்துவிரிந்த இந்த விஷயம் பற்றி சட்டென்று ஒரு கருத்தைச் சொல்வது மிகக் கடினம்; அதுபோக, என் மனதிலிருக்கும் எண்ணங்களை எல்லாம் எழுத்தில் வடிக்கும் ஆற்றல் என் பேனாவுக்கு இல்லை. பீடிகையாக இவ்வளவு போதும்.

நான் இப்போது முழு பௌத்தனாகிவிட்டேன். குறைந்தபட்சம் மனத்தளவிலாவது. புத்த தேவனின் போதனைகள் முழுவதுவதுமே எனக்குப் பிடிக்கின்றன. இந்த உலகமும் நாடும் குடும்பமும் தானும் நன்றாக இருக்க வேண்டும் என்று ஆசை கொள்ளும் எல்லோரும் சத்குரு புத்தரிடம் சரணடைய வேண்டும்; உளமார நம்பிக்கையோடு அவர் அறிவுரைப்படி நடக்க வேண்டும். என்னுடைய வலுவான நம்பிக்கை இது. குரு புத்தரிடம் நான் மிகப் பணிவோடு இப்போதெல்லாம் வேண்டிக்கொள்வது இதைத்தான்: 'சத்குருவே, உங்கள் சேவகனுக்கு ஒரு சேவகனாக இருக்கும் தகுதியையாவது எனக்குத் தாருங்கள்!'

சமுதாயம்: சாதிப் பாகுபாடு முற்றிலும் இல்லாமாலாக்கப்பட வேண்டும்; பால்யத் திருமணம் ஒழிய வேண்டும்; பால்யத் திருமணத்தை ஒழித்துவிட்டாலே, விதவை மறுமணத்துக்குத் தேவை இருக்காது. ஆனால் விதவை மறுமணத்தை எதிர்ப்பது அறத்துக்கு எதிரானது. பறவைகளின் வாழ்க்கையை முன்னுதாரணமாகக் கொண்டு நமது குடும்ப வாழ்க்கை அமைய வேண்டும். குழந்தைகள் பெரியவர்கள் ஆனதும் பெற்றோர்கள் அவர்களைத் தனியாக வாழ வழிசெய்ய வேண்டும். குடும்பத்துக்குள் நடக்கும் தேவையற்ற சண்டைகளுக்கு இதுதான் முற்றுப் புள்ளி வைக்கும்.

ஆட்சிமுறை: ஜனநாயகம் சிறந்தது; அதற்கு அடுத்தது ஜனநாயகமான மன்னராட்சி; அதற்கு அடுத்தது உள்நாடு மன்னராட்சி; இந்தியாவில் இன்று நிலவும் முறை மிகவும் இழிந்த முறை. சிறப்பான ஒரு ஆட்சிமுறை வருவதற்காக நாம் ஒவ்வொருவரும் பாடுபட வேண்டும்.

தனிமனிதர்கள் என்ன செய்யலாம்?. ஒருவன் பால்ய வயது வரையிலும் பெற்றோருக்குக் கட்டுப்பட்டு நடக்க வேண்டும். வளர்ந்த பிறகும் அவன் இறுதி

வரையிலும் அவர்களிடம் மரியாதை செலுத்த வேண்டும், அவர்களைப் புண்படுத்தக் கூடாது. மூடநம்பிக்கை களால் கட்டிக்காக்கப்படும் மோசமான வழக்கங்களைக் கைவிட தயக்கம் காட்டவே கூடாது. பிறரை வருத்தாமல் தனது தொழிலைச் செய்து வர வேண்டும். சோம்பலாக இருக்கவே கூடாது; சோம்பலைக் காட்டிலும் பாவம் வேறு எதுவுமே இல்லை. கடனாளியாக இருக்கக் கூடாது; கடனாளியால் சுயமுன்னேற்றம் அடையவே முடியாது. போதைப் பொருட்கள் ஒருவனை அழிப்பவை. சந்தர்ப்பம் நேரும்போது ஒருவன் எந்தப் பணியையும் – அரசியல், சமயம் சார்ந்ததானாலும் சரி அல்லது நன்மைப் பயப்பது எதுவானாலும் சரி – ஏற்றுக்கொள்ள வேண்டும்; தன்னளவில் என்ன முடியுமோ அதைச் செய்ய வேண்டும். அப்போதுதான் அதை வெற்றிகரமாக முடிக்க முடியும். சத்குரு புத்தரைச் சரணடைந்து அவரது போதனைகளைச் சிந்திக்க வேண்டும். தன்னால் புரிந்துகொள்ள முடியவில்லை என்றால், அவை பற்றிய ஞானம் கைவரப் பெற்றவர்களிடம் கேட்டு விளக்கம் பெற்று அதன்படி நடக்க வேண்டும்.

மேலே கொடுத்துள்ள குறிப்புகள் நான் கோவாவை விட்டு புனேவுக்குச் செல்வதற்கு முன்னால் என்ன மனநிலையில் இருந்தேன் என்பதை அறிந்துக்கொள்ள உதவும். நான் அடைய வேண்டிய இலக்கு எனக்குத் தெளிவாகத் தெரிந்திருந்தது, செல்ல வேண்டிய பாதைதான் தெளிவில்லை. இலக்கை அடைவதற்கான பாதையை எப்படிக் கண்டறிந்தேன் என்பதை அடுத்த அத்தியாயத்தில் நிச்சயம் தருவேன். இப்போதைக்கு விடைபெற்றுக்கொள்கிறேன்.

6

புண்ணியப் பட்டணத்தில்[1] தற்காலிக வாசம்

சீலர்களோடு சச்சரவு செய்துகொண்டிருப்பது வஞ்சகர்களோடு நட்பு வைத்திருப்பதைவிட மேலானது.

மட்காவை விட்டு நான் கிளம்பியபோது என் இதயத்தில் விரக்தியின் கரிய மேகங்கள் சூழ்ந்திருந்தன. தூத்சாகர் அருவியின் அருமையான காட்சியைக் கண்டும்கூட என் மனச்சோர்வு குறையவில்லை. ரயில் மெதுவாகச் சென்றுகொண்டிருந்தது. பார்வை படும் இடமெல்லாம் பச்சைப் பசேலென்ற மலைகளின் காட்சி. எனக்கோ அந்த மலைகளும் அதன் அடிவாரப் பிரதேசங்களும் என்னை எந்த ஆர்வமும் இல்லாமல் பார்ப்பதுபோல தோன்றியது. எனக்குள் நான் சொல்லிக்கொண்டேன்:

> அன்னையே, நான் பிறந்த பூமியே! இதோ உன் குழந்தை; தனது சொந்தங்கள், நண்பர்கள் எல்லோராலும் கைவிடப் பட்டவன். என் சொந்தங்கள் எனக்குத் தஞ்சம் அளிக்கவில்லை, ஆனால் நீ எங்கோ ஏதோ ஒரு மூலையில் எனக்கு ஒரு புகலிடம் தராமல் போக மாட்டாய். என்றாலும், என் போன்ற ஒரு அதிர்ஷ்டம்

1. புண்ணியப் பட்டணம் – புனேயின் புராதனப் பெயர் இது என்று கருதப்படுகிறது.

கெட்டக் குழந்தை உன்னிடம் எனக்குப் புகலிடம் தா தா என்று இறைஞ்சித்தான் அதைப் பெற வேண்டுமா? பல நேரங்களில் என் சுயநலத்துக்காக உன்னை விட்டுச் சென்றிருக்கிறேன்; ஆனால் எனது கனவுகள் நிறைவேறாமல், முகத்தில் கரிபூசப்பட்டுப் புகலிடம் தேடி மீண்டும் உன்னிடமே நான் வர வேண்டியிருந்தது. இம்முறை வெற்றி பெறவில்லை என்றால் உன்னிடம் இனி என் முகத்தைக் காண்பிக்கப் போவதில்லை என்று நான் உறுதி பூண்டிருக்கிறேன். அன்னையே! உன்மேல் எனக்கிருக்கும் அன்பு அளப்பறியது. 'எதையும் தாங்குபவள்' என்ற அடைமொழிக்கு இணங்க நீ என் குற்றங்களை மன்னிப்பாய் என்ற நம்பிக்கை எனக்கிருக்கிறது. ஆனால், இம்முறையும் வெற்றி பெறவில்லை என்றால் உன்னைத் தரிசனம் செய்ய நான் மீண்டும் தேடிவராமல் பார்த்துக்கொள். எனது இந்த உறுதி குலையாமலிருக்கட்டும்.

ரயில் 1899 டிசம்பர் 3ஆம் தேதி காலை நான்கு மணிக்கு புனே வந்தடைந்தது. டோங்கா பிடித்து நான் ராஸ்தே பேட்டை[2]க்குப் போனேன். அதிக நேரம் அலைந்து திரிந்து ஒருவழியாக ஆனந்த ராமகிருஷ்ண ரேத்கரின் வீட்டைக் கண்டுபிடித்தேன். அவர் கனிவோடு என்னை வரவேற்றார். இரண்டு மூன்று நாட்கள் கழித்து என்னை ஸ்ரீ நாராயணராவ் வர்தே[3]யிடம் அழைத்துச் சென்றார். ரேத்கர் என்னைப் பற்றிய விவரங்களை – கோவாவிலிருந்து வந்திருக்கிறேன், இத்தியாதி, இத்தியாதி – சொன்னார். அவரிடம் நாராயணராவ், "கஞ்சி குடிக்கும் இந்த கோவா பாபுவை இங்கே எதற்காக வரச் சொன்னீர்கள்? புனேயில் இவருக்கு என்ன வேலை?" என்றார். இப்படிச் சொல்லி விட்டு அவர் என்னைப் பார்த்து, "கோவித்துக் கொள்ளாதீர்கள், விளையாட்டுக்காகச் சொன்னேன்!" என்றார். பதிலுக்கு நான், "நான் ஏன் கோபப்படப் போகிறேன். ஜீவபாதாதா பக்ஷி, லக்பாதாதா லாத்[4] போன்ற பிரபல கோவாக்காரர்களும்கூடக்

---

2. புனே 'நகரம்' என்றழைக்கப்படும் பழைய புனே, பல பேட்டைகளாகப் பிரிக்கப் பட்டிருக்கிறது. மையமாக இருக்கும் பேட்டைகளுக்கு வாரத்தின் ஏழு நாட்களின் பெயரிடப்பட்டிருக்கிறது. வெளிப்பகுதிலுள்ள பேட்டைகளுக்கு பேஷ்வாக்களின் முக்கிய தளபதிகளின் (ராஸ்தே போல) பெயரிடப்பட்டிருக்கிறது.

3. ரேத்கர், வர்தே, பண்டார்கர் இவை கௌட சரஸ்வதப் பிராமணர்களின் பெயர்கள். கோவாவைப் பூர்வீகமாகக் கொண்ட இந்தப் பிரிவினர் பின்னர் கல்விக்காகவும் வேலைவாய்ப்புக்காகவும் மகாராஷ்டிரத்திற்குக் குடிபெயர்ந்தார்கள்.

4. கோவாவிலிருந்து இடம்பெயர்ந்து மராத்தா படையில் சேர்ந்த ஜீவபாதாதா கேர்க்கர் பின்னர் அதன் 'பக்ஷி' (தளபதி) ஆனார். கோவாவைச் சேர்ந்த சரஸ்வத்கள் பலரை அவர் படையில் சேர்ந்துக்கொண்டார். லக்பாதாதா லாத் அவர்களில் ஒருவர். இவரும் புகழ் பெற்றுத் திகழ்ந்தார்.

கஞ்சி குடிப்பவர்கள்தான். இங்கே புனேக்காரர்களோடுப் பழகிப் பழகி உங்களுக்கு இவர்களை மறந்துபோய்விட்டது போலிருக்கிறது; கஞ்சி குடிப்பதும் வேண்டாமென்றாயிருக்க வேண்டும்" என்றேன். இந்தப் பதிலைக் கேட்டதும் நாராயண ராவ் அமைதியாகிவிட்டார். அதன் பின் ஓரிரு முறை அவரது வீட்டுக்குப் போனபோது, அவரது குழந்தைகள் யார் வந்திருப்பதாக அப்பாவிடம் சொல்ல வேண்டும் என்று கேட்டால் நான் அவர்களிடம் கஞ்சிக்குடி கோவாக்காரன் வந்திருக்கிறேன் என்று சொல்லுங்கள் என்பேன். குழந்தைகள் இதை அப்படியே அவரிடம் சொல்லியிருக்கின்றன. கடைசியில் ஒரு நாள் அவரே என்னிடம், "தயவு செய்து இந்த வார்த்தையைச் சொல்லாதீர்கள். அன்று நான் சொன்னதிற்காகப் பழிதீர்த்துக்கொண்டிருக் கிறீர்கள். கஞ்சிக்குடியன் என்று சொன்னது உங்களைப் புண்படுத்தியிருந்தால் என்னை மன்னித்துவிடுங்கள்" என்றார்.

நான் புனேக்கு வந்ததன் முக்கிய நோக்கமே, பகல் நேரத்தில் பிழைப்புக்காக குமாஸ்தா வேலையோ அல்லது அதுபோன்ற ஏதாவதோ பார்த்துக்கொண்டு, பின்னர் சாஸ்திரி எவரிடமாவது சமஸ்கிருதம் கற்றுக்கொள்வதுதான். இந்த எண்ணத்தை ரேத்கரிடம் சொன்னேன். அவர் நேரடியாகவும், பிறரிடம் சொல்லியும் எனக்கு வேலைக்கு முயன்றார். ஆனால் எந்தப் பயனும் விளைய வில்லை. (ஆகார்கர் நடத்தி வந்த) சுதர்க் அலுவலகத்துக்கும் அதுபோன்ற பிற இடங்களுக்கும் அடிக்கடிப் போனேன்; என்றாலும் வெற்றி கைக்கூடவில்லை. இனி என்ன செய்வது? இதுதான் என் முன்னாலிருந்த கேள்வி. ரேத்கர் தனக்குக் காவல்துறையில் ஆட்களைத் தெரியும் என்றும் எனக்கு விருப்பம் இருந்தால் அதில் வேலைக்குச் சிபாரிசு செய்வதாகவும் சொன்னார். ஆனால் எனக்கு காவல்துறையில் வேலை பார்க்கப் பிடிக்கவில்லை. எனவே நான் அவரிடம், பட்டினி கிடந்தாலும் கிடப்பேனே தவிர போலிஸ் வேலைக்குப் போக மாட்டேன் என்றேன். அதுபோக, அதில் வேலைக்குச் சேர்ந்தால் சமஸ்கிருதம் படிக்கும் என் ஆசையும் நிறைவேறாது.

டாக்டர் பண்டார்கர்[5] புனேயில்தான் வசிக்கிறார் என்பது ஒரு வாரம் கழித்து எனக்குத் தெரியவந்தது. ஒருநாள் மதியம் கையில் ஒரு துண்டுக் குறிப்புடன் அவரது பங்களாவுக்குப் போனேன். அதில் என்னவெல்லாம் எழுதியிருந்தேன் என்பது இப்போது முழுமையாக நினைவில் இல்லை. நான்

5. டாக்டர் ராமகிருஷ்ண கோபால் பண்டார்கர்: புகழ்பெற்ற இந்தியவியலாளர்; பம்பாய் எலிபென்ஸ்டோன் கல்லூரியிலும் புனே டெக்கான் கல்லூரியிலும் சமஸ்கிருத பேராசிரியராகப் பல ஆண்டுகள் பணியாற்றியவர். சீர்திருத்தவாதி; பிரார்த்தனா சமாஜத்தைத் தோன்றுவித்தவர்களில் ஒருவர்.

கோவாவிலிருந்து இங்கே கற்பதற்காக வந்திருக்கிறேன், உங்கள் தரிசனம் வேண்டும், இப்படி ஏதோ எழுதியிருக்க வேண்டும். *தியானேஸ்வரி* நூலின் ஒன்பதாவது அத்தியாயத்தில் ஐந்தாவதாக வரும் இந்தப் பாடலை மேற்கோளிட்டு முடித்திருந்தேன்:

> *இறைவா, நீ ஆனந்த அமிர்த சாகரம், அதில் நாங்கள் ஆசைப்படும் தண்மை எங்களுக்குக் கிடைக்கும். அதில் கால் வைக்க நாங்கள் அஞ்சினால் எங்குதான் எங்களுக்கு மன அமைதி கிடைக்கும்?*

இந்தத் துண்டுச் சீட்டைப் படித்துப் பார்த்த உடனே பண்டார்கர் என்னை உள்ளே கூப்பிட்டார். "கோவாவிலிருந்து வருகிறேன் என்று எழுதியிருக்கிறீர்கள், எப்படி இவ்வளவு திருத்தமாக மராத்தியில் உங்களால் எழுத முடிகிறது?" என்று கேட்டார். "கோவாவில் என்னைப் போலவே நன்றாக மராத்தி எழுதுபவர்கள் நிறைய பேர் இருக்கிறார்கள்" என்று பதிலுரைத்தேன். *பத்யபோத்* போன்ற பத்திரிகைகள் பற்றியும் மற்ற செய்தித்தாள்கள் பற்றியும் அவரிடம் சொன்னேன். அவர், "நாங்கள் எல்லோரும் கோவா பிற்போக்கான பிரதேசம் என்றல்லவா எண்ணிக்கொண்டிருக்கிறோம். சொல்லப்போனால், அது மகாராஷ்டிரத்தின் ஒரு பகுதிதான் என்ற நினைப்பே எங்களுக்கில்லை. ஆனால் நீங்கள் சொல்வதைப் பார்த்தால் திறமையான இளைஞர்கள் அங்கிருக்கிறார்கள் என்று தெரிகிறது." என்றார். நான் என்னைப் பற்றிய எல்லா விவரங்களையும் சொன்னேன். எல்லாவற்றையும் கேட்டுவிட்டு அவர், "சமஸ்கிருதம் படிக்க ஏழு வருடம் ஆகும். அதன்பிறகுதான் நீங்கள் பண்டிட் ஆக முடியும். உங்கள் வீட்டுக்குப் பணம் அனுப்ப வேண்டியதில்லை என்றால் நீங்கள் படிப்பதற்குத் தேவையான உதவி இங்கே கிடைக்கும். இதற்காக நீங்கள் வேலைக்கெல்லாம் போக வேண்டாம். அதுபோக, வேலை பார்த்துக்கொண்டே படிப்பதென்பது ரொம்பக் கஷ்டம். மாதம்தோறும் நான் ஒன்றிரண்டு ரூபாய் தருகிறேன்; இங்கே இருக்கும் சரஸ்வத் பிரமுகர்களிடம் நீங்கள் கேட்டால் அவர்களும் தருவார்கள்; ரொம்பச் சுலபமாக ஐந்தாறு ரூபாய் கிடைத்துவிடும்." என்றார். அவருக்கு அன்று நேரமில்லை; எனவே இன்னொரு நாள் என்னை வரச் சொல்லிவிட்டுத் தன் பணியைப் பார்க்க உள்ளே சென்றுவிட்டார். ஊக்கம்தரும் அவரது வார்த்தைகள் எனக்குப் புத்துயிர் அளித்தன. சந்தோஷமான மனநிலையோடு ரேத்கர் வீட்டை நோக்கி நடை போட்டேன்.

பண்டார்கரோடு பழகப் பழக அவருக்கு என்னைப் பற்றிய நல்ல அபிப்ராயம் கூடிக்கொண்டே வந்தது. சில நாட்களிலேயே

அவர் ‘சித்தாந்த கௌமுதி’[6] நூலின் தனது சொந்தப் பிரதியையும் ஒரு குறிப்புச் சீட்டும் என்னிடம் தந்து நாகார்கர் வாடா[7]விலிருந்த சமஸ்கிருதப் பாடசாலைக்கு அனுப்பி வைத்தார். அங்கு தலைமையாசிரியராக இருந்த வாசுதேவ சாஸ்திரி அபயங்கர் என்னை மகாதேவ சாஸ்திரி ஜோஷியின் கைகளில் ஒப்படைத்தார். அவரிடம் நான் *கௌமுதி* கற்கத் தொடங்கினேன். இரண்டு மாதங்கள் படித்தும் என்னால் அதைப் புரிந்துகொள்ள முடிய வில்லை; ஆனால் நான் நம்பிக்கையைத் தளரவிடவில்லை. (காளிதாசரின்) ரகுவம்சத்தை வாசித்து ஓரளவு புரிந்துகொள்ளும் நிலைக்கு வந்துவிட்டேன்.

ரேத்கர், புத்வார் பேட்டையிலிருந்த ஒரு சத்திரத்தில் எனக்கு உணவுக்கான ஏற்பாட்டைச் செய்துதந்தார். சத்திரத்துக்காரர் முதலில் தயங்கினார்; பின்னர் என்னிடம், “நீங்கள் சரஸ்வத், எனவே சாப்பிட்டுவிட்டு இடத்தை சாணம் போட்டு நீங்களே சுத்தம் செய்துவிட வேண்டும்” என்றார். ஆனால் கொஞ்சம் அணா[8] அதிகமாகத் தருகிறேன் என்றதும் அதைத் தானே செய்ய ஒத்துக்கொண்டார். சில வாரங்கள் சத்திரத்தில் சாப்பாடும் ரேத்கர் வீட்டில் இரவுப் படுக்கையுமாகக் கழிந்தன. ஆனால், பாடசாலை மிகத் தொலைவிலிருந்ததால் என்னால் இதை நீண்ட நாட்கள் தொடர முடியவில்லை. எனவே, டாக்டர் பண்டார்கர் பிரார்த்தனா சமாஜத்தில் (இதுவும் புத்வார் பேட்டையில்தான் இருந்தது) நான் தங்கிக்கொள்ள ஏற்பாடு செய்தார். அங்கேயே தங்கி என் படிப்பைத் தொடர்ந்தேன்.

பிரார்த்தனா சமாஜத்தில் தங்கியிருந்த காலத்தில் புதிதாகச் சிலரோடு பரிச்சியம் செய்துகொண்டேன். அவர்களில் ஒருவர், மறைந்த மாதவராவ் லோத்லிகர். அவரோடு எனக்கு நல்ல பழக்கம். இரண்டொரு முறை அவர் வீட்டிற்குச் சென்று சாப்பிட்டும் இருக்கிறேன்; மறைந்த காசிநாத் ரகுநாத் மித்ராவை அங்கேதான் சந்தித்தேன். ஒரு மாறுதலுக்காக அவர் புனே வந்திருந்தார். சில நாட்கள் அதிகாலையில் நாங்கள் சேர்ந்து நடை செல்வோம். ஒருநாள் புத்தர் பற்றிய பேச்சு வந்தது; அவர் என்னிடம் கோவிந்த நாராயண காணே எழுதிய *‘ஜகத் குரு கௌதம புத்த சரித்திரம்’* என்ற நூலைப் படிக்கச் சொன்னார்.

---

6. சித்தாந்த கௌமுதி – பாணினியின் இலக்கணத்துக்கான உரை நூல். சமஸ்கிருத இலக்கணத்திற்குத் தேர்ந்த அடிப்படை நூலாகக் கருதப்படுவது.

7. ‘வாடா’ என்பது பல அறைகளுடன் சுற்றிலும் பரந்த சதுக்கத்தோடு கட்டப் பட்டிருக்கும் பழைய பாணியிலான மாளிகை. பெரிய வாடாவில் ஒன்றுக்கும் மேற்பட்ட சதுக்கங்கள் இருக்கும்.

8. அந்தக் காலத்தில் ஒரு ரூபாய் என்பது 16 அணா; ஒரு அணாவுக்கு 4 பைசா. ஒரு பைசாவுக்கு 3 தம்பிடிக் காசு.

சொந்தமாக அவரிடம் அந்த நூல் இல்லை; பின்னர் அவர் மூலமாக அதைப் பெற்று வாசித்தேன். அது எட்வின் ஆர்னால்டின் '*Light of Asia*' நூலின் மொழிபெயர்ப்பு. மூலநூல் கவிதையாக எழுதப்பட்டது; எனவே மொழிபெயர்ப்பை முழுக்க நம்ப முடியாது. ஆனால் மூலநூல் அன்பொழுக ஆசையோடு எழுதப்பட்டிருந்தது; வாசகன் கையிலெடுத்தால் அதில் மூழ்கிப் போகாமல் இருக்கவே மாட்டான். இங்கிலாந்திலும் அமெரிக்காவிலும் அந்த நூல் ஐம்பது பதிப்புகள் கண்டிருந்தது. காணேயின் மொழிபெயர்ப்பு ஆங்கில நூல் அளவுக்குச் சிறப்பானதல்ல; ஆனாலும் அப்போது எனக்குப் பிடித்திருந்ததால் அதன் சில பகுதிகளைத் திரும்பத் திரும்ப வாசித்தேன். அது எனக்கு மூல சமய நூலைப் போலவே மாறிவிட்டது. அதன் சில பகுதிகளைப் படிக்கும்போது எனக்குத் தொண்டை அடைத்துகொண்டு கன்னங்களில் நீர் வழிந்த காட்சியை என்னால் இப்போதும் மறக்க முடியாது. மனம் தளரும் போதெல்லாம் அதை எடுத்துப் படிப்பது என் வழக்கமாகியிருந்தது.

உடைகளுக்கும் உணவுக்குமே என் கையிருப்பு காலியாகி விட்டது. டாக்டர் லாத் பத்து ரூபாய் அனுப்பினார்; அதை வைத்துக்கொண்டு பிப்ரவரி மாதத்தை எப்படியோ சமாளித்து விட்டேன். அடுத்தது என்ன செய்ய? டாக்டர் பண்டார்கர் ஏதாவது ஏற்பாடு செய்வதாகச் சொல்லியிருந்தார்; ஆனால் எதுவும் நிச்சயமில்லாமல் இருந்தது. என்னவானாலும் அவரிடம் விஷயத்தைத் தெளிவுபடுத்திக்கொள்வதுதான் ஒரே வழி என்று எனக்குப் பட்டது. அவரிடம் நேரடியாகவே கேட்டுவிடுவது என்று முடிவு செய்தேன். ஆனால் பிப்ரவரியில் அவருக்கு உடம்பு முடியாமலாகிவிட்டது. எனவே விஷயத்தைத் தள்ளிப் போட்டேன். அவர் குணமாகி வந்ததும் நிச்சயம் அவரிடம் பேசிவிட வேண்டும் என்று 1900 பிப்ரவரி மாதம் 25ஆம் தேதி அவரைச் சந்திக்க வீட்டிற்குச் சென்றேன். அவர் என்னை வீட்டிற்குச் சாப்பிட அழைப்பதுண்டு; ஆனால் அவரது வீடு நகரத்துக்கு மிகத் தொலைவில் இருந்ததால் எப்போதாவதுதான் அந்த அழைப்பை என்னால் ஏற்க முடிந்தது. சிலநேரங்களில் அவர் வீட்டில் இரவு உணவு சாப்பிட்டு அங்கேயே உறங்கி விட்டு, மறுநாள் காலை கிளம்பி நகரத்துக்கு வருவேன். மேலே குறிப்பிட்ட நாளிலும் அவர் வீட்டில் இரவு தங்கினேன்.

அடுத்த நாள் காலை அவரிடம் 'மேற்கொண்டு என் சாப்பாட்டிற்கு என்ன வழி' என்ற பேச்சை எடுத்தேன். அவர் என்னிடம் பிரார்த்தனா சமாஜத்தில் உறுப்பினராகச் சேர்ந்தால் சமாஜத்தின் மூலமாக உதவி செய்வதாகச் சொன்னார். இல்லையென்றால் தன்னால் உதவி எதுவும் செய்வதற்கில்லை

என்று சொல்லிவிட்டார். பௌத்தம் பற்றி ஆராய்ச்சிச் செய்ய விரும்புவதாக நான் முதலிலேயே அவரிடம் சொல்லியிருந்தேன். ஒருநாள் நாங்கள் அவரது காரில் போய்க்கொண்டிருந்தபோது அவர் தனது மூத்த மகனிடம் (அமரர் ஸ்ரீதர்பந்த் பண்டார்கர்) என்னைச் சுட்டிக் காட்டி, "இவர் புத்தராக ஆசைப்படுகிறார்" என்றார். அதற்கு நான், "புத்தராக ஆவதற்கு என்னிடம் என்ன தகுதியிருக்கிறது? உங்களைப் போன்ற அவரது சீடர்களில் ஒருவனாக ஆவதுகூட எனக்குக் கடினம்" என்றேன். இந்தப் பேச்சு எங்கள் இருவருக்கிடையிலும் மனவேற்றுமையை உருவாக்கிவிட்டது.[9] பௌத்தம் பற்றி கற்க அவர் தாராளமாக உதவி செய்வார் என்று நம்பியிருந்தேன். அவரோ, நான் அவருக்குச் சீடனாக, அதாவது பிரார்த்தனா சமாஜத்தின் உறுப்பினராக ஆவதற்குத் தகுதிப்படுத்திக் கொண்டிருக்கிறேன் என்று நம்பி யிருந்தார். ஆனால் நான் சொன்னது அதையல்ல. எனது வார்த்தைகள் நான் நினைத்தையே எதிரொலித்தன: இந்தச் சந்தர்ப்பத்தில் ஒரு புத்தனாக ஆவதோ அல்லது குறைந்தபட்சம் புத்தரின் சீடனாகவோ ஆவதோகூட என்னால் முடியாது. நான் சொல்ல வந்தது, சமஸ்கிருதம் ஓரளவு படித்து புத்தரின் சீடர்களில் ஒருவனாக ஆனாலே போதுமானது என்பதைத்தான். பிரார்த்தனா சமாஜத்தை நான் இதில் இழுக்க நினைக்கவே இல்லை. எதுவாக இருந்தாலும், அவருக்கு என்மீது மனவேற்றுமை உருவாகிவிட்டது என்பது நிஜம். "நீங்கள் பிரார்த்தனா சமாஜத்தில் சேருவீர்கள் என்றுதான் இப்போது வரையிலும் நம்பிக்கொண் டிருந்தேன். அதில் சேர்ந்து ஊழியம் செய்ய உங்களிடம் சொல்ல வேண்டும் என்றுதான் நான் ஆதரவுகாட்ட முன்வந்தேன்." என்றார்.

நான், "பிரார்த்தனா சமாஜத்தின் பெரும்பாலான நம்பிக்கை களில் எனக்கு உடன்பாடே. நான் சாதி பாகுபாட்டை ஏற்றுக் கொள்ளவில்லை. பால்ய விவாகம் தவறானது என்று நீண்ட காலமாக நம்பி வருகிறேன். ஆனாலும் பௌத்தம் பற்றிய முழுமையான அறிவைப் பெறுவது வரையிலும் நான் எந்த சமாஜத்திலும் சேர விரும்பவில்லை. பௌத்தம் மட்டுமே மனிதகுலத்தின் முன்னேற்றத்துக்கு உண்மையான வழி என்று இப்போதைக்கு நம்புகிறேன்" என்றேன்.

"இப்படிக் கருதுவதற்கு அடிப்படைக் காரணம் என்ன? உங்களுக்குப் பௌத்தம் பற்றி எவ்வளவு தெரியும்?"

---

9. கோஸம்பியைப் 'பௌத்தராக ஆசைப்படுகிறார்' என்பதற்குப் பதிலாக டாக்டர் பண்டார்கர் 'புத்தராக ஆசைப்படுகிறார்' என்று சொன்னதால் இந்த மனத்தாங்கல் உருவாகியிருக்கலாம்.

“நான் ஜகத்குரு கௌதம் புத்த சரித்திரம் படித்திருக்கிறேன். அதைப் படித்ததிலிருந்து, புத்தரின் போதனைகளும் அவரது சமயமும் மனிதகுலம் முழுமைக்குமே நன்மை பயக்கும் என்று நம்புகிறேன்.”

“ஓ, காணேயின் புத்தகம்தானே! தெரியும் தெரியும். அது ஆங்கில நூலின் மொழிபெயர்ப்பு. ஆங்கில நூலில் பௌத்தத்தின் கால் பங்குகூட வெளிப்படவில்லை; மராத்தி நூலோ ஆங்கில நூலின் கால் பங்கைக் கூடத் தரவில்லை! இதில் நீங்கள் அந்தப் புத்தகத்தைப் படித்துவிட்டுப் பௌத்தம் பற்றி சொந்த அபிப்ராயங்களை உருவாக்கிக் கொண்டீர்களா!”

“பௌத்தம் பற்றி எனக்கு எதுவும் தெரியாது என்பதை ஒப்புக்கொள்கிறேன். பௌத்தத்தின் ஆறில் ஒரு பங்கைக்கூட வெளிப்படுத்தாத நூல் என்று நீங்கள் கருதும் அந்த மராத்தி நூலே என்னை அவ்வளவுக் கவர்ந்திருக்கிறதென்றால், பௌத்தத்தின் மூல நூல்கள் எவ்வளவு சிறப்பாக இருக்கும் என்பதை என்னால் கற்பனை மட்டும்தான் செய்ய முடிகிறது. எனவே, நான் மூல நூல்களைக் கட்டாயம் படிக்க வேண்டும் என்பதில் உறுதியாக இருக்கிறேன்.”

“ஆனால் பௌத்தத்தைப் படித்து நமது நாட்டிற்கு என்ன பயன்? இதுபோக, நம் நாட்டில் பௌத்தத்தைப் பற்றி ஆழமாகக் கற்றுக்கொள்ள முடியாது. அதற்கு நீங்கள் நேபாளத்துக்கோ சிலோனுக்கோதான் போக வேண்டும்.”

“இந்த நாட்டிற்கு அது பயன்படலாம், பயன்படாமல் போகலாம். ஆனால் அது எனக்குப் பயனளிக்கும் என்பதில் நான் உறுதியாக இருக்கிறேன். அதற்காக நான் நேபாளத்துக்கோ சிலோனுக்கோ போகவும் தயார்.”

“ஆனால் அதற்கு நீங்கள் புத்தப் பிக்குவாக வேண்டும்.”

“இதில் ஏற்படப்போகும் கஷ்ட நஷ்டங்களைப் பற்றி நான் கவலைப்படவில்லை. பௌத்தம் பற்றிய அறிவைப் பெறுவதுதான் என் வாழ்க்கையின் குறிக்கோள் என்று நினைக்கிறேன்.”

எங்கள் பேச்சு நீண்டுகொண்டே போனது; ஆனாலும் அதனால் நல்ல பலன் எதுவும் விளையவில்லை. நாங்கள் பரஸ்பரம் இணங்கிப் போக முடியவில்லை. இனியும் புனேயில் இருப்பதில் அர்த்தமில்லை என்று எனக்கு விளங்கிவிட்டது. அப்படியானால் எங்கே போவது – சிலோனுக்கா இல்லை நேபாளத்துக்கா? அங்குள்ள மொழி, பழக்கவழக்கம் எல்லாமே வித்தியாசம். எனக்கு கன்னடம் போன்ற தென்னிந்திய மொழி

எதுவுமே தெரியாது. எனவே சிலோனுக்குப் போவது என்பது நடக்காது. நேபாளத்துக்குப் போவதும் அத்தனை எளிதல்ல. எனக்கு வட இந்திய மொழிகளும் தெரியாதுதான். ஆனால் முயற்சி செய்தால் கற்றுக்கொள்ள முடியும். அதுபோக, காசிவரை யிலும் மராட்டியர்கள் குடியிருந்தார்கள். எனவே, காசி போவது வரையிலுமாவது மொழிப் பிரச்சினை இருக்காது. இந்த எண்ணம் மனதில் தோன்றவும் வடக்கே செல்ல முடிவெடுத்தேன். பண்டார்கரிடம் கௌமுதி புத்தகத்தைத் திருப்பிக் கொடுத்தேன். தேவையான உடைகளை மட்டும் வைத்துக்கொண்டு மீதத்தை பிரார்த்தனா சமாஜத்தின் பியூன் பல்வந்தராவ் பவாரிடம் கொடுத்துவிட்டேன். ரேத்கரிடமிருந்து 12 ரூபாய் கடன் வாங்கினேன். பல்வந்தராவ் பவாரின் உதவியோடு மஞ்சள் வண்ணத்தில் முக்கி எடுத்த உடையைத் தரித்துக் கொண்டேன். குடுமியையும் பூணூலையும் துறந்தேன். சக வருடம் 1821 தை மாதம் அமாவாசை, 1900 மார்ச் 1 நடு இரவில் புனேயை விட்டுக் கிளம்பினேன்.

புனேயில் நான் கற்பதற்கான ஏற்பாடுகள் சரியாக அமையாமல் போனாலும் அங்கே இருந்ததில் எனக்குச் சில நன்மைகள் ஏற்பட்டன. மேற்கொண்டு பிரயாணம் செய்வதற்கான தைரியம் எனக்கு வந்துவிட்டது. பலரோடு பழக வாய்ப்புக் கிடைத்ததால் மராத்திய மொழியையும் பழக்கவழக்கங்களையும் நன்றாகத் தெரிந்துகொள்ள முடிந்தது. பிரார்த்தனா சமாஜத்தில் பிரார்த்தனையின் போது கொடுக்கப்பட்ட சில போதனைகள் உண்மையிலே எனக்குப் பிடித்திருந்தன. பிரார்த்தனா சமாஜத்தில் கிருஷ்ணராவ் கோட்போலே என்று ஒருவர் செயலாளராக இருந்திருக்கிறார். நான் புனே போவதற்கு முன்னால் அவர் மரணமடைந்திருந்தார். 1900 ஜனவரியோ பிப்ரவரியோ மாதத்தில் அவரது முதல் நினைவுநாள் வந்தது. அந்த நாளன்று டாக்டர் பண்டார்கர் தனது இல்லத்தில் ஒரு பிரார்த்தனைக் கூட்டம் நடத்தினார். நானும் அதில் கலந்துகொண்டேன். அந்தச் சந்தர்ப்பத்தில் சொல்வதற்காக பண்டார்கர் துக்கராமின் இரண்டு பாடல்களைத் தேர்ந்தெடுத்திருந்தார். அந்தப் பாடல்கள்தான் எனக்குக் கஷ்டங்கள் நேரிட்ட போதெல்லாம் வழித்துணையாக அமைந்தன. அந்தப் பிரார்த்தனையைக் கேட்டது எனக்குப் பெரும் அனுகூலமாக அமைந்தது. அந்தப் பிரார்த்தனை உரை எனக்கு நினைவில்லை; ஆனால் அந்தப் பாடல்கள் நினைவிலிருக்கின்றன. இதோ அவை:

ஒவ்வொரு கணமும் நினைவில் கொள்,
கடந்தாக வேண்டும் இம்மையின் கடலை நாம்.
அழிந்துபோகும் இந்த உடல்,

காலம் காத்திருக்கிறது அதை விழுங்க.
துறவிகளை அடுத்திரு, பரமார்த்திகச் சிந்தனை கொண்டிரு.
துக்கா சொல்கிறான்,
இகலோகத்தில் ஆழ்ந்து விடாதே
உன் கண்ணை மறைத்துக் கொள்ளாதே

உன் அறிவின் ஒளியில் ஏகு நீ முதலில்,
வேண்டியது உனக்குக் கைகூடும்.
பிறரைத் திரும்பிப் பாராதே,
உதவி எங்கே என்று தேடாதே.
உன் பலமே போதும் உனக்கு,
பிறர் கையுதவிக்கு ஏங்காதே.
துக்கா சொல்கிறான்,
உடல் இச்சைகளை விட்டுவிடு,
பிரம்மத்தில் மனம் ஆழச் செலுத்து.

7

புனேயிலிருந்து குவாலியருக்கு

புனேயை விட்டு அமாவாசையன்று கிளம்பினேன் என்று முந்தைய அத்தியாயத்தில் சொன்னேன். நடுஇரவில் பிரார்த்தனா சமாஜத்தை விட்டு வெளியேறி, தவுந்து-மன்மாடு பாதையில் செல்லும் ரயிலைப் பிடிக்க ரயில்நிலையம் விரைந்தேன். என் மனது விரக்தியில் இருண்டுகிடந்தது. ஆனால் வானம் மேகமற்றிருந்தது; இரவு வானில் மின்னும் நட்சத்திரங்களைப் போல அவ்வப்போது என் மனதில் ஏதோ நம்பிக்கையின் ஒளிகீற்று வெட்டிச் சென்றது. ஒரு ஆபத்தான முயற்சியில் இறங்கியிருக்கிறேன் என்பது எனக்குத் தெரிந்தது. வெற்றியடைவது மிகக் கடினம் என்பதும் எனக்குத் தெரிந்திருந்தது. என்றாலும், மனவுறுதியோடு முயன்றால் என் வாழ்நாளுக்குள் பௌத்த சமயம் பற்றி ஓரளவு அறிவையாவது என்னால் பெற்றுவிடமுடியும் என்று எனக்குப் பட்டது. எப்படியானாலும், என்னுடைய சுய நன்மைக்காக நான் இந்த முயற்சியில் இறங்கவில்லை. திருடர்கள், கொள்ளைக்காரர்களின் துணிகர முயற்சி போன்றதல்ல இது. இந்த எண்ணம் எனக்கு நல்ல மனஆறுதலைத் தந்தது. இந்த முயற்சியின் முடிவில் வெற்றியில்லை, மரணம்தான் என்றாலும் பரவாயில்லை. என்னால் என்ன முடிந்ததோ அதைச் செய்தேன், என் கடமையைச் செய்தேன் என்றாவது சொல்லிக் கொள்ள முடியுமல்லவா? இறக்கும்போது மனச்சமாதானத்தோடு இறப்பேன் என்றும் எண்ணினேன்.

தவுந்து ஊரைத் தாண்டியதும் நான் ரயிலில் இந்தோருக்குப் போகும் சில மாணவர்களைச்

சந்தித்தேன். இந்தோர் வரையிலும் அவர்கள் என்னைக் கவனித்துக் கொண்டார்கள். இந்தோரில் அவர்கள் ஒரு உணவுவிடுதியில் தங்கியிருந்தார்கள்; நானும் அங்கேயே தங்கினேன். இரண்டு நாளிலேயே என் கையிருப்புக் கரைந்துவிட்டது. உண்மையிலேயே இனி கையேந்தத்தான் வேண்டும். ஆனால் முன்பின் தெரியாத ஊரில் யார் எனக்கு உணவு தருவார்கள்? இரண்டொரு இடங்களில் கேட்டுப் பார்த்தேன், காரியமாகவில்லை. கடைசியில், பெரிய அதிகாரியாக இருக்கும் வாக்லே என்ற (சரஸ்வத்) ஒருவரின் வீட்டிற்குச் சென்றேன். அது காலைவேளை. அந்தப் பெரிய மனிதர் முன்னறையில் கம்பளிச்சட்டை அணிந்து ஹூக்கா பிடித்துக்கொண்டிருந்தார். குட்குடி எனக்குத் தெரியும்; ஆனால் ஹூக்காவை நான் பார்த்ததில்லை. ஒரு பெரிய குடுவை, பாம்பைப் போல தரையில் நெளிந்துகிடக்கும் நீண்ட குழல், வெள்ளி புகைஇழுப்பான் இவற்றைப் பார்த்து நான் திடுக்கிட்டுப் போனதில் ஆச்சரியம் ஒன்றுமில்லை. ஆனால் இவற்றை ஆராய்ச்சி செய்வதில் நேரத்தைக் கடத்தாமல், அந்த ராவ் சாஹேப்பிடம் உதவி கேட்டு இறைஞ்சினேன். ஆனால் ராவ் சாஹேப்போ ஹூக்கா பிடிப்பதில் மும்முரமாக இருந்தார்; இதற்கிடையில் ஒரு குமாஸ்தா ஏதோ ஆபிஸ் வேலையை எடுத்துக் கொண்டு வந்தார். அவருக்கு என்னிடம் பேச்சுக் கொடுக்க நேரமில்லை என்பது எனக்குத் தெரிந்துவிட்டது. இன்னொரு குமாஸ்தாவைக் கூப்பிட்டு எனக்கு நான்கு அணா கொடுக்கச் சொன்னார் – அது ஹோல்கர் சமஸ்தானத்தின் நாணயமா அல்லது பிரிட்டீஷ் நாணயமா என்று எனக்கு நினைவில்லை. எப்படியோ ராவ் சாஹேப் ஏன் எதற்கு என்று கேட்காமல் இந்த நான்கணாவைக் கொடுத்தாரே என்று சந்தோஷப்பட்டுக் கொண்டேன். ‘நீ எந்த ஊர்; எங்கே போகிறாய்; உன் சாதி என்ன; திருமணம் ஆகிவிட்டதா?’ போன்ற தர்மசங்கடமான கேள்விகளுக்கு நான் பதிலளிக்கத் தேவையில்லாமல் போய்விட்டதல்லவா?

இந்தோரிலிருந்து உஜ்ஜையினி போவதற்கு ரயில் கட்டணம் ஆறோ ஏழோ அணா. வாக்லே சாஹேப் தந்த நான்கணாவுடன் என் கையிலிருந்த ஏதோ கொஞ்சத்தைப் போட்டு பயணச்சீட்டு எடுத்தேன். அன்று மாலை உஜ்ஜையினி போய்ச் சேர்ந்தேன். எங்கே தங்குவது? நான் புனித யாத்திரை வந்திருக்கிற ஆள் என்று நினைத்து உள்ளூர்வாசிகள் சிலர் என்னை ராம் பட் என்ற புரோகிதரின் வீட்டிற்குப் போகச் சொன்னார்கள். குறுக்குச் சந்துகள் பலவற்றில் நுழைந்துக் கடந்து எப்படியோ ராம் பட்டின் வீட்டைக் கண்டுபிடித்துவிட்டேன். பட்ஜி வீட்டில் இல்லை; ஆனால் என் சொற்ப உடைமைகளை அங்கே வைப்பதை யாரும் தடுக்கவில்லை. அந்த நகரத்தில் குழாய்த் தண்ணீர் கிடையாது;

வருண பகவான் கோபத்தால் அந்த ஊரின் நதி வறண்டுவிட்டது. அங்குமிங்கும் குழிகளில் தண்ணீர் இருந்தது என்றாலும் அது அழுக்கடைந்துபோய் புழுபூச்சிகள் மிதப்பது தெளிவாகத் தெரிந்தது. கைகாலை கழுவிக்கொண்டேன், ஆனால் குடிப்பதற்கு எனக்கு யோசனையாக இருந்தது. இரண்டொருவரிடம் குடிக்க எங்காவது தண்ணீர் கிடைக்குமா என்று கேட்டேன்; பதில் எதிர்மறையாக இருக்கவே, வேறு வழியில்லாமல் அந்தத் தண்ணீரையே மெல்லிய துணியில் வடிகட்டி குடிக்க வேண்டி வந்தது. விளைவு, நான் அன்று இரவு முழுவதும் தூங்கவே இல்லை; பத்துப் பன்னிரண்டு தடவை கழிப்பறைக்கு ஓட வேண்டியிருந்தது. மறுநாள் ராம்பட்ஜியோடு தங்கியிருந்த ஒரு திராவிட வித்யார்த்தி என்னிடம் தன்னோடு பிட்சை எடுக்க வருகிறீர்களா என்று கேட்டான். இந்த வயிற்றுப் போக்கை வைத்துக்கொண்டு என்னால் வர முடியாது என்று பதிலளித்தேன். எனவே அவன் மட்டும் இரண்டொரு வீடுகளில் பிட்சை எடுத்து, எங்கள் இருவருக்கும் தேவையான உணவோடு வந்தான். ஆனால் எனக்கு அன்று அதிகம் சாப்பிட முடியவில்லை. அவன் வற்புறுத்தியதால் ஒன்றிரண்டு சப்பாத்தியும் கொஞ்சம் சோறும் சாப்பிட்டேன். கழிப்பறைக்குப் போவது இப்போது அதிகரித்தது. காலரா வந்து இங்கேயே இறந்துவிடுவேனோ என்று எனக்குத் தோன்ற ஆரம்பித்துவிட்டது.

ராம்பட்டின் வீட்டைத் தொட்டடுத்து ஒரு சிறிய மருத்துவமனை இருந்தது; அதன் மருத்துவர் பெயர் ஜோக்லேகர். அவரைப் போய்ப் பார்த்தேன்; அவரது மருந்து எனக்கு நல்ல ஆசுவாசத்தைத் தந்தது; ஆனாலும் சுத்தமான தண்ணீர் இன்னும் கிடைக்கவில்லை. ஜோக்லேகர், மாதவ் பள்ளியில் ஆசிரியராக இருந்த கேல்கர் என்பவரிடம் என்னைப் பற்றிச் சொல்லியிருக்கிறார். அன்று மாலையில் அவர் என்னைத் தெருவில் பார்த்து ஜோக்லேகர் சொன்ன மனிதர் நீங்கள்தானா என்று கேட்டார். நான் ஆமாம் என்றதும் அவர், "ராம்பட்டின் வீட்டில் தங்குவதில் உங்களுக்குச் சிரமம் இருப்பது தெரிகிறது. நாளை என் வீட்டிற்கு வந்துவிடுங்கள்" என்றார். அவரது அழைப்பை நான் மகிழ்ச்சியோடு ஏற்றுக்கொண்டேன். கேல்கரின் வீட்டில் எல்லா ஏற்பாடுகளும் பிரமாதமாக இருந்தன. சுத்தமான கிணற்றிலிருந்து அவர் குடிப்பதற்குத் தண்ணீர் கொண்டு வந்தார். இதனால் இரண்டொரு நாளில் உடல்நிலை தேறத் தொடங்கியது.

கேல்கர், மாதவ் பள்ளி ஆசிரியர்கள் சிலரிடம் என்னை அறிமுகம் செய்துவைத்தார். அவர்கள் தங்களுக்குள் பணம் வசூல் செய்து நான் குவாலியர் செல்வதற்கான பயணச்சீட்டு

வாங்கிக் கொடுத்து வழிச்செலவுக்கும் பணம் தந்தார்கள். உஜ்ஜைனியிலிருந்து கிளம்பிய நான் இரண்டு நாட்கள் ஜான்சியில் தங்கினேன். ஜான்சி ரயில்நிலையத்தில் கர்ஹாடே பிராமண[1] வண்டிக்காரர் ஒருவரைப் பார்த்தேன்; அவர் தன் இல்லத்துக்கு என்னை தனது வண்டியில் இட்டுச் சென்றார். அவரது வீட்டில் குடியிருந்த ஒரு விதவை பெண்மணியிடம் பணம்கொடுத்துச் சாப்பிடுவதற்கு ஏற்பாடு செய்துத் தந்தார். உஜ்ஜைனியில் பிடித்த வயிற்றுப்போக்கு இங்கு மீண்டும் வந்து என்னைச் சோர்வுக்குள்ளாக்கியது. ஜான்சி நகரத்தை உருப்படியாகப் பார்க்கக்கூட என்னால் முடியவில்லை. ஜான்சியிலிருந்து கிளம்பி மார்ச் 12ஆம் தேதி குவாலியர் வந்து சேர்ந்தேன். அங்கே முதலில் டாக்டர் லேலேயுடன் தங்கினேன். மறுநாள் டாக்டர் துவாரகர்நாத் சங்கர் வாக்லேயைப் பார்க்கப் போனேன். முதலில் அவர் என்மீது ஆர்வம் காட்டவில்லை; ஆனால் நான் சரஸ்வத் பிராமணன் என்பது தெரியவந்ததும் தன் வீட்டில் தங்கிக்கொள்ளச் சொல்லி வற்புறுத்தினார். ஆனால் அந்த வீட்டில் இடம் சுருக்கம்; குடும்பத்துப் பெண்கள் வேறு வடஇந்திய சம்பிரதாயப்படி ஒதுங்கியே இருந்தார்கள். எனவே அவரிடம் நான் தனியாகவே இருந்துகொள்ள விரும்புவதாகச் சொன்னேன். அவர் தனது வீட்டினருகில் ஒரு சர்தாரின் பங்களாவுக்குப் பின்வசத்தில் அறையொன்றை அமர்த்தித் தந்தார். இங்குதான் ஆறு மாதங்கள் இருந்தேன்.

ஜான்சிக்கு வரும்போது நான் உடம்புக்கு முடியாமல்தான் இருந்தேன். டாக்டர் வாக்லே தந்த மருந்து ஒரு வாரத்தில் என்னைக் குணப்படுத்திவிட்டது. அதன் பின்னர் நான் அவரிடம் காசிக்குப் போகும் என் திட்டத்தைச் சொன்னேன். அதற்கு அவர், “இந்தக் கோடைக்காலத்தில் போனால் நீங்கள் அனாவசியமாகக் கஷ்டப்படுவீர்கள். கோடை முடியவிட்டுப் போங்கள்” என்றார். அதுவும் சரிதான் என்று எனக்குத் தோன்றியது. குவாலியரில் கோடை கொஞ்சம் வித்தியாசம்தான். மதியத்தில் வெளியே கால் வைக்க முடியாது. இரவிலோ அடிக்கடி அனல் காற்று வீசி உடம்பைத் தகிக்க வைத்து தூக்கமில்லாமல் செய்தது. இந்தக் காற்றால் எனக்கு ஒருமுறை காய்ச்சலே வந்துவிட்டது. இரண்டொரு நாள் படுக்கையிலேயே கழித்தேன். டாக்டர் வாக்லேயின் மருந்து காய்ச்சலைக் குணப்படுத்தியது. என் உடல் தேறியது.

---

1. சித்பவன் அல்லது கொங்கணஸ்தர்கள், கர்ஹாடேக்கள், கொங்கணக் கடற்கரையைப் பூர்வீகமாகக்கொண்ட சரஸ்வத்கள், தக்காண பீடபூமிப் பிரதேசத்தைச் சேர்ந்த தேசஸ்தர்கள் ஆகியோர் மகாராஷ்டிர பிராமணர்களில் முக்கியப் பிரிவினர்.

பீடிக்கு நான் ரொம்பவும் அடிமையாகிப் போய்விட்டதால் எவ்வளவோ முயன்றும் என்னால் அதை விட முடியவில்லை. குட்குடியைக் கோவாவில் வைத்தே விட்டுவிட்டேன்; ஆனால் அதற்குப் பதிலாகப் பீடி குடிக்கத் தொடங்கினேன். குவாலியரில் பீடி கிடைத்தது; ஆனால் வாக்லே சிகரெட்தான் பிடிப்பார். நானும் புகைப்பிடிக்கும் பழக்கத்தைக் கொஞ்சம்கொஞ்சமாகக் குறைத்து, ஒரு நாளைக்கு மூன்று சிகரெட்டோடு நிறுத்திக் கொண்டேன். ஆனால், அந்த மூன்று சிகரெட்டும் கிடைக்க வில்லை என்றால் நான் நிலைகொள்ளாமல் தவிப்பேன். வாக்லே சில நேரங்களில் என்னிடம் புகைபிடிப்பதை விட்டுவிடச் சொல்லுவார்; என்னால்தான் முடியவில்லை. தாங்க முடியாத வெக்கையினால் ஒரு முறை எனக்குக் காய்ச்சல் வந்தபோது, வாய் ருசியே போய்விட்டது; பீடியும் சிகரெட்டையும் விட்டுவிட்டேன். புகைபிடிப்பதை விடுவதற்கு இதுதான் நல்ல சந்தர்ப்பம் என்று புரிந்துகொண்டு, வாய் ருசி மீண்டும் வந்தாலும் புகைபிடிப்பதில்லை என்று உறுதிபூண்டேன். அதற்கு அடுத்த ஒரு வாரம் வரையிலும், சபதத்தை மீறிவிடுவேனோ என்று அச்சம் எனக்கு இருந்துகொண்டே இருந்தது. நல்ல வேளை அப்படி நடக்கவில்லை. கடந்த பன்னிரண்டு ஆண்டுகளில் நான் சிகரெட்டையோ பீடியையோ தொடவில்லை என்றல்ல; அவ்வப்போது ஒரு சிகரெட்டோ, சிலோன் அல்லது பர்மாவில் இருக்கும்போது சுருட்டோ நான் பிடிக்காமலில்லை. ஆனால் குவாலியரில் விட்டொழித்த புகைக்கும் பழக்கம் அப்புறம் என்னைத் தொற்றவே இல்லை.

டாக்டர் வாக்லேயின் வீட்டில் சாப்பிடுவதும் பின்னர் என் அறைக்குப்போய் உட்கார்ந்துகொள்வதும்தான் குவாலியரில் எனக்கிருந்த ஒரே வேலை. ஆனாலும் இப்படிச் சும்மா இருப்பது எனக்குப் பிடிக்கவே பிடிக்காது. மோரோ பந்தின் ‘காவ்ய சங்கிரஹா’ நூலிலுள்ள பெரும்பான்மையான கவிதைகளையும் படித்துவிட்டேன். டாக்டர் வாக்லே வீட்டிற்கு அவரது தங்கை மகனுக்குச் சொல்லிக் கொடுக்க ஒரு பட்டதாரி ஆசிரியர் வந்துகொண்டிருந்தார். அவர் சொந்தமாகச் சமஸ்கிருதமும் படித்து வந்தார். மகாகவி பாரவியின் ‘கிரதாஜுனிய’த்திலிருந்து சில பாடல்களை அவரிடம் கேட்டுக் கற்று மனப்பாடம் செய்துகொண்டேன். குவாலியரிலிருந்த ஒரு கல்லூரிக்குச் சென்று அங்கிருந்த சாஸ்திரி ஒருவரிடம் எனக்குச் சமஸ்கிருதம் கற்றுத் தரக் கேட்டேன். ஆனால் அவர் மறுத்துவிட்டார். ஆனால் என்னால் என்ன முடியுமோ அதைப் படிப்பதை மட்டும் நிறுத்தவே இல்லை.

காசிக்குப் போவதைப் பற்றி பேச்செடுக்கும்போதெல்லாம் டாக்டர் வாக்லே என்னிடம் அதை தள்ளிப்போடச் சொல்லுவார்.

கடைசியில் ஒருநாள் அவர் என்னிடம், "இதோ பாருங்கள். நான் உங்களை என் தம்பியாக நினைத்துக்கொண்டு சொல்கிறேன். ஊர் சுற்றி ஊர் சுற்றியே நீங்கள் வாழ்க்கையை இப்படி வீணடிக்க நான் விட மாட்டேன். உங்களுக்கு மராத்தி அத்துப்படியாக இருக்கிறது; நான் முயற்சி செய்தால் இருபத்தைந்து முப்பது ரூபாய் சம்பளத்தில் உங்களுக்கு இங்கேயே ஒரு வேலை வாங்கித் தர முடியும்.[2] உங்களுக்கு இருக்கும் அறிவுக்கும் திறமைக்கும் நீங்கள் ஆறு வருடத்தில் 250, 300 சம்பளத்துக்கு உயர்ந்துவிட முடியும்" என்றார். தங்களின் மராத்தி மொழித் திறமையை வைத்துக்கொண்டே இதுபோல் மேலே வந்த சிலரைப் பற்றியும் சொன்னார். ஆனால் அவரது வார்த்தைகள் என்னை அசைக்க வில்லை; ஆறுமாதமாக என்னோடு பழகியும் அவர் என்னை 25 ரூபாய்க்கும் 250 ரூபாய்க்கும் மதிப்புள்ளவனாகத்தான் கருதுகிறாரே என்ற எண்ணம்தான் வந்தது! அவரிடம் தெளிவாகவே சொன்னேன். "பணம் சம்பாதிப்பதற்கு அல்ல நான் இவ்வளவு தூரம் கஷ்டப்படுவது. நான் விரும்பியதை அடைவதற்குத்தான். குடும்பத்தையும் சொந்த ஊரையும் துறந்து வந்தது பணம் சம்பாதிக்க அல்ல." ஆனால் நான் சொல்ல வந்ததே அவருக்குப் புரியவில்லை. "நீங்கள் சாப்பிடுவதிலிருந்தே தெரிகிறது, உங்கள் ஆரோக்கியம் எவ்வளவு மோசமாக இருக்கிறது என்று. இங்கே என்றால் உங்களைக் கவனித்துக் கொள்ள நான் இருக்கிறேன். காசிக்கோ அதுபோன்ற புனிதத் தலங்களுக்கோ போனால் யார் உங்களைக் கவனித்துக் கொள்வார்கள்? இங்கே வேலை கிடைக்குமா கிடைக்காதா என்ற சந்தேகம் உங்களுக்கு இருந்தால், நான் ஒரு ஸ்டாம்ப் பேப்பரில் உங்களுக்கு வேலை கிடைக்கும் வரையிலும் என் கையிலிருந்து மாதம் 30 ரூபாய் தருவதாக எழுதிக் கொடுக்கிறேன்" என்றார். நான் அவரது பெருந்தன்மைக்கு நன்றி தெரிவித்துவிட்டுச் சொன்னேன்," உங்கள் உதவியை நான் மறக்க மாட்டேன். இந்த ஆறு மாதமும் நீங்கள் உண்மையிலேயே என்னை ஒரு சகோதரனைப் போலத்தான் நடத்தினீர்கள். அதே அன்புதான் இப்போதும் வெளிப்படுகிறது. ஆனால் உங்கள் சகோதரனின் அறிவுத்தாகத்தைத் தீர்க்க வேண்டியதும் உங்கள் கடமைதானே, இல்லையா? ஷிண்டேயின் சமஸ்தானத்தில் ஒரு குமாஸ்தாவாக நான் காலத்தைக் கழிப்பது சரியாக இருக்குமென்று நீங்கள் நினைக்கிறீர்களா? நீங்கள் இங்கே இருக்கும் வரையிலும் குமாஸ்தா வேலை எனக்குக் கிடைப்பது பிரச்சினையே இல்லை. ஆனால் சமஸ்கிருதம் படிக்க வேண்டும் என்று எனக்குள் கொழுந்துவிட்டு எரியும் ஆசையை அடக்கிக்கொண்டல்லவா

2. ஷிண்டே (சிந்தியா) மன்னரின் மராத்தா சமஸ்தானத் தலைநகரமான குவாலியரில் மராத்தி மொழிக்கு நல்ல மதிப்பிருந்தது.

நான் குமாஸ்தா வேலை பார்க்க வேண்டும்? எனக்கு உதவி செய்ய வேண்டும் என்று நீங்கள் விரும்பினால், என் படிப்பிற்கு உதவி செய்யுங்கள். வேறு எந்த உதவியும் எனக்கு வேண்டாம்." நான் இப்படிப் பேசியது அவருக்குப் பிடிக்கவில்லை. மராத்தா சாதியைச் சேர்ந்த மலப் என்ற அவரது நண்பர் ஒருவர் மூலமாக என்னைக் கரைக்க முயன்றார். ஆனால் என்னைத் தடுக்க யாராலும் முடியவில்லை. கடைசியில், நான் காசிக்குப் போவதற்கு அவர் மனமே இல்லாமல் அனுமதி தந்தார்; தான் நேரடியாகவோ அல்லது பிறர் மூலமாகவோ எனது படிப்புக்கு உதவுவதாக வாக்குத் தந்ததோடு, காசியில் ஏற்பாடுகள் சரியாக அமையவில்லை என்றால் குவாலியருக்குத் திரும்பி வந்துவிடும்படியும் கூறினார்.

தஞ்சாவூரிலிருந்து பி. நாராயண ராவ் என்ற மாணவர் குவாலியரில் அப்போது எல்.ஐ. பி படித்துக்கொண்டிருந்தார். அவர் டாக்டர் வாக்லேயைப் பார்க்க அடிக்கடி வந்துகொண்டிருந்ததால் எனக்கு அவரோடு நல்ல பழக்கம் ஏற்பட்டது. அவர் கொஞ்சம் உணர்ச்சிவசப்படக் கூடியவர் என்றாலும் மிக நேர்மையானவர்; இதனால் நாங்கள் இருவரும் நண்பர்களாகி விட்டோம். நான் காசிக்குப் போனதும் மாதம்தோறும் மூன்று ரூபாய் அனுப்புவதாக அவர் உறுதியளித்ததோடு, முன் பணமாக மூன்று ரூபாயும் தந்தார். டாக்டர் வாக்லே கைச்செலவுக்காக இருபது ரூபாய் தந்தார்; அவரது நண்பர் மலப் ஒரு ரூபாய் தந்தார். வாக்லே பனிக்காலத்தில் நான் அணிந்துகொள்வதற்காக ஒரு கனத்த மேல்கோட்டும் தந்தார். இரண்டு பனிக்காலம் அது நன்றாக உழைத்தது. காசியில் என்னால் ஒரு சன்னியாசியைப் போல இருக்க முடியாது; குவாலியரில் எனக்குச் சொல்லித் தர சாஸ்திரிகள் மறுத்ததுபோல அங்கே இருக்கும் சாஸ்திரிகளும் மறுத்துவிடலாம் என்று அஞ்சினேன். எனவே, நாராயண ராவோடு கலந்துபேசி, மறுபடியும் பூணூலை எடுத்துப் போட்டுக் கொண்டு மீண்டும் பிராமணன் ஆக முடிவு செய்தேன். ஆனால் குடுமிக்கு எங்கே போவது? புனேயில் பூணூலோடு அதற்கும் விடைகொடுத்திருந்தேன்! நாராயண ராவ் இதற்கும் ஒரு வழி சொன்னார். என் தலைமுடி ஒரு அங்குலத்துக்கு அதிகமாக வளர்ந்திருந்தது. பிரயாகையில் (அலகாபாத்) இறங்கி, உச்சித்தலையில் மட்டும் குடுமிக்குக் கொஞ்சம் முடியை விட்டுவிட்டு மொட்டைப் போட்டுக்கொள்வதாகத் திட்டம் செய்தேன். நாராயண ராவ் பூணூல் இரண்டு வாங்கி நான் ரயில் நிலையம் கிளம்புகிறபோது கொண்டு வந்து தந்தார். அவர் என்னை வழியனுப்ப உடன் வந்தார். டாக்டர் வாக்லே தனது டோங்காவைக் கொடுத்தார். வண்டி கிளம்பும்போது

குதிரை சண்டி செய்தது; எனது இடத்தில் வேறு யாராவது இருந்திருந்தால் சகுனம் சரியில்லை என்று திரும்பியிருப்பார்கள். ஆனால் நான் கலங்கவில்லை. என் நல்ல காலம், நாராயண ராவுக்கும் சகுனத்தில் எல்லாம் நம்பிக்கை இல்லை. குதிரை ஒரு வழியாக அடங்கியது; நாங்கள் குவாலியர் ரயில் நிலையத்துக்குப் பத்திரமாகப் போய்ச் சேர்ந்தோம். நாராயண ராவிடமும் வேறு இரண்டொரு அன்பர்களிடமும் விடைபெற்றுக் கொண்டு நான் ரயிலில் இருக்கையில் சென்று அமர்ந்தேன். அது, 1900 செப்டம்பர் 17ஆம் தேதி என்று நினைவு.

8

காசி யாத்திரை

குவாலியரிலிருந்து கிளம்பியவன் மறுநாள் பிரயாகையை அடைந்தேன். அங்கே ஒரு தெற்கத்தியப் புரோகிதரோடு தங்கினேன். அவர் நல்லவராகத் தெரிந்தார்; ஒன்றே கால் ரூபாயில் சடங்குகள் எல்லாம் செய்து தருவதாக வாக்களித்தார். மொட்டை போடுவதுதான் பிரதானம். மறுநாள் நான் அவரோடு சங்கமத்துக்குச் சென்றேன். நாவிதர் ஒருவரிடம் என்னைக் கூட்டிச் சென்று எனக்கு மொட்டைப் போடச் சொன்னார். குவாலியரில் ஆறு மாதங்கள் இருந்ததால் கொஞ்சம் இந்துஸ்தானி பேசக் கற்றுக்கொண்டிருந்தேன். இந்த மொழியில் நாவிதரிடம் உச்சந்தலையில் நாலு அங்குலச் சுற்றளவுக்குக் குடுமிக்காக முடி வைத்துவிட்டு மீதியை வழிக்கச் சொன்னேன். 'குடுமி'க்கு இந்தியில் வேறு வார்த்தை போலிருக்கிறது; அவருக்கு நான் சொன்னது விளங்கவில்லை. அவர் சவரக் கத்தியால் நடு உச்சியிலும் கொஞ்சம் வழிக்கப் போனார். எனக்குச் சந்தேகம் வந்ததால் நான் அவரிடம் மீண்டும் எச்சரிக்கை செய்தேன். அவர் எல்லாம் சரியாகத்தான் செய்வதாகச் சொன்னார். கடைசியில், குடுமி பெயருக்கு ஒரு குடுமியாகி விட்டது. 'தேர்ந்த' இந்த நாவிதர் தன் கைவண்ணத்தை ஒரு வழியாக முடித்தபோது, என் தலையில் அரை அங்குலத்தில், உச்சந்தலைக்குச் சம்பந்தமில்லாமல் ஒரு குடுமி! அதன் பிறகு பிண்டம் கொடுப்பது போன்ற மீதிச் சடங்குகளில் நான் அவ்வளவு சிரத்தை செலுத்த வில்லை. கொடுத்த பணத்துக்கு அந்தப் புரோகிதர் எல்லாவற்றையும் சரியாகச் செய்து கொடுத்தார்.

1900 செப்டம்பர் 20இல் நான் பிராயாகையிலிருந்து கிளம்பி இரவு பத்தரை மணிக்குக் காசி ரயில்நிலையம் போய்ச் சேர்ந்தேன். ரயிலிருந்து இறங்கியதும் சகராம் பட் என்ற கொங்கணஸ்த பிராமணர் என்னைத் தன்னோடு வரும்படி அழைத்து, வேண்டிய ஏற்பாடுகளைத் தானே செய்து தருவதாகச் சொன்னார். அந்த நேரத்தில் கறுத்த, கொஞ்சம் குட்டையான இன்னொரு சகராம் பட் பிரசன்னமாகி, "உங்கள் முன்னோர்கள் காசிக்கு வந்தால் என் வீட்டுக்குத்தான் வருவார்கள். அப்படியிருக்கும்போது இந்த அயோக்கியன் சொல்வதை ஏன் கேட்கிறீர்கள்?" என்றார். கறுப்பு சகராமுக்கும் வெள்ளை சகராமுக்குமிடையில் பயங்கரச் சண்டை தொடங்கியது. நான், "எதற்கு இந்தச் சண்டை? உங்கள் இருவரில் யாரிடம் என் முன்னோர்கள் வந்து போனதுக்கு அத்தாட்சி இருக்கிறதோ, அதைக் காட்டுங்கள். நாளை அவரிடம் வருகிறேன். இப்போதைக்கு இந்த (வெள்ளை) சகராம் பட்டுடன் போகிறேன். அவர்தான் என்னை முதலில் சந்தித்தார்" என்று சொல்லி சமாதானம் செய்தேன். வெள்ளை சகராமுடன் ரயில் நிலையத்தை விட்டு இறங்கினேன். கறுப்பு சகராம் பட் எங்கள் பின்னாலேயே சத்தம் கொடுத்தார்: "போங்கள், போங்கள்! அந்த அயோக்கியன் உங்களிடம் இருப்பவற்றை எல்லாம் பிடுங்கிக்கொண்டு கொலை செய்துவிடப் போகிறான். பார்த்துக்கொள்ளுங்கள்!" நான் அவரிடம், "என்னிடம் கொள்ளையடிப்பதற்கு எதுவுமே இல்லை. என்னைக் கொன்று விடுவார் என்ற பயமும் எனக்கு இல்லை" என்றேன். அன்றிரவு நானும் வெள்ளை சகராம் பட்ஜியும் ரயில் நிலையம் அருகிலேயே ஒரு அறையில் தங்கினோம். வேறு இரண்டு மூன்று பேரும் அங்கிருந்தார்கள். கொலை செய்துவிடுவார் என்ற சந்தேகம் கொஞ்சமும் இல்லாமல் நான் நன்றாக உறங்கினேன்.

மறுநாள் அதிகாலையில் சகராம் பட் என்னை எழுப்பினார்; ஒரு ஏக்கா (சிறிய டோங்கா)வில் அவர் வீட்டுக்குப் போனோம். பட்ஜி வீட்டில் ஒரு பெண் இருந்தாள். அவள் வேறு ஜாதியைச் சேர்ந்தவளாக இருக்கலாம். அவளையும் அவளது மூன்று குழந்தைகளையும் இவர்தான் கவனித்துக்கொண்டார்; சமைப்பதுகூட இவர்தான். பட்ஜி ஏக்காவுக்குக் காசு கொடுத்தார். அந்தப் பெண் கதவைத் திறந்தார். பட்ஜி எனக்கு மாடியில் தங்குவதற்கு ஓர் அறையைத் தந்தார். நான் கைகால் கழுவிக் கொண்டு தயாரானேன். பட்ஜி காசியில் செய்ய வேண்டிய புனித கருமங்களின் பட்டியலைத் தந்தார் – காசியிலுள்ள புண்ணியத் தலங்களைப் பார்ப்பது தொடங்கி திதி கொடுப்பதுவரையிலும். ஐந்து ரூபாய் கூலி. நான், "எனக்குத் திதி கொடுப்பதற்கு ஒன்றும் அவசரமில்லை. நான் ஒரு வருடமோ அதற்கு மேலோ இங்கேதான் இருக்கப் போகிறேன். எனக்குச் சௌகரியப்படும்போது

அவற்றைச் செய்துகொள்ளலாம். இப்போதைக்கு நான் ஒரு குருவைப் பார்த்து படிப்பதற்கு ஆரம்பிக்க வேண்டும். சாப்பாட்டிற்கும் ஏற்பாடு செய்ய வேண்டும்." என்றேன். என்னிடமிருந்து காசு பெயரப் போவதில்லை என்பது உறுதியானதும், சகராம் பட்ஜி என்னிடம், "நீங்கள் ஷெனாவி[1], எனவே ஷெனாவிகளுக்கு என்று இருக்கும் மடத்தில் உங்களுக்கு நிச்சயம் இடம் கிடைக்கும்" என்றார். காசியில் சரஸ்வத்களுக்கு மூன்று மடங்கள் இருந்தன. பட்ஜிக்கோ துர்கா காட் அருகில் உள்ள ஒரே ஒரு மடம்தான் தெரிந்திருந்தது. எனவே என்னை அங்கே போகச் சொன்னார்.

சாப்பாடு முடிந்ததும் நான் கிளம்பினேன். மழை தூறிக் கொண்டிருந்தது. துர்கா காட் இருக்கும் இடத்தை விசாரித்துச் செல்லும்போது ஒரு பிராமணனைச் சந்தித்தேன். அவன் ஒரு அன்னச்சத்திரத்தில் சாப்பாட்டை முடித்துவிட்டு வந்து கொண்டிருந்தான். தானும் அங்குதான் போவதாகச் சொல்லி, என்னை உடன்வரச் சொன்னான். மிகவும் குறுகலான சந்து சந்தாக – காசியில் சந்துகளுக்குக் குறைவில்லை – என்னைக் கூட்டிக்கொண்டு போனான். ஆளில்லாத இடத்துக்கு என்னைக் கூட்டிப்போய் சாமான்களைப் பிடுங்கிக்கொள்ளப் போகிறான் என்று எனக்குச் சந்தேகம் வர ஆரம்பித்தது! சில சந்துகள் ஏதோ இருட்டுக் குகைக்குள் போவதுபோல கும்மிருட்டாக இருந்தன! என்னிடம் ஒன்றோ இரண்டோ அணாக்கள்தான் இருந்தன. பாக்கிப் பணமெல்லாம் சகராம் பட் வீட்டில் ஒரு பாக்கெட்டில் இருந்தது. இது நினைவுக்கு வந்ததும் எனக்குப் பயம் போய்விட்டது. இந்தச் சினேகிதர் – அன்னச்சத்திர விருந்தாளி – எங்கே வேண்டுமானாலும் என்னைக் கூட்டிப் போகட்டும்; என்னிடமிருந்து எதுவும் தேறாது; இந்த யோசனையோடு சமாதானமாக முன்னேகினேன். கடைசியில் ஒரு வழியாகத் துர்கா காட்டை அடைந்தோம்; ஷெனாவி மடம் இருக்கும் இடத்தைக் காண்பித்துவிட்டு அவன் வேறு திசையில் திரும்பிப் போனான்.

ஷெனாவி மடத்தில் நான் கோவிந்தராவ் பாலேக்கர் என்ற வயதான ஒருவரைச் சந்தித்தேன். பெல்காமில் வக்கீலாக இருந்த அவரது மகன் வாமன் கோவிந்த பாலேக்கரைப் பற்றி நான் கேள்விப்பட்டிருக்கிறேன். வாமன்ராவ் இறந்து விட்டதால், காசி நீதிமன்றத்தில் ஏதோ ஒரு குடும்ப வழக்குக்காக கோவிந்தராவ் இங்கே வர வேண்டியிருந்தது. அவரால் அவ்வளவு தூரம் நடக்க முடியாது என்பதால் ஒரு டோலியில் வைத்துச் சுமந்து வந்தார்கள். வரும்வழியில் அவர் மழையில் முழுக்க

1. ஷெனாவி - சரஸ்வத்களைக் குறிப்பது.

நனைந்து, வயிற்றுப்போக்குப் பிடித்துவிட்டது. நான் மடத்துக்கு வந்தபோது அவருக்கு உடம்புக்கு முடியவில்லை; என்றாலும் அவர் என்னோடு மிக அன்பாகப் பேசினார்; தனது அறையிலேயே தங்கிக்கொள்ளச் சொல்லி வற்புறுத்தினார். குறுகிய சந்துகளில் நடந்துநடந்து அலுத்துப்போன எனக்கு அங்கே வந்ததும் மனம் சமாதானமடைந்தது. ஷெனாவி மடம் கங்கைக்கு நேர் எதிரே இருந்ததால், கோவிந்தராவின் அறையிலிருந்து நதியின் ஓட்டத்தையும் சுற்றியிருந்த அழகுக் காட்சியையும் என்னால் பார்க்க முடிந்தது. இந்தக் காட்சியினாலும் கோவிந்தராவின் ஊக்கம் தரும் பேச்சினாலும் நான் மிகவும் சந்தோஷமடைந்ததில் ஆச்சரியம் ஒன்றுமில்லை.

அன்று மாலை நான் சகராம் பட்ஜியின் வீட்டிலிருந்து என் உடைமைகளை எடுத்துக்கொண்டு ஷெனாவி மடத்துக்கு வந்து சேர்ந்தேன். கொச்சியைச் சேர்ந்த காசிபாய் என்ற வயதான சரஸ்வத விதவை ஒருவரும் அங்கே இருந்தார். கோவிந்தராவுக்கு அவர்தான் சமையல் செய்தார். மறுநாள், கோவிந்தராவ் எனக்கும் சேர்ந்து சாமான்கள் கொடுத்துச் சாப்பாட்டிற்கு ஏற்பாடு செய்தார். உடம்பு முடியாததால் அவர் லங்கணத்தில் இருந்தார். என் குடுமியைப் பார்த்து காசிபாய்க்கு ஒரே ஆச்சரியம் – அரை அங்குல சுற்றில் ஒரு அங்குலம் நீளக் குடுமி! அவர் கோவிந்தராவிடமும் இது பற்றி குறை சொல்லியிருப்பார் என்று நினைக்கிறேன். ஆனால் அவர் புதிய தலைமுறை இளைஞர்களின் போக்குத் தெரிந்தவர். எனவே "அவனுக்குச் சின்ன வயசு. அவன் வயதுக்காரப் பிள்ளைகள் போலத்தான் அவனும் இருப்பான். குடுமியை வழிக்கட்டும், முடி வளர்க்கட்டும். அதனால் என்ன? அப்படியெல்லாம் இருப்பதினாலேயே அவன் பிராமணனாக இல்லாமல் போய்விட மாட்டான். இப்போது பலரும்தான் முடி வளர்க்கிறார்கள். பெல்காமில் அவனுக்குத் தெரிந்த சரஸ்வத்கள் பலரது பெயரையும் சொன்னானே, இதிலிருந்து தெரியவில்லையா அவனும் சரஸ்வத்தானென்று?" என்று சொல்லி காசிபாயைச் சமாதானப்படுத்தியிருக்க வேண்டும். ஆனாலும் அந்த அம்மாள் திருப்தியடையவில்லை. எனக்கு வெளியில் வைத்தே சோறு போட்டார்; உணவுப் பாத்திரங்களை நான் தொடவும் சம்மதிக்கவில்லை. புத்தம்புதிதாக இருந்த எனது பூணூலைப் பார்த்துச் சந்தேகப்படாமல் போனாரே, அந்த விதத்தில் நான் அதிர்ஷ்டம் செய்தவன்!

ஷெனாவி மடத்தையொட்டி ஒரு தண்ணீர்க் குழாய் இருந்தது; ஆனால் குழாய்த் தண்ணீர் குடிப்பது ஆச்சார மில்லை என்பதால் கோவிந்தராவ் அறையிலிருந்த கங்கைத் தண்ணீரைக் குடித்தேன். அன்று இரவே அது தன் கைவரிசையைக்

காட்டிவிட்டது: இரவு முழுவதும் தூக்கம் நாசம். ஆறேழு முறை கழிப்பறை வாசம். மறுநாள் முதல் கங்கைக்குக் குளிக்கப் போகும்போது ஒரு வெற்றுக் கூஜாவை எடுத்துக்கொண்டு போவேன். குளித்துவிட்டு வரும்போது, பிராமணர்கள் யாராவது பார்க்கிறார்களா என்று நோட்டம் விட்டுவிட்டுக் குழாயிலிருந்து தண்ணீரைப் பிடித்துகொண்டு வருவேன். நான் குழாய்த் தண்ணீர் குடிக்கிறேன் என்பது அந்த அம்மாளுக்குத் தெரிந்தால் அவ்வளவுதான். சோறே கிடைக்காது! இதைப் பரம ரகசியமாக வைக்க வேண்டியிருந்தது. கோவிந்தராவிடம் ஆலோசனை கேட்டுவிட்டுக் காசியில் தங்குவதுபற்றி யோசிக்கலாம் என்று எண்ணினேன். ஒரு அன்னச்சத்திரத்தில் இலவசமாகச் சாப்பாடு கிடைக்கும், ஆனால் அதற்கு குவாலியரி லிருக்கும் யாராவது பெரிய அதிகாரிகளின் சிபாரிசுக் கடிதம் வேண்டும் என்றார் அவர். வேத சாஸ்திர சம்பன்னரான கங்காதர சாஸ்திரி தெலங்கிடம் படிக்கலாம் என்றும் சொன்னார். அவரின் திட்டப்படி நான் காசியில் தங்கிய கதையைச் சொல்லத் தொடங்கினால் இந்த அத்தியாயம் வளர்ந்துகொண்டே போகும். எனவே இந்த அத்தியாயத்தை இத்துடன் நிறுத்திக் கொள்கிறேன்.

9

காசிவாசம்

காசியில் சிறியதும் பெரியதுமாக அன்னச்சத்திரங்கள் ஏராளம் இருந்தன. இவற்றில் இரண்டு மட்டுமே அனைவருக்கும் உணவளிப்பவை. மதராசைச் சேர்ந்த வணிகர்கள் நிறுவிய மடம் ஒன்று; மற்றது, ஸ்ரீமந்த்[1] சாயாஜிராவ் ஷிண்டே மகராஜ் (சிந்தியா மகாராஜா) நிறுவியது. ஒருமுறை சிந்தியா மகாராஜா காசிக்கு வந்திருந்தபோது கிரகஸ்த பிராமணர்கள் ஒவ்வொருவருக்கும் நூறு ரூபாய் தட்சிணையாகக் கொடுக்க விரும்பினார். ஆனால் காசியிலிருக்கும் பண்டிதர்கள், நான்கு வேதங்களும் ஆறு சாஸ்திரங்களும் கற்ற பிராமணப் பண்டிதருக்கும் நூறு ரூபாய், ஒன்றும் தெரியாத வெறும் பிராமணனுக்கும் நூறு ரூபாய் என ஒரே போல் தட்சிணை கொடுப்பதை ஏற்றுக்கொள்ள வில்லை. இதனால் கோபமுற்ற மகாராஜா, "உங்களுக்கு இதில் சம்மதமில்லை என்றால், இந்த தட்சிணைக்காக நான் ஒதுக்கி வைத்திருக்கும் ஆறு லட்சம் ரூபாயையும் கங்கையில் போட்டு விடுகிறேன்!" என்றார். புத்திசாலிகள் சிலர் தலையிட்டு மகாராஜாவிடம் பணத்தைக் கங்கையில் எறிவதற்குப் பதிலாக எல்லோரும் சாப்பிடுவதற்கு அன்னச்சத்திரம் ஒன்று கட்டித் தரக் கேட்டுக் கொண்டார்கள். இதற்குச் சம்மதித்த மகாராஜா,

---

1. ஸ்ரீமந்த் என்பது மராட்டிய மன்னர்களுக்கான பட்டம். 'மாட்சிமைப் பொருந்திய' என்பதற்கு நிகரானது.

பேஷ்வாக்களின் பாலாஜிக் கோவிலை பிரிட்டாஷாரிட மிருந்து தனக்கு மாற்றிக் கொண்டு அங்கே அன்னச் சத்திரம் ஒன்றைத் திறந்தார். இப்போது அது பாலாஜி அன்னச் சத்திரம் என்றழைக்கப்படுகிறது.

சரஸ்வத்களுக்கு பாலாஜி அன்னச் சத்திரத்தில் அனுமதி உண்டு; ஆனால் அதற்குப் பெரிய அதிகாரிகள் அனுமதி தர வேண்டும். அப்படி அனுமதி கிடைத்தாலும் சரஸ்வத்களுக்கு இரண்டாம் பந்தியில்தான் சாப்பாடு. வேறு வழியில்லாததால் நான் இப்படித்தான் சாப்பிட வேண்டியிருந்தது. கோவிந்தராவ் குவாலியரிலிருக்கும் பெரிய அதிகாரிகளிடம் என் சாப்பாட்டிற்குச் சிபாரிசு செய்யக் கேட்டு எழுதச் சொன்னார். நானும் டாக்டர் வாக்லேக்கு எழுதினேன். ஆனால் அவர் தான் பதிலெழுதாமல், மலப் மூலமாகப் பதில் போட்டார்: நான் பாலாஜி அன்னச்சத்திரத்துக்குப் போக வேண்டிய அவசிய மில்லை என்றும் டாக்டர் வாக்லே, ராவ்ராஜே ரகுநாதராவ் ராஜ்வாடேக்கு எழுதி அவரது அன்னச்சத்திரத்திலேயே எனக்குச் சாப்பாடு ஏற்பாடு செய்து தருவதாகவும் அதில் எழுதி யிருந்தது. ராவ்ராஜே ரகுநாதராவின் தந்தையார் தினகர்ராவ் பிரம்ம காட் அருகில் தினமும் பதினைந்து பிராமணர்களுக்குச் சாப்பாடு போடுவதற்காக அன்னச்சத்திரம் கட்டியிருந்தார். அங்கே மட்டும் எனக்கு இடம் கிடைத்திருக்குமானால் நான் இவ்வளவு கஷ்டப்பட வேண்டியிருந்திருக்காது. ஆனால் டாக்டர் வாக்லே கூச்சசுபாவி; ராவ் ராஜேக்கு எழுதாதது மட்டுமல்ல, பாலாஜி அன்னச்சத்திரத்தில் நான் சாப்பிட சிபாரிசுக் கடிதம் பெற்றுத் தருவதற்கும் உதவவில்லை. அவரது கடிதத்திற்காக நான் காத்திருந்தது வீணாயிற்று.

படிப்பதற்குப் பெரிய கஷ்டமில்லை. காசியிலிருக்கும் எந்தப் பண்டிதரைப் போய்ப் பார்த்தாலும் அவர் காசு வாங்காமல் சொல்லிக் கொடுப்பார். ஆனால் துக்கராமின் 'நுகத்தில் காளையை முதலிலேயே ஒழுங்காய் பூட்ட வேண்டும்' என்ற வார்த்தைக்கு இணங்க நான், படித்தால் புகழ்பெற்ற வேத சாஸ்திர சம்பன்னரான கங்காதர சாஸ்திரியிடம்தான் கற்பது என்று தீர்மானம் செய்திருந்தேன். கோவிந்தர ராவும் இதை ஏற்றுக்கொண்டார். ஒருநாள் மதியம் கங்காதர சாஸ்திரியின் வீட்டைத் தேடத் தொடங்கி, கொஞ்சம் அலைச்சலுக்குப் பின் கிட்டத்தட்ட அவர் வீட்டை நெருங்கிவிட்டேன். ஜமகிண்டி என்ற சர்தார் குடும்பத்தைச் சேர்ந்த பாபா சாகேப் என்பவர் காசியில் கிட்டத்தட்ட பன்னிரண்டு ஆண்டுகள் வசித்து வந்தார். அவர் கங்காதர சாஸ்திரியிடம் சாஸ்திரங்கள்

படித்தவர். நான் தேடிப் போன அன்று, அவர் மீமாம்ஸை[2] சாஸ்திர பாடம் கேட்டுவிட்டு, வீடு திரும்புவதற்காகக் குருவின் வீட்டிலிருந்து வந்து கொண்டிருந்தார். நாங்கள் இருவரும் தெருவில் சந்தித்துக்கொண்டோம். நான் அவரிடம் கங்காதர சாஸ்திரியின் வீடு இந்தத் திசையில்தான் இருக்கிறதா என்று கேட்டதற்கு அவர் எதற்காகக் கேட்கிறாய் என்றார்.

"எனக்குச் சமஸ்கிருதம் படிக்க வேண்டும்."

"எவ்வளவு தூரம் நீ படித்திருக்கிறாய்?"

"ரகுவம்சத்தில் ஒன்றிரண்டு காண்டங்கள் தெரியும், அதற்கு மேல் அதிகம் தெரியாது. கௌமுதியிலிருந்தே படிக்கலாம் என்று போகிறேன்."

இதைக் கேட்டுவிட்டு வியப்போடு பாபா சாகேப் சொன்னார், "இந்த வயதில் சாஸ்திரங்களைப் படித்து நீ என்ன செய்யப் போகிறாய்? உனக்கு இருபத்தைந்து வயதிருக்கலாம். இப்போது போய் நீ கௌமுதி படிக்கத் தொடங்கினால் என்ன பிரயோசனம்? பேசாமல் ரயில்வே அல்லது வேறு எதிலாவது வேலைக்குப் போ, அதுதான் நல்லது. எந்தப் பிரயோசனமுமில்லாமல் எதற்காக இந்தப் படிப்பெல்லாம்? நான் அனுபவப் பட்டவன்; அதனால்தான் இதைச் சொல்கிறேன். குறைந்த பட்சம் ஒரு சாஸ்திரம் படிக்க எவ்வளவு வருடம் ஆகும் என்று உனக்குத் தெரியுமா?"

"எவ்வளவு?"

"ஒரு சாஸ்திரம் படிக்கவே பன்னிரண்டு வருடம் ஆகும். பன்னிரண்டு வருடம்! அவ்வளவு காலம் நீ இங்கே இருப்பதற்குத் தயாரா?"

"அவ்வளவுதானா! பன்னிரண்டு வருடம் ஒன்றும் நீண்ட காலமில்லையே; இருபதோ இருபத்தைந்தோ வருடம் ஆனாலும் பரவாயில்லை. சமஸ்கிருதத்தில் நல்ல பாண்டித்தியம் பெற்றே தீருவேன்."

பாபா சாகேப்பின் வியப்பு இரு மடங்கானது. "என்ன பேசுகிறோம் என்று தெரிந்துகொண்டுதான் நீ பேசுகிறாயா? இருபது வருடம்? இருபது வருடம் படித்து அந்தப் படிப்பினால் என்ன பயன் வரப் போகிறது?"

---

2. மீமாம்சை – ஆறு இந்திய வைதிகத் தரிசனங்களில் ஒன்று. பிற தரிசனங்கள்: சாங்கியம், யோகம், நியாயம், வைசேடிகம், வேதாந்தம். அவைதிகத் தரிசனங்களில் முக்கியமானவை, சார்வாகம், பௌத்தம், சமணம்.

பௌத்த வேட்கை

சிரித்துக்கொண்டே நான் கேட்டேன், "நீங்கள் இந்துதானே? உங்களுக்கு மறுபிறவியில் நம்பிக்கை உண்டுதானே?"

"நான் மறுபிறப்பை நம்புகிறேன். அதிலென்ன சந்தேகம்! ஆனால் அதற்கும் இதற்கும் என்ன சம்பந்தம்?"

"எனது முயற்சி இந்தப் பிறவியில் பலனைப் பெறுவதற்கல்ல; அடுத்த பிறவியில் இதன் பலன்கள் எனக்குக் கிடைக்கும். அடுத்த பிறவியிலாவது சாஸ்திரங்களைக் கற்றுக்கொள்ள உதவும்தானே?"

பாபா சாகேப் திகைத்துப் போனது போலத் தோன்றினார்; பின்னர் அவர், "இதை நீ உறுதியாக நம்புகிறாய் என்றால் தொடரு, முயற்சி செய். அதோ தெரிகிறதே அதுதான் கங்காதர சாஸ்திரியின் வீடு" என்று சொல்லிவிட்டு அகன்றார்.

இரண்டு மூன்று வீடுகள் தாண்டியதும் ஒருவர் வீட்டினுள்ளே ஜன்னல் திண்டில் தலையணை போட்டு சாய்ந்து கொண்டிருந்ததைக் கண்டேன் (காசியிலும் புனேயைப் போலவே பழைய கால வீடுகளில் பெரிய பெரிய ஜன்னல்கள் இருக்கும்) அவர் உடம்பில் தெரிந்த பூணூல் அவர் பிராமணர் என்பதைச் சொல்லியது. ஆனால் அவரது குள்ள உருவமும் கறுத்த முகமும் அவர் தெலுங்கானாவைச் சேர்ந்தவர் என்பதைத் தெரிவித்தன. அவரது அழுக்கு சஹாபூர்[3] பஞ்சகச்சத்தையும் அவர் தலையணையில் சாய்ந்து கிடந்த முறையையும் பார்த்து என்னால் எந்த முடிவுக்கும் வர முடியவில்லை. இந்தப் பட்ஜி ஏழையாக இருக்க முடியாது, ஏழை என்றால் இப்படி சாய்ந்திருக்க மாட்டார்! வசதியானவர் என்றால் ஏன் இவ்வளவு அழுக்குப் பஞ்சகச்சத்தைக் கட்டிக்கொண்டிருக்கிறார்? பட்ஜிக்கு மராத்தி தெரிந்தால் பதில் தரட்டும்; இல்லையென்றால் அடுத்த வீட்டில் கேட்டுக்கொள்ளலாம். இந்தச் சிந்தனையோடு நான் அவரிடம் கங்காதர சாஸ்திரி தெலங்கின் வீடு தெரியுமா என்று கேட்டேன்.

"அவரிடம் உங்களுக்கு என்ன வேலை?"

"எனக்கு அவரைப் பார்க்க வேண்டும்."

"அப்படியானால் உள்ளே வாருங்கள்" என்றார் அவர்.

உள்ளே அவருக்கு எதிரே தலை நரைத்த வித்தியார்த்திகள் சிலர் அமர்ந்திருந்தார்கள்; அவர்களின் முன்னால் விரித்த ஓலைச் சுவடிக்கட்டுகள். அவர்தான் கங்காதர சாஸ்திரி என்பது

---

3. சஹாபூர், நெசவுக்குப் புகழ்பெற்ற ஊர்.

எனக்குக் கிட்டத்தட்ட விளங்கியது. அவரை நமஸ்கரித்து ஒரு ஓரமாக அமர்ந்தேன்.

"உங்களுக்கு என்ன வேண்டும்?" என்றார் அவர்.

"எனக்கு சாஸ்திரங்கள் படிக்க வேண்டும். அதற்காகத்தான் உங்களிடம் வந்திருக்கிறேன்."

"எந்த சாஸ்திரம் படிக்க வேண்டும் – நியாய சாஸ்திரமா இல்லை வியாகரணமா?"[4]

"நியாய சாஸ்திரம்தான்; அதற்கு முன்னால் நான் வியாகரணம் தெரிந்துகொள்ள விரும்புகிறேன்."

"உங்களுக்கு நியாய சாஸ்திரம் படிக்க வேண்டும் என்றால் நான் சிறந்த பண்டிதர் ஒருவரிடம் உங்களைச் சேர்ப்பிக்கிறேன். வியாகர்ணத்தில்தான் நான் பண்டிதன், நியாய சாஸ்திரம் எனக்கு அவ்வளவு தெரியாது."

"உங்களுக்குத் தெரிந்ததைச் சொல்லித் தந்தாலே எனக்குப் போதும். நான் சமஸ்கிருத ரூபாவலி[5]தான் படிக்கத் தொடங்கியிருக்கிறேன்."

"இன்னொரு முறை என்னை வந்து பாருங்கள். அப்போது உங்கள் படிப்பு பற்றி மேற்கொண்டு பேசலாம். இப்போதைக்கு உங்கள் சாப்பாட்டிற்கும் வேறு விஷயங்களுக்கும் ஏற்பாடு செய்துகொள்ளுங்கள்." இப்படிச் சொல்லிவிட்டு அவர் என்னை அனுப்பிவைத்தார். இந்தச் சந்தர்ப்பத்தில்தான் எனக்கு அவரது மூத்த மகன் துந்திராஜ சாஸ்திரியோடு பழக்கம் ஏற்பட்டது.

சாப்பாடு பற்றிய கவலை எனக்கு இருந்துகொண்டே இருந்தது. டாக்டர் வாக்லேக்கு மீண்டும் கடிதம் போட்டுவிட்டு பதிலுக்காகக் காத்திருந்தேன். இந்தச் சமயத்தில் கோவிந்தராவ் பாலேக்கரின் உடல்நிலை மோசமானது. அவர் விருப்பப்படி அவரது பேரனுக்குத் தந்தி அனுப்பினேன். நான்கு நாட்களுக்குள் அவரது பேரன், பரதாக்கர் என்ற சினேகிதனோடு காசி வந்து சேர்ந்தான். இவர்கள் வந்து இரண்டு மூன்று நாட்களில் கோவிந்தராவ் இந்த உலகைவிட்டு நீங்கினார். மயானத்துக்கு நானும் போக வேண்டி வந்தது. வேளாவேளைக்கு உண்ணாததும் நதியில் குளித்ததும் எல்லாம் சேர்ந்து உடனே எனக்குக் காய்ச்சல் வந்துவிட்டது. கடைசியில் பரதாக்கரிடம் சொல்லி ஒரு டோலி

4. தர்க்கம் சார்ந்த 'நியாய சாஸ்திரம்' பிற சாஸ்திரங்களுக்கு அடிப்படையானது. வியாகரணம் என்பது இலக்கணம் சார்ந்தது.

5. 'ரூபாவலி' புணரியல் இலக்கணத்திற்கான ஆரம்ப நூல்.

ஏற்பாடு செய்து காசியிலுள்ள ஒரு மருத்துவமனைக்குப் போய் சேர்ந்தேன்.

இந்தப் பிரதேசத்திலிருக்கும் மருத்துவமனைகள்தான் அசல் மருத்துவமனைகள்! நான் படுத்திருந்த பாய் ஓட்டை மயம்! எனக்கு அடுத்த படுக்கையில் மேகவெட்டை நோய் பீடித்த ஒரு இளைஞன் அரைகுறை ஆடையில் கிடந்தான். இந்தக் காட்சிகள் எல்லாம் சேர்ந்து என்னை, ஏன்தான் இந்த மருத்துவமனைக்கு வந்தோமோ என்று எண்ண வைத்தன. ஆனால் என்ன செய்வது? அங்கேயே நான்கு நாட்கள் நான் படுத்திருக்கும்படி ஆகிவிட்டது. துந்திராஜ சாஸ்திரியும் பரதாக்கரும் தினமும் ஒருதடவை என்னைப் பார்க்க வந்தார்கள். இதுதான் ஒரு ஆறுதல். சாப்பாட்டைப் பற்றிச் சொல்லவே வேண்டாம்! ஜவ்வரசி போட்ட இனிப்புக் கஞ்சி கொடுத்தார்கள்; ஆனால் சீனி கிடையாது, வெல்லம்தான். கஞ்சியும் ஒரு சின்னக் கோப்பைக்கு மேல் யாருக்கும் கிடையாது. சோறும் பருப்பும் போட்டார்கள்தான்; ஆனால் மோசமான அரிசி என்பதால் சரியாக வெந்தே இருக்காது. புனேயிலுள்ள சசோன் ஆஸ்பத்திரியில் நோயாளிகளை எப்படி கவனித்துக்கொள்கிறார்கள் என்பதை ஒருமுறை பார்த்தேன். அங்கே கொடுத்த கவனிப்புக்கும் இங்கே காசியில் கிடைத்த கவனிப்புக்கும் மலைக்கும் மடுவுக்கும் உள்ள வித்தியாசம்! எப்படியோ, காசியில் இந்த மருத்துவமனையில் நான்கு நாட்களை அனுபவித்துவிட்டு, மருத்துவர்களிடம் விடைபெற்றுக்கொண்டு, துர்கா காட்டிலுள்ள ஷெனாவி மடத்துக்குத் திரும்பினேன்.

கோவிந்தராவ் பாலேக்கரின் பேரனும் பரதாக்கரும் பிறரும் நான் திரும்பிவந்ததில் மகிழ்ச்சியடைந்தார்கள். அப்போது மடம் கொங்கணஸ்த பிராமணரான சிதம்பர கோட்போலே என்பவரின் கட்டுப்பாட்டில் இருந்தது. கோவிந்தராவ் இருந்த வரையிலும் இந்த மனிதர் மூச்சுகாட்டாமல் இருந்தார். கோவிந்தராவ் அடிக்கடி என்னிடம், “இவரிடம் எச்சரிக்கையாக இருக்க வேண்டும், இந்த சிதம்பர் ஒரு திருடன். உங்களின் பொருட்களைத் திருடிவிடாமல் பார்த்துக்கொள்ளுங்கள்” என்பார். கோவிந்தராவ் இறந்ததும், அவர் தர வேண்டிய பாக்கி என்று பெரிய பட்டியலைப் போட்டு இருநூறு ரூபாய் கேட்டார் கோட்போலே. அங்கேயிருந்த பசுபதி சாஸ்திரி என்பவர் மூலமாக கோவிந்தராவின் பேரனை பணம் கேட்டு அரித்துக்கொண்டே இருந்தார். நான் ஆஸ்பத்திரியிலிருந்து திரும்பியதற்கு அடுத்த நாள் பசுபதி சாஸ்திரி இதைப் பற்றி மீண்டும் பேச்சை எடுத்தார். சிதம்பரும் இருந்தார். கோவிந்தராவின் பேரன் விஷயம் முழுவதையும் என்னிடம் விளக்கினார். உடனே

நான் சிதம்பரைப் பார்த்து, "இதோ பாருங்கள், கோவிந்தராவ் இவ்வளவு பணம் தர வேண்டுமென்று சொல்கிறீர்களே, அவர் உயிரோடு இருந்தவரையிலும் இதைப் பற்றி பேச்செடுத்ததே இல்லையே! அது போகட்டும், நீங்கள் அவரை ஒருமுறை வந்துகூடப் பார்த்ததில்லை" என்றேன். சிதம்பருக்கு முகம் விழுந்துவிட்டது; "அப்படியானால் இந்தப் பட்டியல் பொய்யா?" என்று கேட்டுவிட்டு, பையை எடுத்துக்கொண்டு கிளம்பினார். அதன்பிறகு அவர் இதைப் பற்றி கோவிந்தராவின் பேரனிடம் பேச்செடுக்கவில்லை. ஆனால் என்மேல் மட்டும் ரொம்பக் கோபமாக இருந்தார்.

கோவிந்தராவின் திதிச் சடங்குகளை முடித்துக்கொண்டு அவரது பேரனும் (மோரேஷ்வர் வாமன் பாலேக்கர்) பரதாக்கரும் ஊருக்குப் போனார்கள். எனக்கு இங்கே சாப்பாடு ஏற்பாடுகள் இன்னும் சரிவர அமையவில்லை. டாக்டர் வாக்லேயின் கடிதத்துக்காக இனியும் காத்திருப்பது அர்த்தமில்லை என்பது எனக்கு உறுதிப்பட்டது. ஒருநாள் நானே பாலாஜி அன்னச்சத்திரத்துக்குச் சென்று அதன் அதிகாரியைச் சந்தித்து, "நான் சரஸ்வத், ஷெனாவிதான். ஆனால் ஒரு வித்தியார்த்தி. உங்கள் அன்னச்சத்திரத்தில் நான் சாப்பிட்டுக்கொள்ள அனுமதி கிடைக்குமானால் என் படிப்பு கஷ்டமில்லாமல் நடக்கும்" என்றேன். அவர் எனது பெயரைக் கேட்டார். நான் சொன்னதும் அவர், "இதோ பாருங்கள், உங்களுக்காகத்தான் நான் பத்து நாளாகக் காத்துக்கொண்டிருக்கிறேன். குவாலியரிலிருந்து கடிதம் வந்திருக்கிறது. ஆனால் நீங்கள் எங்கே இருக்கிறீர்கள் என்று தெரியாமல் உங்களை எங்கே போய்த் தேட? போகட்டும். நாளை மதியம் இங்கே வாருங்கள்; மானேஜரிடம் சொல்லி சாப்பாட்டிற்கு ஏற்பாடு செய்கிறேன். ஆனால் நீங்கள் இரண்டாவது பந்தியில்தான் சாப்பிட முடியும். இதில் நான் எதுவும் செய்வதற்கில்லை. ஷெனாவி போன்ற சாதியைச் சேர்ந்தவர்களுக்கு இரண்டாம் பந்தியில் சாப்பாடு போடுவதுதான் இங்குள்ள வழக்கம்."

மறுநாள் அந்த அதிகாரி எனக்கு எல்லா ஏற்பாடுகளையும் செய்து தந்தார். அன்றிலிருந்து எனக்கு பாலாஜி அன்னச்சத்திரத்தில் இரண்டாம் பந்தியில் சாப்பாடு கிடைத்தது. குவாலியரிலிருந்து யார் சிபாரிசுக் கடிதம் எழுதியிருப்பார்கள் என்று எனக்கு ஊகிக்க முடியவில்லை. ஆனால் மல்பிடமிருந்து வந்த கடித்தில் அதற்கு விடை கிடைத்தது. குவாலியர் மகாராஜாவின் மச்சினரான சர்தார் சிதோலே உடன் மல்ப் தங்கியிருந்தார். எனது கஷ்டங்களைத் தெரிந்துகொண்ட சிதோலே தனது நிர்வாக அதிகாரி மூலமாக இந்தச் சத்திரத்து அதிகாரிக்குக் கடிதம் எழுதியிருக்கிறார்; எனக்குக் கிடைத்த மரியாதைக்கு இதுதான்

காரணம். சர்தார் சிதோலேயின் அதிகாரி அப்படியொன்றும் பெரிய மனிதர் இல்லை; மாதம் முப்பதோ நாற்பதோ சம்பளம் வாங்குகிறவர்தான். ஆனால் சத்திரத்து அதிகாரியின் பார்வையில் அவர் பெரிய மனிதர். எப்படியோ, என் சாப்பாட்டுப் பிரச்சினை தீர்ந்ததில் எனக்கு ஆசுவாசம்.

இந்தச் சத்திரத்தில் இரண்டாம் பந்தியில் பன்னிரண்டு பேர் போலத்தான் சாப்பிட்டோம்; முதல் பந்தியிலேயே எங்களுக்கும் சாப்பாடு போடலாம்தான். ஆனால் அது பிற தென்னிந்திய பிராமணர்களைக் கோபப்படுத்திவிடும். இதற்குப் பயந்துதான் அவர்களைத் தவிர பிறரை முதல் பந்தியில் சாப்பிட சத்திரத்து அதிகாரிகள் அனுமதிக்கவில்லை என்று நினைக்கிறேன். சாப்பிடுவதற்குப் பிராமணர்கள் அதிகமாக இருக்கும் நாட்களில், இரண்டாம் பந்திப் பருப்புக் குழம்பில் கங்கை ஓடும்! இரண்டாம் பந்திக்கு வழக்கமாகவே கூட்டுக்கறிகள் இருக்காது; சிலநேரம் பிட்லே[6] இருக்கும். காசியில் சாப்பிட ஆள் கிடைக்காத அரிசிக்கு அன்னசத்திரத்தில் அமோக வரவேற்பு! சப்பாத்தி உண்மையிலேயே நன்றாக இருக்கும்; அதைப் பரிமாறுபவர் கஞ்சத்தனம் காட்டுவதில்லை. நெய் மட்டும் ஒரு பெரிய தேக்கரண்டிக்கு ஒரு கரண்டிதான். சிலநேரம் மோர்குழம்பு கிடைக்கும். இரண்டாம் பந்தி சில நேரம் 12 மணிக்கு நடக்கும்; சிலநேரம் நாலு மணி வரைகூட ஆகும். சாப்பிடுவதற்குப் பிராமணர்கள் குறைவாக இருந்து சாப்பாடும் போதுமானதாக இருந்தால், பன்னிரண்டு மணியிலிருந்து ஒரு மணிக்குள் எங்களுக்குச் சாப்பாடு கிடைக்கும். ஆனால் பிராமணர்கள் அதிகமாக இருந்து, சப்பாத்தியும் சோறும் செய்ய வேண்டி வந்தால், நாங்கள் மூன்று மணி நேரம் பட்டினித்தவம் கிடக்க வேண்டும். நான் கௌமுதி, பகவத் கீதை அல்லது வேறு ஏதாவது புத்தகத்தை எடுத்துக்கொண்டு போய், இலையில் சோறு விழும்வரைப் படித்தபடி இருப்பேன்.

நான் காசிக்கு வந்து இரண்டு மாதம்கூட ஆகியிருக்காது, நீலகண்ட பட் கைதோந்தே என்ற ஒரு வித்தியார்த்தி வந்து சேர்ந்தான். கால்வே (கோவா)யிலுள்ள ஒரு மடத்தில் அவன் வேதம் பயின்றிருந்தாலும், சாஸ்திரங்களைக் கற்க வேண்டும் என்று ஆசைப்பட்டு, அதற்காக காசிக்கு வந்திருந்தான். முதலில் அவன் அகல்யா பாய் (ஹோல்கர்) சத்திரத்தில் சாப்பிட்டுக் கொண்டிருந்தான்; அது பிரம்ம காட்டிலிருந்து மிகத் தொலைவில் இருந்ததால், அவனும் பாலாஜி சத்திரத்துக்குச் சாப்பிட வரத் தொடங்கினான். சத்திர மேனேஜர் எங்களை வேண்டுமென்றே

---

6. பிட்லே – கடலை மாவு கரைத்துச் செய்த சாம்பார். மகாராஷ்டிரத்தில் ஏழைகளின் உணவு.

இரண்டாம் பந்தியில் உட்கார வைத்து அவமானப்படுத்துகிறார் என்று அவர்மேல் இவர் ஆவேசமாக இருப்பான். குவாலியர் மகாராஜாவுக்கு எழுதி இந்த மானேஜருக்கு ஒரு பாடம் கற்பிக்க வேண்டும் என்று அடிக்கடிச் சொல்லுவான். "எனக்கு மட்டும் உன்னைப் போல மராத்தி நன்றாகத் தெரிந்திருந்தால் இவர்களுக்கெல்லாம் எப்போதோ பாடம் கற்பித்திருப்பேன்; நீயோ எதைப் பற்றியும் அலட்டிக்கொள்வதில்லை, பொறுமையாக ஏற்றுக்கொண்டிருக்கிறாய்!" என்பான். நான் அதற்கு, "பார், உனக்கு அது முடியலாம். ஏனென்றால், பாலாஜி சத்திரம் சாப்பாடு போடவில்லையென்றால் உனக்கு அகல்யா பாய் சத்திரம் போக முடியும். ஆனால் என் கதை? நான் குறை சொல்லி விண்ணப்பம் அனுப்பிய விஷயம் இவர்களிடம் விசாரணைக்கு வந்தால், இவர்கள் முதலில் என்னை இங்கிருந்து துரத்தியடித்து விட்டு, நல்லவிதமாக ஒரு பதிலை எழுதி அனுப்புவார்கள். வசதியான சரஸ்வத்கள் இவன் நமக்காகத்தானே போராடினான் என்று உதவிக்கு வராமல், என்னை மடையன் என்று நினைப்பார்கள். கடைசியில் நான் படிப்பைக் கைவிட்டுவிட்டுக் காசியிலிருந்து கிளம்ப வேண்டியதுதான். அதனால்தான் நான் இதிலெல்லாம் தலையிடுவதில்லை. நான் இங்கே இருக்கிற வரையிலும் சில கஷ்டங்களைத் தாங்கிக்கொள்ளத்தான் வேண்டும். அவமரியாதைகளையும்தான். இந்த ஒரு வேளை சாப்பாடு கிடைப்பதே பெரிது; என் ஆரோக்கியம் இதை நம்பித்தான் இருக்கிறது."

அன்னச்சத்திரத்தில் நாங்கள் படும் கஷ்டங்களும் அவமானங்களும் போதாதென்று எங்கள் பூர்வஜென்ம கர்மா மிருத்யுஞ்சயனைக் காசிக்கு அனுப்பிவைத்திருந்தது. மிருத்யுஞ்சயன் கொச்சியைச் சேர்ந்த சரஸ்வத் பிராமணன்; சிறுவயதிலேயே காசிக்கு வந்துவிட்டவன். அவனுக்குப் படிப்புச் சொல்லிக்கொடுக்க எல்லோரும் முயன்றார்கள்; அவன் வழிக்கே வரவில்லை. நான் காசியில் வந்து தங்கியபோது அவன் அங்கே வந்து பதினைந்து வருடம் ஆகியிருந்தது. பன்னிரண்டு வருடமாக அந்த அன்னச்சத்திரத்தின் சாப்பாட்டில் திளைத்துக்கொண்டிருந்தான். அவன் வீராப்புப் பேச்சால் இரண்டு மூன்று முறை அதை விட்டுப் போகவும் நேர்ந்திருக்கிறது. இந்தப் பெரிய மனிதன் பட்டினியாகக் கிடந்தபோதெல்லாம் அந்தச் சத்திரத்தில் சமைக்கும் விதவைகள் தலையிட்டு அவனுக்கு மீண்டும் உணவு கிடைக்கச் செய்தார்கள்.

அதிகாரிகள்மீது சொல்லம்பு வீசினால் என்ன நடக்கும் என்பதை அனுபவப் பூர்வமாக உணர்ந்தவன் மிருத்யுஞ்சயன். இரண்டாம் பந்தியில் வழக்கமாக பிராமணர்கள் இருக்க

மாட்டார்கள். சத்திர மேலதிகாரிகளிடம் குறை சொன்னால் சத்திரத்தின் படியை மிதிக்க முடியாது என்பது அவனுக்குத் தெரிந்திருந்தால், யாரோடும் சண்டை போடும் தைரியம் அவனுக்கு இல்லை. எனவே அவனது கோபதாபங்கள் எல்லாம் எங்களைப் போன்ற வாயில்லாப் பூச்சிகள்மீது பாய்ந்ததில் வியப்பெதுவுமில்லை! என்றாலும் அவனுக்கு நீலகண்ட பட்டைக் காட்டிலும் என்மீது கொஞ்சம் பிரியம் இருந்தது. முதலில் அவன் எங்களோடு பேசிக்கொண்டிருக்கும்போதெல்லாம் எல்லோரையும் குறை சொல்லிக் கொண்டே இருப்பான். நான் அதற்கு அவ்வளவு காதுகொடுக்கவில்லை. அதன் பிறகு இந்தப் பெரிய மனிதன் எங்கள்மீது பாய்ந்தான். நாங்கள் சத்திரத்துச் சாப்பாட்டில் பிழைத்து சாஸ்திரம் படிக்கிறோமாம்; இதுதான் அவனது கடும் குற்றச்சாட்டு. படித்து முடித்ததும் நாங்கள் சாஸ்திரத்தை விற்றுப் பிழைக்கப் போகிறோமாம், இதனால் எங்களுக்கு நரகம்தான் கிடைக்குமாம்! சத்திரத்துக்கு வரும் பிராமணர்கள் அல்லது பிறரிடம் அவன், "நானும் காசியில் பதினைந்து வருடமாக இருக்கிறேன்; நான் சாஸ்திரம் படித்து நீங்கள் யாராவது பார்த்திருக்கிறீர்களா? சில அறிவாளிகள் என்னை எப்படியாவது சாஸ்திரம் படிக்க வைத்துவிட வேண்டும் என்று திட்டம் போட்டார்கள். நான் அவர்களிடம், 'வேண்டாம்; எனக்கு சாஸ்திரம் படிக்க வேண்டாம். சாஸ்திரங்களை விற்றுப் பிழைத்து நரகத்துக்குப் போவதற்கா நான்?' என்று சொல்லி விட்டேன். இந்த அன்னச்சத்திரங்கள் எல்லாம் சாஸ்திரம் படிக்க வருபவர்களுக்காகக் கட்டிப் போடவில்லை. காசிக்கு வந்தோமா, ஸ்நானம் செய்தோமா, பொழுதைப் போக்கினோமா என்றிருப்பவர்களுக்கு உபகாரம் செய்யத்தான்!" என்பான்.

இரண்டாவது பந்தியில் சாப்பிடும் இன்னொரு பிராமணனை யும் நினைவுக்கு வருகிறது. அவனால் முதல் பந்திக்குச் சாப்பிட வர முடியாது; தான் தொடுப்பாக வைத்துக்கொண்டிருந்த பெண்ணுக்குச் சாப்பாடு கொடுக்க அவன் பிட்சை எடுக்க வேண்டியிருந்தது. காலைவேளையில் இரந்து உணவு பெற்று தன் தொடுப்புக்குக் கொடுத்துவிட்டு அவன் சாப்பிடச் சத்திரத்துக்கு வருவான். எனவே அவனால் இரண்டாம் பந்தியில்தான் சாப்பிட முடியும். அவனுக்கும் மிருத்யுஞ்சயனுக்கும் நன்றாக ஒத்துப் போனது; சில நேரங்களில் இருவரும் அடித்துக்கொள்வார்கள். மிருத்யுஞ்சயன் இந்தப் பிராமணனிடமும் பிறரிடம் எங்களைப் பற்றி சாடையாக வேண்டாததெல்லாம் சொல்லுவான். நாங்கள் அமைதியாக இவற்றை எல்லாம் பொறுத்துக்கொண்டோம். நீலகண்ட பட்டிற்கு அவன்மீது பெரும் வெறுப்பு உண்டு; என்றாலும் அவனோடு வாதம் செய்யப் போக மாட்டான்.

அன்னச்சத்திரத்தின் இந்த அளவில்லாத கஷ்டங்களிலிருந்து ஆறுதல் தருவதாகத் தியானச் சத்திரம் (கல்விக்கூடம்) இருந்தது. நான் குருதட்சிணையாக கங்காதர சாஸ்திரிக்கு ஒரு ரூபாயும் தேங்காயும்தான் கொடுத்திருந்தேன். பாடம் சொல்லித் தருவதற்காக அவர் என்னைத் தனது முதன்மைச் சீடர்களில் ஒருவரான நாகேஸ்வர் பந்த் தர்மாதிகாரியிடம் ஒப்படைத்தார். நான் காலை ஏழு மணிக்கு நாகேஸ்வர் பந்தின் வீட்டுக்குச் செல்வேன்; அவர் ஒரு மணிநேரம் பாடம் நடத்துவார். ஆனாலும் நான் பத்து மணிவரை அங்கேயே இருந்து பிற மாணவர்களோடு பாடம் கேட்பேன். மாலையில் கங்காதர சாஸ்திரியின் சிற்றன்னையின் மகன் லட்சுமண சாஸ்திரி எனக்கும் பிற வித்தியார்த்திகளுக்கும் இலக்கியம் பாடம் சொல்லுவார். இந்த இரண்டு குருக்களுக்குமே என்னைப் பிடித்திருந்தது. தங்களின் சொந்தப் புத்தகங்களை எனக்கு அளித்ததோடு, மிகவும் சிரமெடுத்துப் பாடம் சொல்லியும் தந்தார்கள்.

கோவிந்தராவ் பாலேக்கரின் மரணத்திற்குப் பின் எனக்கும் சிதம்பர கோட்போலேக்கும் நடந்த வாக்குவாதத்தைப் பற்றி ஏற்கெனவே குறிப்பிட்டிருக்கிறேன். அவருக்கு நான் துர்கா காட் மடத்தில் இருப்பது பிடிக்கவில்லை; சின்னச் சின்ன விஷயங்களுக்கெல்லாம் என்னோடு சண்டை பிடித்தார். ஒருநாள் அவர் என்னிடம், “உனக்கு வாடகை கொடுக்க முடியுமானால் இங்கே இரு; இல்லாவிட்டால் நடையைக் கட்டு. உன் சாமான்களைத் தூக்கித் தெருவில் வீசி விடுவேன்” என்றார். இந்தப் பிராமணரோடு வழக்கிடுவதில் பயனில்லை என்று எனக்குத் தெரியும். ஆனால் நான் எங்கே போவது? பிரம்ம காட்டில் கொச்சியைச் சேர்ந்த சாமியார் ஒருவரின் பெரிய மடம் ஒன்றுமிருந்தது. அந்த மடத்து மானேஜர் மாதவாச்சார்யா எனக்கு இடம்தர மறுத்துவிட்டார். எனக்கு இப்போது கங்கைக் கரையோரத்தில் வசிப்பதைத் தவிர வேறு வழியில்லை. எனக்கு கிருஷ்ணாஜி சாத்தேயை (பம்பாயில் இப்போது பெயர்பெற்ற வைத்தியராகத் திகழும் அப்பாசாகிப் சாத்தே) நன்றாகத் தெரியும்; சொல்லப்போனால் என் மூலமாகத்தான் அவர் கங்காதர சாஸ்திரி, நாகேஸ்வர் பந்த் இருவரின் வீட்டிற்கும் வந்தார். அவர் அப்போது பிரம்ம காட்டிலுள்ள சங்கிலிக்கர் (பட்டவர்த்தன்)[7] வாடாவில் தங்குவது வழக்கம். என் கஷ்டத்தைக் கேள்விப்பட்டு அவர் என்னைத் தன் அறைக்கு வந்துவிடச் சொன்னார். சாத்தே ஒரு ஷெனாவிக்குத் தன் அறையில் தஞ்சம் அளித்திருப்பது சங்கிலிக்கர் மடத்து அதிகாரிகளுக்குத் தெரியவந்து, அவர்கள் சாத்தேயையும் வெளியேற்றி விடுவார்களோ என்று நான் பயந்தேன். சாத்தே

7. பட்டவர்த்தன் – தென் மகாராஷ்டிரத்தின் சங்கிலி சமஸ்தானத்தின் முதல்வர்.

அந்த மடத்தின் நிர்வாக அதிகாரியிடம் பேசி, கஷ்டப்பட்டு முயன்று நான் சில நாட்கள் அவரோடு தங்குவதற்கு அனுமதி வாங்கிவிட்டார். சாத்தேயோடு தங்கத் தொடங்கி ஒரு மாதம் இருக்கும்போது ஒருநாள் கங்கைக்குக் குளிக்கப் போகும்வழியில் மாதவாச்சார்யாவைப் பார்த்தேன். 'நீ ஏன் சங்கிலிக்கர் வாடாவில் போய் இருக்கிறாய்? எங்கள் மடத்தில் வேண்டுமளவு இடம் இருக்கிறதே!" என்றார். இதைக் கேட்டு நான் வியப்படைந்தேன். ஒன்றரை மாதத்திற்கு முன்னால் இதே மனிதருக்கு என்னைப் பார்க்கக்கூட நேரமில்லாமல் இருந்தது. இப்போது மட்டும் எங்கிருந்து நேரம் கிடைத்தது? இப்போது இருக்கிற இடமே எனக்கு நன்றாகத்தான் இருக்கிறது என்று சொல்லிவிட்டேன். அவர் ஒருமுறைக்கு இருமுறை வற்புறுத்தவே நான் தங்குவதற்காக அந்த மடத்துக்குப் போனேன். மாதவாச்சார்யாவின் இந்தத் திடீர் மனமாற்றத்திற்குக் காரணம் இப்போதும் எனக்குப் புதிராகத்தான் இருக்கிறது. ஒன்றில் நீலகண்ட பட் என்னைப் பற்றி நல்லவிதமாக அவரிடம் சொல்லியிருக்க வேண்டும்; அல்லது, நான் ஈடுபாட்டோடு படித்தது அவரை என்மீது மரியாதை கொள்ளச் செய்திருக்க வேண்டும். எப்படியோ போகட்டும், அவர் எனக்கு மடத்தில் இடம் தந்ததால் எனது இருப்பிடப் பிரச்சினை தீர்ந்தது. ஷெனாவி மடத்தில் தங்கிவந்த நீலகண்ட பட்டும் இப்போது பிரம்ம காட்டிலுள்ள மடத்துக்கே வந்து விட்டார். மாதவாச்சார்யா தன் சொந்தச் செலவில் எங்கள் அறையைப் பழுது பார்த்துத் தந்தார்.

1901 மார்ச் இறுதியில் காசியைக் கொள்ளைநோய் தாக்கியது. எங்கள் மடத்தின் அருகிலேயே அது ஒரு சிலரைப் பீடித்தது. பக்கத்தில் எங்களுக்குத் தெரிந்த பால்காரர் ஒருவரே கொள்ளைநோயில் இறந்துபோனார். எங்களுக்கு அச்சம் பிடித்துக்கொண்டது. ஆனால் என்ன செய்ய முடியும்? ஊரை விட்டுப் போனால் பட்டினியில் சாக வேண்டியதுதான். நாகேஸ்வர பந்த் தர்மாதிகாரி, "பாருங்கள், எங்காவது போய் சாவதற்கு இங்கேயே உயிரைவிடுவது மேல். நாம் இங்கே செத்தால் யாராவது நம்மை எட்டி உதைத்தாவது கங்கையில் தள்ளி விடுவார்கள். கங்கையில் விழுந்த பிறகு வேறென்ன புண்ணியம் வேண்டும் நமக்கு? காசியில் இறப்பதற்கென்றே எங்கெங்கிருந்தோ எல்லாம் மனிதர்கள் வந்து வருடக் கணக்காகத் தங்குகிறார்கள். எனவே இந்த நோய்க்குப் பயந்து ஊரைவிட்டு ஓடுவது கொஞ்சமும் முறையல்ல." என்று சொல்லி எங்களைத் தேற்றினார். கங்கையில் எங்கள் உடம்பு விழுந்த மாத்திரத்தில் நாங்கள் புண்ணியம் அடைந்துவிடுவோம் என்று நாங்கள் நம்பவில்லை; சாப்பாடும் பிறவும் வேறெங்காவது கிடைக்குமானால் நாங்கள் ஒரு நொடிகூட இந்தக் காசியில் இருக்க மாட்டோம்.

ஒருநாள் எனக்கு நல்ல காய்ச்சல்; கொள்ளைநோயாக இருக்குமோ என்று எனக்குச் சந்தேகம் வந்துவிட்டது. நீலகண்ட பட்டிடம் உடனடியாக அறையை விட்டுப் போகச் சொன்னேன். அவன் பயந்த சுபாவியானாலும் இந்தச் சந்தர்ப்பத்தில் துணிச்சலோடு இருந்தான்; அவன் என்னிடம், "நீ எவ்வளவு சொன்னாலும் நான் உன்னை விட்டுப் போக மாட்டேன். இறந்தாலும் இருவரும் சேர்ந்தே இறப்போம்" என்றான். என் படுக்கைக்கு அருகில் போட்டிருந்த தனது படுக்கையைக்கூட அவன் நகர்த்தவில்லை. ஒரு வைத்தியரிடம் சென்று எனக்கு மருந்து வாங்கிக்கொண்டு வந்து தந்தான்; ஒரு வாரத்திலேயே எனக்குக் குணமாகி விட்டது. ஆனாலும் அடுத்த பதினைந்து நாட்களுக்கு எனக்கு உடலில் சக்தியே இல்லை. அந்த நேரத்தில் மாதவாச்சாரியாரின் மனைவி என்னைக் கவனித்துக்கொண்டார். அந்தப் புனிதவதி அதிகாலையிலேயே எழுந்து, எனக்காகச் சத்தான உணவை விசேஷமாகச் சமைப்பார். என்னைத் தனது சொந்தக் குழந்தையைப் போல, தம்பியைப் போல அவர் கவனித்துக்கொண்டார் என்று சொன்னால் அது மிகையல்ல. இரண்டு வாரத்தில் நான் முழுமையாகக் குணமடைந்து சாப்பாட்டிற்கு பாலாஜி சத்திரத்துக்குச் செல்ல ஆரம்பித்து விட்டேன்.

கொள்ளைநோயின் தீவிரம் இப்போது அதிகரித்தது. சுமப்பதற்கு ஆள் கிடைக்காததால் இறந்த உடல்களை மாட்டு வண்டிகளில் எடுத்து வர வேண்டியிருந்தது – அப்படித்தான் கேள்விப்பட்டேன். கோடையில் மடத்தின் உள்ளே தூங்கவே முடியாது; எனவே மட்டப்பாவில் படுத்துறங்கினேன். அங்கிருந்து மணிகார்ணீக காட்டில் எரியும் சிதைகளைத் தெளிவாகப் பார்க்க முடியும். பல இரவுகளில், நாங்கள் அப்போதுதான் கண்ணயர்ந்திருப்போம், எங்கள் மடத்துப் படியின் கீழே யாரோ ஒருவரின் இறந்த உடலை வைப்பார்கள்; ஒரே அழுகையும் புலம்பலுமாக இருக்கும். நாளாக நாளாக இது எங்களுக்குப் பழகிப் போய்விட்டது; இதனால் எங்கள் தூக்கம் பாதிக்க வில்லை. கங்காதர சாஸ்திரி தன் குடும்பத்தோடு கிளம்பிப் போய்விட்டார். ஆனால் தர்மாதிகாரி அங்கேயே இருந்ததால் எங்கள் படிப்பிற்குப் பெரிய பங்கம் வரவில்லை.

மழைக்காலம் தொடங்குவதற்கு முன்னால் கொள்ளைநோய் முற்றிலுமாக நின்றுவிட்டது. ஆனால் என் வேட்டிகள் எல்லாம் நைந்து போய்விட்டன; அவற்றை வைத்துக்கொண்டு இன்னும் ஒரு மாதம்கூட என்னால் தாக்குப் பிடிக்க முடியாது. ஆனால் வேஷ்டி வாங்க பணத்துக்கு நான் எங்கே போவேன்? புது வேட்டி வாங்க ஐந்து ரூபாய் அனுப்பும்படி நான் டாக்டர் வாக்லேக்குக்

கடிதம் போட்டேன். வழக்கம்போல அவர் பதில் போடவில்லை. விஷ்ணு நாயக்கிற்கும் என் பரிதாப நிலைமையைச் சொல்லி ஐந்து ரூபாய் அனுப்பும்படி கடிதம் போட்டேன், பலனில்லை! அவர் கடிதங்களுக்கு ஒழுங்காகப் பதிலெழுதக் கூடியவர்தான்; ஆனால் இந்த முறை என்னவோ பதிலெழுதவில்லை. பிக்கு நாயக்கிற்கு எழுதினேனா என்று நினைவில்லை; எழுதி யிருப்பேன். யாரிடமிருந்தாவது உதவி கிடைக்கும் என்ற நம்பிக்கை எனக்குப் போய்விட்டது. எனவே இனியும் என் தேவைகள் எதற்காகவும் தெரிந்தவர்களைச் சார்ந்து இருக்கப் போவதில்லை என்று முடிவு செய்தேன். எனக்கு என்ன வந்தாலும் சரி, இனி நண்பர்களிடம் தெரிவிக்கவோ அல்லது அவர்களிடம் இரக்கவோ போவதில்லை. எனது சாதுரியம், அறிவு, நேர்மை இவற்றைக் கொண்டே என் கஷ்டங்களை நிவர்த்திச் செய்துகொள்வேன். ஆனால் காசி போன்ற புண்ணிய தலங்களில் உழைத்து ஒரு ரூபாய்க்கூடச் சம்பாதிக்க முடியாது. என்றாலும் நான் மனந்தளராமல் ஏதோவொரு வழி தேட முனைந்தேன்.

குஜராத்திகளின் குருவான கோஸ்வாமி என்ற ஒரு இளைஞர் காசியில் வசித்தார். நல்ல வசதிபடைத்த அவர் கங்காதர சாஸ்திரியிடம் பாடம் கேட்டுவந்தார். அவருக்குச் சமஸ்கிருத மூலமும் மராத்தியில் பொருளும் அச்சிடப்பட்ட அமரகோஷத்தின் பிரதி வேண்டியிருந்தது. என்னிடம் யதேச்சை யாக அத்தகைய பிரதியொன்று இருந்தது. நிர்ணயசாகர் (பிரஸ்) வெளியிட்ட நூல் அது. நான் அவரிடம் அதைப் படிப்பதற்காகக் கொடுத்தேன். அவரோ அதை விலைக்கு வாங்க விரும்பினார். அதன் அசல் விலை ஒன்றேகால் ரூபாய்தான். நான் அவரிடம், இலவசமாகவே அதைத் தந்துவிடுவேன், ஆனால் எனக்குப் பணத்தேவை இருப்பதால் ஒரு ரூபாய் தரும்படிக் கேட்டேன். அவரோ நான் மறுத்தும் கேட்காமல் ஒன்றே கால் ரூபாய் தந்தார். நான் ஒரு ரூபாய் இரண்டணாவுக்கு ஒரு ஜோடி வேட்டி வாங்கிக்கொண்டேன். ஆனால் அவை ரொம்ப லேசு. இரண்டு மாதம்தான் என்னால் அவற்றைப் பயன்படுத்த முடியும். ஆகவே, நான் சத்திரத்தில் தினமும் தரும் தட்சிணையான ஒரு பைசாவை விளக்குக்கு எண்ணெய் வாங்கச் செலவழிக்காமல் சேர்த்து வைத்து, இரண்டொரு மாதங்களில் ஒரு ரூபாய் சேர்ந்ததும் புதிய பஞ்சகச்ச வேட்டி வாங்கிக்கொள்வோம் என்று தீர்மானித்துக் கொண்டேன். சத்திரத்தில் தினமும் தட்சிணையாக ஒரு பைசா கிடைத்தது; என்றாலும் அதை இரவு விளக்குக்கு எண்ணெய் வாங்கச் செலவிட வேண்டியிருந்தது. அதுபோக, ஏகாதேசி அன்று அன்னச்சத்திரம் கிடையாது; எனவே அன்றைய தினத்துக்கு அரிசி போன்றவற்றை வாங்க வேண்டும். சில நேரங்களில்

ஏகாதேசி தினத்தில் மாதவாச்சார்யா வீட்டில் சாப்பிடுவோம். ஒரு மார்வாடியிடமிருந்து மளிகை சாமான்கள் இலவசமாக வாங்கிக்கொள்வதற்காகத் தர்மாதிகாரி வாரம் ஒருமுறை நீலகண்ட பட்டிற்குச் சீட்டு கொடுப்பார். நாங்கள் இதை மாதவாச்சார்யாவிடம் கொடுத்துச் சாப்பாட்டிற்கு ஏற்பாடு செய்துவிடுவோம். ஆனால் விளக்கெரிக்க என்ன செய்வது? எனவே விளக்கை ஏற்றாமல், நாங்கள் மனனம் செய்து வைத்திருந்த பாடங்களைச் சொல்லிப் பார்த்துக்கொள்ளலாம் என்று முடிவுசெய்தோம். நீலகண்ட பட் 'அஷ்டாத்தியாயினி'[8]யைச் சொல்லச் சொல்ல நான் அதைத் திருப்பிச் சொல்வேன். இப்படியாக நாங்கள் இருட்டில் இரவைக் கழித்து, சத்திரத்தில் கிடைக்கும் ஒரு பைசாவைச் சேர்த்துச் சேர்த்து, ஆளுக்கு நான்கு அணா சேமித்தோம்.

வாசகர்களுக்கு நான் இன்னமும் பண்டரிநாத் ஹஜம் [நாவிதர்] என்பவரை அறிமுகம் செய்யவில்லை. மடாகாவில் அவர் பெயர் பண்டரிநாத் அல்ல; குணோ ஹஜம். குணோ மர்தோலிலுள்ள மஹ்லாசா தேவி கோவில் அருகே பிறந்தவர்; என் வயதுதான் இருக்கும் அவருக்கு. மர்தோலில் பிறந்தாலும் அங்குள்ளவரின் கெட்டப் பழக்கம் எதுவும் இவரிடம் ஒட்டிக் கொள்ளவில்லை. முதியவர், இளைஞர் என்றில்லாமல் கோவாவில் எல்லோரிடமும் இருக்கும் புகையிலைப் பழக்கம்கூட இவரிடம் இல்லை. சொந்த முயற்சியில் இவர் பல கலைகளைக் கற்றுக்கொண்டிருந்தார் – சித்திரம் வரைவார், களிமண்ணில் உருவங்கள் செய்வார், புத்தகம் பைண்டிங் செய்வார். அவருக்கு ஓய்வு கிடைக்கும்போது இப்படி ஏதாவது செய்துகொண்டிருப்பார். இப்போது அவர் மட்காவில் பிஸ்கெட் தயார் செய்கிறார். பம்பாயில் பிஸ்கெட் தயாரிக்கும் மிஷினைப் பார்த்துவிட்டு ஊருக்கு வந்தவர், பழைய இரும்புகளை எல்லாம் சேகரித்து நேரம் கிடைக்கும்போது அவரே கருமான் வேலை பார்த்து, அதுபோன்ற மிஷின் ஒன்றைத் தயார் செய்துவிட்டார். அந்த மிஷினைத்தான் இப்போது பயன்படுத்துகிறார். அவரது நற்குணங்களையும் திறமைகளையும் இந்த இடத்தில் விவரிக்க முடியாது; தனியாக ஒரு கட்டுரைதான் எழுத வேண்டும்.

பண்டரிநாத் முதல்முதலாக எங்கள் வீட்டுக்கு 1892இல் வந்தார். கொஞ்சகாலம் அவர் மர்தோலிருந்து வந்து சவரம் செய்துவிட்டுத் திரும்பிப் போய்க்கொண்டிருந்தார். அதன்பிறகு, எங்கள் வீட்டிற்கு அடுத்த வீட்டில் குடும்பத்தோடு குடிவந்து விட்டார். அவரது நேர்மை, தூய நடத்தை, உழைப்பு, கெட்ட

8. அஷ்டாத்தியாயினி – பாணினி எழுதிய இலக்கண நூல்.

பழக்கங்கள் இல்லாமை போன்ற குணங்களுக்காகவும் கல்வியில் அவருக்கிருந்த ஈடுபாட்டிற்காகவும் நானும் சோன்பா முல்காவோங்கரும் அவரிடம் மிகவும் நெருக்கமாக இருந்தோம். கோவிலருகில், அதுவும் மர்தோலில் பிறந்த உழைப்பாளியான குணோமீது எங்களுக்கு எவ்வளவு மரியாதை இருந்ததோ அதே அளவு வெறுப்பு கோவிலருகில் இருக்கும் தாசிகள் வீடுகளில் சூதாடிப் பொழுதைப் போக்கிக்கொண்டிருந்த கோவாவாசிகள்மீது இருந்தது. கோவாவில் நிறைய பணக்காரர்கள் தங்கள் தந்தைமார் சம்பாதித்து வைத்த சொத்தில் வாழ்ந்து, சூதாட்டத்திலும் கெட்ட விஷயங்களிலும் பொழுதைப் போக்கிக்கொண்டிருக்கிறார்கள். இந்த மாதிரி மனிதர்களோடு ஒட்டிக்கொண்டிருப்பது மரியாதை என்று நினைக்கும் மத்தியதர மக்கள் சிலர் இன்னும் இருக்கத்தான் செய்கிறார்கள். நான் எப்பவுமே இந்தப் பணக்காரர்களோடு சகவாசம் வைத்துக்கொள்ள முயன்றதில்லை. அவர்களோடு பழக வாய்ப்பு நேர்ந்த சந்தர்ப்பங்களிலும் குணோ ஹஜத்தோடு இருக்கும்போது கிடைக்கும் சந்தோஷம் எனக்குக் கிடைத்ததே இல்லை. மாறாக அந்த மடையர்கள் பாரம்பரியச் சொத்தை இப்படிச் செலவு செய்வதைப் பார்த்து எனக்கு வருத்தம்தான் வரும். நமது நாட்டில் மட்டும் குணோ போன்ற உழைப்பாளிகள் இருந்து அவர்களுக்கு நல்லமுறையில் கல்வியும் கிடைக்குமானால் நமது நாட்டின் துயரங்களெல்லாம் சட்டென்று முடிவுக்கு வந்துவிடும். நிற்க.

நான் இங்கே அவரைப் பற்றி எழுதியதற்குக் காரணம், என் பணக்காரச் சினேகிதர்களுக்கு ஐந்து ரூபாய் கேட்டு எழுதி எழுதி சலித்துப்போய் குணோவுக்கு எழுதிப் போட்டேன். அவரிடமிருந்து பணம் வரும் என்று எனக்கு நம்பிக்கையில்லை; நாள் முழுவதும் ஆட்களுக்குச் சவரம் செய்து அவருக்குச் சில அணாக்கள் வரும்படி வந்தாலும் அவருடைய குடும்பத்துக்குச் செலவு செய்தது போக அப்படி என்னதான் மிஞ்சிவிடப் போகிறது? என்றாலும் யாரிடமாவது இரண்டொரு ரூபாய் கேட்டு வாங்கி அனுப்புவார் என்று உறுதியாக இருந்தேன்; அப்படிச் செய்ய சொல்லிகூட நான் எழுதியுமிருக்கலாம். கோஸ்வாமி தந்த ஒன்றேகால் ரூபாயில் ஒரு ரூபாய் இரண்டு அணாவை இரண்டு பஞ்சகச்ச வேட்டிகள் வாங்க செலவழித் திருந்தேன். உடுத்த ஆடையில்லாமல் போய்விடக் கூடாது என்பதற்காக நான் இருட்டில் அஷ்டாத்தியானியை மனனம் செய்து காசு சேர்ந்துக்கொண்டிருந்தபோது, ஒரு நாள் குணோவிட மிருந்து பதிவுத்தபால் வந்தது. அதில் ஒரு பிரிட்டீஷ் பத்து ரூபாய்த் தாள் இருந்தது. அது தனது பணமில்லை, எனது அக்கா கொடுத்ததாக குணோ எழுதியிருந்தார். எப்படியோ, மற்ற நண்பர்களைப் போல அவர் என்னை மறந்துவிடவில்லை. அவர்

நான் வறுமையிலிருப்பதை என் அக்காவிடம் சொல்லி – எனக்கு இது பிடிக்கவில்லைதான் – வாங்கி அனுப்பி இருக்கிறார். 1901 குளிர்காலத்தில் வந்த இந்தப் பணம் எனக்கு மிகவும் உதவியாக இருந்தது.

முன்பு மோரேஸ்வர் பாலேக்கர் தன் தாத்தாவின் நல்ல ரஜாயைத் தருவதாகச் சொன்னார்; வடஇந்தியாவில் குளிர்காலம் எப்படி இருக்கும் என்று எனக்குச் சரியாகத் தெரியாததால் நான் வேண்டாமென்று சொல்லிவிட்டேன். 1900இல் குளிர்காலம் வந்தபோது காசிபாய் ஒரு பழைய ரஜாயைத் தந்தார். அதை வைத்து அந்தக் குளிர்காலத்தை எப்படியோ சமாளித்துவிட்டு கோடை வந்ததும் காசிபாயிடம் அதைத் திருப்பிக் கொடுத்து விட்டேன். தலையணை என்னிடம் இருந்ததே இல்லை. பிரம்ம காட்டிலுள்ள ஷெனாவி மடத்துக்கு நான் தங்குவதற்கு வந்தபோது அங்கே ஒரு மூலையில் மாதவாச்சார்யாவின் கிழிந்த போர்வையும் கொஞ்சம் துண்டுத்துணிகளும் கிடப்பதைக் கண்டேன். அவற்றைத் துவைத்தெடுத்து, போர்வைத் துணியில் பைகள் தைத்து துண்டுத் துணிகளை அடைத்து இரண்டு தலையணைகள் செய்துகொண்டேன். ஒன்று எனக்கு, மற்றொன்று நீலகண்ட பட்டிற்கு. இந்தத் தலையணைகள் பாறாங்கல்லைக் காட்டிலும் கொஞ்சம் மென்மை; அன்னதானச் சத்திரத்துச் சாப்பாடோ தவிட்டைக் காட்டிலும் கொஞ்சம் ருசி. 'பசிக்குத் தவிடு; படுக்கப் பாறாங்கல்' என்ற மராத்தி வழக்கின் முழு அர்த்தத்தை நாங்கள் காசியில்தான் அனுபவித்தோம்.

தலைக்கு எதுவானாலும் பரவாயில்லை, ஆனால் போர்த்திக் கொள்ள? காசிபாயிடமிருந்து போர்வையை வாங்குவது சாத்திய மில்லை; அதுபோக, அதைப் போர்த்திக்கொண்டு குளிரை விரட்ட முடியாது – பீரங்கி வைத்துத் தகர்த்த கோட்டையைப் போல இருந்தது அது. அதில் பல இடங்களில் பெரிய பெரிய சல்லடைகள்; உள்ளே இருந்த பஞ்சுக் கற்றைகள் விடுதலைக்காக மேல் துணியோடு போராடிக்கொண்டிருந்தன. சில இடங்களில் அவை வெளியே வந்து அடாவடி செய்துகொண்டிருந்தன. எனவே காசிபாயிடம் போர்வை கேட்பதில் அர்த்தமில்லை. பண்டாரிநாத் ஹஜமின் கடிதம் சரியான நேரத்திற்குத்தான் வந்திருந்திருக்கிறது; குளிர்காலத்தைப் பற்றி இனிக் கவலைப்பட வேண்டியதில்லை. கனத்த போர்வை ஒன்று வாங்குவதற்குக் கிட்டத்தட்ட இரண்டு ரூபாய் செலவழித்தேன். புனேயிலிருந்து வரும்போது நான் கொண்டுவந்த இன்னொரு போர்வையும் இருந்தது. இந்த இரண்டு போர்வைகளையும் டாக்டர் வாக்லே கொடுத்த கோட்டையும் வைத்துக்கொண்டு 1901இன் குளிர்காலத்தை ஒருவழியாகச் சமாளித்துவிட்டேன். குணோவின்

கடிதம் வந்தபின் நாங்கள் இருட்டில் உட்காருவதை விட்டுவிட்டு, அன்னசத்திரத்தில் கிடைக்கும் ஒரு பைசாவில் மீண்டும் விளக்குக்கு எண்ணெய் வாங்கத் தொடங்கினோம்.

எங்கள் மடத்தில் துர்காநாத் என்ற நேபாளி இளைஞன் இருந்தான்; அவனும் எங்கள் குரு நாகேஸ்வர பந்த் தர்மாதிகாரியிடம் படித்து வந்தான். டாக்டர் பண்டார்கர் சொன்ன ஒன்றை நான் மறக்கவில்லை – அதாவது, பௌத்தம் பற்றிய அறிவைப் பெற வேண்டுமானால் நேபாளத்துக்குப் போக வேண்டும். துர்காநாத் இந்த விஷயத்தில் ஏதாவது உதவிச் செய்ய முடியும்; எனவே நான் அவனோடு சினேகம் பிடித்துக்கொண்டேன். 1902இல் துர்காநாத் நேபாளத்திலுள்ள தனது ஊருக்குப் போவதாக இருந்தான். என்னிடம் அவன் இதைத் தெரிவித்தபோது என்னையும் கூட்டிக்கொண்டு போகச் சொன்னேன். ஆனால் நேபாளத்துக்குப் போவது சாதாரண காரியமில்லை. முதலாவது, நேபாள அரசாங்கத்தின் அனுமதிச் சீட்டு இல்லாமல் யாரும் நேபாள எல்லைக்குள் நுழைய முடியாது; இரண்டாவது, போகும் வழி கடினமானது – உயரமான மலைகளில் ஏறாமல் காட்மாண்டுவைக் கண்ணால் பார்க்கக்கூட முடியாது. மூன்றாவது, என்னிடம் நான்கே ரூபாய்தான் இருந்தது. இந்தச் சின்னத் தொகையை வைத்துக்கொண்டு அவ்வளவு தூரம் போவது கஷ்டம். என்றாலும் நான், நேபாள அரசாங்கத்தின் அனுமதிச் சீட்டு மட்டும் கிடைத்தால் போதும் துர்காநாத்தோடு போய்விட வேண்டும் என்று தீர்மானித்தேன். பிற கஷ்டங்களைச் சமாளித்துக் கொள்ளலாம். அவனது தாத்தா நேபாள பிரதமர் அலுவலகத்தில் பெரிய அதிகாரியாக இருந்தவர். எனது வற்புறுத்தலின் பேரில் அவன் தன் தாத்தாவிடம் சொல்லி எனக்கு அனுமதிச்சீட்டுப் பெற்றுவிட்டான். காசியிலிருந்து பிப்ரவரி 2ஆம் தேதி கிளம்புவதாகத் திட்டமிட்டோம்.

வேத சாஸ்திர சம்பன்னரான கல்யாண் சாஸ்திரி கோலாப்பூர்காரர். நான் காசிக்கு வந்த சில நாட்களில் அவரும் புனித யாத்திரையாக அங்கே வந்தார். சைவ மடம் ஒன்றில் நான் அவரைச் சந்தித்தேன். அவருக்கு நல்ல வயது; ஒரு கால் வேறு சரியாக இல்லை; நான் அவருக்கு ரொம்பவும் உதவியாக இருந்தேன். அவர் ஊருக்குத் திரும்பிச் செல்லும்போது எனக்கு சித்தாந்த கௌமுதி நூலின் பிரதியொன்றை வாங்கித் தந்தார். அந்த நூல் எனக்கு மிகவும் பயன்பட்டது என்பதைச் சொல்ல வேண்டிய தில்லை; ஏனெனில் நான் அதிகமும் இதைத்தான் படித்தேன். நான் நேபாளம் கிளம்புவதற்கு முன்னால் கல்யாண் சாஸ்திரி மீண்டும் காசிக்கு வந்தார். இந்த முறை அவர் மாதவாச்சார்யாவுடன் தங்கினார். படிப்பில் நான் எவ்வளவு தூரம் முன்னேறியிருக்கிறேன்

என்பதைத் தெரிந்துகொள்ள அவர் என்னிடம் சில கேள்விகள் கேட்டார்; நான் சொன்ன பதில்கள் திருப்தியளிக்கவே அவருக்கு ரொம்ப மகிழ்ச்சி. ஒரு வருடத்தில் நான் இவ்வளவு தூரம் முன்னேறியிருந்ததை அவர் பாராட்டினார். "இன்னும் ஒன்றிரண்டு வருடம் சாஸ்திரம் படித்துவிட்டு, கோலாப்பூர் வந்து சேரு. நான் உனக்கு ஐம்பது அறுபது ரூபாயில் வேலை வாங்கித் தருகிறேன்" என்றார். அதற்கு நான், "இப்போதைக்கு நேபாளம் போகத்தான் திட்டமிட்டிருக்கிறேன். இந்தப் பிரயாணத்தில் பிழைத்துத் திரும்பி வந்தால், மேற்கொண்டு என்ன செய்யலாம் என்று அப்போது யோசிக்கிறேன்" என்று பதிலளித்தேன். அவர் எந்த மறுப்பும் சொல்லாமல் வழிச் செலவுக்காக நான்கு ரூபாய் தந்தார்.

நான் நேபாளத்துக்குப் போவது பற்றி என் குருக்களுக்குக் கொஞ்சம் துக்கம்தான். ஆனால் தர்மாதிகாரிக்கும் லட்சுமண சாஸ்திரி தெலங்கிற்கும் நான் திரும்பி வந்துவிடுவேன் என்ற நம்பிக்கை இருந்திருக்க வேண்டும். எனவே அவர்கள் தடுக்க வில்லை. ஆனால் கங்காதர சாஸ்திரி நான் போவதற்கு எதிர்ப்புக் காட்டினார். அவருக்குக் கொஞ்சம் ஜோதிடம் தெரியும்; அதை வைத்துக் கணித்தபோது, எனக்கு ஒன்றிரண்டு மாதத்தில் ஏதோ மோசமான கண்டம் வரப்போவதாக அவருக்குப் பட்டது. எனவே அந்த துர்பலக் காலம் முடியும் வரையில் காசியை விட்டுப் போக வேண்டாம் என்று வற்புறுத்தினார். அவரைச் சம்மதிக்க வைப்பதற்கு நான் பெரும்பாடு படவேண்டியிருந்தது. "ஜோதிடப் பிரகாரம் அந்தச் சமயத்தில் எனக்குக் கண்டம் வருமென்றால், நான் காசியில் இருந்தால் மட்டும் அது எப்படி வராமல் போகும்? நேபாளத்துக்குப் போகும் வழியில்தான் நான் இறக்க வேண்டும் என்று எனக்கு எழுதியிருந்தால் அதை எப்படி மாற்ற முடியும்?" என்றேன் நான். நீண்ட வாதப் பிரதிவாதத்துக்குப் பிறகு அவர் ஒருவழியாக எனக்கு அனுமதி தந்தார் – அதுவும் மிகுந்த தயக்கத்தோடுதான்.

10

நேபாள யாத்திரை

1902 பிப்ரவரி 2ஆம் தேதி துர்காநாத், அவனது சினேகிதன், நான் மூவரும் காசியிலிருந்து கிளம்பினோம். மறுநாள் நேபாள எல்லைக்கு அருகிலிருந்த ரக்செளல் ரயில்நிலையத்தை எட்டினோம். நேபாளச் சோதனைச் சாவடி இருக்கும் பிர்கஞ்ச் அங்கிருந்து இரண்டு மைல். அன்றிரவை ரயில்நிலையத்துக்கு அருகில் ஓரிடத்தில் கழித்தோம். இரண்டு நாட்களும் சமைக்காத தின்பண்டங்களை[1] வைத்துச் சமாளித்தேன். மறுநாள் அதிகாலை நாங்கள் நேபாள எல்லைக்குள் நுழைந்தோம். மாதவாச்சார்யா தந்திருந்த தெற்கத்திப் பாணிக் காலணிகளை நான் அணிந்திருந்தேன். கிழிந்து போயிருந்த அவற்றைத் தூரப்போட்டு விடலாம் என்று வழியில் கழற்றிப் பார்த்தபோது என் வலது பாதம் ஒரே ரத்தக்களறியாக இருந்தது! காலணி பாதத்தைக் கடுமையாகக் கடித்து ரத்தம் வந்திருக்கிறது; ஆனால் அங்கே குளிர் அதிகமாக இருந்ததால் ரத்தம் அப்படியே உறைந்து போய்விட்டிருக்கிறது. இருட்டாக இருந்ததால் நான் இதைக் கவனிக்கவில்லை. ஆளரவம் தொடங்குவதற்கு முன் நாங்கள் பிர்கஞ்ச் போய்ச் சேர்ந்தோம்.

முன்பு குறிப்பிட்டதுபோல இந்தச் சமயத்தில் நான் எழுதிய நாட்குறிப்புகள் தொலைந்து போய்விட்டன. நினைவிலிருந்துதான் இப்போது எழுத வேண்டியிருக்கிறது. நாங்கள் தங்கிச் சென்ற

---

1. சமைத்த உணவிற்குத்தான் 'பத்து' போன்ற பிராமண ஆசாரங்கள் எல்லாம்; பொரி, இனிப்புப்பண்டங்கள், பழவகைகள் போன்ற சமைக்காத உணவுகளுக்கு இவை கிடையாது.

இடங்களின் பெயர்கள் என் நினைவில் இல்லை. மதிய உணவுக்கு மேல் நாங்கள் பிர்கஞ்சை விட்டுக் கிளம்பினோம். நான் எனது கர்லாக் கட்டைகளைக் கொண்டு வந்திருந்தேன். அவற்றை இங்கே ஒரு கடையில் கொடுத்து வைத்தேன். இப்போது எனது பயணச்சுமை: மாதவாச்சார்யா தந்த ஒரு முரட்டு போர்வை, எனது இரண்டு கனத்தப் போர்வைகள், கொஞ்சம் புத்தகங்கள். தூக்குவதற்குக் கூலிகள் யாரும் அகப்படவில்லை; எனவே நானே தூக்கிக்கொண்டு நடந்தேன். மூன்று மைல் நடந்ததும் எனக்கு ஒரே களைப்பாகி விட்டது. மூன்று நாட்களாகச் சரியாகச் சாப்பிடவில்லை; இப்படித் தளர்ந்த உடல்நிலையில் சுமையையும் தூக்கிக் கொண்டு மூன்று மைல் நடக்க என்னால் முடியவில்லை. பல நேரங்களில் திரும்பிப் போய்விடுவோமா என்றுகூட எனக்குத் தோன்றியது உண்டு. நேபாளத்துக்குப் போகவில்லை என்றால் பௌத்தம் பற்றி எந்த அறிவையும் பெற முடியாது என்ற எண்ணம் திரும்பிப் போகும் என் யோசனையைத் தடுத்தது. கடைசியாக வழியில் ஒரு முஸ்லீம் கூலிக்காரர் கிடைத்தார். ஒன்றரை ரூபாய் கூலிக்குப் பிம்பேடிவரை வருவதற்கு ஒப்புக்கொண்ட அவர் என் சாமான்களைத் தலையில் தூக்கி வைத்துக்கொண்டார். பிர்கஞ்சிலிருந்து ஐந்து மைல் தொலைவிலுள்ள ஒரு கிராமத்தில் (பெயர் நினைவில்லை) எங்கள் முதல் தங்கல். அன்றிரவு வெறும் அரிசிப்பொரியும் வெல்லமும் மட்டுமே சாப்பிட்டேன். மறுநாள், அதாவது புதன்கிழமை, நாங்கள் பத்து மைல் நடந்தோம். இந்த இடத்தில் சமவெளி முடிந்து இமாலயத்தின் அடிவார வனப்பகுதித் தொடங்கியது.

நேபாளத்தில் மலைப்பிரதேசம், சமவெளி என்ற இரண்டும் உண்டு. சமவெளிப் பிரதேசத்தை நேபாளம், பிரிட்டீஷ் அரசாங்கத்திடமிருந்து பெற்றிருந்தது. அதன் வாசிகள் இந்தியர்கள், அரசாங்க அதிகாரிகளோ நேபாளிகள். பிர்கஞ்சில் ஓர் உயர் அதிகாரி இருந்தார். சமவெளிப் பகுதிதான் மலைப் பிரதேசத்தை விட அதிக வருவாயை நேபாளத்துக்குப் பெற்றுத் தருவதாக இருக்க வேண்டும். நெல் ஏராளம் விளைந்தது இங்கே. கான்பூர் அரிசி என்று அழைக்கப்படும் அரிசிகூட இங்கிருந்து வருவதாக இருக்கலாம்.

இது வளமான இடம், ஆனால் மலேரியா தாக்கும் பகுதி; எனவே நேபாளிகள் இங்கே குடி வருவதற்குப் பயந்தார்கள். துர்காநாத்துக்குச் சமவெளிப் பகுதியைக் கடந்து நேபாளத்தின் உயர்ந்த மலைகளைப் பார்க்கும் அவசரம். அவன் அம்பைப் போல முன்னால் பாய்ந்து போய்க்கொண்டிருந்தான். நான் மெல்ல பின் தொடர்ந்தேன். அவன் தாத்தா அனுப்பியிருந்த இரண்டு வேலைக்காரர்கள் அவனைப் பிர்கஞ்சில் சந்தித்தார்கள். அவர்கள்

என் பரிதாப நிலைமையைப் பார்த்துச் சிரித்தார்கள். அவர்களின் இந்தக் குரூர மனப்பான்மை என்னை ஆச்சரியப்படுத்தியது. முஸ்லீம் கூலிக்காரரோ என்மீது இரக்கப்பட்டார். வியாழன் மதியம் நாங்கள் ஒரு ஓடைக்கரையில் சமையல் செய்தோம். துர்காநாத் என்னிடம் ஒரு சின்ன இரும்புப் பானையைத் தந்தான். காற்று அடித்த வேகத்தில் அந்தப் பானையில் சோறு ஒரு பக்கம் குழைந்தும் ஒரு பக்கம் வேகாமலும் ஆகிவிட்டது! அன்றிலிருந்து துர்காநாத் தனது உணவை என்னோடு பகிர்ந்துகொண்டான்.

சமவெளியைக் கடந்து இமாலயத்தின் அடிவாரத்தில் வனத்துக்குள் நுழைந்ததுமே என் உடல்நோவு மேலும் அதிகரித்தது. அதிகாலை நேரத்தின் கடும்பனி எனது வெற்றுக் கால்களில் ரத்தம் வர வைத்தது. பாதையிலுள்ள மண் அதில் படிந்தபோது அவஸ்தை இன்னும் அதிகரித்தது. இரவு நேரங்களில் ஏதாவது குடிசைக் கடைகளில் தங்கிக்கொண்டு விடிந்ததும் நாங்கள் பயணத்தைத் தொடர்வோம். மதியம் முடியுமானால் சமைத்துச் சாப்பிடுவோம். வெறும் சோறும் நேபாள மங்குஸ்தான் புளி போட்டுக் கொதிக்க வைத்த ரசமும்தான் சாப்பாடு. பசிக்கு இதுவும்கூட ருசியாகத்தான் இருந்தது. இரவில் ஐந்தாறு மைல்களுக்கிடையில் இருக்கும் கடைகளில் கிடைக்கும் பொரியையும் வெல்லத்தையும் வைத்துச் சமாளித்து வந்தோம். நேபாளத்தில் கிடைத்த வெல்லத்தின் தரம் மிக மோசமாகவும் விலை அதிகமாகவும் இருந்ததால் நான் அதை எடுத்துக்கொள்வதை விட்டுவிட்டு, பொரியோடு திருப்திப்பட்டுக்கொண்டேன்.

நாங்கள் நதியொன்றின் கரையோரமாகவே நடந்து சென்றோம். சிலநேரங்களில் நான் படுக்கையில் இருக்கும்போதே துர்காநாத் வந்து தான் குளித்துவிட்டதாக அறிவிப்பான். இவன் எப்போது எழுந்தான், அந்தப் பயங்கரக் குளிரில் எப்போது நதிக்குப் போய்க் குளித்துவிட்டு வந்தான் என்று எனக்கு ஆச்சரியமாக இருக்கும். நான் அவனிடம் சொல்வேன், "நீங்கள் நேபாளிகள் உண்மையிலேயே திடகாத்திரமானவர்கள்தான்; உங்களுக்குக் குளிருமில்லை, காற்றுமில்லை. எனக்கு அதிகாலையில் இவ்வளவு சீக்கிரம் நதியில் குளிப்பது நடக்கவே நடக்காது." பிர்கஞ்சிலிருந்து கிளம்பி மூன்று நாட்களுக்குப் பிறகு நாங்கள் நதிக்கரையை ஒட்டி ஒரு கடையின் குடிசையில் தங்கினோம். நாங்களிருந்த குடிசையிலிருந்து பார்த்தால் நதி தெரிந்தாலும், அதற்குப் போகும் பாதைக் கடினமாக இருந்ததால் அங்கே செல்ல நேரமெடுக்கும். அதற்கு ஒரு குறுக்கு வழி இருந்தது; ஆனால் பெரிய பாதாளத்தில் இறங்கிச் செல்ல வேண்டும்; மிகவும் அபாயம். ஒருநாள் எனக்குச் சீக்கிரமாக முழிப்பு வந்தும், குளிராக இருந்ததால் படுத்தே கிடந்தேன். அந்த நேரத்தில் துர்காநாத்

தர்மானந்த கோஸம்பி

எழுந்துக் குளிக்கத் தயாரானான். ஒரு சின்னக் குவளையில் தண்ணீர் மொண்டு தனது சின்னக் குடுமியின் உச்சியில் கொஞ்சம் தெளித்துக்கொண்டான், அப்புறம் தன் காதுமடல்களில், அப்புறம் கண்களில், அப்புறம் நெற்றியில். அவன் குளியல் முடிந்தது. அதன்பின் அவன் என்னைப் பார்த்து, "என்ன இன்னமுமா படுக்கை! நான் குளித்தே முடித்துவிட்டேன்!" என்றான். நான் அவனிடம், "குளிராக இருப்பதால் படுத்தே கிடக்கிறேன். உனக்கு முன்னாலேயே நான் விழித்துவிட்டேன்; நீ நதிக்குப் போனது போலவே தெரியவில்லை. அப்புறம் எப்படி குளித்துவிட்டேன், குளித்துவிட்டேன் என்கிறாய்" என்று கேட்டேன். அதற்கு அவன், "நீங்கள் விழித்தே கிடந்தீர்கள் என்றால் நான் இந்தக் குவளைத் தண்ணீரில் குளிப்பதை எப்படிப் பார்க்காமல் போனீர்கள்?" என்று பதில் கேள்வி கேட்டான். நேபாளிக் குளியல் எப்படி இருக்கும் என்பது இப்போதுதான் எனக்கு நன்றாகத் தெரிந்தது. ராஜஸ்தானிலுள்ள மார்வாரில் ஒரு பாத்திரத் தண்ணீரில் இரண்டு மூன்று பேர் குளிப்பார்கள் என்று கேள்விப்பட்டிருக்கிறேன். இந்த நேபாளி பாணியைப் பின்பற்றினால், ஒரு பாத்திரத்தில் மார்வாரிகள் நூறு பேர்கூடக் குளித்துவிடலாமே! அது போகட்டும். அன்று தொடங்கி நானும், துர்காநாத்தோடு இருந்தவரை யிலும், காலையில் எழுந்தவுடன் இந்த நேபாளி பாணிக் குளியல் போட்டேன்.

வெள்ளிக்கிழமை மாலை நாங்கள் பீம்பேடியை அடைந்தோம். இங்கிருந்துதான் நேபாளத்துக்குச் செல்லும் பெரும் மலைக் கணவாய் ஒன்று ஆரம்பிக்கிறது. அன்றிரவு ஒரு குடிசைக் கடையில் தங்கினோம். என்னிடம் நேபாள காசு மோகுர் (பிரிட்டீஷ் ஒரு ரூபாய், ஒன்றரை மோகுருக்குச் சமம்) கொஞ்சம் இருந்தது. பிர்கஞ்சியில் பிரிட்டீஷ் நாணயத்தைக் கொடுத்து நான் கொஞ்சம் மோகுராக மாற்றி வைத்திருந்தேன். சுமைதூக்கி வந்த முஸ்லீமை என்னோடு காட்மாண்டுவரை வரும்படி எப்படியெல்லாமோ சொல்லிப் பார்த்தேன். ஆனால் அவர் திரும்பி போவதாக அடம்பிடித்தார் – அவருக்குக் கூர்க்காக்களின் குணம் நன்றாகத் தெரியும். பீம்பேடிவரை என்னோடு வருவதாகத்தான் பேச்சு; எனவே அவரைப் போகவிடுவதைத் தவிர எனக்கு வேறு வழி தெரியவில்லை. எனது சுமைகளைத் தூக்கி வருவதற்குத் துர்காநாத் இரண்டு போடியா (கூர்க்கா) சாதிக்காரர்களைப் பிடித்து விட்டான். அவர்கள் கூலியை முன்கூட்டியே தரச் சொன்னார்கள். முஸ்லீம் கூலிக்காரருக்குச் சுமந்த கூலியும் புதியவர்களுக்குச் சுமக்கக் கூலியும் கொடுத்தபிறகு என்னிடம் ஒரே ஒரு நேபாள மோகுர்தான் மிஞ்சியது. கடைக்காரர் மனைவியிடம் பொரிக்காக அதைக் கொடுத்த போது அதுவும் கைதவறி விழுந்து, கடைக்குள் உருண்டு போய்விட்டது. கடைக்காரரும் அவர் மனைவியும்

பௌத்த வேட்கை

அதைத் தேடுவதுபோல பாவனை செய்து, கிடைக்காததுபோல நடித்தார்கள். கடைசியாக நான் துர்காநாத்திடம் கொஞ்சம் பணம் கடன் வாங்கிச் சமாளித்தேன்.

மறுநாள் அதிகாலை நாங்கள் முதல் மலைப்பாதையில் ஏறத் தொடங்கினோம்; கார்ஹி என்று இது அறியப்பட்டது. அதைக் காரி கார்ஹி என்று அழைத்தார்கள் என்று நினைக்கிறேன். அதன் உச்சியில் நேபாள அரசாங்கம் கறாரான பாதுகாப்பு ஏற்பாடுகளைச் செய்திருந்தது. எல்லோரையும் முழு உடல் பரிசோதனை செய்தார்கள்; அனுமதிச் சீட்டில்லாமல் யாரும் மேற்கொண்டு போக அனுமதிக்கப் படவில்லை. துர்காநாத்திடம் ஐந்து சீட்டுகள் இருந்தன; அவற்றில் எனது இரண்டு போடியா கூலிகளுக்கு இல்லை. எனவே சோதனைச் சாவடிக்குச் சற்றுத் தொலைவிலேயே அவர்களிடமிருந்து நான் என் சுமைகளை வாங்கிக்கொண்டு அவர்களை முன்னால் போகவிட்டேன். அவர்கள் உள்ளூர்காரர்கள் என்பதால் அனுமதிச் சீட்டு தேவையில்லைதான்; ஆனால் வெளியூர் ஆட்களோடு வந்தால் அவர்களுக்கும் வேண்டும். கார்ஹியில் ஏறியேறி நான் களைத்துப் போயிருந்தேன். போதாக்குறைக்குச் சோதனைச் சாவடியை நெருங்குவதால் என் சுமைகளையும் சுமக்க வேண்டியிருந்தது. சோதனைச் சாவடி வரை எப்படியோ போய்விட்டேன். அங்கே எங்கள் சாமான்கள் சோதனையிடப் பட்டன. அங்கிருந்த காவலர்கள் சோதனையின்போது எனது காலுறைகளைத் திருடிக்கொண்டார்கள். சுமைகளை முதுகில் சுமந்தபடி நான் நடந்தேன், போடியா கூலிகளைக் காணோம். அவர்கள் நாங்கள் அன்றிரவு தங்கப் போகுமிடத்துக்கு எங்களுக்கு முன்னாலேயே போய் ஓய்வெடுத்துக்கொண்டிருந்தார்கள். அந்த இடமோ ஒரு மைல் தூரத்தில் இருந்தது; என்னால் இவ்வளவுச் சுமைகளைச் சுமந்துகொண்டு கொஞ்சமும் நடக்க முடியவில்லை. சோதனைச் சாவடியிலிருந்து சிறிது தூரம் நடந்தவன் களைத்துப்போய் என் சுமைகளைக் கீழே போட்டுவிட்டு ஒரு மரத்தடிக்குச் சென்று அசையாமல் கிடந்தேன். நாங்கள் தங்க வேண்டிய இடத்துக்குத் தனது சுமைக்கூலிகளுடன் போன துர்காநாத் அங்கே போடியா கூலிகள் இருப்பதைப் பார்த்தான். என்னை எங்கே என்று கேட்டவனுக்குச் சரியான பதில் கிடைக்கவில்லை. எனவே அவன் அவர்களை மீண்டும் சோதனைச் சாவடிப் பக்கம் திரும்பிச் சென்று என்னைக் கண்டுபிடித்துக் கூட்டிவரச் சொன்னான். அவர்கள் என்னைக் கண்டுபிடித்துச் சுமைகளை எடுத்துக்கொண்டார்கள். பொறுப்பாக நடந்துகொள்ளாததற்காக நான் அவர்களைச் சத்தம் போட்டேன்; ஆனால் அது அவர்களுக்கு எவ்வளவு தூரம் உறைத்தது என்று எனக்குத் தெரியவில்லை;

ஏனென்றால் அவர்களுக்கு நான் பேசியது அவ்வளவாகப் புரியவில்லை. அரை மணி நேரத்துக்கு மேலாக மரத்தடியில் படுத்துக் கிடந்ததில் எனக்குக் கொஞ்சம் ஊக்கம் கிடைத்தது; போடியாக்களோடு மெதுவாக நடந்து அந்த இடத்திற்குப் போய்ச் சேர்ந்தேன்.

துர்காநாத் சமைத்து வைத்திருந்தான் – பெரிதாக ஒன்றுமில்லை; சோறும் புளித்தண்ணீரும்தான். நாங்கள் தங்கியிருந்தது ஒரு ஓடைக் கரை. சுற்றியுள்ள இயற்கைக் காட்சியைப் பார்க்க ரம்மியமாக இருந்தது. ஆனால் நேபாளிகள் எங்களைச் சுற்றிச் சுற்றி இயற்கைக் கடன் கழித்து அசிங்கப்படுத்தி வைத்திருந்தார்கள். எங்கள் அடுப்பு வரையிலும்கூட. வேறு சந்தர்ப்பமென்றால் நான் ஒரு கவளம் சோற்றைக்கூட உள்ளே இறக்கியிருக்க மாட்டேன். ஆனால் அன்று அந்த இடத்திலேயே இருந்து துர்காநாத்தின் புளித்தண்ணீரையும் சோற்றையும் ரசித்து ருசித்தேன்! துர்காநாத் வீட்டுக்குப் போகும் அவசரத்தில் இருந்தான். சிட்டாய்ப் பறந்து அவன் அன்று நடுஇரவுக்குள் வீடுபோய்ச் சேர்ந்துவிட்டான். அவனது கூலிக்காரர்களும் எனது கூலிக்காரர்களும் நானும் பின்னாலிருந்தோம். அன்று இரவு ஒரு திறந்தவெளி தர்மசாலையில் தங்கினோம். பொரி சாப்பிட்டு விட்டுப் படுத்துக்கொண்டோம். அங்கே அடித்த கடும் குளிரில் என் பாதங்கள் கழன்றுவிடும் போலிருந்தது. மிகக் கொடுமையான இரவு அது. மறுநாள், அதாவது பிப்ரவரி 9ஆம் தேதி, அதிகாலை நாங்கள் மீண்டும் பயணத்தைத் தொடர்ந்தோம். பாதை முழுவதும் பனி படர்ந்திருந்தது; நான் வெற்றுக்காலோடு நடக்க வேண்டியிருந்தது. என்னவென்று சொல்ல? நான் பட்ட கஷ்டத்துக்கு ஒரு எல்லையே இல்லை. சூடான இரும்புத் தகட்டின்மீது நடப்பதுபோல இருந்தது எனக்கு. என்மீது இரக்கப்பட்டுத்தானோ என்னவோ, சூரிய பகவான் வானம் முழுவதும் தன் கிரணங்களை வீசி அரை மணிநேரத்தில் பனியைக் கரைத்துவிட்டான். என் அவஸ்தை முற்றிலும் போகாவிட்டாலும், கணிசமாகக் குறைந்தது.

காலை எட்டு மணிவாக்கில் நாங்கள் நேபாளத்தின் இரண்டாவது மலைப் பாதையான சந்திர கார்ஹியில் ஏறினோம். இந்த மலையின் உச்சியிலிருந்து பனிபடர்ந்த இமாலாய மலைத்தொடர் எனக்குத் தெளிவாகக் காட்சிப்பட்ட போது ஒரு கணம் நான் கால் வலியை மறந்தேன். இந்த ஹிமகிரியை [பனிமலை] ஒரு மகாகவி தனது கவித்துவமான வார்த்தைகளில் கொண்டுவந்திருந்தான்:

வடக்கே ஒரு இறைச் சக்தி இருக்கிறது; மலைகளின்
அரசனான அவனுக்கு இமாலயன் என்று பெயர்;

கிழக்கிலும் மேற்கிலும் கடலுக்குள் இறங்கும் அவன்,
அகில உலகிற்குமான ஓர் அளவுகோலாக இருக்கிறான்.[2]

இந்த ஹிமகிரி முனிவர்களின் இருப்பிடம்; அதன் தோற்றமே பார்ப்போர் மனதில் உயர்ந்த ஆன்மீக சிந்தனைகளைக் கிளரச் செய்வது. தகதகக்கும் அதன் தெளிவான அற்புத வெள்ளிச் சிகரங்களைப் பார்த்துப் பரவசமடையாத பாரத மாதாவின் குழந்தைகள் யாராவது இருக்க முடியுமா? அந்தச் சமயத்தில் என் மனதில் அலையாடிய எண்ணங்களை என்னால் இங்கே விவரிப்பது சாத்தியமில்லை: 'கோவா போன்ற பின்தங்கிய பிரதேசத்தில் பிறந்தவன் நான்; எங்கள் பகுதியிலிருந்து ஒருவர் காசிக்குப் போனாலே, அது மிகப் பெரிய துணிச்சலான காரியமாகக் கருதப்படும். சஹ்யாத்ரி மலைகளைக் கடப்பது எவ்வளவு சிரமம்! அங்கிருந்து நான் எவ்வளவு தொலைவுக்கு வந்திருக்கிறேன்! இன்று நான் சந்திர கார்ஹியின் உச்சியில் நின்றபடி இமாலயத்தின் அற்புதச் சிகரங்களைப் பார்த்துக் கொண்டிருக்கிறேன்! மிகப் பெரிய துணிச்சல் கொண்டோ அல்லது அளவில்லாத சக்தி கொண்டோ அல்ல நான் இவற்றை அடைந்தது. என்னைப் போல பிரயாணம் செய்வதற்கு அச்சப்படும் மனிதனைக் காண்பது அரிது. எனது வலிமையோ! சிறிய பயணமே என்னை எவ்வளவு பாடாய்படுத்தியது என்பது எனக்குத் தெரியும். எனவே இந்த மலையரசனின் தரிசனம் எனக்குக் கிடைத்தற்கு முழுக் காரணம் புத்தர்மீது எனக்கிருக்கும் நேசம்தான்." இம்மாதிரி எண்ணவோட்டங்கள் என்னை ஆனந்தப்படுத்தின; புத்தரின்மீதான எனது நம்பிக்கை மேலும் உறுதிப்பட்டது. சந்திர கார்ஹியில் ஏறுவதற்கு முன்னால் நாங்கள் மதிய உணவை முடித்திருந்திருந்தோம்; மாலை நாலு மணி வாக்கில் துர்காநாத்தின் வீட்டை அடைந்தோம்.

துர்காநாத்தின் அப்பாவும் தாத்தாவும் என்னை மிகுந்த மகிழ்ச்சியோடு வரவேற்றார்கள். நேபாளப் பயணத்தில் அன்றுதான் நான் முதல்முறையாக ருசியான உணவைச் சாப்பிட்டேன். முற்றத்தில் தரையில் படுத்தேன். பயங்கரக் குளிர்; துர்காநாத்தின் அப்பா எனக்குப் பெரிய நேபாளி கனத்தப் போர்வையைத் தந்து படுத்துக்கொள்ள பாயும் போட்டார். காசியில் சத்திரத்தில் சாப்பிடும்போது 'மடி' உடையாக நான் போட்டுக்கொள்ளும் கம்பளி உடையொன்றிருந்தது. அதை இப்போது இரண்டாகக் கிழித்து, காலுறைக்குப் பதிலாகப் பாதத்தில் சுற்றிக்கொண்டேன். குளிரின் கடுமையை இது குறைத்தது. மறுநாள் நான் அதிகாலை எழுந்து நேபாளிக் குளியல் போட்டேன்; ஒன்பது மணிக்குச் சாப்பிட்டேன். நேபாளி

2. காளிதாசரின் 'குமார சம்பவ'த்திலிருந்து ஒரு பாடல்.

பிராமணர்கள் அசைவர்கள். துர்காநாத் அவன் மாமிசம் சாப்பிடு வான் என்பதை நான் தெரிந்துகொள்ள விரும்பவில்லை; எனவே அவனது அம்மாவிடம் சொல்லி எனக்குத் தனியாகச் சாப்பாடு போடச் சொன்னான். சாப்பாடான பிறகு, அவன் என்னை காட்மாண்டிலிருக்கும் முக்கியத் தெய்வங்களைப் பார்க்க அழைத்துச்சென்றான்.

காட்மாண்டில் சிறிதும் பெரிதுமாக நிறைய கோவில்கள் இருக்கின்றன; ஆனால் பிரதானமான கோவில்கள் பசுபதி, குகயேஸ்வரி இரண்டும்தான். நாங்கள் முதலில் குகயேஸ்வரிக் கோவிலுக்குச் சென்றோம். அங்கும் சரி, வேறு நேபாளக் கோவில்களிலும் சரி சொல்லும்படியான கலைநயம் எதுவுமில்லை. குகயேஸ்வரிக் கோவிலில் தங்க விமானமிருந்தது; கூரை வெள்ளியால் வேயப்பட்டிருந்தது. சிறிய ஒரு திறந்த வெளியில் ஒரு கன அடி அகலத்தில், ஒன்றரைக் கன அடி உயரத்தில் யோனியின் உரு இருந்தது. அது கல்லால் செய்யப்பட்டிருக்க வேண்டும்; ஆனால் தங்கத்தால் மூடப்பட்டிருந்தது. எங்களின் கிராமத் தெய்வங்களான மஹ்சோபா, தக்டோபாவை நினைவு படுத்தும் சிலைகள் சுற்றிலும் நின்றிருந்தன. அந்தத் திறந்தவெளி யும் கற்சிலைகளும் ரத்தத்தில் குளித்திருந்தன. இந்த இடத்தை இறைச்சிக்கூடம் என்று சொன்னால்கூடத் தப்பில்லை. நாங்கள் கோவிலின் உள்ளே நுழைந்தபோது குகயேஸ்வரி உருவத்துக்கு மிக அருகில் நாயொன்று ரத்தத்தை நக்கிக் கொண்டிருந்தது; பூசாரி மந்திரம் சொல்லியபடி பூசை செய்து கொண்டிருந்தார்; இன்னொரு பக்கம் ஒரு பிராமணர் ஷடாசண்டி ஸ்தோத்திரம் [பார்வதியைக் காளியாகப் பாவித்துச் சொல்வது] ஓதிக்கொண்டிருந்தார். இந்த மொத்தக் காட்சியும் என்னை மயிர்ச்சிலிக்க வைத்தது. அந்த நேரத்தில் பூசாரி தீர்த்தமாக ஒருவித நேபாளி கள்ளைத் தந்தார். முதலில் அது என்னவென்று எனக்குத் தெரியவில்லை; அதன் வாடை என்னை துர்காநாத்திடம் அது கள்ளா என்று கேட்க வைத்தது. அவன் ஆமோதித்ததும், அதை எப்படி நான் தீர்த்தமாக எடுத்துக்கொள்ள முடியும் என்று கேட்டேன். “நீங்கள் குடிக்க விரும்பவில்லை என்றால், தலையிலும் கண்ணிலும் தெளித்துக் கொள்ளுங்கள் போதும்” என்றான் அவன். இதை அவனும் செய்தான். அவன் கண்ணை மூடியிருந்தபோது நான் என் கையிலிருந்த கள்ளை வீசிவிட்டேன்.

குகயேஸ்வரி கோவிலிருந்து வெளியே வந்தபோது, தூரத்தில் ஒரு பௌத்த ஸ்தூபியைப் பார்த்தேன். அதுவரை நான் பௌத்த ஆலயத்தையோ ஸ்தூபியையோ பார்த்ததில்லை. எனவே அது என்ன கோவில் என்று துர்காநாத்திடம் கேட்டேன். அதற்கு அவன், “அது பௌத்தர்களின் என்னவோ ஒன்று. அதை ஏறெடுத்துப்

பார்க்காதே; பிராமணர்கள் அதைப் பார்த்தால் உடனே சுத்திக் குளியல் போட வேண்டும் என்பது விதி" என்றான். அவனது வார்த்தைகள் என்னைத் திடுக்கிட வைத்தன. குகயேஸ்வரிக் கோவிலில் தீர்த்தம் என்ற பெயரில் கள்ளைக் குடிக்கலாம், ஆனால் பௌத்த ஆலயத்தைத் தூரத்திலிருந்து கண்ணால் பார்ப்பதுகூடத் தீட்டு! நேபாளிகளுக்குப் பௌத்தத்தின்மீது இவ்வளவு வெறுப்பிருக்கும் என்று நான் கற்பனைகூடச் செய்ததில்லை. இதைப் பற்றி துர்காநாத்தோடு இப்போது விவாதிக்கும் நிலைமையில் நான் இல்லை. நான் பௌத்த அபிமானி என்பதைக் கண்டுவிட்டால், அவன் எனக்குத் தொந்தரவு தந்து கொண்டே இருப்பான். எனவே, எதுவும் சொல்லாமல் பௌத்த ஸ்தூபியிலிருந்து திரும்பி அவனோடு பசுபதிநாதர் கோவிலை நோக்கிச் செல்லலானேன்.

பசுபதிநாதர் கோவில் ஒரு குன்றின்மீது இருந்தது. அது மிகச் சிறிய கோவில்; உள்ளே ஒரு பெரிய சிவலிங்கம்; அதன் நான்கு பக்கங்களிலும் நான்கு முகம் இருந்தது. அதன் பூசாரிகள் தென்னிந்திய பிராமணர்கள்; எனவே இயல்பாகவே அந்தக் கோவில் வளாகத்தில் மிருக பலி இல்லை. ஆனால் அதைச் சுற்றியிருந்த கோரக்நாதர் போன்ற சின்னச் சின்னக் கோவில்களில் மிருகபலி இருக்கத்தான் செய்தது. கோரக்நாதர் போன்ற துறவியின் சிலைகூட ரத்தத்தில் குளித்திருந்ததுதான் ஆச்சரியம். பசுபதிநாத கோவிலின் பூசாரியான கிருஷ்ண சாஸ்திரி திராவிட் எனது குரு கங்காதர சாஸ்திரி தெலங்கோடு உடன் படித்தவர்; இருவரும் ஒரே குருவிடம் பாடம் கேட்டவர்கள். நாகேஸ்வர பந்த் தர்மாதிகாரி கொஞ்ச காலம் கிருஷ்ண சாஸ்திரியிடம் படித்தவர். நான் காசியிலிருந்து கிளம்பும்போது நாகேஸ்வர பந்த் என்னிடம் கிருஷ்ண சாஸ்திரி எப்படி இருக்கிறார் என்று தெரிந்துகொள்ளும்படியும் அவரிடம் தனது வணக்கங்களைத் தெரிவிக்கும்படியும் கூறினார். ஆனால் நாங்கள் பசுபதிநாதர் கோவிலுக்குப் போனபோது அவர் பூசையில் மும்முரமாக இருந்தார்; அந்தப் பூசை முடிய மதியம் ஒரு மணிவரை ஆகும். எனவே அன்று அவரைச் சந்திக்க முடியாமல் போய்விட்டது. ஆனால் நான் காசியிலிருந்து வந்திருக்கிறேன் என்பது தெரிந்ததும் அவர் மறுநாள் மாலை தன்னைச் சந்திக்க வரும்படி சொல்லி அனுப்பினார். நாங்கள் பசுபதிநாதர் கோவிலிருந்து நேரே வீடு வந்துசேர்ந்தோம்.

மறுநாள் காலை என் காலைக்கடன்களை முடித்து, நேபாளி குளியல் போட்டபிறகு, துர்காநாத்தின் அப்பா நேபாளத்தில் நீதிவழங்கும் நடைமுறையை நான் தெரிந்துகொள்வதற்காக

என்னை பீம் சம்ஷேரின் (அவர் அப்போது கமாண்டர் இன் சீஃப் ஆக இருந்தார்) பங்களாவுக்கு அழைத்துச் சென்றார். தெருக்களில் படர்ந்திருந்த பனித்துளிகள் (நான் வெற்றுக்காலோடு இருந்ததால்) எனக்குக் கொஞ்சம் கஷ்டத்தைக் கொடுத்தன. கமாண்டர் இன் சீஃபின் பங்களா ஒரு சாதாரண மூன்றடுக்கு வீடுதான்; ஆனால் அதனைச் சுற்றிலும் ஏராளமாக இடமிருந்தது. நாங்கள் போன சமயம் கிட்டத்தட்ட இருபத்தைந்து ராணுவ வீரர்கள் பயிற்சி எடுத்துக்கொண்டிருந்தார்கள். அப்போது மூன்றாவது மாடி ஜன்னலில் கமாண்டர் சாஹேப் தோன்றி கீழே கூடியிருந்த மக்களுக்குக் காட்சி கொடுத்தார். அவருடன் ஒரு நிர்வாக அதிகாரியும் இருந்தார். கமாண்டர் சாஹேப்பின் நெற்றியில் தெரிந்த பெரிய பொட்டு அவர் குளியல் – நேபாளிக் குளியலாக இருக்கலாம் – முடித்துவிட்டார் என்பதைக் காட்டியது. அவர் தன்னைச் சத்திரியர் என்று சொல்லிக்கொண்டாலும் அவர் முகத்தோற்றம் மங்கோலியத் தன்மையோடிருந்தது. அந்தப் பெரிய மனிதர் ஜன்னலைத் திறந்து முகத்தைக் காட்டியதும் கீழே கூட்டத்தில் சலாம் போடுவதற்காக ஒரே களேபரம். ஒவ்வொருவரும் ஒரே நேரத்தில் அவரிடம் தங்கள் குறைகளைச் சொல்லத் தொடங்கினார்கள். கொஞ்ச நேரத்திற்கு யார் என்ன சொல்கிறார்கள் என்றே எங்களால் புரிந்துகொள்ள முடிய வில்லை. கடைசியாக, ராணுவ வீரரோ அதிகாரியோ யாரோ ஒருவர் எல்லோரையும் அமைதிப்படுத்திவிட்டு, அவர்கள் ஒவ்வொருவராக சாஹேப் முன்னால் வந்து தங்கள் குறைகளைச் சொல்லும்படி ஆணையிட்டார். என்றாலும் முறையிட வந்தவர்கள் ஒவ்வொருவரும் தொடர்ந்து சலாம் போட்டுக் கொண்டே மூன்றாம் மாடிவரைக்கும் கேட்கும்படியாகச் சத்தமாக முறையிட்டார்கள். அதில் ஒருவரின் குறை என்னவென்றால், அவரை எந்தக் காரணமும் இல்லாமல் சாதியிலிருந்து விலக்கி வைத்து விட்டார்களாம். கமாண்டர் இதை ராஜகுருவிடம் சமர்ப்பிக்க ஆணையிட்டார். இதுபோல பல முறையீடுகள்; ஆனால் படா சாஹேப் எதையும் தீர்த்துவைக்காமல் உடனிருந்த நிர்வாக அதிகாரியிடம் குறித்துக்கொள்ளச் சொன்னார்; சிலவற்றை அங்கேயே எதிர்மறையாகப் பதில்சொல்லி முடித்து வைத்தார். வக்கீலோ, நீதிபதியோ, நீதிமன்றமோ இல்லாத இந்த நீதிபரிபாலனம் எனக்கு வித்தியாசமாகப்பட்டது. என்றாலும் தீர்ப்பு வழங்கும் இந்த முறையில் நேபாளிகளுக்குத் திருப்திதான். நீதிமன்றத்துக்கு, வக்கீலுக்கு, ஸ்டாம்ப் பேப்பருக்கு என்று நேபாளி மக்கள் தங்கள் கடைசிப் பணம்வரை இழந்து ஓட்டாண்டி ஆகாமல் போனார்களே என்று நான் நினைத்துக்

கொண்டேன். ஆனால் இந்தச் சலாம்போடும் சமாச்சாரம் மட்டும் எனக்குப் பிடிக்கவில்லை.

கிருஷ்ண சாஸ்திரி திராவிட் வீட்டிற்கு நான் குறிப்பிட்ட நேரத்துக்குப் பதினைந்து நிமிடத்துக்கு முன்பே போய்ச் சேர்ந்தேன். சாஸ்திரி தனது ஜெபதபங்களை முடித்துச் சாப்பிட்டுக்கொண்டிருந்தார். மூன்றரை மணிவாக்கில் அவர் ஓய்வானார். தன்னுடன் படித்த கங்காதர சாஸ்திரி பற்றியும் தனது மாணவர் நாகேஸ்வர பந்த் பற்றியும் பல விஷயங்களை என்னிடம் கேட்டார். நான் விடைபெற்றபோது அவர் பசுபதிநாதர் கோவில் பிரசாதம் கொஞ்சம் தந்து வழிச்செலவிற்கு நான்கு நேபாள மோகுரும் கொடுத்தார். கையிலிருந்த பணம் முழுவதும் செலவழித்து விட்டிருந்தேன், எனவே எதிர்பாராமல் வந்த இந்தப் பணம் என்னைச் சந்தோஷப்படுத்தியது. போவதற்கு முன்னால் மீண்டும் ஒருமுறை தன்னை வந்து பார்த்துப் போகச் சொல்லிவிட்டு அவர் மதியத்தூக்கம் போடுவதற்காக உள்ளே சென்றார். சாஸ்திரி தந்த பணத்தில் இரண்டு மோகுருக்கு நேபாளி காலணி வாங்கி உடனே போட்டுக்கொண்டு விட்டேன். ஆனால் அவை காலில் அங்குமிங்கும் இரண்டொரு இடங்களில் கடித்து, மேல்தோல் சிராய்த்து, பனியால் ஏற்பட்ட வலி போதாதென்று இதுவும் வலித்தது.

எனக்குப் பௌத்த ஸ்தூபிக்குப் போக வேண்டும் என்று ஆசை; ஆனால், நான் முன்பே சொன்னதுபோல, துர்காநாத்திற்கு நான் போவது தெரியக் கூடாது. எனவே ஒருநாள் நடுமதியம் நான் ரகசியமாக அதற்குச் சென்றேன். அங்கே விஷயம் தெரிந்த பௌத்த சாதுவையோ அல்லது சாமானிய உபாசகரையோ சந்திக்கலாம் என்று நம்பியிருந்தேன். ஆனால் அந்த நம்பிக்கை வீணாய்ப் போனது. ஸ்தூபியின் அருகில் சில திபெத்திய சாதுக்கள் பகடைக் காய் போட்டுக் குறி சொல்லிக்கொண்டிருந்தார்கள். அதன் மறுபுறத்தில் ஒரு முழு ஆட்டை அறுத்து விற்பனைக்காகத் தொங்கவிட்டிருந்தது. இந்தக் காட்சிகள் என்னை வியப்பிலும் துக்கத்திலும் ஆழ்த்தின. அய்யோ! நேபாளத்தில் பௌத்தத்திற்கு இந்தக் கதியா வர வேண்டும்! நேபாளத் தலைநகர் காட்மாண்டி லேயே பௌத்த ஸ்தூபிக்கு எவ்வளவு கேவலமான நிலை! என்னை நானே எப்படியோ தேற்றிக்கொண்டு, விஷயம் தெரிந்த சாதுக்கள் யாராவது இருக்கிறார்களா என்று கேட்டேன். ஆனால் இங்கே பகடை போட்டுக் குறிசொல்லும் இந்தச் சாதுக்களைத் தவிர விஷயம் தெரிந்தவர்கள் வேறு எவரும் இருப்பதாகத் தெரியவில்லை.

நேபாளத்தில் பௌத்தத்தின் கதி என்னை அமைதி யிழக்கச் செய்தது. நான் இங்கே தங்கி எதுவும் கற்றுக்கொள்ளப்

போவதில்லை என்பது தெளிவாகிவிட்டது. ஆனால் வேறு எங்குதான் போவது? பௌத்தத்தைக் கண்டறியப் போவதில்லை என்றால் நான் எதற்காக வாழ வேண்டும்? கொஞ்ச நாட்கள் என்ன செய்வதென்று தெரியாமல் திகைத்துப்போயிருந்தேன். நேபாளத்தின் அரசியல் நிலைமை வேறு சரியில்லை என்பதால் துர்காநாத்தின் தாத்தா என்னைச் சீக்கிரமாக ஊருக்கு அனுப்ப விரும்பியதுபோல் தோன்றியது. ஆனாலும் என்னைத் தனியாக அனுப்புவது சரியென்று அவருக்குப் படவில்லை. அந்தச் சமயத்தில் பத்ரி, கேதார்நாத்திலிருந்து புனித நீரைச் சுமந்து செல்லும் தூக்குத்தூக்கிகள் சிலர் காட்மாண்டுக்கு வந்தார்கள். துர்காநாத்தின் தாத்தாவுக்கு அவர்களை நன்றாகத் தெரியும். அவர்கள் மூலமாக எனக்குப் பயணம் ஏற்பாடானது; துர்காநாத்தின் தாத்தா அவர்களைத் திவான் சாஹேப்பின் மாளிகைக்குக் கூட்டிச் சென்று அவர்களுக்கு மரியாதை செய்ய வைத்தார்; நூறு ரூபாய் அவர்களுக்குக் கிடைத்திருக்கும் என்று நினைக்கிறேன். ரக்செளல் வரை சென்று அங்கிருந்து ஹரித்வாருக்கு ரயிலில் செல்வதாக அவர்கள் தீர்மானித்திருந்தார்கள். பனியிருந்ததால் நேபாளம் வழியாக மலைப் பாதையில் செல்வது சாத்தியமில்லை. துர்காநாத்தின் தாத்தா என்னை அவர்களோடு செல்லும்படியாகச் சொல்லி, அவர்கள் என்னை நன்றாகப் பார்த்துக்கொள்வார்கள் என்று நம்பிக்கையும் கொடுத்தார். ஆனால் ரக்செளலிருந்து எங்கே போவது என்று எனக்கு முடிவெடுக்க முடியவில்லை. அப்போது எனக்குச் சட்டென்று தோன்றிய ஒரு யோசனை என் மனக்கலக்கத்தை அமைதிப்படுத்தியது.

நான் குவாலியரில் இருந்தபோது காசியாத்திரை என்ற நூலைப் படிக்க நேர்ந்தது; அதில், கயாவிற்குத் தெற்கே பதினைந்து மைல் தொலைவில் ஒரு பௌத்த ஆலயம் இருப்பதாகக் குறிப்பிட்டிருந்தது; அந்த ஆலயத்தின்மீது வழக்கு நடந்து கொண்டிருந்தது. இந்த ஆலயம் எனக்கு இப்போது நினைவுக்கு வந்தது; நான் நேபாளத்திலிருந்து வேறெங்கும் செல்லாமல் அங்கேயே போவது என்று தீர்மானித்தேன். அந்த இடத்தில் யாரும் வசிக்க மாட்டார்கள், சாப்பாடு வசதியிருக்காது என்று நினைத்தேன். ஆனாலும் என் வாழ்நாளின் மீதியைப் பட்டினி கிடந்து இறந்தாலும் பரவாயில்லை, இனி அங்கேயே கழிப்பது என்று முடிவுசெய்தேன். பௌத்த குருமார்களையோ அல்லது புத்தகயாவுக்கு வரும் வேறு யாத்திரிகர்களையோ அங்குச் சந்திக்க முடியும், அவர்கள் எனக்குப் பௌத்தம் கற்பதற்கான வழியைச் சொல்லுவார்கள் என்று நம்பிக்கை கொண்டேன். அங்கே யாரையும் பார்க்கக் கிடைக்காமல், மனிதர்களில்லாத

அந்த இடத்தில் நான் இறந்துபோனாலும், என் மனம் முழுவதும் துறவு பற்றிய சிந்தனையோடாவது இறப்பேனே! காட்மாண்டில் பௌத்தத்தின் கதியைப் பார்த்துக் குமுறிக்கொண்டிருக்கும் என் மனதுக்கு அம்மட்டிலாவது அமைதி கிடைக்கும். இந்தத் தீர்மானம் என் சஞ்சலத்தை மட்டுப்படுத்தியது. துர்காநாத்தின் தாத்தாவிடம் நான் தூக்குத்தூக்கிகளோடு காட்மாண்டிலிருந்து கிளம்பத் தயாராக இருப்பதாகத் தெரிவித்தேன். அவர்கள் கிளம்புவதற்கு இன்னமும் இரண்டொரு நாட்கள் இருந்தன. எனவே அந்த நேரத்தை நேபாளிகளைப் பற்றித் தெரிந்து கொள்வதிலும், முடிந்தவரை என் பயணச்செலவுக்குக் கொஞ்சம் பணம் சம்பாதித்துக்கொள்வதிலும் கழித்தேன்.

அங்கே அகோரிநாத் சாஸ்திரி என்ற நேபாளிப் பண்டிதர் ஒருவர் இருந்தார். கங்காதர சாஸ்திரியிடம் படித்த அவர் காட்மாண்டுவிலுள்ள ஒரு சமஸ்கிருதப் பாடசாலையில் ஆசிரியராக இருந்தார். அவரைப் போய்ப் பார்த்தால் கிருஷ்ண சாஸ்திரி திராவிட் செய்ததுபோல ஏதாவது உதவிசெய்வார் என்ற நம்பிக்கையோடு பாடசாலையில் அவரைப் பார்க்கப் போனேன். காசியிலுள்ள பாடசாலைகளின் பாணியிலேயே இதுவும் நடத்தப்பட்டு வந்தது. ஆனால் சிறிய பாடசாலை. பத்து ஆசிரியர்கள் அங்கே இருந்தார்கள், யாரும் காசியிலுள்ள பண்டிதர்களைப் போல பேர்பெற்றவர்கள் அல்ல; அப்படி யிருந்தால் துர்காநாத் போன்ற மாணவர்கள் படிப்பதற்காக காசிக்கு எதற்காக வருகிறார்கள்? அது போகட்டும். நான் பாடசாலைக்குப்போனபோது, அகோரிநாத் அங்கே இல்லை; வேறு ஒரு பண்டிதரைத்தான் பார்த்தேன், அவர் நல்ல மரியாதையோடு என்னிடம் பேசினார். அவரோடு பேசியதிலிருந்து இந்த நேபாளி பண்டிதர்கள் எல்லாம் ஏழைகள் என்பது தெரியவந்தது. நான் உதவிகேட்டு வந்திருக்கும் ஓர் ஏழை மாணவன் என்று வயதான அந்தப் பண்டிதர் சந்தேகப்படாதபடி நடந்துகொண்டேன். இனியும் அகோரிநாத்தைப் பார்ப்பதில் அர்த்தமில்லை; ஆனாலும் வந்த மட்டிற்கு அவரைப் பார்த்துவிட்டுப் போவோமே என்று அவர் வீட்டிற்குப் போனேன்.

அகோரிநாத்தின் வீடு சந்தொன்றில் இருந்தது. பூனேயிலுள்ள வாடா வீடுகளைப் போல, மிகப் பெரிய முன்முற்றத்தோடு கூடிய இரண்டுமாடி வீடு அது. அதன் நான்கு பக்கமுமிருந்த சின்னச் சின்ன அறைகளில் பல குடும்பங்கள் குடியிருந்தன. நான் முன்முற்றத்தில் நுழையும்போது அங்கே துப்புரவு வேலை நடந்துகொண்டிருந்தது. நேபாளி வேலைக்காரர்கள் சிலர் மலக்கூடைகளைச் சுமந்து சென்றார்கள். நேபாளிகள் குப்பைகளை வெளியே போடாமல், முற்றத்தில்தான் போடுகிறார்கள்.

அங்கேதான் இயற்கை உபாதைகளைக் கழிப்பதும்; இறைச்சியைத் தின்றுவிட்டு ஆட்டெலும்புகளை எறிவதும் அங்கேதான். ஆண்டுக்கு ஒரு முறையோ இரு முறையோ இவற்றையெல்லாம் கூடைகளில் வயல்களுக்கு எடுத்துச் சென்று எருவாகப் பயன்படுத்துகிறார்கள். துர்காநாத்தின் வீடு நகரத்துக்கு வெளியே இருந்தது. எல்லாக் குப்பைகளும் சாணம் போன்றவையும் அவர் வீட்டுப் பக்கம்தான் கொண்டுவந்து கொட்டப்பட்டிருந்தன. ஆனால் சுத்தமான காற்று அடித்துக்கொண்டிருந்ததால் எனக்கு அந்தக் குப்பை வாடை அவ்வளவாகத் தெரியவில்லை.

ஆனால் அகோரிநாத் வீட்டின் 'லட்சணம்' என்னை அருவருப்படையச் செய்தது. இரண்டொரு குழந்தைகள் வராண்டாவிலேயே மலங்கழித்துக் கொண்டிருந்தன. யாரோ ஒருவர் மேல்மாடியிலிருந்து ஆட்டெலும்புகளைக் கீழே வீசினார்கள். வராண்டாவில் கால்வைக்கக்கூட முடியவில்லை என்னால். எனவே தூரத்தில் நின்றபடியே அகோரிநாத் வீட்டிலிருக்கிறாரா என்று கேட்டேன். அவர் இல்லை என்று தெரிந்ததும் அப்போதே அந்த அருவருப்பான முற்றத்தைவிட்டு வெளியேறினேன். அந்த வீட்டுப் பக்கம் அதன்பிறகு நான் போகவில்லை.

நேபாளிகள் பொதுவாகச் சந்தேகப் பிராணிகள்; அன்னியர்களுக்கு இடம்கொடுக்க அவர்கள் அஞ்சினார்கள். பிரிட்டீஷ் அரசாங்க உளவாளி யாராவது வந்து தங்கி தங்களைப் பற்றிய விஷயங்களைச் சேகரித்து, தண்டனை வாங்கிக் கொடுத்து விடுவார்களோ என்ற பயம் அவர்களுக்கு இருந்திருக்க வேண்டும். அரசியல் புரட்சியும் நேபாளத்தில் அப்போது தொடங்கி யிருந்தது; எனவே என்னால் நேபாளிகளோடு சுதந்திரமாகப் பழக முடியவில்லை. துர்காநாத்தும் அரசியல் விஷயங்கள் பேசுவதைத் தவிர்த்தான். ஆனால் காட்மாண்டிலிருந்த தென்னிந்திய பிராமணர்களிடமிருந்தும் கிருஷ்ண சாஸ்திரி திராவிடிடமிருந்தும் என்னால் கொஞ்சம் தகவல்களைச் சேகரிக்க முடிந்தது. அவற்றைச் சுருக்கமாக இந்த இடத்தில் சொல்வதில் தவறில்லை.

நேபாளத்தில் ஒரு காலத்தில் ஜங் பகதூர் (ராணா) என்று ஒருவர் புகழ்பெற்றுத் திகழ்ந்தார். அவர் சாதாரண ராணுவ வீரனாக இருந்து முதல் மந்திரியாக உயர்ந்தவர். அந்தக் காலத்தில் அதிகாரம் பஞ்ச் சர்கார் என்ற அரசக் குடும்பத்தினரின் கையில் இருந்தது. ஆனால் ஜங் பகதூர் பெரிய அதிகாரிகள் அனைவரையும் ஒரேயடியாகக் கொலைசெய்து அதிகாரத்தைத் தன்வசப்படுத்தி, மன்னரை வெறும் பெயரளவில் மன்னர் என்றாக்கிவிட்டார். மராத்தா வரலாற்றில் சத்திரபதி சிவாஜியின் மறைவுக்குப்

பிறகு சதாராவில் என்ன நடந்ததோ[3] அதுதான் ஜங் பகதூர் ஆட்சியின்போது நேபாளத்திலும் நடந்தது. அரசியல் அதிகாரம் இப்போது ஜங் பகதூர் குடும்பத்திடம் வந்துவிட்டது. அவர் பிரதம மந்திரி பதவியை எடுத்துக்கொண்டார். (நேபாளத்தில் இவர் தீன் சர்க்கார் என்று அழைக்கப்பட்டார். பழைய அரசக் குடும்பத்தினர் பஞ்ச் சர்க்கார்). இவர் தனது சகோதரனை ராணுவத் தளபதியாக நியமித்தார். 1857 கலகத்தின்போது ஜங் பகதூர் பிரிட்டீஷாருக்கு உதவிகரமாக இருந்து அவர்களிடம் நல்ல பெயர் வாங்கியதோடு, சமவெளிப் பகுதியில் பெரிய பிரதேசத்தையும் பெற்றார். ஜங் பகதூரின் மறைவிற்குப் பின் அவரது மகன் முதல் மந்திரியானார். ஆனால் அவருக்குத் திறமை போதாது. அவரது சித்தப்பா மகன் வீர் ஷம்சேரும் அவரது கூட்டாளிகளும் சேர்ந்து அவரைக் கொலைசெய்து, அதிகாரத்தைப் பிடித்துக்கொண்டார்கள். வீர் ஷம்சேரின் தம்பி கட்க ஷம்சேர் ராணுவத் தளபதியானார். அவரது அடுத்த தம்பி தேவ் ஷம்சேர் காட்மாண்டுவின் கவர்னரானார். அடுத்தவர், அதற்குக் கீழேயுள்ள பதவியொன்றில் நியமிக்கப்பட்டார்.

வீர் ஷம்சேர் நேபாளத்தில் பல மாற்றங்களைக் கொண்டு வந்தார். ஆனால் அவரது தம்பி கட்க ஷம்சேர் அவரைக் கொலைசெய்து முதல்மந்திரியாகத் திட்டம் போட்டார். இந்தத் திட்டம் அம்பலமானதும், வீர் ஷம்சேர் அவரை நாடு கடத்தி, தேவ் ஷம்சேரை ராணுவத் தளபதியாக ஆக்கினார். 1901இல் வீர் ஷம்சேர் இறந்தார்; மரபுப்படி தேவ் ஷம்சேர் பதவியில் ஏறினார். அவர் சுகம் விரும்பி என்றாலும் தனது நாட்டில் கல்வி சிறந்தமுறையில் அளிக்கப்பட வேண்டும் என்று ஆசைப்பட்டார்; அதேபோல் நேபாளத்தில் அடிமைமுறையை ஒழிக்கவும் விரும்பினார். இந்தியாவிலிருந்து ஆண், பெண் இசைக்கலைஞர்களைக் காட்மாண்டுக்கு வரவழைத்து பெரிய பெரியக் கச்சேரிகள் நடத்தினார். இதற்காகப் பணம் ஆயிரக்கணக்கில் செலவழிக்கப்பட்டது. அவரது குடும்பத்தினர் இதை ஏற்றுக்கொள்ளவில்லை; அவரது வேறு பல நடவடிக்கைகளும் அவர்களுக்குப் பிடிக்கவில்லை. வீர் சம்ஷேரின் மகன்கள் தங்கள் சித்தப்பா சந்திர சம்ஷேருடன் கைகோர்த்துக்கொண்டு தேவ் சம்ஷேரைப் பதவியிறக்கத் திட்டமிட்டார்கள்.

வீர் ஷம்சேரின் இரண்டு மகள்களை நேபாள அரசக் குடும்பத்தில் மணம்செய்து கொடுத்திருந்தது. எனவே அரசரிடத்தில்

---

3. சத்திரபதி சிவாஜியின் பேரரனான சத்திரபதி சாஹூ 1749இல் இறந்தார். இதைத் தொடர்ந்து, அவரது பேஷ்வா (முதலமைச்சர்) எல்லா அரசியல், ராணுவ அதிகாரத்தையும் தன் கையில் எடுத்துக்கொண்டு, சத்திரபதிகளை மராத்தா சாம்ராஜ்ஜியத்தின் பெயரளவுக்கு மன்னர்கள் என்ற நிலைக்கு கீழிறக்கிவிட்டார்.

வீர் ஷம்சேரின் மகன்களுக்குச் செல்வாக்கிருந்தது. ஒருநாள் அவர்கள் தேவ் சம்ஷேரிடம் தாங்கள் குடும்பச் சொத்தைப் பங்கு வைக்கப் போவதாகவும் அதற்கு அவர் முன்னிருந்து நடத்தித் தர வேண்டும் என்றும் கேட்டுக்கொண்டார்கள். தேவ் சம்ஷேர் தனது அண்ணன் வீட்டிற்குப் பரிவாரங்கள் புடைசூழ, ராணுவத் தளபதியான சந்திர சம்ஷேருடன் போனார். நேபாள அரசர் பஞ்ச் சர்க்காரும் தனது மச்சினர்களுக்கு மத்தியஸ்தம் செய்வதற்காக வந்திருந்தார். இந்தச் சந்தர்ப்பத்தில் தேவ் சம்ஷேருடன் 500 படைவீரர்கள் வந்திருந்தார்கள். இதுபோக, ராஜாசாஹேப்பின் பரிவாரங்களும் ராணுவத் தளபதியின் பரிவாரங்களும் வெளியே திடலில் நின்றிருந்தன. தேவ் சம்ஷேர் தனது அண்ணன் மகன்களோடு பேசிக்கொண்டிருக்கும்போது அவர்களில் ஒருவர் அவரிடம், "நாங்கள் உங்களிடம் தனியாகச் சில விஷயங்களைப் பேச வேண்டும், கொஞ்சம் உள்ளே வாருங்கள்" என்றார். தேவ் சம்ஷேர் தனது பாதுகாவலர்களை அங்கேயே இருக்கச் சொல்லி விட்டுத் தனியாக உள்ளே சென்றார். உள்ளே போனதும் அவரது அண்ணன் மகன்களும் கூட்டாளிகளும் துப்பாக்கியைக் காட்டி மிரட்டி அவரைக் கட்டிப்போட்டார்கள். பாதுகாவலர்கள் சிறிது எதிர்த்தார்கள் என்றாலும் அவர்கள் அடக்கப்பட்டார்கள். அதன்பிறகு தேவ் சம்ஷேர் கட்டாயத்தின்பேரில் பதவியை ராஜினாமா செய்தார். பஞ்ச் சர்க்கார் மாடி ஜன்னலில் நின்றுகொண்டு கீழேயிருந்த படையினருக்கு ராஜினாமாக் கடிதத்தைப் படித்துக்காட்டி, தான் அந்த ராஜினாமாவை ஏற்றுக்கொண்டதாகவும், சந்திர சம்ஷேரை முதல்மந்திரியாக நிர்வாகத்தைக் கவனித்துக்கொள்வதற்கு நியமித்திருப்பதாகவும் அறிவித்தார். படையினரும் பஞ்ச் சர்க்காரின் உத்திரவை ஏற்றுகொண்டு, திவானாகப் புதிய பதவி ஏற்றிருக்கும் தங்களது முன்னாள் தளபதி சந்திர சம்ஷேருக்குத் துப்பாக்கி வேட்டுடன் மரியாதை செலுத்தினார்கள். பாவம், தேவ் சம்ஷேரின் ஆட்சி முடிந்தது; அன்றிரவே அவர் சமவெளிக்கு அனுப்பப்பட்டார். இதெல்லாம் நடந்தது ஜூன் 1901இல்.

தற்போதைய திவான் சந்திர சம்ஷேர் கல்கத்தா பல்கலைக் கழகத்தில் மெட்ரிகுலேசன் தேறியவர். போர்த்தந்திரம் பற்றி பல புத்தகங்களை அவர் நேபாளியில் மொழிபெயர்த்திருக்கிறார். அவரைப் பற்றிய ஆச்சரியமான விஷயம் என்னவென்றால் அவருக்கு ஒரே ஒரு மனைவிதான். 1905இல் அவள் இறந்த பிறகு இன்னொரு திருமணம் செய்துகொண்டதாகக் கேள்வி. என்றாலும் ஆண்கள் ஒரே சமயத்தில் ஐந்தோ ஆறோ மனைவிகளை வைத்துக்கொள்ளும் குடும்ப மரபில் அவர் ஒரு விதிவிலக்குத்தான். தேவ் சம்ஷேரின் சில சீர்த்திருத்தங்களைத் தொடர்ந்து அவரும்

மேற்கொண்டிருப்பார். ஆனால் எதிர்மறையான விளைவுகள் ஏற்படலாம் என்று அறிந்திருந்த அவர் நிர்வாகத்தை நிதானமாகவே நடத்திச்சென்றார். அமிர்த பஜார் பத்ரிகா போன்ற கல்கத்தா ஆங்கில தினசரிகள் தேவ் சம்ஷேரை திடீரென்று அகற்றியது உண்மையில் பெரும் வினோதமே என்று விமர்சித்து எழுதியிருந்தன. ஆனால் அவற்றால் அரசாங்கத்திடம் எந்த நல்ல மாற்றத்தையும் கொண்டுவர முடியவில்லை; நேபாளத்தில் அவை தடைச் செய்யப்பட்டதுதான் மிச்சம். ஆக மொத்தம், சந்திர சம்ஷேர் ஆட்சியின்போது எந்தச் சீர்திருத்தங்களும் மேற்கொள்ளப் படவில்லை; இருந்தது இருந்தபடிதான்.

நான் காட்மாண்டில் பத்து நாட்கள் என்னவோ இருந்தேன். அங்கிருந்து எப்போது கிளம்பினேன் என்று எனக்குத் தேதி நினைவில்லை; ஆனால் பத்து நாட்களுக்கு மேல் தங்கியதாகத் தோன்றவில்லை. அங்கே பள்ளியில் தலைமையாசிரியாக இருந்த சாரதாபிரசாத் பாபு என்ற வங்காளி அன்பர் பிரிட்டீஷ் பணம் ஒரு ரூபாய் அளித்தார். வேறு அன்பர்கள் சிலரும் கொஞ்சம் தந்தார்கள். கிருஷ்ண சாஸ்திரி திராவிட் மீண்டும் இரண்டொரு நேபாளி மோகுர் கொடுத்தார். வழிச்செலவுக்கு இந்தப் பணத்தோடு நான் துர்காநாத்தின் தாத்தாவுக்குத் தெரிந்த தூக்குத்தூக்கிகளுடன் நேபாளத்திலிருந்து கிளம்பினேன்.

11

நேபாளத்திலிருந்து சிலோனுக்கு

காட்மாண்டிலிருந்து ரக்செளல் வரையிலான யாத்திரையில் தூக்குத்தூக்கிகள் எனக்குப் பெரும் உதவியாக இருந்தார்கள். துர்காநாத்தைப் போல அவர்கள் ஒரே நாளில் நெடுந்தூரம் பயணம் செய்யவில்லை. நான் களைப்படைந்துவிட்டேன் என்று தெரிந்தால் உடனே பயணத்தை நிறுத்தி, முதலில் எனக்கு உணவளித்து, என்னைக் குளிர் தாக்காமல் தங்க வைக்க ஏதாவது இடம் கிடைக்குமா என்று தேடினார்கள். நேபாளம் போகும்வழியில் பிர்கஞ்சில் ஒரு கடைக்காரரிடம் எனது ஐந்து பவுண்ட் கர்லாக்கட்டைகளைக் கொடுத்துவிட்டுச் சென்றிருந்தேன் அல்லவா, அவற்றை இப்போது வாங்கிக்கொண்டேன். தூக்குத்தூக்கிகள் இருந்த தால் எனக்குச் சாமான்களைத் தூக்க வேண்டிய சிரமமில்லை. ரக்செளல் போய்ச் சேர்ந்ததும் நான் அவர்களுக்கு எனது இரு கனத்தப் போர்வைகளை யும் சின்னப் பித்தளைத் தண்ணீர்ச் செம்பையும். வேறு கொஞ்சம் பொருட்களையும் கொடுத்தேன். எனது சுமை என்று இப்போது இருந்தவை: ஒரு கனத்தப் போர்வை, கோட், கொஞ்சம் புத்தகங்கள், இரண்டு வேட்டிகள், தலைப்பாகை, ஒரு பித்தளைத் தண்ணீர்ச் செம்பு, இரண்டு காதி உடுப்புகள், ஒரு ஜோடி கர்லாக்கட்டைகள்.

இரண்டு ரூபாய்க்கு ரக்செளலிருந்து பங்கிப்பூர்வரை பயணச்சீட்டெடுத்து, மறுநாள் மாலை அங்குப் போய்ச் சேர்ந்தேன். என்னிடம் எட்டோ பன்னிரண்டோ அணாக்கள்தான்

மிச்சமிருந்தன; சமைக்காத தின்பண்டம் ஏதாவது வாங்கிச் சாப்பிட்டேனா இல்லையா என்று எனக்கு நினைவில்லை. வழக்கமாகவே நான் இரவில் உபவாசம்தான். பங்கிப்பூரில் ஒரு மடத்தில் தங்கினேன். யாத்திரை வரும் சன்னியாசிகள், பைராகிகள், பிராமணர்கள் போன்றோருக்கு ஒரு வராந்தாவில் படுக்கை விரித்திருந்தது. மடத்தின் முக்கிய சன்னியாசி எனக்கும் அதில் இடம் அளித்தார். எனக்குப் பக்கத்திலிருந்த பைராகிக்கு நான் வந்தது எரிச்சலூட்டியிருக்க வேண்டும்; அவர் என்மீது வசை அம்புகளை வீசலானார். எதற்கு என்று என்னால் புரிந்துகொள்ள முடியவில்லை. கடைசியில், அவரிடம் இந்த ஒரு இரவுதான் தங்கப்போகிறேன், அதுவரை என்னைப் பொறுத்துக்கொள்ளுங்கள் என்று சொன்னேன். இது அவரை அமைதிப்படுத்தியது. ஒரு இரவுதான் என் தொந்தரவு இருக்கும் என்பது அவருக்குச் சமாதானத்தைத் தந்திருக்க வேண்டும்.

கயாவுக்குச் செல்லும் ரயில் பங்கிப்பூரிலிருந்து காலை ஏழிலிருந்து எட்டுக்குள் கிளம்பும். கட்டணம் பன்னிரண்டு அணாதான், ஆனால் என்னிடம் அவ்வளவு பணம் இல்லை. மடத்துக்கு அடுத்ததாக மங்கள்பிரசாத் என்ற படித்த காயஸ்தர் ஒருவர் குடியிருந்தார். நான் எனது கர்லாக்கட்டைகளை அவரிடம் எடுத்துச்சென்று அதை விலைக்கு வாங்கிக்கொள்ளும்படிக் கேட்டேன். அவருக்கு அது தேவையில்லை; என்றாலும் நான் கேட்டதற்காக அதைப் பன்னிரண்டு அணாவுக்கு வாங்கிக் கொண்டார் (நான் காசியில் ஜோடி ஒரு ரூபாய் இரண்டு அணாவுக்கு அவற்றை வாங்கினேன்). பன்னிரண்டு அணா கிடைத்ததுதான் தாமதம், உடனே ரயில்நிலையம் விரைந்து கயாவுக்குச் செல்லும் காலை ரயிலைப் பிடித்துவிட்டேன். ரயிலில் நெற்றியில் திருநீற்றுப் பட்டைப் போட்டிருந்த ஒரு பண்டிட்ஜியைப் பார்த்தேன். நான் கயாவுக்குப் போகிறேன் என்று கேள்விப்பட்டதும், அவர் என்னிடம், “கயா ஒரு களவானி ஊர். உங்களைப் போன்ற வித்தியார்த்திகள் அங்கே சமாளிப்பது கஷ்டம். யாரும் உங்களைப் படியேற்ற மாட்டார்கள். என் சினேகிதர் ஒருவரின் முகவரியைத் தருகிறேன். அவர் ஒரு வைத்தியர்; கயாவின் பாண்டாக்கள்போல அல்ல. என் பெயரைச் சொல்லுங்கள், உங்களை வீட்டில் தங்கவைப்பார்” என்றார். அந்தப் பிராமண வைத்தியரின் பெயரையும் முகவரியையும் குறித்துக்கொண்டேன்; ஆனால் கயாவைப் பற்றி இவர் சொன்னது எனக்குச் சரியென்று தோன்றவில்லை. கயா போன்ற புண்ணிய ஷேத்திரத்தில் என்னைப் போன்ற வித்தியார்த்திகளுக்குமா இடம் கொடுக்க மாட்டார்கள்? இந்தப் பண்டிட்ஜியின் பெயரைப் பயன்படுத்திக்கொள்ளவோ அவரது நண்பரைப் போய்ப் பார்க்கவோ தேவைப்படாது என்று

எண்ணிக்கொண்டேன். மரியாதைக்காகத்தான் பெயரையும் முகவரியையும் குறித்து வைத்தேன். பண்டிட்ஜி முந்தைய நிலையத்தில் இறங்கிக்கொண்டார். நான் காலை பதினோரு மணிவாக்கில் கயா போய்ச் சேர்ந்தேன்.

ரயிலிலிருந்து இறங்கியதுதான் தாமதம், கயா பாண்டாக்களின் ஏஜெண்டுகள் என்னைப் பிடித்துக்கொண்டார்கள். ஒவ்வொருவரும் என்னிடம் பிண்டம் போட வேண்டுமா என்று நச்சரித்தார்கள். நான் அவர்களிடம்: "நான் ஒரு ஏழை வித்தியார்த்தி; பிண்டம் போடுவதற்கெல்லாம் என்னிடம் பணமில்லை. ஒரு ராத்திரி இங்கே தங்க வேண்டும், அதற்கு எனக்கு ஏற்பாடு செய்தால் நல்லது" என்றேன். நான் பிண்டம் போட வரவில்லை என்பது தெரிந்ததுமே அவர்களின் நச்சரிப்பு நின்றுவிட்டது. நான் சொல்வதைக் கேட்ட ஒருவர், "நீங்கள் ஏழை வித்தியார்த்தி என்றால் அதற்கு நான் என்ன செய்ய முடியும்? பிண்டம் போட வேண்டும் என்றால் சொல்லுங்கள், ஏற்பாடு செய்கிறேன். பிண்டம் போட வரவில்லை என்றால் இங்கே உங்களுக்குத் தங்க இடம் கிடைக்காது" என்றார். நகரம் முழுவதும் சுற்றியும் எனக்குச் சாமான்களை வைப்பதற்கு இடம் கிடைக்கவில்லை. நான் தெற்கிலிருந்து வருகிறேன் என்று தெரிந்துகொண்ட கடைக்காரர் ஒருவர் என்னிடம் விஷ்ணுபாதக் கோயிலுக்கு அருகிலிருக்கும் தெற்கத்திப் பிராமணர்கள் வீடுகள் எதிலாவது தங்க இடம் கிடைக்கலாம் என்று சொன்னார். அங்கே போய்த் தேடி ஒரு தெற்கத்திப் பிராமணர் வீட்டைக் கண்டுபிடித்தேன். அவர் தெலுங்கு பிராமணராக இருக்கலாம்; நான் போனபோது அவர் வீட்டில் இல்லை. வேறு சிலர் அவர் வீட்டில் சாப்பிட்டுக்கொண்டிருந்தார்கள். ஒரு பெண்மணி வெளியே வந்து, என்ன வேண்டும் என்று கேட்டார். நான், "இன்று ஒரு நாள் இரவு மட்டும் இங்கே தங்கிக்கொள்ள இடம் கிடைத்தால் நல்லது. சாப்பாட்டுக்கு என்ன உண்டோ அதைத் தந்துவிடுகிறேன்" என்றேன். அவர் என்னிடம், "பிண்டம் போட வேண்டுமா?" என்று கேட்டார். மனதிற்குள் நான் "நானே பிண்டம் கிடைக்காதா என்றுதானே இப்போது தேடி வந்திருக்கிறேன்!" என்று சொல்லிக்கொண்டு, அவரிடம், "எனக்கு ஒரு நேரச் சாப்பாடு போடுங்கள்; பணம் தருகிறேன். இரண்டு நாட்களாகச் சமைக்காத வஸ்துகளாகச் சாப்பாடு வருகிறேன்." என்றேன். அந்தப் பெண்மணி, "காசுக்குச் சமைத்துப் போடுபவர்கள் அல்ல நாங்கள். பிண்டம் போடுகிறீர்களா, சொல்லுங்கள், எல்லா ஏற்பாடும் செய்கிறோம்; இல்லையென்றால் இங்கே உங்களுக்கு எதுவும் கிடைக்காது" என்றார். இந்தத் தெற்கத்திப் பெண்மணி பிடித்தபிடி விடாமல் பிண்டம் பிண்டம் என்று சொல்லிக்கொண்டே இருப்பதைப்

பார்த்ததுமே எனக்கு மதிய உணவு கிடைக்கும், கயாவில் இரவு தங்குவதற்கு இடம் கிடைக்கும் என்ற நம்பிக்கையெல்லாம் சுத்தமாகப் போய்விட்டது. பிண்டம் போடுகிறேன் என்று பொய் சொல்லி, ஏதாவது கயா பாண்டா வீட்டில் சுகமாக இருந்துவிட்டு, வழிச்செலவிற்குக் கொஞ்சம் பணத்தை வாங்கிக்கொண்டு என்னால் போயிருக்க முடியும்தான். ஆனால் அப்படியொரு யோசனை என் மனதில் தோன்றவே இல்லை. பட்டினியால் செத்தாலும் சரி பொய் மட்டும் ஒருபோதும் சொல்லக் கூடாது என்ற எனது மனவுறுதி குலையவே இல்லை.

அந்தத் தெற்கத்திப் பிராமணரின் வீட்டிலிருந்து கிளம்பியவன் கயாவின் பெரிய ஏரிக்கரை ஓரத்திலிருந்த ஒரு கடையில் பொரித்த தின்பண்டங்கள் வாங்கித் தின்றேன். கொஞ்சம் ஓய்வெடுத்தபோது சட்டென்று என் மனதில் பண்டிட்ஜியின் வைத்திய நண்பரின் நினைவு வந்தது. அவர் வீட்டிலும் எனக்கு இடம் கிடைக்கும் என்று பெரிய நம்பிக்கை ஒன்றும் இல்லைதான். ஆனாலும் முயன்று பார்ப்போமே என்று முதுகில் பயணச் சுமையுடன் வைத்தியராஜரின் வீட்டை நோக்கி நடை போட்டேன். நான் சுற்றிச் சுற்றி ஒருவழியாக அவர் வீட்டை நான்கு மணிக்கு அடைந்தபோது அவர் வீட்டில் இல்லை. ஏதோ வேலையாக வெளியே போயிருந்தார். அவரது பதினாறு வயது மகன்தான் வீட்டிலிருந்தான்; அவன் என்னை மரியாதையுடன் வரவேற்றான். ஆனாலும் அப்பாவின் அனுமதி யில்லாமல் என்னை வீட்டில் தங்கவிட அவன் சம்மதிக்கவில்லை.

உடலை விடுத்து மேலுலகம் போனானாம் ஒருவன்,

அவனுக்கு முன்னாலேயே அங்குபோய் நின்றதாம் அவன் கர்மா.

என்பதுபோல இருந்தது இது.

அடுத்து என்ன செய்ய வேண்டும் என்று யோசிக்க முடியாதபடி நான் சோர்ந்து போயிருந்தேன். என் சாமான்களை வைத்தியரின் வீட்டுத் திண்ணையின் ஒரு மூலையில் வைத்துவிட்டு அமைதியாக அமர்ந்தேன். பிறகு வைத்தியரின் பையனோடு கொஞ்சம் பேச்சுக் கொடுத்தவன், புத்தகயா பற்றிக் கேட்டேன். அது ஏழு மைல் தூரத்தில் இருக்கிறது என்றான் அவன். "இருட்டு வதற்கு முன்னால் போய்விட முடியுமா?" என்று கேட்டேன். "தாராளமாக" என்றான். கயாவிலிருந்து புத்தகயா ஏழு மைல்தான் என்பதை என்னால் நம்ப முடியவில்லை. ஆனாலும், கயாவில் தங்குவதற்கு இடம் கிடைக்கப் போவதில்லை என்பதால், போகும் வழியில் எங்காவது தங்கிக்கொள்ளலாம் என்று தீர்மானித்தேன். வைத்தியரின் மகனிடம், "நான் புத்தகயாவுக்கே

போய்க்கொள்கிறேன்; சுமை தூக்க மட்டும் யாரையாவது ஏற்பாடு செய்து தா; இதைத் தூக்கிகொண்டு என்னால் நடக்க முடியவில்லை" என்றேன். அவன் ஒரு முஸ்லீம் கூலிக்காரரைத் தருவித்தான். அவரோ எட்டணா கேட்டார். என்னிடமிருந்ததோ நாலணாவும் ஒரு பைசாவும். கடைசியில் அவர் நாலணாவுக்கு வரச் சம்மதித்தார்.

காசியாத்திரைப் புத்தகத்தில் 'கயாவிலிருந்து புத்தகயா பதினைந்து மைல்' என்று போட்டிருந்தது பிழை என்பதை நான் அனுபவத்திலிருந்து தெரிந்துகொண்டேன். வைத்தியரின் மகனும் முஸ்லீம் கூலிக்காரரும் ஏழு மைல்தான் என்றார்கள். இந்தச் சுமைக்காரர் நல்ல மனிதர்; ஆனால் அவருக்கு இந்து யார், பௌத்தர் யார் என்ற வேறுபாடெல்லாம் தெரியவில்லை. அவர் புத்தகயாவிலிருந்த ஒரு மகந்த் மடத்துக்கு என்னை இட்டுச் சென்றார். புத்தகயா, பௌத்தர்களின் கைகளில் இருக்கிறது என்று எண்ணியிருந்தேன்; விஷயமோ தலைகீழாக இருந்தது. மடத்துக்குள் நுழைந்ததுமே வெளியே காளைகளும் ஒட்டகங்களும் குதிரைகளும் கட்டப்பட்டிருந்ததைக் கண்டேன். உள்ளே ஒரு அம்மன் சிலை இருந்தது. நான் போன சமயத்தில் சங்குகள் முழங்க அதற்குப் பூஜை நடந்துகொண்டிருந்தது. மகந்தின் முதன்மைச் சீடர் அம்மன் சிலையருகிலுள்ள திண்டில் அமர்ந்து ஹூக்கா பிடித்துக்கொண்டிருந்தார். சன்னியாசி ஹூக்காப் பிடிப்பதைப் பார்ப்பது எனக்கு இதுதான் முதல்தடவை (இந்த மடத்தைப் பற்றி பதினான்காவது அத்தியாயத்தில் நிறையச் சொல்ல இருப்பதால் இங்கே முக்கியமானவற்றை மட்டும் தருகிறேன்). சமஸ்கிருதம் படிக்கும் ஒன்றிரண்டு வித்தியார்த்திகளுடன் நான் தங்கிக்கொள்ளலாம் என்றார் மகந்தின் சீடர். சமைத்துச் சாப்பிட்டுக்கொள்ளும்படி அவர் என்னிடம் பலமுறை சொன்னார். இரவில் நான் சாப்பிடுவதில்லை என்று சொன்னேன். அதைக் கேட்டதும் அவர், ஒருவரைக் கடைத்தெருவுக்கு அனுப்பி பேடாவும் பர்பியும் வாங்கி என் அறைக்குக் கொடுத்து விட்டார். பெயர்தான் பேடா, சர்க்கரைக்குப் பதில் வெல்லம் போட்டிருந்தது. பர்பியை வாயில் வைக்க முடியவில்லை. இந்த இனிப்புகளைக் கொஞ்சம் மட்டும் எடுத்துக்கொண்டு மீதியை அறையிலிருந்த வித்தியார்த்திகளிடம் கொடுத்துவிட்டேன். பேசிக்கொண்டிருந்தபோது அவர்கள் என்னிடம், தர்மபால[1] என்ற மக சாதியைச் சேர்ந்த பௌத்த பிக்கு ஒருவர் இருக்கிறார்

1. அநகாரிக தர்மபால (1864–1933): இயற்பெயர் டான்டேவிட் ஹேவ விதரண. இந்தியாவில் பௌத்த சமயம் புத்துயிர் பெறுவதற்கு முதன்மைக் காரணமாக இருந்தவர். பௌத்தம் தொடர்பாக ஏராளம் எழுதியுள்ளார். வணிகரும், கொடையாளருமான இவரது தந்தை, இலங்கையில் பௌத்த சமயத்திற்கு உயிரூட்டிய முன்னோடிகளில் ஒருவர்.

என்றும் அவர் இந்த மகந்தின்மேல் வழக்குத் தொடுத்திருக்கிறார் என்றும் கூறினார்கள். அவர் எங்கே இருக்கிறார் என்று கேட்டதற்கு ஒரு வித்தியார்த்தி இங்கேயேதான் [புத்தகயாவில்] இருக்கிறார் என்றார்.

அன்றிரவு எனக்குத் தூக்கமேயில்லை. தர்மபாலவைப் பார்க்க ஆவலாக இருந்தேன். மறுநாள் காலையில் நான் ரகசியமாகப் புத்த ஆலயத்துக்குச் சென்றேன். காவலர் ஒருவர் என்னை உள்ளே அழைத்துப் போய் புத்தரின் சிலையைக் காட்டினார். அவரது நெற்றியில் மூன்று நாமம் போடப்பட்டிருந்தது. இது எதற்காக என்று எனக்குப் புரியவில்லை. (பதினான்காவது அத்தியாயத்தில் புத்தகயா பற்றிச் சொல்லும்போது, இதற்கான காரணத்தையும் சொல்லுவேன்). தர்மபாலவைத் தரிசனம் செய்ய வேண்டும் என்று எனக்கு ஒரே ஆவல். எனவே அங்குள்ள வேறு விஷயங்களைக் கவனித்து அவற்றின் வரலாற்றைத் தெரிந்துகொள்வதில் நேரத்தைப் போக்காமல், என்னிடமிருந்த கடைசி ஒரு பைசாவையும் அந்தக் காவலரிடம் கொடுத்துவிட்டுத் தர்மபால இருக்கும் இடத்திற்கு நடந்தேன்.

ஆலயத்தின் மேற்கே குன்றொன்றில் பர்மிய அரசர் மிண்டோ மின்[2] மூன்று அறைகளை, சுற்றிலும் வராந்தாவோடு, கட்டிக்கொடுத்திருந்தார். பர்மிய அரசர் தீபோவைக் கைது செய்து ரத்தினகிரிக்குக் கொண்டுவந்த சமயத்தில் இங்கிருந்த பர்மிய பிக்குகள் தங்கள் நாட்டிற்குத் திரும்பிச் சென்றுவிட்டார்கள். இந்தக் கட்டடமும் பிரிட்டீஷ் அரசாங்கத்தின் கைக்கு வந்தது. பின்னர், பிரிட்டீஷ் அரசாங்கம் தர்மபால தங்கிக்கொள்வதற்காக அவரிடம் கொடுத்தது. நான் சென்றபோது உள்ளே ஒரு பிக்கு இருந்தார்; அவர்தான் தர்மபால என்று நினைத்துக்கொண்டு இந்தியில் நீங்கள்தானா என்று கேட்டேன். அவர், “நான் ஒரு பிக்கு. இதோ இந்தப் புகைப்படத்திலிருப்பவர்தான் தர்மபால. இப்போது அவர் இங்கில்லை, சிலோன் சென்றிருக்கிறார்” என்றார். அதன்பின் அவர் ஜப்பானிலிருந்து கொண்டுவந்திருந்த புத்த சிலையையும் வேறு சில படங்களையும் காண்பித்தார்.

நான் பாலி மொழி என்பது பழைய சியாமிய மொழிதான் (இப்போது தாய்) என்று நினைத்துக்கொண்டிருந்தேன். ஏனென்றால் சியாம் அரசர் திரிபீடகத்தைப் பாலி மொழியில் வெளியிட்டிருந்தார். என்றாலும் இந்தப் பிக்குவுக்குப் பாலி மொழி ஏதோ கொஞ்சம் தெரிந்திருக்கலாம் என்று எண்ணி, அவரிடம் அந்த மொழி தெரியுமா என்றுக் கேட்டேன்.

---

2. மிண்டோமின் அரசர் (ஆ.கா.1853–78) 1859இல் மாண்ட்லேயை தனது தலைநகராக ஆக்கினார். அவருக்கு அடுத்து வந்த தீபோ அரசரை (ஆ.கா.1878–85) பிரிட்டீஷார் ரத்னகிரிக்கு நாடுகடத்தினார்கள்.

அவர் சொன்னார்: "எங்கள் புனித நூல்கள் எல்லாம் பாலியில்தான் இருக்கின்றன; நாங்கள் விகாரைகளில் (பிக்குகள் தங்கும் இடம்) தங்கி அவற்றைப் படித்தாக வேண்டும்."

சிங்கள வரிவடிவில் எழுதிய பாலி நூல்கள் பலவற்றை என்னிடம் காண்பித்தோடு, சில பகுதிகளை வாசிக்கவும் செய்தார். கேட்டதும் நான் குதூகலமடைந்தேன்; அவரிடம், "பாலி கிட்டத்தட்ட சமஸ்கிருதம்போலவே இருக்கிறது; அதைக் கற்றுக்கொள்ள எனக்கு ரொம்ப காலம் ஆகாது." என்றேன்.

"உங்களுக்குச் சமஸ்கிருதம் தெரியுமா?" என்று கேட்டார் பிக்கு.

"சித்தாந்த கௌமுதி, தர்க்க சங்கிரகம்[3] போன்ற நூல்களை வாசித்திருக்கிறேன்; கவிதைகள் ஏராளம் வாசித்திருக்கிறேன்."

"அப்படியானால் நீங்கள் பாலியைச் சுலபமாகக் கற்று விடலாம்."

எனக்குக் கற்பிக்க முடியுமா என்று நான் கேட்டதற்கு அவர், "முறையாகக் கற்றுத்தர எனக்கு இயலாது. நீங்கள் சிலோன் சென்றால் அங்கிருக்கும் சிறந்த பண்டிதர்கள் உங்களுக்குப் பாலி நூல்களைக் கற்பித்து உங்கள் சந்தேகங்களையும் தெளிவு படுத்துவார்கள்" என்றார்.

"அப்படியானால் சரி, நான் சிலோன் போகத் தயார். ஆனால் என்னிடம் நயா பைசா இல்லையே, எப்படிப் போவது?"

அதற்கு அவர், "நீங்கள் கல்கத்தா போனால் அங்கிருக்கும் மகாபோதி சபை என்ற அமைப்பு உங்களுக்குச் சிலோன் போவதற்கு உதவி செய்யும். ஒரு சிங்கள பிக்கு சமீபத்தில் இங்கே வந்திருக்கிறார்; அவர் பிற பௌத்த புனிதத் தலங்களைப் பார்த்துவிட்டு, மார்ச் 10ஆம் தேதி சிலோன் செல்வதற்காகக் கல்கத்தா கிளம்புகிறார். அவரோடு போனால் உங்களுக்குப் பிரச்சினை இருக்காது" என்றார்.

அன்று பிப்ரவரி 28ஆக இருக்கலாம். பத்து நாளில் நான் கல்கத்தா போய்விட்டால் எனது கனவுகள் எல்லாம் நிறைவேறி விடும். என் மனது கல்கத்தா வழியாகச் சிலோனுக்கு எப்போதோ போய்விட்டது.

ஆனால் என் ஸ்தூல உடல் போகவேண்டுமே? கல்கத்தாவுக்கு ரயில் கட்டணம் நாலு ரூபாய் சில்லறை அணாக்கள். அதற்குப் பணம் கிடைத்துவிட்டால் அதற்குமேல் பெரிய பிரச்சினை இருக்காது. பிக்குவிடம் அதற்குப் பணம் தரும்படி கேட்டேன்;

3. தர்க்க சங்கிரகம் - நியாய சாஸ்திரத்தின் அடிப்படை நூல்.

சிலோன் செல்வதற்கு மகாபோதி சபையிடம் உதவி கிடைக்கா விட்டாலும் என் புத்தகங்களையும் பிறவற்றையும் விற்றாவது பணத்தைத் திருப்பித் தந்துவிடுவேன் என்று உறுதியும் அளித்தேன். அவரோ, "என்னிடம் பணமே கிடையாது; நீங்கள் தங்கியிருக்கும் மடத்தின் மகந்திடம் கேட்டுப் பாருங்கள்; நான்கோ ஐந்தோ தருவார்; அவர் வசதியானவர்" என்றார்.

அன்று நான் புத்தகயாவில் தங்கினேன்; என்னிடம் காசியில் வாங்கிய அமரகோஷத்தின் புதிய பதிப்பு ஒன்று இருந்தது; என் அறையிலிருந்த வித்தியார்த்திகளில் ஒருவன் அதை வாங்கிக்கொண்டான். கௌமுதியோ பிற புத்தகங்களோ அவர்களுக்குத் தேவைப்படவில்லை. அன்று மதியம், சாப்பாட்டிற்கு மேல், நான் மகந்தைப் பார்க்கப் போனேன். அவரிடம் கல்கத்தா போக விரும்புவதாகச் சொல்லி ரயிலுக்குப் பணம் தந்து தயைக் காட்டுங்கள் என்று கேட்டேன். அவர், "பெரிய மகந்த் இங்கே இல்லை; அவர் இருந்தால் உங்களுக்கு உதவியிருப்பார். என்றாலும் என்னால் என்ன முடிகிறதோ அதைத் தருகிறேன்; உங்களுக்கு ஏமாற்றத்தை உண்டாக்க நான் விரும்பவில்லை" என்றார். தனது பையில் கைவிட்டு ஒரு ரூபாயை எடுத்து என் கைகளில் வைத்தார். நான் தயங்கியபடியே அதைப் பெற்றுக்கொண்டேன். மகந்திடமிருந்து இதற்கு மேல் பணம் கிடைக்குமென்று எனக்குத் நம்பிக்கையில்லை. எனவே நான் பிக்குவிடமே மீண்டும் சென்று என்னால் முடிந்தவிதத்தில் எல்லாம் சொல்லிப் பார்த்தேன். அவருக்கு என்மேல் கருணையே பிறக்கவில்லை. கடைசியில் அவர், "இந்தியர்கள் நீங்கள் வஞ்சகர்கள்; அதிலும் பிராமணர்கள் எல்லோரிலும் வஞ்சகர்கள். சில நாட்கள் முன்பு இரண்டு பிராமணர்கள் உங்களைப் போலவே என்னிடம் வந்து தாங்கள் கல்கத்தா வழியாக சிலோன் போக விரும்புவதாகச் சொன்னார்கள். என்னிடம் எட்டு ரூபாய் வாங்கிக்கொண்டுப் போனவர்கள் மகாபோதி சபைக்கே போகவில்லை. எங்கே இருக்கிறார்கள் என்றும் எனக்குத் தெரியவில்லை. ஆகவே உங்களை நம்பவே மாட்டேன்" என்றார். அதற்கு நான், "என்மேல் நம்பிக்கை இல்லையென்றால் என் புத்தகங்கள், போர்வை, கோட் இவற்றை உங்களிடம் தந்துவிடுகிறேன். எல்லாம் சேர்ந்து பத்து ரூபாயாவது வரும். கல்கத்தா போவதற்கு மட்டும் உதவி செய்யுங்கள்; அங்கே போய் பணம் அனுப்பிய பின்னால் புத்தகங்களை அனுப்புங்கள்" என்றேன். ஆனாலும் அவருக்கு என்மேல் கொஞ்சம்கூட இரக்கம் பிறக்கவில்லை.

மறுநாள் மாலை புத்தகயாவிலிருந்து கிளம்பி கயா ரயில் நிலையம் வந்தேன். அங்கே தெற்கத்தி யாத்திரிகர் ஒருவரைச்

சந்தித்தேன். என் பிரச்சினையை அவரிடம் சொல்லிவிட்டு நான், “என்னிடம் ஒன்றரை ரூபாய் இருக்கிறது; என் சாமான்களை எல்லாம் எடுத்துக்கொண்டு ஒரு மூன்று ரூபாய் மட்டும் தாருங்கள். தயவு பண்ணுங்கள்” என்றேன். ஆனால் கயாவின் பாண்டாக் களைப் பார்த்துப் பார்த்து இந்த மனிதருக்கும் இதயம் கல்லாகிப் போயிருந்தது. “என் பணமெல்லாம் இந்த யாத்திரையிலேயே கரைந்துவிட்டது. உங்கள் சாமான்களை இரண்டு ரூபாய்க்குத் தருவதாக இருந்தால் எடுத்துக்கொள்கிறேன்” என்றார். நான் அவரிடம், “எல்லாவற்றையும் சும்மாவே தந்திருப்பேன். ஆனால் இப்போது என் நிலைமை ரொம்பக் கஷ்டம்; அதனால் தர முடியவில்லை. தயவுசெய்து மூன்று ரூபாய் தாருங்கள் – என் சாமான்களுக்கு விலையாக அல்ல; ஒரு தானமாகக் கொடுங்கள்” என்றேன். ஆனால் இவருக்கும் என்மீது இரக்கம் தோன்றவில்லை. நான் இனிமேல் பிற யாத்திரிகர்களிடம் என் உடைமை களை விலைபேச வேண்டாம் என்று முடிவுசெய்துவிட்டேன்; தெரியாத ஊரில் குறைந்த விலைக்கு விற்கப் போய் போலிஸ் என்னைப் பிடித்துக்கொண்டு விட்டால், நான் சீக்கிரத்தில் வெளியே வர முடியாது.

அந்த இரவை கயா ரயில் நிலையத்திலேயே கழித்தேன். மறுநாள் காலை, இனியும் கயாவின் பாண்டாக்களிடமோ அவர்களோடுப் பழகிப்பழகி இதயம் இறுகிப்போன யாத்திரிகர்களிடமோ கேட்கக் கூடாது என்று தீர்மானித்தேன். என்றாலும் படித்த மனிதர் யாரையாவது சந்தித்தால் அவர் உதவலாம். எனக்கு உஜ்ஜையினி கல்லூரி ஆசிரியர்கள் நினைவுக்கு வந்தார்கள்; ஆனால் இங்கே கல்லூரி எதுவுமில்லை. எனவே கயாவிலுள்ள உயர்நிலைப் பள்ளியின் தலைமையாசிரியரைப் பார்த்து, என் அதிர்ஷ்டத்தைச் சோதிப்போம் என்று நினைத்தேன். கேட்டுக் கேட்டு ஒருவழியாக அவர் வீட்டைச் சென்றடைந்தேன். தலைமையாசிரியர் கங்குலி பாபு வீட்டில்தான் இருந்தார். என் கதையைக் கேட்டுவிட்டு அவர் “ஏன் இரந்து வாழக் கூடாது” என்பதுபற்றி ஒரு நீண்ட சொற்பெருக்கைத் தொடங்கினார். வங்காளிகள் பெரும் வாய்ப்பேச்சு வீரர்கள் என்று கேள்விப்பட்டிருக்கிறேன்; அன்றுதான் அதை முதல்முறை யாக அனுபவத்தில் தெரிந்துகொண்டேன். தனது சொற்பெருக்கை முடித்துவிட்டு அவர் என்னை உள்ளே அழைத்துச் சென்று ஒரு ராட்டினத்தைக் காண்பித்துச் சொன்னார், “பாருங்கள், எங்கள் குடும்பத்திலுள்ள பெண்களுக்காக இந்த ராட்டினத்தைக் கொண்டுவந்திருக்கிறேன். அவர்களும் சும்மா இருக்கக் கூடாது என்பது என் எண்ணம்” என்றார். பாபுவின் சொல்மாரி மீண்டும் பொழியத் தொடங்கியது. எனவே நான் சொன்னேன், “பாபு சாஹேப், எனக்கு ஆங்கிலம் தெரியாவிட்டாலும் நீங்கள்

சொன்னதெல்லாம் எனக்குப் புரிந்துவிட்டது. நான் ஒரு அவசரத்துக்காக வந்திருக்கிறேன். ஒரு முக்கிய வேலையாக நான் இந்த மாதம் பத்தாம் தேதிக்குள் கல்கத்தா போக வேண்டும். அதனால்தான் நான் இப்படி கையேந்த வேண்டியிருக்கிறது. உங்களால் முடியவில்லை என்றால், உங்கள் மாணவர்களிடமோ, நண்பர்களிடமோ சொல்லுங்கள். தயவு காட்டுங்கள்." அந்தத் தலைமையாசிரியர், "மற்றவர்களிடம் உதவி செய்யுங்கள் என்று என்னால் கேட்க முடியாது. என்னால் முடிந்ததைத் தருகிறேன். வயதான என் அம்மா இப்போதுதான் இறந்தார்; அதனால் என்னால் தானம் எதுவும் கொடுக்க முடியாது. இன்னும் ஆறேழு நாட்களில் என் தீட்டு முடிந்துவிடும், அதன்பிறகு உங்களுக்கு வேண்டிய மரியாதையும் தானங்களும் தருவேன். ஆனாலும் என்னிடமிருந்து இரண்டு அணாவுக்குமேல் ஒரு தம்பிடியும் எதிர்பார்க்க வேண்டாம் என்பது ஞாபகம் இருக்கட்டும். எனவே பெரிதாக ஏதோ கிடைக்கப் போகிறது என்று இங்கேயே உட்கார்ந்திருக்க வேண்டாம்!" என்றார்.

கங்குலி பாவுக்கு நன்றி தெரிவித்து நான் அவர் வீட்டை விட்டுக் கிளம்பினேன். கயாவில் பாண்டாக்கள் மட்டுமல்ல, பிறரும் கபடதாரிகளாகி விட்டார்கள் என்ற எண்ணம் என் மனதில் பதிந்துவிட்டது. இனி ஒரு கணம்கூட இந்த நகரத்தில் இருப்பதில் அர்த்தமில்லை என்று உணர்ந்துகொண்டு நான் ரயில்நிலையம் சென்றேன். நான்கு அணாவுக்குத் தின்பண்டம் கிடைத்தது. இப்போது என் கையிருப்பு ஒன்றே கால் ரூபாய். கல்கத்தா மார்க்கத்தில் இந்தப் பணத்தை வைத்துக்கொண்டு எதுவரைப் போக முடியும் என்று கட்டண அட்டவணையைப் பார்த்துவிட்டு, லக்ஷ்மிசராய் வரைக்கும் பயணச்சீட்டு எடுத்தேன். அன்றிரவே அங்கே சென்றடைந்தேன். லக்ஷ்மிசராய் புதிதாக உருவான நகரம். ரயில் பாதை வருவதற்கு முன்னால் இங்கே எதுவுமே கிடையாது; நான் சென்றபோதும்கூட அங்கிருந்த கடைகள் அதிகமும் குடிசைக்கடைகள்தான். இரவு நான் ரயில் நிலையத்திலேயே தங்கினேன். மறுநாள் காலை தர்மசாலை ஒன்று அங்கே இருப்பதாகத் தெரிந்துகொண்டு, சற்றுச் சிரமப்பட்டு அதைக் கண்டுபிடித்தேன். இந்த தர்மசாலையும் ஓலைகூரைக் கட்டடம்தான். நான் என் சாமான்களை வைத்து விட்டு அமைதியாக அமர்த்தேன். அப்போது ஒரு மார்வாரி வேலைக்காரர் உள்ளே வந்து என்னைப் பற்றி விசாரித்தார். நான் கல்கத்தா போகிற வித்தியார்த்தி என்று தெரிந்ததும் கொஞ்சம் மளிகை சாமான்கள் தந்தார். என்னிடம் சமைக்கப் பாத்திரம் எதுவுமில்லாததால் அவரே ஒரு மண்சட்டி கொண்டு வந்து கிச்சடி எப்படி செய்ய வேண்டும் என்று சொல்லியும்

கொடுத்தார். அவர் சொன்னதுபோலவே, அரிசி, பருப்பு, உப்பு இவற்றை மண்சட்டியில் போட்டு கிச்சடி தயார் செய்தேன். அது எவ்வளவு ருசியாக இருந்திருக்கும் என்பதை வாசகர்களின் கற்பனைக்கே விட்டுவிடுகிறேன்! எப்படியோ முந்தைய நாள் தின்பண்டங்களைச் சாப்பிட்டுக் கழித்த நான் இதை ஓரளவு ருசித்து உண்ணாமலில்லை. ஒன்பது மணிக்குள் என் சாப்பாடு முடிந்துவிட்டது. எனவே அன்றே மேற்கொண்டு பயணம் செய்ய முடிவுசெய்தேன்.

மார்வாரி வேலைக்காரர் சொன்னதன் பேரில் நான் அங்கிருந்த சில கடைகளுக்குச் சென்று உதவி கேட்டேன். ஆனால் எதுவும் கிடைக்கவில்லை. பானை வயிற்று வியாபாரி ஒருவர் என்னிடம் ஒரு பைசாவை விட்டெறிந்து விட்டுச் சொன்னார், "நீ கல்கத்தா போ, இல்லை அதைத் தாண்டியும் போ, எனக்கு இதற்கு மேல் எதுவும் தர முடியாது." பஜாரில் பணம் கிடைக்கும் என்ற நம்பிக்கை எனக்குப் போய்விட்டது. எனவே அருகில் குடியிருந்த புக்காரிலால் என்ற காயஸ்த வக்கீலைப் பார்க்கப் போனேன். பார்த்தால் பண்புள்ளவராகத் தெரிந்தார். அவர் கால் ரூபாய் தந்தார்; அவரால் முடிந்தது அவ்வளவுதான். "இந்த மார்வாரிகளிடம் எனக்குச் செல்வாக்குக் கிடையாது, இவர்களுக்குப் படிப்பின் அருமைத் தெரியாது. பிறத்தியான் கஷ்டமும் புரியாது" என்றார். அருகிலிருந்த கித்தோர் நகரத்துக்குப் போய் அந்தச் சமஸ்தானத்தின் மகாராஜா ராவணேஸ்வர பிரசாத்தைப் பார்க்கும்படிச் சொன்னார். ராவணேஸ்வர பிரசாத் தாராள குணம் உள்ளவர், நிச்சயம் எனக்கு உதவுவார் என்பது அவரது எண்ணம். எனவே மேற்கொண்டு எதுவும் யோசிக்காமல் நான் மறுநாள் காலை ரயிலில் கித்தோருக்குப் பயணமானேன்.

போகும் வழியில் கைரா என்று மற்றொரு சமஸ்தான மிருந்தது. கித்தோருக்கு நேராகப் போகாமல் ஜமூயி ஸ்டேஷனில் இறங்கி ஆறு மைல் நடந்து மகாராஜாவின் அரண்மனையை அடைந்தேன். அங்கு போனதும்தான் தெரிந்தது, கையேந்தி வருபவர்களை மகாராஜா ஒருபோதும் நேரடியாகப் பார்ப்ப தில்லை, வெகுமதியளிக்க ஒரு கீழ்நிலை அதிகாரியை நியமித்திருக் கிறார் என்பது. நாள் முழுவதும் காத்துக்கிடந்தாலும் ஒரு அணாவுக்கு மேல் யாருக்கும் தட்சிணைத் தர மாட்டார்கள் என்பதும் தெரியவந்தது. மனம் தளர்ந்துபோய் அரண்மனை யிலிருந்து கிளம்பினேன். பஜாரில் ஒரு கடையில் இரண்டு பைசாவுக்குப் பொரியும் பேடாவும் வாங்கி அங்கேயே வைத்துத் தின்றேன். அதன்பின்னர், அங்கிருந்து ஐந்து மைல் தூரத்திலிருக்கும் கித்தோருக்கு நடை போட்டேன்.

மாலை ஏழுமணி வாக்கில் நான் கித்தோர் போய்ச் சேர்ந்தேன். மகாராஜா ராவணேஸ்வர பிரசாத் அவரது சிவன் கோவிலின் பின்வசத்தில் யாத்திரிகர்கள் தங்குவதற்காகச் சின்ன தர்மசாலை ஒன்றைக் கட்டியிருந்தார். சாதுக்களுக்கும் மற்ற வழிப்போக்கர்களுக்கும் வேண்டியதைச் செய்துகொடுக்க ஒருவரை நியமித்திருந்தார். நான் அங்கே போனதும் அவர் என்னிடம் சாப்பிட வேண்டுமா என்று கேட்டார். ஆனால் நான் களைத்துப் போயிருந்ததால் சமைக்கும் திராணி எனக்கில்லை. எனவே அவரிடம் (ஜமேதார் என்று அழைத்தார்கள் அவரை) நான் சொன்னேன், “எனக்குச் சமைக்கும் திராணி இல்லை. ஏதாவது தின்பண்டங்கள் தாருங்கள்” என்றேன். அவர் உடனேயே கொஞ்சம் இனிப்புகளைக் கொண்டு வந்தார். இவையும் புத்தகயாவில் மகந்த் தந்த இனிப்புகளைப் போலவே ருசியில்லாமல் இருந்தன. ஆனால் எனக்கோ கொடும் பசி; எனவே எப்படியோ அவற்றை உள்ளே இறக்கி கொஞ்சம் தண்ணீர் குடித்தேன்.

மறுநாள் காலை நான் ராஜா ராவணேஸ்வர பிரசாத்தின் ஆதரவிலிருக்கும் ஒரு பண்டிட்டைப் பார்க்கப் போனேன்; குடிசை போன்றிருந்த அவரது வீட்டைப் பார்த்ததும், ராஜாவின் ஆதரவு கிடைத்தும் லட்சுமியின் கடைக்கண் பார்வை இவருக்குக் கிடைக்கவில்லை போலிருக்கிறது என்று எண்ணிக்கொண்டேன். பண்டிட்ஜியின் பேச்சிலும் நடத்தையிலும் பணிவு தெரிந்தது. நான் சொன்னதை மரியாதையோடு கேட்டிருந்துவிட்டு அவர் சொன்னார், “நீங்கள் வந்திருப்பது ஒரு வினோதமான ராஜ்ஜியத்துக்கு. இங்கே உதவி கிடைப்பது கஷ்டம். ராஜாசாஹேப் ஏதாவது தருவார். என்றாலும் எட்டணாவுக்கு மேல் நீங்கள் எதிர்பார்க்க முடியாது. வருபவர்களுக்கு இரண்டு நாள் சாப்பாடு போட்டு வழிச்செலவுக்கு இரண்டோ நான்கோ அணா கொடுத்து அனுப்புவதுதான் அவர் வழக்கம். காசியிலிருந்து வந்திருப்பதால் உங்களுக்குப் பன்னிரண்டு அணா கிடைக்கும் என்று நினைக்கிறேன். ஆனால் ராஜாசாஹேப் துஷ்டி அனுசரித்துக்கொண்டிருக்கிறார். இன்னும் நான்கு நாட்கள் அவரைப் பார்க்க முடியாது. நான் ஜமேதாரிடம் அதுவரை உங்களுக்குச் சாப்பாடு போடச் சொல்கிறேன்.” கல்கத்தா செல்வதற்கான பணம் ராஜாசாஹேபிடமிருந்து கிடைக்கும் என்று நம்புவது மடத்தனம் என்று இப்போது எனக்கு விளங்கி விட்டது. நான் உடனேயே என் சிநேகிதன் நீலகண்ட பட்டிற்கு எல்லா விவரங்களையும் சொல்லி ஒரு கடிதம் போட்டேன்; மூன்று ரூபாய், கடன் வாங்கியாவது, அனுப்பும்படி எழுதி யிருந்தேன். எனக்குக் கல்கத்தா அவசரமாகப் போக வேண்டும். நான் கித்தோர் வந்த மூன்றாம் நாளோ அல்லது நான்காம் நாளோ அவன் அனுப்பிய மணியார்டர் வந்து சேர்ந்தது. அதைப்

பணமாக்கி, போஸ்ட்மாஸ்டரிடமே கொடுத்து வைத்தேன். அந்த அன்பர் ஒரு காயஸ்தர், மிகவும் இணக்கமாக இருந்தார். இரண்டு நாட்களாக எனக்கு அவரோடு பழக்கம்.

இனி ராஜாசாஹேபை நம்பியிருக்க வேண்டியதில்லை; என்றாலும் கிளம்புவதற்கு முன்பு அவரைப் பார்த்துவிட்டுச் செல்வதுதான் மரியாதை என்று எனக்குப் பட்டது. மறுநாள் அவர் துக்கம் அனுஷ்டித்து முடித்து சிவன் கோவில் வந்தபோது நான் சந்தித்தேன். பண்டிட்ஜி சொன்னதுபோல சமஸ்கிருதத்தில் ஒரு கடிதம் எழுதித் தயாராக வைத்திருந்தேன். மகாராஜாவைச் சந்தித்ததும் அவரிடம் அதைச் சமர்ப்பித்தேன். மாலை அவர் ஜமேதார் மூலம் வெகுமதியாக ஒரு ரூபாய் கொடுத்தனுப்பினார். இனி கல்கத்தாவுக்கு இரவு ரயிலைப் பிடிப்போம் என்று தீர்மானித்து போஸ்ட்மாஸ்டரைப் பார்க்கத் தபால்நிலையம் போனேன். ரயில்நிலையத்திற்குப் போகும் வழியில்தான் தபால்நிலையம் இருந்தது. போஸ்ட்மாஸ்டரோடு கொஞ்சம் நேரம் பேசிக்கொண்டிருந்தேன். அவர், “எதற்கு அவசரம்? ரயிலுக்கு நேரம் நிறைய இருக்கிறது; நேர் சாலைதான். என்னோடு கொஞ்ச நேரம் இருந்துவிட்டு, சாவகாசமாகப் போகலாம்” என்றார். அதற்கு நான், “சாலை வேண்டுமானால் நேராக இருக்கலாம்; ஆனால் இடம் எனக்குப் பழக்கமில்லாதது. இருட்டுவதற்கு முன்னால் போவதுதான் உத்தமம்” என்றேன். நான் அவரோடு பேசிக்கொண்டிருக்கும்போதே சூரியன் இறங்கிவிட்டான். நான் அவசரப்பட்டேன். அவர் எனது மூன்று ரூபாயைத் தந்தார்; நான் கேட்டிருந்ததால், ஒரு ரூபாய்க்குச் சில்லறையும் தனியாகக் கொடுத்தார். ஆனால் என்னிடமிருந்து ஒரு ரூபாயை வாங்க அவர் மறந்துவிட்டார், நானும் கிளம்பும் அவசரத்தில் கொடுக்க மறந்துவிட்டேன்.

போஸ்ட்மாஸ்டர் என்னை ரயிலேற்றி விடுவதற்கு உடன் வர விரும்பினார்; நான்தான் வேண்டாம் என்று சொல்லி விட்டேன். பியூனையாவது அனுப்புவோம் என்று தேடினார்; அவரைக் கண்டுபிடிக்க முடியவில்லை. ஆள்த்துணை வேண்டும் என்று நான் நினைக்கவே இல்லை. பெரிய தெரு அது; போகும் வழியில் அந்நேரத்தில் யாராவது தட்டுப்படுவார்கள் என்று நினைத்தேன். “வலது பக்கமோ இடது பக்கமோ திரும்பாமல் நேராகச் செல்லுங்கள், வந்துவிடும்” என்று சொல்லியிருந்தார் போஸ்ட்மாஸ்டர். அவர் சொன்னபடியே நான் நேராக நடந்தேன்; ஆனால் பதினைந்து இருபது நிமிடம் நடந்ததும் சாலை இரண்டாகப் பிரிந்தது. போஸ்ட்மாஸ்டர் சொன்னதைத் தெளிவாகப் புரிந்துகொள்ளாமல், கேட்பதற்கும் ஆளில்லாமல் நான் வலது பக்கத்துச் சாலையில் போனேன். மணி எட்டாயிற்று,

அது முடிந்து ஒன்பதும் வந்துவிட்டது. இன்னமும் ரயில்நிலையம் தட்டுப்படக் காணோம். இரண்டு மைல் தூரத்தில் இருக்கும் ரயில் நிலையத்தை இரண்டு மணி நேரம் நடந்தும் எட்ட முடியவில்லையே என்று எனக்கு ஒரே ஆச்சரியம்! சாலையின் இருபுறம் கோரைப் புற்கள் உயரமாக வளர்ந்திருந்தன; புலி போன்றவை மறைந்திருந்தால்கூடத் தெரியாது என்று எண்ணிக் கொண்டேன். இதுபோன்ற பஞ்சப் பிரதேசத்தில் கள்ளர்கள் வந்து தாக்கி எல்லாவற்றையும் பிடுங்கிக்கொண்டு போவதும் நடக்கலாம். கும்மிருட்டில் கிடுகிடுவென்று நடந்தேன். சாலை மேடும்பள்ளமுமாக இருந்ததால் அடிக்கடித் தடுமாறினேன். ஆனாலும் திரும்பிப் பார்க்காமல் நடந்துகொண்டே போனேன்.

ஒருவழியாக தூரத்தில் உயரமான கம்பம் ஒன்றில் ரயில்வே சிக்னலின் ஒளியைப் பார்த்தேன்; ஆனால் அது பச்சை நிறத்தில் இல்லாமல் வெள்ளை நிறத்தில் இருந்தது. அது ரயில்நிலையமாக இல்லாவிட்டாலும் ஏதாவது குடியிருப்பு அந்தச் சிக்னலுக்கு அருகில் இருக்கும் என்று நினைத்துக் கொண்டேன். அப்போது ஒருவர் அருகிலிருந்த சின்னப் பாதை யிலிருந்து வந்து என் முன் நின்றார். இருட்டு என்பதால் அவர் நெருங்கி வரும் வரையிலும் எனக்கு ஆள் தெரியவில்லை. நிச்சயம் கள்ளன்தான் என்று எனக்குத் தோன்றியது. அந்த மனிதரோ, "பாபு, இந்த ராத்திரியில் எங்கே போகிறீர்கள்?" என்று கேட்டார். "நான் எங்கே போகிறேன் என்று நீங்கள் எதற்காகக் கேட்கிறீர்கள்?" என்றேன் நான். நான் என்ன நினைத்தேன் என்பது அவருக்குப் புரிந்துவிட்டது; அவர், "பாபு, நான் ஏழைதான், ஆனால் கள்ளன் இல்லை. ராத்திரி இந்த நேரத்தில் இந்த வழியாக யாரும் வர மாட்டார்களே என்பதால் கேட்டேன்" என்றார். நான் எப்படி அங்கே வந்தேன் என்பதை அவரிடம் சொன்னேன். பேசிக்கொண்டே இருவரும் வெளிச்சமிருந்த இடத்துக்கு வந்துவிட்டோம். "இதுதான் கித்தோருக்கும் ஜாஜ்ஹாவுக்கு மிடையில் கட்டிக்கொண்டிருக்கிற புதிய ஸ்டேஷன். இன்னமும் இது தயாராகவில்லை. இன்றுதான் ஸ்டேஷன் மாஸ்டரும் இரண்டு பியூன்களும் வந்திருக்கிறார்கள். இன்னும் ஒரு வாரத்தில் ரயில்கள் இங்கே நின்று போகத் தொடங்குமாம். சொல்கிறார்கள். இன்றிரவு இங்கே உறங்குங்கள். என் ஊருக்குக்கூட உங்களைக் கூட்டிக்கொண்டுப் போய்விடுவேன்; ஆனால் அது ரொம்பத் தொலைவு. நீங்கள் வருவீர்களா என்றும் தெரிய வில்லை" என்றார் அவர். ரயில்நிலையம் போனதும் அவருக்கு ஒரு பைசா கொடுக்கப் போனேன்; அவர் வாங்கிக்கொள்ள மறுத்து, "பாபு, எனக்கு உங்களின் ஆசிர்வாதமே போதும். நான் பரம ஏழைதான், ஆனாலும் உங்களிடமிருந்து காசு வாங்கும் ஆசை எனக்கு இல்லை" என்றார். இப்படிச் சொல்லி இரு கரங்களையும்

கூப்பி வந்தனம் தெரிவித்துவிட்டு, தண்டவாளத்தை ஒட்டியிருந்த வேலியைத் தாண்டிக் குதித்து இருளில் மறைந்தார்.

அன்றிரவு ரயில்நிலையத்தின் பியூன்கள் எனக்குப் படுக்க இடமளித்தார்கள். மறுநாள் அதிகாலை தண்டவாளங்களை ஒட்டியே ஜாஜ்ஹா ரயில்நிலையத்தை நோக்கி நடக்கலானேன். கித்தோர் போஸ்ட்மாஸ்டரிடமிருந்து ஒரு ரூபாய் அதிகப்படியாக வாங்கிவிட்டோமே என்று எண்ணிக்கொண்டே இருந்தேன். ஆனாலும் ஒன்றும் செய்வதற்கில்லை. ஜாஜ்ஹாவிலிருந்து கல்கத்தா போகும் ரயில் காலை எட்டிலிருந்து ஒன்பதுக்குள் கிளம்பும். நான் ஒரு மணிநேரம் முன்னதாகவே வந்து சேர்ந்து விட்டேன். முகம் கழுவி, கொஞ்சம் தின்பண்டங்களைச் சாப்பிட்டு விட்டு, ரயிலில் ஏறினேன். ஹௌரா ரயில்நிலையத்தை மாலை ஏழோ எட்டோ மணிக்கு அடைந்தேன். ஹூக்ளி நதியில் படகுகள் மீதாகக் கட்டப்பட்டிருந்த பாலத்தைக் கடந்து ஒருவழியாக கல்கத்தா நகரத்தை அடைந்தேன். ஆனால் மகாபோதி சபையை என்னால் கண்டுபிடிக்க முடியவில்லை. டிராமைப் பிடித்து ஓரிடத்துக்குப் போகச் சொன்னார் ஒருவர். நான் போய்ச் சேர்ந்ததோ வேறு ஓரிடத்துக்கு. அங்கிருந்து இன்னொரு டிராமைப் பிடித்து தரம்தாலா தெருவுக்கு வந்துசேர்ந்தேன், கேட்டுக் கேட்டு மகாபோதி சபை இருக்கும் கட்டடத்தைக் கண்டுபிடித்துவிட்டேன்.

அங்கே அன்று மிஸ் அல்பேர்ஸ் என்ற அமெரிக்கப் பெண்மணிக்கு விருந்துபசாரம் நடந்துகொண்டிருந்தது. நான் அங்குப் போய்ச் சேரவும் அவர்கள் சாப்பிட்டு முடிக்கவும் சரியாக இருந்தது. அந்தச் சமயத்தில் பாபு அகோரிசந்திர சட்டர்ஜி என்பவர் மகாபோதி சபை வளாகத்தில் தங்கிவந்தார். கல்கத்தா நீதிமன்றத்தில் குமாஸ்தா அவர்; ஆனால் அவருக்குத் தர்மபாலவோடு நேரடிப் பழக்கம் உண்டு என்பதால் அங்கே தங்கிக்கொள்ள அனுமதிக்கப்பட்டிருந்தார். என்னை இன்முகத்தோடு வரவேற்று அவர் தன் அறைக்கு அடுத்த அறையை எனக்குத் தந்தார். விருந்தில் எஞ்சிய இரண்டு ரசகுல்லாவும் கொஞ்சம் பூரியும் சாப்பிடத் தந்தார். ரசகுல்லா முட்டை வடிவிலும் வெள்ளை நிறத்திலும் இருந்ததால் எனக்குச் சந்தேகம் வந்துவிட்டது. ஆனால் அகோரிபாபு அவை பாலில் செய்தவைதான் என்று அழுத்திச் சொன்னார். "நாங்கள் அமெரிக்கப் பெண்மணியோடு சேர்ந்து சாப்பிட்டதால் இந்தச் சந்தேகம் உங்களுக்கு வந்துவிட்டதென்று நினைக்கிறேன். ஆனால் அவரே சைவம்தான். அதுபோக, நாங்களும் இந்துப் பாரம்பரியப்படி இலையில்தான் சாப்பிட்டோம்; அதோ அந்த இலைகளைப் பார்த்தாலே தெரிந்துவிடும்" என்றார். அவர்

வற்புறுத்தியதால் அவர் தந்த உணவைச் சாப்பிட்டேன். பின்னர் அவர் என்னை 'இந்தியன் மிரரின்' முன்னாள் ஆசிரியரான பாபு நரேந்திரநாத் சென்னிடம் அறிமுகம் செய்துவைத்தார். நரேந்திரநாதரோ, "நீங்கள் சிலோன் போக வேண்டுமென்றால், உங்கள் சான்றிதழ்களைக் காட்ட வேண்டும். இல்லாவிட்டால் எங்களால் உதவிசெய்ய முடியாது" என்றார்.

மறுநாள் நான் முதல் வேலையாக ஒரு ரூபாய் பெறுமானமுள்ள தபால்தலைகள் வாங்கிச் சாதாரணத் தபாலில் கித்தோர் போஸ்ட்மாஸ்டருக்கு அனுப்பி வைத்தேன். அதன்பிறகு சிலோன் போவது பற்றி யோசிக்கத் தொடங்கினேன். அகோரிபாபு சொன்னத் திட்டத்தின்படி, ரயிலில் தூத்துக்குடி போவது, அங்கிருந்து ஸ்டீமரில் சிலோன். ஆனால் பயணச் செலவுக்கு எங்கே போவேன்? அந்தச் சமயத்தில் சாருசந்திர போஸ் என்பவர் மகாபோதி சபையை நிர்வகித்து வந்தார். அவரின் கீழ் கிஷ்டோபாபு (கிருஷ்ணா என்பது கோவாவில் குஸ்டாவாகத் திரிகிறது என்றால், வங்காளத்தில் கிஷ்டோ) என்பவர் பணியாற்றினார். எனது வேண்டுகோளை ஏற்று சாருபாபு கயாவிலுள்ள பிக்குவிற்கு எழுதினார்: 'நீங்கள் அனுப்பிய மனிதர் இங்கே வந்து சேர்ந்திருக்கிறார். அவரை சிலோன் அனுப்புவதற்கு என்ன ஏற்பாடுகள் செய்ய வேண்டும்?' பிக்குவிடமிருந்து பதில் வரும்வரையிலும் என் சாப்பாட்டிற்கான ஏற்பாடுகளை சாருபாபு செய்தார். அங்கே பத்தோ (பத்மா என்பதன் திரிபு) என்ற வேலைக்காரர் இருந்தார். தர்மபால கல்கத்தா வரும்போது அவருக்குச் சமைப்பதும் வேறு பணிவிடைகள் செய்வதும் இவர்தான். அவரில்லாத நேரங்களில், பெருக்குவது, தபால்கள் போடுவது போன்ற சின்னச் சின்ன வேலைகள்தான் அவருக்கு இருக்கும். சாருபாபு அவரை எனக்குச் சமைத்துப் போடச் செய்தார். அன்று அகோரிபாபு ஒரு வாரம் விடுமுறை எடுத்துக்கொண்டு வேறு வேலையாக ஊருக்குப் போனார்.

ஆறு நாட்கள் கழித்து, கயா பிக்குவிடமிருந்து பதில் வந்தது. அவர் சாருபாபுவை ஏகமாகப் பழித்து எழுதியிருந்தார்; தன் செலவுக்கே தர்மபாலவிடமிருந்து நேரத்துக்குப் பணம் வருவதில்லை, எனவே கடன் வாங்க 'வேண்டியிருக்கிறது என்று எழுதியிருந்தார். அப்படியிருக்கும்போது தன்னால் எப்படி ஒரு மாணவனைச் சிலோனுக்கு அனுப்ப முடியும்? இந்தக் கடிதத்தைப் படித்துவிட்டு சாருபாபு சொன்னார், "கயா பிக்குவுக்கு உங்களைச் சிலோனுக்கு அனுப்ப இஷ்டமில்லை; எங்களிடம் அதிகமாகப் பணமில்லை. மூன்று ரூபாய் தருகிறோம்; சமாளித்துக் கொள்ளுங்கள்." மூன்று ரூபாயில் நான் பூரிக்குப்

போக முடியும். யாரிடம் இரந்தாவது அங்கிருந்து மதராஸ் போவது என்று தீர்மானித்தேன். மதராஸிலிருக்கும் மகாபோதி சபை உதவுமானால் தூத்துக்குடிவரை ரயிலில் போவது; இல்லையென்றால் நடந்தாவது போவது. சிலோன்போக ஸ்டீமருக்கு எப்படியாவது பணம் திரட்டிக்கொள்ளலாம். இந்தத் திட்டத்தை ஏற்றுக்கொண்ட சாருபாபு இரண்டு கடிதங்களைத் தந்தார்; ஒரு கடிதம், மதராஸ் மகாபோதி சபையின் காரியதரிசியான எம். சிங்காரவேலுவுக்கு*; மற்றது தர்மபாலவுக்கு. நான் எனது கோட்டையும் வேறு சிலவற்றையும் பத்தோவுக்குக் கொடுத்துவிட்டு, ஒரு சின்னப் பித்தளைச் செம்பு, இரண்டு வேஷ்டிகள், இரண்டு மேற்சட்டை, ஒரு போர்வை, தலைப்பாகைத் துணி இவற்றை வைத்துக்கொண்டேன். புத்தகங்களைச் சாருபாபுவிடம் ஒப்படைத்து, நான் பத்திரமாக நல்லமுறையில் சிலோன் போய்ச் சேர்ந்தால் அவற்றைத் தபாலில் அங்கே அனுப்பும்படியும், இல்லாவிட்டால் மகாபோதி சபை நூலகத்தில் சேர்த்துவிடும்படியும் சொன்னேன். சாருபாபு தினமும் மாலை ஆறுமுதல் எட்டுவரை சபையில் இருப்பார்; அதன்பிறகு வீட்டுக்குப் போவார். பூரிக்குச் செல்லும் ரயில் ஏழிலிருந்து எட்டுக்குள் புறப்படும். எனவே நான் அவரிடம் முந்திய நாள் மாலையே விடை சொல்லிக்கொண்டேன். அவர் பத்தோவிடம் ஹௌரா ரயில்நிலையத்துக்கு என்னோடு போகச் சொன்னார்.

என் திட்டம் முடிவாகி, சாருபாபு வீட்டிற்குக் கிளம்பிப் போனபிறகு அகோரிபாபு வந்து சேர்ந்தார். சிலோன் போவது என்னவாயிற்று என்று அவர் கேட்டபோது நான் நடந்ததை எல்லாம் விவரித்தேன். "மதராசுக்கு இந்தக் கோடையில் நடந்துபோவது வெறும் பைத்தியக்காரத்தனம். சாருபாபு இதற்கு எப்படி ஒத்துக்கொண்டார் என்று எனக்கு ஆச்சரியமாக இருக்கிறது. ஒருவர் மதராஸ் போவதற்கு வேண்டிய பணம் கல்கத்தா போன்ற பெரிய நகரத்தில்கூடக் கிடைக்கவில்லை என்பது பெரிய அவமானம்!" என்றார். நரேந்திரபாபு அப்போது சபை வளாகத்திலேயே மிஸ் அல்பேர்ஸுடன் பேசிக்கொண்டிருந்தார். அகோரிபாபு என் கதையை அவரிடம் விவரித்தார். மதராஸ் போக எவ்வளவு ஆகும் என்று நரேந்திரபாபு அவரிடம் கேட்டபோது, அவர், "பத்து ரூபாய் இருக்கும். மகாபோதி சபையிடமிருந்து மூன்று ரூபாய் ஏற்கனவே அவருக்குக் கிடைத்துவிட்டது. இன்னும் ஏழு ரூபாய்தான் வேண்டும்" என்றார். உடனே நரேந்திரபாபு," அப்படியானால் சரி, நான் ஏழு ரூபாய் தருகிறேன். ஆனால் அவரை ரயில்நிலையம் கூட்டிச் சென்று,

* ம. சிங்காரவேலர்

டிக்கெட் எடுத்து ரயில் ஏற்றிவிடுவது உங்கள் பொறுப்பு" என்றார். அகோரிபாபு, "நான் நாளை ஸ்டேஷன் போய் மதராசுக்குச் சரியான கட்டணத்தைக் கேட்டுவிட்டு வந்து உங்களுக்குத் தெரியப்படுத்துகிறேன்" என்றார்.

மறுநாள் அகோரிபாபு தனது அலுவலகத்திலிருந்து திரும்பும்போது எல்லாத் தகவல்களையும் கேட்டு வந்தார். மதராஸ் போக கட்டணம் பதிமூன்று ரூபாய் சில்லறை அணா. நேரடியாகக் கொழும்பு போவதற்கு இருபத்தியிரண்டு ரூபாய்க்குக் கொஞ்சம் அணாக் குறைவு. எனவே அகோரிபாபு என்னிடம், "நரேந்திரபாபு ஏழு ரூபாய்த் தந்தாலும் மதராஸ் போவதற்கு இன்னும் மூன்றோ நான்கோ ரூபாய் அதிகம் தேவைப்படும். இருபத்தியிரண்டு ரூபாய் கிடைத்தால் நேராகக் கொழும்பு வரை நீங்கள் போய்விடலாம். வசதியானவர்கள் சிலர் மகாபோதி சபையில் உறுப்பினர்களாக இருக்கிறார்கள்; அவர்களிடம் கேட்டுப் பார்ப்போம். அவர்கள் தரவில்லை என்றால், எனக்குத் தெரிந்த சிலரிடம் உங்களைக் கூட்டிச் செல்கிறேன், அவர்கள் நிச்சயம் உதவுவார்கள். மதராஸில் போய் உதவி கேட்டுக்கொண்டிருப்பதைவிட நேரடியாகக் கொழும்பு செல்வதே சிறந்தது" என்றார். அதன்பிறகு அவர், எனக்குக் கொழும்பு செல்ல இருபத்தைந்து ரூபாய் தேவைப்படுகிறது என்று விண்ணப்பக் கடிதம் ஒன்றை எழுதித் தன் கையெழுத்தை இட்டார். அதன்கீழே மகாபோதி சபை பெயரில் மூன்று ரூபாயையும் நரேந்திர நாத் சென்னின் பெயரில் ஏழு ரூபாயும் வரிசையாக எழுதினார். அதை எடுத்துக்கொண்டு டாக்டர் அமிர்த லால் சர்க்காரிடம் போனேன்; அவர் இரண்டு ரூபாய் எழுதி உடனேயே பணத்தைத் தந்தார். பத்தோவுடன் நான் மகாபோதி சபையின் பொருளாளரான நீல்கமல் முகர்ஜி வீட்டிற்குப் போனேன். அவர் பன்னிரண்டு ரூபாய் எழுதினார்; ஆனால் பணத்தை என் கையில் தராமல் மறுநாள் மாலை மகாபோதி சபைக்கே தனது குமாஸ்தா மூலமாக அனுப்பினார். இதனால் நான் கல்கத்தாவை விட்டுக் கிளம்புவது ஒரு நாள் தாமதமானது.

இருபத்தைந்து ரூபாய் வசூலானதும், அகோரிபாபு நான் பயணத்தில் சாப்பிடுவதற்காக ஒரு டின் பிஸ்கெட் வாங்கி வந்தார். மகாபோதி நூலகத்தில் நான் கொடுத்துவைத்திருந்த புத்தகங்கள், இந்தப் பிஸ்கட் டின், தர்மபாலவுக்கும் மதராஸ் எம். சிங்காரவேலுவுக்கும் சாருபாபு கொடுத்திருந்த கடிதங்கள் இவற்றையெல்லாம் ஒரு மூட்டையாகக் கட்டினேன். மதராஸில் நான் இறங்குவேனா என்று எனக்கு உறுதியாகத் தெரியவில்லை; என்றாலும் கடிதம் கையில் இருப்பது நல்லது. எனவே சாருபாபு முதலில் தந்த கடிதத்தைத் திருப்பிக் கொடுத்துவிட்டு, பணத்தைப்

பற்றிப் பேசாமல், வழியில் பிரச்சினைகள் ஏதாவது வந்தால் சமாளிப்பதற்கான விஷயங்களை எனக்குத் தெரிவித்து உதவச் சொல்லி புதிதாகக் கடிதம் ஒன்றைப் பெற்றுக்கொண்டேன். அகோரிபாபுவும் தர்மபாலவுக்கு ஒரு கடிதம் தந்தார். மறுநாள், அதாவது 1902 மார்ச் 15ஆம் தேதி, நான் அவரோடு ஹௌரா ரயில்நிலையம் சென்றேன். அவர் கொழும்பிற்கு நேரடிப் பயணச்சீட்டு வாங்கித் தந்து, ரயிலில் என்னை ஏற்றி இருத்தி விட்டுச் சென்றார்.

1902 மார்ச் 16, ஞாயிற்றுக்கிழமை, மதியத்துக்கு முன்னால் நான் மதராஸை அடைந்தேன். அங்கே இறங்குவதற்கு முன்னால் ரயிலில் ஒருவர் கல்கத்தாவிலிருந்து வரும் பயணிகள் தூத்துக்குடியில் நோய்த்தடுப்பு முகாமில் வைத்துக் கண்காணிக்கப் படுவார்கள் என்றார். என்னிடம் ஒன்றரை ரூபாய்தான் இருந்தது. பத்துநாட்கள் என்னை நோய்த்தடுப்பு முகாமில் வைத்தால் பட்டினிக் கிடந்து நான் செத்தே போவேன். எனவே மேற்கொண்டு நேராகப் பயணத்தைத் தொடராமல் மதராஸில் இறங்கி எம். சிங்காரவேலுவைச் சந்தித்து நோய்த்தடுப்பு முகாமில் தங்காமல் தப்பிப்பது எப்படி என்பதை முடிவு செய்யலாம் என்று தீர்மானித்தேன். இப்படியாக நான் மதராஸில் இறங்கி, சிங்காரவேலுவின் வீட்டைக் கஷ்டப்பட்டுக் கண்டு பிடித்துவிட்டேன். கடிதத்தைப் படித்துவிட்டு என்னை அவர் மலர்ச்சியோடு வரவேற்றார். நான் குளித்து அவர் வீட்டிலேயே உணவருந்தினேன். ஆனால் எங்கள் உரையாடல் முழுக்க சைகை பாஷையில்தான்; எனக்கு ஆங்கிலம் தெரியாது; சிங்காரவேலு விற்கு இந்தி தெரியாது. வேலையாக வெளியே போயிருந்த அவரது சகோதரர் நான் சாப்பிட்டு முடித்த சிறிது நேரத்தில் வீட்டிற்கு வந்தார். அவருக்கு இந்தி பேசத் தெரிந்திருந்தது. அவர் சிங்காரவேலுவிடம் என் கோரிக்கையைச் சொன்னார்: ஒன்றில் நான் நோய்த்தடுப்பு முகாமில் நிறுத்தப்படாமல் சிலோனுக்குச் செல்ல வேண்டும்; அல்லது, தடுப்பு முகாமில் இருக்கும்வரையிலும் சாப்பாட்டிற்குப் பணம் ஏற்பாடுச் செய்துத் தர வேண்டும். சிங்காரவேலுவின் நண்பர் ஒரு முதலியார் தூத்துக்குடியில் சுகாதார அதிகாரியாக இருந்தார், என்னை நோய்த்தடுப்பு முகாமிலிருந்து சீக்கிரமாக அனுப்பச் சொல்லி அவருக்கு ஒரு கடிதத்தை சிங்காரவேலு என்னிடம் தந்தார். அப்படியும் என்னைப் பிடித்துவைத்துவிட்டால், தனக்கு ஒரு தந்திகொடுத்தால் என் சாப்பாட்டிற்குத் தேவையான பணத்தை அனுப்பித் தருவதாகத் தன் சகோதரர் மூலம் தெரிவித்தார்.

தூத்துக்குடி மெயில் மாலை ஐந்திலிருந்து ஆறுக்குள் கிளம்பும்; ஆனால் என்னிடமிருந்ததோ பாஸஞ்சருக்கான

பயணச்சீட்டு. நீண்டதூரப் பயணிகளுக்கு மெயிலிலும் பயணிக்க அனுமதியுண்டு என்ற விதி சிங்காரவேலுவின் சகோதரருக்குத் தெரிந்திருந்தது. "மெயில் உங்களுக்குச் சௌகரியமாக இருக்கும். இப்போதே ஸ்டேஷனுக்குப் போய் கேட்போம். போகலாம் என்று சொன்னால் நீங்கள் இன்றே கிளம்பிவிடலாம்" என்றார் அவர். நாங்கள் இருவரும் ஒரு குதிரைவண்டியில் நான்கு மணி வாக்கில் ரயில்நிலையம் போனோம். மெயில் கிளம்ப நிறைய நேரம் இருந்தது. கல்கத்தாவிலிருந்து கொழும்புவரை நேரடிப் பயணச்சீட்டு எடுத்திருந்ததால் அதில் செல்லலாம் என்பதைச் சிங்காரவேலுவின் சகோதரர் மிகவும் முயற்சியெடுத்துத் தெரிந்து கொண்டு வந்தார். எனவே மெயில் வண்டியில் ஒரு இருக்கையில் என்னை அமர்த்தி, அவருக்குத் தெரிந்த ஒருவரிடம் என்னைப் பார்த்துக்கொள்ளும்படிச் சொல்லிவிட்டு, விடைபெற்றுச் சென்றார். நான் அவருக்குப் பலமுறை நன்றி தெரிவித்தேன்.

ரயில் ஒரு நூறு மைல்தான் போயிருக்கும், டிக்கெட் பரிசோதகர்கள் என்னை நச்சரிக்கத் தொடங்கினார்கள். ஒரு பரிசோதகர் வருவார், என் டிக்கெட்டைப் பார்த்துவிட்டு, தமிழிலோ ஆங்கிலத்திலோ கேள்விகள் கேட்பார், இவ்விரண்டு மொழிகளும் எனக்குத் தலைகீழ்ப் பாடம் என்பதைப்போல. ரயில் கிளம்புகிற நேரம் அவர் என்னிடம் "போ,போ,போ" (தமிழில் சொன்னதால் இதன் அர்த்தம் எனக்கு அப்போது தெரியவில்லை) என்பார். அவர் என்ன சொன்னார் என்று விளங்காமல் நான் திருதிருவென்று முழிப்பேன்! ஒரு ரயில்நிலையத்தில், ஸ்டேஷன் மாஸ்டரோ அல்லது அவரது உதவியாளரோ யாரோ என்னுடன் பெட்டிவரை வந்து, ரயில் கிளம்பும் நேரம் கதவைத் திறந்து, 'போ, போ' என்று என்னை உள்ளே தள்ளிக் கதவையடைத்தார். பரிசோதகர் மறுநாள் என்னிடமிருந்த டிக்கெட்டை வாங்கிக் கொண்டுபோய், வண்டி தூத்துக்குடி சேர்ந்த பிறகுதான் கொடுத்தார். அப்போது அவர் இரண்டு ரூபாய் தரச்சொல்லிக் கேட்டார். அவர் சொன்னது எனக்கு விளங்கவில்லை, நான் சொன்னதும் அவருக்குப் புரியவில்லை. கடைசியில் கொஞ்சம் மராத்தி தெரிந்த தஞ்சாவூர்காரரான ஒரு தேசஸ்த பிராமணரைப் பார்த்தேன். அவரிடம் முழுக்கதையையும் சொன்னேன். மதராஸில் ஸ்டேஷன் மாஸ்டர் செல்வதற்கு அனுமதி கொடுத்ததால்தானே வந்திருக்கிறேன், பின்னர் எதற்காக இப்போது கூடுதலாகப் பணம் தரச் சொல்கிறார் என்று இவரிடம் கேட்டேன். இவர் டிக்கெட் பரிசோதகரிடம் போய் ரயில்வே விதிமுறையை எடுத்துச் சொன்னதும்தான் அவருக்குத் திருப்தி வந்தது. பிறகு இவர் என்னிடம், "இவர்களுக்கு ரயில்வே

விதிகள்கூடத் தெரியவில்லை. நான் மட்டும் இல்லாதிருந்தால் உங்களைப் பாடாய்ப்படுத்தியிருப்பார்கள்” என்றார்.

ஒருவழியாக நான் ரயில்நிலையத்திலிருந்து விடுதலை பெற்றேன். ஆனால் வெளியே வந்ததும்தான் தாமதம், சுகாதார அதிகாரி டாக்டர் முதலியார் என்னைப் பிடித்துக்கொண்டார். தூத்துக்குடியில் எங்கே தங்குவதாக இருக்கிறேன் என்று என்னிடம் கேட்டார். ஆனால் எனக்கே அது தெரியாது. சிங்காரவேலு தந்த கடிதத்தை அவரிடம் கொடுத்தேன். அதில் எல்லாவற்றையும் அவர் விளக்கி எழுதியிருந்தார் போலிருக்கிறது. அவர் என்னைத் தனது குமாஸ்தாவோடு ஒரு உணவுவிடுதிக்கு அனுப்பி வைத்தார்; மேற்கொண்டு நான் பயணம் செய்ய மறுநாளே அனுப்பிவிடுவதாக அந்தக் குமாஸ்தாவிடம் இந்தியில் என்னிடம் சொல்லச் சொன்னார்.

டாக்டர் முதலியார் மதராஸ் அரசாங்கத்தால் நியமனம் செய்யப்பட்டிருந்தாலும், சிலோன் செல்வதற்கான அனுமதிச்சீட்டை அவர் வழங்க முடியாது. தூத்துக்குடியில் ஆங்கிலோ இந்திய மருத்துவர் ஒருவரை சிலோன் அரசாங்கம் நியமித்திருந்தது; டாக்டர் முதலியார் பார்த்து அனுப்பும் பயணிகளை இவர் பரிசோதித்துப் பின்னர் சிலோன் செல்ல அனுமதிச்சீட்டு வழங்குவார். மறுநாள் நான் டாக்டர் முதலியாரின் குமாஸ்தாவைச் சந்தித்து சீட்டு பற்றி கேட்டேன். அவர் எட்டு அணா ‘கையூட்டு’ கேட்டார். நான் அவருக்கு ஒரு நயா பைசாகூடக் கொடுக்கத் தயாராக இல்லை. எனவே நான் அன்றும் தூத்துக்குடியில் தங்க வேண்டி வந்தது. மறுநாள் முதலியாரை மீண்டும் போய்ப் பார்த்தேன். என்னைக் கண்டதும் அவருக்கு ஆச்சரியம். அவர் ஆங்கிலத்தில் என்ன சொன்னார் என்று எனக்குப் புரியவில்லை. குமாஸ்தா எட்டு அணா கேட்டதையும் தராவிட்டால் என்னை விட மாட்டேன் என்று சொன்னதையும் அவரிடம் இந்தியில் சொன்னேன். எப்படியோ ஆங்கிலத்தில் ‘எட்டு அணா’ என்று சொல்லிவிட்டேன். அவர் விஷயத்தைப் புரிந்துகொண்டுவிட்டார். இன்னொரு குமாஸ்தாவிடம் சொல்லி ஏற்பாடு செய்தார். ஆனால் அன்றும் அனுமதிச் சீட்டுக் கிடைப்பது சாத்தியப்படவில்லை. கடைசியில் 1902 மார்ச் 20ஆம் தேதி எனக்கு அனுமதிச் சீட்டுக் கிடைத்தது; அன்று மாலையே நான் கொழும்பு கிளம்பினேன். ஸ்டீமர் முழுவதும் ஒரே தமிழ்க் கூலித்தொழிலாளர்கள் கூட்டம். ஆனால் கடல் அமைதியாக இருந்தது; நான் இரவில் எதுவும் சாப்பிடவில்லை. அதனால் எனக்கு எந்தக் கஷ்டமும் ஏற்படவில்லை. மறுநாள் காலை பத்து மணிவாக்கில் எங்களை ஒரு கட்டுமரப் படகு கொழும்புத் துறைமுகத்தில் இறக்கியது.

தர்மபாலவுக்கு எழுதிய கடிதத்தில் இருந்த முகவரியைக் காண்பித்து, இடம்கேட்டுச் சந்து சந்தாகச் சுற்றினேன். ஓரிரு முறை டிராம் பிடித்தேன்; எப்படியோ கடைசியில் அவர் வீட்டைக் கண்டுபிடித்துவிட்டேன். அந்தச் சமயத்தில் தர்மபால அவரது தந்தையின் வீட்டில் வசிக்கவில்லை; அவரது கடையினருகே ஒரு அறையில் தங்கியிருந்தார். தர்மபால ஒற்றைத் தலைவலியால் அவஸ்தைப் பட்டுக்கொண்டிருந்தார். நான் அவரைப் பார்த்து, சாருபாபுவும் அகோரிபாபுவும் தந்த கடிதங்களைக் கொடுத்தேன். நான் சிலோன் வந்ததற்கான நோக்கத்தையும் இந்தியில் சுருக்கமாகத் தெரிவித்தேன். ஆனால் எனது வார்த்தைகளைவிட அந்தக் கடிதங்களில் இருந்தவை அவருக்கு நான் ஏன் அங்கே வந்திருக்கிறேன் என்பதைச் சொல்லி யிருக்க வேண்டும். அவர் என்னை குளியல், மற்ற வேலைகளை எல்லாம் முடித்துவிட்டு வரும்படி சைகையில் சொன்னார். அவரது வேலைக்காரரோடும் பரிமாற்றம் சைகையில்தான்.

தர்மபாலவின் வேலைக்காரர் எனக்கு பிரெட்டும், அப்போதுதான் திறந்த வெளிநாட்டு வெண்ணெய் டப்பாவை யும் மேஜையில் வைத்தார். மணி மதியம் இரண்டு; இந்த வேளையில் இதைத் தவிர எனக்கு உண்பதற்கு எதுவும் கிடைக்கப் போவதில்லை. பிரெட் எனக்குத் தெரியும்; ஆனால் வெண்ணெய் டப்பாவையோ அதனுள்ளே இருக்கும் மஞ்சள் நிற வெண்ணெய்யையோ நான் பார்த்ததே இல்லை. எனவே ஏதோ ஐரோப்பிய இனிப்பு வகை போலிருக்கிறது என்று நினைத்துக்கொண்டு, அரை டப்பாவை காலி செய்துவிட்டேன். என் அறியாமையைக் கண்டு தர்மபாலவின் வேலைக்காரர் வியப்படைந்திருக்க வேண்டும்; என்றாலும் அவர் மரியாதைக் குறைவாக என்னிடம் நடந்துகொள்ளவே இல்லை. ஆனால் மாலையில் மீண்டும் பிரெட் தந்தபோது, ஒரு அழகான கண்ணாடிக் கிண்ணத்தில் கொஞ்சம் வெண்ணெய்யை வைத்தார். அப்போதுதான் என் அறியாமை எனக்குப் பிடிபட்டது. அது இனிப்புப் பண்டமல்ல, நெய்போல பயன்படுத்த வேண்டியது என்பதைப் புரிந்துகொண்டு, வேலைக்காரரிடம் அதை பிரெட்டோடு எப்படி உண்ண வேண்டும் என்று சைகையால் கேட்டேன். இரண்டு கரண்டி வெண்ணெய்யை ஒரு கத்தி வைத்து பிரெட் துண்டுகளில் தடவி எனக்குக் காண்பித்துத் தந்தார். அப்போதுதான் பிரெட்டுக்கு எவ்வளவு வெண்ணெய் தடவ வேண்டும் என்பதே புரிந்தது எனக்கு.

12

வித்யோதயா வித்யாலயா[1]

1505இல் பிரான்சிஸ்கோ டி அல்மெய்டா என்ற போர்ச்சுக்கீசிய பிரதிநிதி சிங்களத் தீவிற்கு வந்திறங்கினார். அத்தீவானது அந்தக் காலகட்டத்தில் ஆறு வெவ்வேறு ராஜ்ஜியங்களாகப் பிரிந்து ஆளப்பட்டு வந்தது. 1517இல் கோட்டா அரசரின் அனுமதியுடன் கோவாவின் கவர்னர் கொழும்பில் ஒரு கோட்டையைக் கட்டிக்கொண்டார். அதன்பிறகு போர்ச்சுக்கீசியர்கள் சிறிதுசிறிதாக முன்னேறி முப்பது வருடங்களில் கடற்கரைப் பிரதேசத்தைத் தங்கள் ஆளுகைக்குள் கொண்டுவந்துவிட்டார்கள். முஸ்லீம்களைப் போலவே போர்ச்சுக்கீசியர்களும் மதப்பற்று கொண்டவர்கள் என்பது அனைவரும் அறிந்ததே. தங்கள் அரசியல் அதிகாரத்தை நிலைநிறுத்திக்கொள்வதற்குப் பதிலாக அவர்கள் தங்கள் கீழுள்ள பிரதேசத்தில் கத்தோலிக்கச் சமயத்தை, அதன் போதனைகளை எடுத்துச் சொல்லியோ அல்லது கட்டாயப்படுத்தியோ, தீவிரமாகப் பரப்ப முயன்றார்கள். கத்தோலிக்க முறைப்படி திருமணம் செய்துகொள்ளாதவர்களது வாரிசுகளின் சொத்துரிமையைத் தடைசெய்யும் சட்டமொன்றை இயற்றினார்கள். இந்தியர்களைப் போல சிங்கள பௌத்தர்கள் சாதி வேறுபாடு பார்ப்பவர்கள் இல்லை என்பதால், பௌத்தர்கள் பலரும் இந்தச் சட்டத்துக்கு உட்பட்டு கத்தோலிக்கப் பாதிரியார் முன்னிலையில் திருமணம் செய்து கொண்டார்கள். இதன் மூலமாகத் திருச்சபையின் பதிவேட்டில் அவர்கள் திருமணம் பதிவாகி, தங்கள் குழந்தைகளுக்குத் தங்களின் சொத்தை அளிக்கும்

1. வித்யோதயா வித்யாலயா – இது மாணவர்கள் தங்கிப் பயிலும் கல்லூரியாக இருந்தது.

உரிமையைப் பெற்றார்கள். கொழும்பைச் சுற்றியுள்ள பகுதிகளில் கத்தோலிக்கம் ஆழமாக வேரூன்றி விடவில்லை என்றாலும், போர்ச்சுக்கீசியர்கள் அதிகமாகக் குடியிருந்த அந்நகரத்தில் புத்த பிக்கு ஒருவர்கூடக் கண்ணில் தட்டுப்படுவது அபூர்வமாகிவிட்டது.

புனித பிரான்சிஸ் சேவியருக்குப் பிறகு ரோமன் கத்தோலிக்கத்தை சிலோனில் பரப்புவதில் முனைப்பாக ஈடுபட்ட ஜோசப் வாஸ் பாதிரியார், நான் பிறந்த அதே ஊரில் பிறந்தவர். கோவாவில் கத்தோலிக்கத்தை முழுமையாகக் கற்றுவிட்டு, சிலோனுக்கு அதைப் பரப்புவதற்காக வந்தார். அவர் எந்தச் சமயத்தை ஒழிப்பதற்காகப் படாதபாடுபட்டு, எதிர்ப்புகளைச் சமாளித்து நின்றாரோ அதே சமயத்தைக் கற்பதற்காக இருபதாம் நூற்றாண்டின் தொடக்கத்தில் அவரது சொந்த ஊரைச் சேர்ந்த ஒரு இளம் இலட்சியவாதி பல சோதனைகளைக் கடந்து சிலோனுக்கு வருவான் என்று அவர் கனவுகூடக் கண்டிருக்க மாட்டார். காலத்தின் போக்குதான் உண்மையில் எவ்வளவு விநோதம்! புனித சேவியர், ஜோசப் வாஸ் பாதிரியார் போன்ற பெருமக்கள் எந்த சமயத்தை வேரறுப்பதில் தீவிரமாக முனைந்தார்களோ அதே சமயம் ஐரோப்பாவில் பிறந்த மக்களாலேயே பக்தியோடு பின்பற்றப்படுகிறது; எந்த மதத்தைப் பரப்புவதற்காக இவர்கள் படாதபாடு பட்டார்களோ அந்த மதம் அதன் தாய்நாடான இத்தாலியிலேயே சரிவைக் கண்டிருக்கிறது. பிரான்சிலும் போர்ச்சுக்கலிலும் ரோமன் கத்தோலிக்கத்துக்கு இன்றுள்ள இடத்தைப் பற்றிச் சொல்ல வேண்டியதே இல்லை!

1658இல் சிங்களத் தீவிலுள்ள போர்ச்சுக்கீசியப் பகுதிகள் அனைத்தும் டச்சுக்காரர்கள் கைவசம் வந்தன. டச்சுக்காரர்கள் போர்ச்சுக்கீசியர்களைப் போல மதப்பற்றாளர்கள் அல்ல. அவர்கள் கண்டி அரசரோடும் பிரபுக்களோடும் ஒப்பந்தம் செய்துகொண்டு தங்கள் வணிகத்தை விரிவுபடுத்துவதிலேயே முனைப்பாக இருந்தார்கள். கிறிஸ்தவப் பிரிவுகள் எவற்றிற்கும் அவர்கள் ஆதரவு அளிக்கவில்லை. என்றாலும் கொழும்பு போன்ற இடங்களில் ரோமன் கத்தோலிக்கம் கோலோச்சத்தான் செய்தது. 1795இல் டச்சுக்காரர்களுக்கும் ஆங்கிலேயர்களுக்கும் ஐரோப்பாவில் பகை மூண்டது. விளைவு, ஆங்கிலேயர்கள் சிலோனிலுள்ள டச்சுப் பிரதேசங்கள்மீது தாக்குதல் நடத்தி 1796இல் எல்லா இடங்களையும் கைவசப்படுத்திவிட்டார்கள். பின்னர் கண்டி அரசரான விக்கிரமராஜசிங்கேவுக்கும் ஆங்கிலேயருக்கும் உள்ள உறவு முறிந்தது; 1803இல் ஆங்கிலேயர்கள் கண்டியைத் தாக்கினார்கள்; ஆனால் அவர்களின் படை மலைப்பகுதிகள் வழியே வர வேண்டியிருந்ததால் பயங்கர பின்னடைவு ஏற்பட்டுத் தோற்றுப்போனது. 1815இல் விக்கிரமராஜசிங்கேவுக்கும்

அவரது அமைச்சர் ஒருவருக்குமிடையே சச்சரவு ஏற்பட்டது. ஏதோ பொய்க் காரணம் சொல்லி அரசர் அந்த அமைச்சரை வெளியூருக்கு அனுப்பிவிட்டு, அவரது மனைவியையும் குழந்தையையும் கொலைசெய்தார். நமது கடைசி பேஷ்வா பாஜிராவைப்[2] போலவே விக்கிரமராஜசிங்கே ஒரு மூடர், கொடூரமானவர். பட்டத்தரசர் என்பதால் மக்கள் அவரது கொடூரச் செயல்களை எல்லாம் தாங்கிக்கொண்டார்கள். ஆனால் அவர் கடைசியாகச் செய்த செயல் பிரபுக்களை ஆத்திரமடைய வைத்தது. அந்த அமைச்சர் மூலமாக அவர்கள் ஆங்கிலேயரோடு ரகசிய உடன்படிக்கை ஏற்படுத்திக் கொண்டார்கள். 1815இல் அவர்கள் ஆங்கிலேயரை கண்டிக்கு வரவழைத்து, இரக்கமற்ற தங்கள் அரசனை அவர்களிடம் ஒப்படைத்தார்கள். மதராஸ் மாகாணத்தில் எங்கோ விக்கிரமராஜசிங்கேவை ஆங்கிலேயர்கள் அடைத்துவைத்து விட்டு, அவரது பிரதேசங்களைப் பிடித்துக்கொண்டார்கள்.

இவ்வாறாக பிரிட்டீஷார் சிங்களத் தீவில் அதிகாரத்தைக் கைப்பற்றி, இரண்டாயிரம் ஆண்டுகாலச் சிங்கள மன்னராட்சியை முடிவுக்குக் கொண்டுவந்தார்கள்! 1815 மார்ச் 2 அன்று விக்கிரமராஜசிங்கேவின் அதிகாரிகள் பிரிட்டீஷாரோடு ஏற்படுத்திக்கொண்ட உடன்படிக்கையின் ஒரே நல்ல அம்சம், பிரிட்டீஷ் அதிகாரிகள் பௌத்த சமய விவகாரங்களில் தலையிடக் கூடாது என்ற ஷரத்து. பௌத்த விகாரைகளுக்கு முந்தைய மன்னர்களால் கொடுக்கப்பட்ட மானியங்களைத் தொடரச் செய்து, பௌத்த விழாக்கள் தடைபடாமல் இவர்கள் பார்த்துக்கொண்டார்கள். ஆனால் பிரிட்டீஷ் அதிகாரிகள் பௌத்த சமயம் ஒருவிதமான நாத்திகம், பயனற்றது என்று நினைத்தார்கள்; எனவே பௌத்தம் பற்றிய அறிவைப் பெறுவதில் ஆர்வம் காட்டவில்லை.

பிரிட்டீஷ் அறிஞரான ஜார்ஜ் டர்னர் போன்ற ஆராய்ச்சி யாளர்கள் தங்களின் சொந்த நாட்டவர்கள் பௌத்தம் பற்றி இப்படியே அறியாமையில் காலம்கடத்த விடவில்லை. சிங்களத் தீவை ஆங்கிலேயர்கள் கைப்பற்றி ஐம்பது ஆண்டு களுக்குள் பாலி நூல்கள் பல ஆங்கிலத்தில் மொழிபெயர்க்கப் பட்டன; இதனால், பௌத்தத்தில் எதுவுமில்லை என்ற எண்ணம் அகலத் தொடங்கியது. தாராளவாதிகளான பிரிட்டீஷ் அதிகாரிகள் பலர் கௌதம புத்தரின் போதனைகள் பொருள்பொதிந்தவை என்பதைக் கண்டுகொண்டு, பௌத்த ஆராய்ச்சிக்கு இயன்ற

---

2. இரண்டாம் பாஜிராவ்: கடைசி பேஷ்வாவான இவர் சுகப்பிரியர். மராத்தா பகுதிகள் 1818இல் ஆங்கிலேயர்கள் கையில் செல்வதற்கு காரணம் இவர்தான் என்று கருதப்படுகிறது. இவரது சமஸ்தானத்தின் பெரும்பகுதி கிழக்கிந்திய கம்பெனியின் பம்பாய் மாகாணத்தோடு இணைக்கப்பட்டது.

வரை ஆதரவளித்தார்கள். சர் முத்துகுமாரசாமி, ஜேம்ஸ் டி ஆல்வஸ், ரெவ. கோகர்லே போன்றோர் பத்தொன்பதாம் நூற்றாண்டின் பிற்பாதியில் ஆங்கில மொழிபெயர்ப்பின் வாயிலாகப் பௌத்தம் பற்றி ஏராளமான விஷயங்களை வெளியிட்டார்கள்; சிலோனிலிருந்த பிரிட்டீஷ் அதிகாரி களின் தாராளக் கொள்கைகள்தான் இதற்குக் காரணமாக அமைந்திருக்க வேண்டும்.

இவையெல்லாம் பௌத்தர்களுக்கு நல்ல பலனளிப்பதாக இருந்தன. தங்களைப் பௌத்தர் என்று சொல்லிக்கொள் வதற்குக்கூட மக்கள் துணிவற்றிருந்த கொழும்பில் இப்போது புதியதாக விகாரைகள் நிறுவப்பட்டன. பெர்னாட், சில்வா போன்ற போர்த்துக்கீசிய பெயர்கள் நிலவினாலும் படித்த, செல்வாக்குள்ள மக்கள் தங்களைப் பௌத்தர்கள் என்று வெளிப்படையாகச் சொல்லிக்கொள்ளத் தயங்கவில்லை. புதிதாகக் கட்டப்பட்ட விகாரைகளில் மிகச் சிறந்தது, மாலிகாகந்தில் ஆச்சார்யா ஸ்ரீ சுமங்கல நிறுவியுள்ள விகாரை. இதை நிறுவியதன் நோக்கம், புத்தரின் உருவத்தையும் அவர் ஞானம்பெற்ற போதிமரத்தின் விதையிலிருந்து முளைத்த மரத்தையும் வழிபடுவதற்கோ, பிற விகாரைகளைப் போல மக்களுக்கு ஆசி வழங்குவதற்கோ அல்ல. இங்கே பிக்குகளுக்கும் சாமானியர்களுக்கும் பாலியும் சமஸ்கிருதமும் கற்பிக்கப்பட்டன; இதன்மூலமாகக் குறுகிய காலத்துக்குள்ளேயே சிங்களத் தீவின் பிக்குகள் – முன்பு சோம்பியிருந்தவர்கள் இவர்கள் – மத்தியில் பௌத்தம் பற்றிய அறிவு பரவியது.

வித்யோதயா வித்யாலயாவை நிறுவிய ஆச்சார்யா ஸ்ரீ சுமங்கல காலி நகரத்திற்கு அருகிலுள்ள ஹிக்கதுவா கிராமத்தில் பிறந்தார். குழந்தைப் பருவத்தில் அவர் மிகவும் பலவீனமாக இருந்ததால் அவரது பெற்றோர் குடும்ப வாழ்க்கை அவருக்குச் சரிப்பட்டு வராது என்று கருதினார்கள். சிறுவயதிலேயே அவரை ஒரு விகாரைக்கு அழைத்துச் சென்று, சிரமேணத்[3] துறவுக்கு அர்ப்பணித்துவிட்டார்கள். அந்தக் காலத்தில் ஒன்றுக்கும் உதவாதவர்கள் என்று கருதும் பையன்களைப் பெற்றோர்கள் ஏதாவது ஒரு விகாரையில் பிக்கு ஒருவரிடம் ஒப்படைத்து விடுவது வழக்கமாக இருந்தது. அவர்கள் ஒரு பிக்குவாக வாழ்க்கை முழுவதையும் விகாரையின் செலவில் சௌகரியமாகப் போக்கிவிடுவார்கள். சுமங்கல இதற்கு விதிவிலக்கு. பூஞ்சையான உடலைப் பெற்றிருந்தும் நன்கு படித்த பிக்குகள் விகாரையில் எவரும் இல்லாதிருந்தும், சுமங்கல தானாகவே பாலியும்

3. சிராமணோ: சிறுவயதில் சங்கத்தில் தீட்சையளித்துச் சேர்த்துக்கொள்ளப்படுபவர். இதன் பின்னர்தான் இவர் பிக்குவாக ஆக முடியும்.

சமஸ்கிருதமும் கற்றுக்கொண்டார். இந்தியாவிலிருந்து படித்த பிராமணர்கள் எவர் வந்தாலும் அவரிடம் தனக்குக் கற்பிக்கும்படி அவர் கேட்டுக்கொள்வது வழக்கம். விநய போன்ற பாலி நூல்களை அவர் சொந்தமாகவே கற்றுக்கொண்டார். அவற்றிலிருந்து எதைக் கேட்டாலும் சொல்லும்படியாகக் கற்றுத் தேர்ந்திருந்தார். ஒருநாள் நான் அவரோடு இருக்கும்போது, வித்யோதயா கல்லூரி ஆசிரியர் ஒருவர் விநய பற்றிய கஷ்டமான கேள்வியொன்றைக் கேட்டார். உடனே அதற்குப் பதிலளித்ததோடு, அருகிலுள்ள மேஜையில் கிடந்த ஓலைச்சுவடியைச் சுட்டிக்காட்டி, "அதில் இந்த அட்சரப் பக்கம் முதல் இந்த அட்சரப் பக்கம்வரைப் படித்துப்பார்" என்றார் (ஓலைச்சுவடிகளில் பக்கங்கள் எண்களால் இலக்கமிட்டிருக்காது; நெடுங்கணக்கு எழுத்தால் எழுதப்பட்டிருக்கும்). அப்படியே செய்துவிட்டு அந்த ஆசிரியர், "நான் கேட்டதற்கான விளக்கம் ஏகதேசமாக இந்த வரிகளில் இருக்கிறது" என்றார். சுமங்கலவின் விநயப் பரிச்சயம் என்னை ஆச்சரியப்பட வைத்தது.

வித்யோதயா கல்லூரி தொடங்கி சில ஆண்டுகள் கழித்து, கர்னல் ஆல்காட்டும் மேடம் பிளாவட்ஸ்கியும் பிரம்மஞான சபையின் கொள்கையைப் பரப்புவதற்காக சிலோன் வந்தார்கள். கர்னல் ஆல்காட்டுக்குச் சுமங்கலாச்சார்யா பொதுமக்கள் முன்பாகப் பௌத்த தீட்சையளித்தார்; அதன் பிறகு ஆல்காட் சிங்கள பௌத்தத்தின் வளர்ச்சிக்காகத் தொடர்ந்து முயற்சிகள் எடுத்தார். இன்று பௌத்தர்களால் நடத்தப்படும் நூற்றுக்கணக்கான ஆரம்பப் பள்ளிகள் கர்னல் ஆல்காட்டின் முயற்சியால் விளைந்தவையே. அவர் சிலோனிலிருந்து மதராஸ் சென்று அதைத் தனது தலைமையிடமாக அமைத்துக்கொண்டார். பெயர்பெற்ற சிங்கள வணிகர் டான் கொரொலினியஸின் மகனான ஸ்ரீ தர்மபால, ஆல்காட்டின் தூண்டுதலால் 1891இல் இந்தியா வந்து, புத்தகயாவில் பரிதாப நிலையிலிருந்த புத்தர் ஆலயத்தைப் புனர்நிர்மாணம் செய்வதற்காகச் சபை ஒன்றை நிறுவினார். எனக்கு கல்கத்தாவில் அடைக்கலம் அளித்த மகாபோதி சபைதான் அது. அதன் தலைவராகச் சுமங்கலாச்சார்யாவும் பொதுச்செயலாளராகத் தர்மபாலவும் இருந்தார்கள். மகாபோதி சபையின் சாதனைகளைப் பற்றியும் இந்தியர்களிடம் அவை ஏற்படுத்திய தாக்கங்கள் பற்றியும் விவரிப்பதற்கு இது இடமல்ல. இப்போதைக்கு அந்தக் கல்லூரி பற்றியும் அதன் நிறுவனர் பற்றியும் தந்துள்ள விவரங்கள் போதும். இனி விஷயத்துக்கு வருகிறேன்.

முந்தைய அத்தியாயத்தில் குறிப்பிட்டதுபோல, தர்மபால ஒற்றைத் தலைவலியால் அவஸ்தைப்பட்டு வந்தார். எனவே

வித்யோதயா கல்லூரிக்கு என்னுடன் வருவது அவருக்குச் சாத்தியப்படவில்லை. அன்று மாலை அவர், அனவர்த்தன என்ற ஒரு இளைஞருடன் என்னை ஆச்சார்யா சுமங்கலவைச் சந்திப்பதற்காக அனுப்பினார். ஆச்சார்யாவிடம் அனவர்த்தன கல்கத்தாவிலிருந்து தர்மபாலவுக்கு வந்த சிபாரிசுக் கடிதங்கள் இரண்டையும் வாசித்துக் காண்பித்தார். ஆச்சார்யா என்னிடம் சமஸ்கிருதத்தில் சில கேள்விகள் கேட்டார். எனது பதில் அவருக்குத் திருப்தியளித்திருக்க வேண்டும். வித்யோதயா கல்லூரியில் தங்கிக்கொள்ள எனக்குச் சம்மதமானால் சாப்பாட்டிற்கான ஏற்பாடுகளைத் தான் செய்வதாக வாக்களித்தார். அங்கிருந்த புத்தர் ஆலயத்துக்குப் பின்னால் ஒரு அறை எனக்காகப் பழுது பார்த்துத் தரப்பட்டது.

ஆச்சார்யா இருக்கும் அறைக்குப் பின்னாலுள்ள வராந்தாவில் எனக்குப் பீங்கான் தட்டில் அன்று உணவளிக்கப் பட்டது. நான் பீங்கான் தட்டில் உணவு சாப்பிடுவது இதுவே முதல்முறை; அதைப் பார்த்ததுமே அதிர்ந்தேன். ராஜகிருஹத்தில் பிட்சை பெற்று பல வீட்டு உணவுகள் கலந்த சாப்பாட்டை முதல்முறையாக புத்தர் உண்டபோது தன்னைத் தானே தேற்றிக் கொண்டது எனக்கு நினைவுக்கு வந்தது. நான் எனக்குள் சொல்லிக்கொண்டேன், “அரசக் குடும்பத்தில் பிறந்த சித்தார்த்தர், (‘தீண்டப்படாதவர்களா’ன) மகர்கள், சம்மார்கள் அளித்த உணவைச் சாப்பிடும் அளவுக்கு தன் மனதை வென்றெடுத் திருந்தார். அவரது (புத்தரது) சமயத்தைக் கற்றுக்கொள்ள வந்திருக்கும் நான், என்னை ஆதரிப்போர் அளித்திருக்கும் உணவைப் பார்த்து வெறுப்பது பொருத்தமல்ல.” மனத்தைக் கட்டுப்படுத்திக் கொண்டு அந்த உணவை உண்டேன். நாளாக நாளாக அந்த உணவு எனக்குப் பழகிப்போய்விட்டது; மேலும் எனக்கென்று தனியான சில சலுகைகளும் சிறிதுசிறிதாக அளிக்கப்பட்டன.

சிங்களவர்கள் கோவாக்காரர்களைப் போலவே காலையில் கஞ்சி உண்பவர்கள்; கூட்டுக்கறிகளில் தாராளமாகத் தேங்காய்ச் சேர்ந்துக்கொள்வார்கள். ஆனால் எல்லாவற்றிலும் மீன்கருவாட்டை – அதை அம்பலகாடா என்றழைத்தார்கள் – போட்டார்கள்; தப்பித்தவை சோறும், கஞ்சியும், இனிப்பு வகைகளும்தான். பிக்குகள் பிட்சை கேட்டு வாங்கிவரும் உணவில் பருப்புக்கறி போன்ற சைவ உணவுகள் எனக்காக எடுத்து வைக்கப்பட்டன. ஆனால் அவற்றிலும் கருவாடு இருக்கும்; எனவே நான் ஆராய்ந்து பார்க்க வேண்டும். அப்படி யிருந்தும் தவறுதலாக ஒரு துண்டு கருவாடு வாயில் வந்து விட்டால், மொத்தக் கவளத்தையும் துப்ப வேண்டியிருக்கும்; அப்போதெல்லாம் கவி மாகனின் பாடல் ஒன்று நினைவுக்கு வரும்:

முன்னொரு காலத்தில் கருடன் நிஷாதர்களை (வேடர்கள்) விழுங்கத் தொடங்கியது; ஒரு நாள் அதன் வாயில் ஒரு பிராமணன் அகப்பட்டுக்கொண்டான்; விளைவு, கருடன் தன் வாயிலிருந்த அனைத்தையும் வெளித்தள்ள வேண்டிவந்தது! அதுபோல தனக்குப் பிடித்த வேப்பிலையை ஒட்டகம் ஒன்று சாப்பிட்டுக் கொண்டிருந்தபோது அதில் தளிர் மாவிலை இருந்தது; எனவே அது வாயிலிருந்த மொத்தத்தையும் வெளித்தள்ளியது![4]

ஆனால் நான் முழுக் கவளத்தையும் துப்பாமல், கருவாட்டுத் துண்டை மட்டும் துப்புவதற்குப் போகப் போகப் பழகிக் கொண்டேன்.

மறுநாள், 1902 மார்ச் 23, பல்குணப் பௌர்ணமி, பௌத்தர் களுக்கு உபோசதம் (புண்ணிய தினம்). கிறிஸ்தவர்களுக்கு சப்பாத்து நாள் எப்படியோ, இந்துக்களுக்கு ஏகாதசி எப்படியோ, அப்படித்தான் பௌத்தர்களுக்கு உபோசதம். ஒவ்வொரு மாதமும் இதுபோன்று நான்கு புண்ணியதினங்கள் உண்டு: இரண்டு அஷ்டமிகள், கிருஷ்ணபட்ச சதுர்த்தசி, பௌர்ணமி ஆகியவை. இவற்றில் பௌர்ணமிதான் மிக விசேஷமான நாள்; பகவான் புத்தர், 'புத்தர்' ஆனதும் அன்றுதான், காசியில் முதல்முறையாக அவர் தம்மத்தைப் போதித்ததும் அன்றுதான், அவர் மகாபரிநிர்வாணம் அடைந்ததும் (இறந்ததும்) அன்றுதான். காரணம் எதுவாக இருந்தாலும், பௌர்ணமியன்று சாமான்ய பௌத்தர்கள் விகாரைகளுக்கு வந்து சமயச் சடங்கு களில் ஈடுபடுவார்கள். எனக்கு இதெல்லாம் தெரியாது. நான் மேலே குறிப்பிட்ட நாளில் அங்கேயிருந்த ஒரு மாணவன் அரைகுறை சமஸ்கிருதத்தில் என்னிடம், சயாம் அரசரின் சகோதரர் ஒருவர் துறவறம் மேற்கொண்டு அருகிலுள்ள விகாரை யில் தங்கியிருப்பதாகச் சொன்னார். அவரைப் பார்ப்பதற்கு என்னை அழைத்துச் செல்ல முடியுமா என்று நான் கேட்டதற்கு, முடியுமென்று சொன்னவன் அன்று மாலையே அழைத்துச் செல்ல சம்மதித்தான்.

சயாம் இளவரசர் இருந்த விகாரை வித்யோதயா கல்லூரி யிலிருந்து தொலைவில் இல்லை. நாங்கள் ஐந்து நிமிடத்தில் போய்ச் சேர்ந்துவிட்டோம். வணக்கத்துக்குரிய வாஸ்கடுவே சுபூதி அந்த விகாரையின் முதன்மை ஸ்தவிரராக[5] இருந்தார். அவரது பாலி மொழி ஞானம் புகழ்பெற்றது; ஆனால் அவருக்குச்

---

4. மாகன் இயற்றிய சமஸ்கிருத நூலான 'சிசுபால வத'த்திலிருந்து.

5. ஸ்தவிரர் என்பவர் பிக்குவாகச் சங்கத்தில் பத்தாண்டுகள் நிறைவுசெய்தவர்.
  * தேரர்

சமஸ்கிருதத்தில் பேச வராது. என்றாலும் நான் சொல்ல வந்ததை எப்படியோ புரிந்துகொண்டதுபோல் தோன்றியது. முடிவில் தான் ஆய்வுசெய்து பதிப்பித்த அபிதான பிரதீபிகையின் பிரதி ஒன்றை என்னிடம் தந்து, சயாம் இளவரசர் இருக்கும் அறைக்கு அனுப்பிவைத்தார். பிக்குவான அந்த இளவரசருக்குப் பாலி, சமஸ்கிருதம் இரண்டும் பேச வராது; அவரால் புரிந்து கொள்ளவும் முடியாது. ஆங்கிலத்திலும் பிரெஞ்சிலும் அவருக்கு நல்ல தேர்ச்சியிருந்தது; சிலோனில் அவரது பரிமாற்ற மெல்லாம் ஆங்கிலத்தில்தான். என்னோடு வந்த மாணவனுக்குக் கொஞ்சம் ஆங்கிலம் பேசத் தெரியும். நான் சமஸ்கிருதத்தில் சொன்னவற்றை அவன் ஆங்கிலத்தில் மொழிபெயர்த்து அவருக்கு விளக்கினான். அவர் சொன்னவற்றின் சாராம்சத்தை எனக்கு அரைகுறை சமஸ்கிருதத்தில் தெரிவித்தான்: என்னைப் பார்த்ததில் இளவரசருக்குச் சந்தோஷம்; ஆனால் சமஸ்கிருதம் தெரியாமல் போய்விட்டதே என்று அவருக்குப் பெரிய மனக்குறை; அடுத்த பிறவியிலாவது இந்தியாவில் காசி போன்ற இடத்தில் பிறந்து, சமஸ்கிருதத்தில் தேர்ச்சி பெற்று, என்னோடு பேசும் திறமையைப் பெற வேண்டும் என்று ஆசைப்பட்டார்.

இளவரசரோடு எங்கள் பேச்சு முடிவடைந்தபோது சூரியன் மறைய இருந்தான். வித்யோதயா விகாரைக்கு நாங்கள் திரும்பியபோது பெரிய கூட்டம் கூடியிருப்பதைக் கண்டேன். எதற்கென்று கேட்டபோது, என்னுடன் வந்தவன், "இன்று பௌர்ணமி புண்ணிய தினம். ஸ்ரீ தர்மபால சொற்பொழிவாற்றப் போவதாகக் கேள்விப்பட்டேன். இதற்குள் அது முடிந்திருக்கும்" என்றான். நான் அந்த மாணவனோடு உள்ளே நுழைந்ததும் அந்தக் கூட்டம் என்னைப் பார்க்க நேர்ந்தது. இந்தியாவிலிருந்து ஒரு பிராமணப் பண்டிதர் வந்திருக்கிறார் என்று எல்லோரும் குசுகுசுக்க ஆரம்பித்துவிட்டார்கள். தர்மபால என்னருகில் வந்து இரண்டொரு வார்த்தைகள் சமஸ்கிருதத்தில் பேசச் சொன்னார். அவர் சொன்னது எனக்குச் சரியாகப் புரியவில்லை. வித்யோதயாவில் ஆசிரியராக இருந்த வணக்கத்துக்குரிய ஸ்ரீ தேவமித்ர விஷயத்தை எடுத்துச் சொன்னார். சொற்பொழிவு கொடுக்குமளவுக்கு நான் எதுவும் தயார்செய்யவில்லையே என்றேன். ஆனாலும் அவர்கள் வற்புறுத்தியதால் பேச இணங்கினேன். வணக்கத்துக்குரிய தேவமித்ரவுடன் மேடை ஏறி சமஸ்கிருதத்தில் சின்ன உரை நிகழ்த்தினேன். ஸ்தவிரர் அதைச் சிங்களத்தில் எடுத்துச் சொன்னார்.

என்னுடைய உரையின் சாராம்சம் இதுதான்: "பௌத்தத்தை வெறுத்த மன்னன் ஒருவன், பகவான் புத்தர் அமர்ந்து தியானம் செய்த விருஷத்தை அழித்தான். ஆனால்

அசோகரின் மகனான மகேந்திரன் அதன் கிளையொன்றை இந்தத் தீவிற்கு எடுத்துவந்தான்; இன்றுவரையிலும் அது எந்தத் தடையுமில்லாமல் வளர்ந்துகொண்டிருக்கிறது. பௌத்தம் என்ற மரத்தின் நிலைமையும் இதுதான். மூல விருஷம் இந்தியாவில்தான் வளர்ந்தது; ஆனால் மதவெறிபிடித்த அரசர்களும் அரசாங்க அதிகாரிகளும் அதை அழித்தார்கள். ஆனால் வணக்கத்துக்குரிய மகேந்திரன் கொண்டு வந்த அந்த தம்ம விருஷத்தின் கிளை இதோ இங்கே இரண்டாயிரம் ஆண்டுகளாகப் பிடித்து நிற்கிறது. பௌத்தம் பற்றி அதிகமாகப் பேசுமளவுக்கு நான் இன்னும் அதிகாரம் பெறவில்லை; இப்போதைக்கு நான் தேட்டத்தில் இருப்பவன் மட்டுமே. ஸ்ரீ சுமங்கலாச்சார்யாவின் மாணவனான நான் மிக விரைவிலேயே பௌத்தம் பற்றிய அறிவைப் பெற்றுவிடுவேன் என்ற வலுவான நம்பிக்கை எனக்கு இருக்கிறது." இப்படிச் சொல்லிக் கொண்டே போனேன்.

கேட்போர் மத்தியில் எனது உரை என்ன தாக்கத்தை ஏற்படுத்தியது என்பதைத் தெரிந்துகொள்ள எனக்கு வாய்ப்பில்லை. சிங்களத்தில் அவர்கள் என்ன பேசிக்கொண்டார்கள் என்பதை என்னால் புரிந்துகொள்ள முடியவில்லை. நான் பேசி முடித்ததும், ஸ்ரீ தர்மபால ஏதோ சொல்ல, அனவர்த்தன ஒரு ஐரோப்பியத் தொப்பியை எடுத்துக்கொண்டு கூட்டத்திற்குள் போனார்; எல்லோரும் அதில் காசு போட ஆரம்பித்தார்கள்! என்ன நடக்கிறதென்றே எனக்குப் புரியவில்லை. பணம் சேகரித்து முடித்ததும் அவர் அதைக் காகிதத்தில் சுற்றி, தர்மபாலவிடம் கொடுக்க, இவர் அதை என்னிடம் நீட்டினார். எனக்கு ஒரே குழப்பம்! அப்போது வணக்கத்துக்குரிய தேவமித்ர முன்னால் வந்து, "இந்தப் பணம் வசூல் செய்தது உங்களுக்காகத்தான். இங்கிருந்த ஆண்களும் பெண்களும் உங்களைக் கருதியே தந்திருக்கிறார்கள். நீங்கள் வேண்டாம் என்று மறுத்தால் அவர்கள் மனம் புண்பட்டுவிடும்!" என்றார். நான் அந்தப் பணத்தை எடுத்துக்கொண்டு போய் ஆச்சார்யா ஸ்ரீ சுமங்கல முன்பாக வைத்துவிட்டு, "நான் பிராமணன் என்பதால் உங்கள் மக்கள் இந்தத் தட்சிணையைத் தந்திருக்கிறார்கள். ஆனால் நான் புரோகிதராகவோ பூசாரியாகவோ இருந்ததே இல்லை, எனவே இதை வாங்கிக்கொள்ளலாமா என்று எனக்குத் தெரியவில்லை" என்றேன். அவர் சொன்னார், "உங்கள் படிப்புக்குப் பணம் தேவைப்படுகிறது, எனவே நீங்கள் தயங்க வேண்டியதில்லை. புத்தகங்கள் வாங்குவதற்கு இதைப் பயன்படுத்திக்கொள்ளுங்கள்" என்றார். நான் அறைக்குச் சென்று சில்லறைகளை எண்ணிப் பார்த்தேன்; கிட்டத்தட்ட மூன்று ரூபாய் சேர்ந்திருந்தது.

வித்யோதயா கல்லூரியில் தங்க ஆரம்பித்த நாளின் மறுநாளிலிருந்து நான் சிங்கள நெடுங்கணக்கைக் கற்றுக்கொள்ளத் தொடங்கினேன். பாலி நூல்கள் எல்லாமே அதில்தான் எழுதப் பட்டிருந்தன; அச்சடிக்கப்பட்டுமிருந்தன. எனவே நான் அதைக் கற்றாக வேண்டியிருந்தது. ஒரு வாரத்திற்குள் அதன் நெடுங்கணக்கைக் கற்றுக்கொண்டு கொஞ்சம் கொஞ்சமாகப் பாலி நூல்களைப் படிக்க ஆரம்பித்தேன். ஆச்சார்யா சுமங்கல மார்ச் மாத இறுதியிலோ அல்லது ஏப்ரல் தொடக்கத்திலோ ஏதோ வேலையாகக் காலி வரை போக வேண்டியிருந்தது; என்னை உடன் வர விருப்பமா என்று கேட்டார். சிங்களத்தீவின் இயற்கை அழகைக் காணத் துடித்துக்கொண்டிருந்த நான் உடனே இசைந்தேன்.

கொழும்பிலிருந்து காலி போகும் ரயில்பாதை கடலையொட்டிச் செல்கிறது. நாங்கள் பகலில்தான் பயணம் செய்தோம். இந்தப் பயணம் எனக்குக் கோவாவின் முர்காவுக்கும் [மோர்முகாவ் என்றும் அழைக்கப்படுகிறது] ரமா முனைக்கும் நடுவிலுள்ள சால்சேட் கடற்கரைப் பிரதேசத்தை நினைவூட்டியது. காலியில் நாங்கள் மூன்று நாட்கள் இருந்தோம். இங்கே ஒரு வினோதத்தைப் பார்த்தேன்: கோவா மலைகளில் முந்திரி மரங்கள் வளர்வதுபோல, இங்கே கமுகு மரங்கள் நீரே பாய்ச்சாமல் வளர்கின்றன. இதைப் பற்றி விசாரித்தபோது, இந்தப் பிரதேசத்தில் வருடம் முழுவதும் மழைப் பெய்வதால் கமுகுக்கும் அதுபோன்ற பிற மரங்களுக்கும் நீர்ப்பாய்ச்ச வேண்டிய தேவை இல்லை என்பதைத் தெரிந்துகொண்டேன். காலியிலிருந்து நாங்கள் ஆச்சார்யரின் சொந்த ஊரான ஹிக்கதுவாவுக்குச் சென்றோம். அங்கு ஒரு நாள் இருந்துவிட்டு, கொழும்பிற்குத் திரும்பினோம். படித்த பிக்குகள் பலரை இந்தப் பயணத்தின்போது சந்தித்தேன்; அவர்களில் பலர் தாங்கள் பதிப்பித்த பாலி நூல்களை எனக்கு மிக்க மரியாதையோடு அளித்தார்கள்.

1902 மே 22 அன்று வைகாசி பௌர்ணமி; பௌத்தர்களுக்கு மிக விசேஷமான நாள். இளவரசர் சித்தார்த்தர், கங்கையருகே நைரஞ்சரா நதிக்கரையில் அரச மரத்தினடியில் அமர்ந்திருந்த போது ஞானம்பெற்று புத்தராக ஆன நாள். பௌர்ணமிக்குச் சில நாட்களுக்கு முன்பே பௌத்த மக்கள் வித்யோதயா விகாரையில் அதைக் கொண்டாடுவதற்கான ஏற்பாடுகளைச் செய்ய ஆரம்பித்துவிட்டார்கள். மைய மண்டபம், நூலகம் போன்ற இடங்கள் எல்லாம் கொடிகளாலும் தோரணங்களாலும் அலங்கரிக்கப்பட்டன. அந்தத் தினத்தில் வாசிப்பதற்காக நான் சமஸ்கிருதத்தில் கவிதையொன்றை இயற்றி ஸ்ரீ சுமங்கலாச்சார்யாவிடம் காண்பித்தேன்; அவருக்கு அது மிகவும்

பிடித்துப் போய்விட்டது. *சிங்கள சமய* (இலங்கை மணி) என்ற பத்திரிகையின் ஆசிரியர்கள் அதை சிங்களத்தில் மொழிபெயர்த்து வெளியிட்டார்கள். இதன்மூலமாக என்னைப் பலருக்குத் தெரியவந்தது; கொஞ்சம் சமஸ்கிருதம் தெரிந்த பிக்குகளும் உபாசகர்களும் என்னைப் புகழ்ந்தார்கள்.

சிங்கள மக்களின் இந்த அபிமானமும் அங்கே இருந்த இணக்கமானச் சூழலும் என் மனதில் பெரிய உற்சாகத்தை உருவாக்கிவிடவில்லை. குடும்பம் பற்றிய நினைவு வந்துகொண்டே இருந்தது. சமஸ்கிருதம் சொல்லிக் கொடுக்கும் வேலை கிடைத்தால் நான் மாதம் அறுபதோ எழுபதோ சுலபமாகச் சம்பாதித்து விடுவேன். சிலோனிலேயே எங்காவது ஒரு நகரத்தில் என் குடும்பத்தைக் குடியமர்த்த ஏதுவாக இருக்கும். ஆனால். நான் பாலி மொழி கற்பதை விட வேண்டியிருக்கும்; தாய்நாட்டிற்குத் திரும்பும் எண்ணத்தை நிரந்தரமாகக் கைவிட வேண்டியதுதான்.

புனேயிலிருந்து கிளம்பியபோது இரண்டு உறுதிகளை எடுத்திருந்தேன்: முதலாவது, வாழும் வரையிலும் பௌத்தம் பற்றிய அறிவைப் பெருக்கிக்கொள்ள பாடுபட வேண்டும்; இரண்டாவது, அந்த அறிவைப் பெறுவதில் நான் தேர்ந்து விட்டேன் என்றால், எனது மகாராஷ்டிர உடன்பிறப்புகளை அதனால் பலனடைய வைக்க வேண்டும். இந்த இரண்டு உறுதிகளும் சிலோனில் குடும்பத்தைக் கொண்டுவைக்கும் என் யோசனையை உடனே பின்வாங்க வைத்தன. என் மனமென்னும் போர்க்களத்தில் பயங்கரப் போர் மூண்டது. அந்தப் போர் வழக்கமான போர்ச்சண்டையைப் போல மயிர்சிலிர்க்க வைக்கும் ஒன்றல்ல என்பதால், அதை விவரித்து வாசகர்களைச் சலிப்படைய வைக்கப் போவதில்லை. இதை மட்டும் சொல்கிறேன்: புனேயில் நான் எடுத்துக்கொண்ட உறுதிகளே வென்றன, குடும்பத்தைக் கூட்டிக்கொண்டு வரும் யோசனை தோற்றது.

பிரபலமான கதையொன்று உண்டு. சிம்ஹகாட் கோட்டையின் மேல் ஏறியதும், சூர்யாஜி[6] ஏணிகளை எல்லாம் அறுத்துவிட்டாராம்; ஓடிவிட வேண்டும் என்று விரும்பிய அவரது படையினருக்கு இப்போது ஔரங்கசீபின் படைகளோடு

---

6. இங்கே ஆசிரியர் தானாஜியைக் குறிக்கிறார் போலிருக்கிறது. சூர்யாஜியை அல்ல. மன்னர் சிவாஜி தானாஜியைப் புனேக்கு அருகிலுள்ள கோண்டானா கோட்டையைப் பிடிப்பதற்காக அனுப்பினார். ஒரு பெரிய உடும்பின் வாலில் ஏணியைக் கட்டி மிக உயரமான மலைமுகட்டின் வழியே கோட்டையில் அவர்கள் ஏறியதாகச் சொல்லப்படுகிறது. தானாஜி கோட்டையைக் கைப்பற்றி விட்டார்; ஆனால் சண்டையில் அவர் மரணமடைந்தார். “காட் (கோட்டை) நமக்குக் கிடைத்தது; ஆனால் சிம்ஹம் (சிங்கம்) போய்விட்டது” என்று சிவாஜி சொன்னதாக நம்பப்படுகிறது. இப்படித்தான் இந்தக் கோட்டைக்குச் ‘சிம்ஹகாட்’ என்று பெயர்வந்தது.

போரிடுவதைத் தவிர வேறு வழியில்லை. எனது முந்தைய தீர்மானங்களிலிருந்து தப்பியோடாமல் பிடித்து நிற்பதற்கு நானும் இதுபோன்ற ஒரு தந்திரத்தைக் கையாள வேண்டியிருந்தது. எனக்குத் தோன்றிய ஒரே வழி, பிக்குவாக ஆவது; இதனால் குடும்ப வாழ்க்கைக்கு இட்டுச் செல்லும் ஏணிகள் எல்லாம் அறுபட்டுவிடும். பிக்குவாகிவிட்டால், நான் விகாரையில் சுதந்திரமாகத் தங்கி *விநய* போன்ற நூல்களைப் பயில முடியும். ஆனால் தடைகள் நிறைய இருந்தன. என் தாயாரிடமிருந்து சம்மதம் வாங்க வேண்டும். இது நடக்கிற காரியமல்ல. என்னைச் சிலோனுக்கு அனுப்பியவர்களின் ஒப்புதல் வேண்டும். கடைசியில் ஆச்சார்யா ஸ்ரீ சுமங்கல, பாபு நரேந்திர நாத் சென்னுக்கு ஒப்புதல் கேட்டு எழுதினார். நரேந்திரபாபு பதில் கடிதத்தில் என்னை உச்சமாகப் புகழ்ந்து எழுதியதோடு, தனது ஒப்புதலையும் அளித்தார். தாயாரின் சம்மதம் பெறுவதற்கு மாற்றொன்றைச் சொல்லும் ஒரு சமய விதியை ஆச்சாரியர் கண்டறிந்து, எனக்குச் சிரமேண தீட்சை அளித்தார்.

துறவு மேற்கொண்டுவிட்டால் வாழ்நாள் முழுவதும் துறவியாகவே இருக்க வேண்டும் என்று பௌத்தத்தில் விதிக்கப்படவில்லை. ஆனால் துறவியாக இருப்பது வரையிலும் சங்கத்தின் எல்லா விதிகளுக்கும் உட்பட்டே நடக்க வேண்டும். ஒரு சிரமேணர் பத்து சீலங்களைக் கடைபிடித்தால் போதும். சங்கத்தின் செயல்பாடுகளில் தலையிடும் உரிமை அவருக்கு இல்லையென்றாலும், விகாரையில் அவருக்கு நிறைய சலுகைகள் இருந்தன; கற்பதற்கான ஏற்பாடுகளும் நல்லமுறையில் செய்து கொடுக்கப்பட்டன. சிரமேணரான உடனே நான், வேறு விஷயங்களில் மனத்தைச் செலுத்துவதை விட்டுவிட்டு என் நேரம் முழுவதையும் பாலி நூல்களைக் கற்பதிலேயே கழிக்கலானேன். சில நாட்களுக்குப் பிறகு பிக்குகள் பலர் என்னிடம் தங்களுக்கு சமஸ்கிருதம் கற்றுத் தரும்படிக் கேட்டுக்கொண்டார்கள். தினமும் மாலை ஒன்றோ இரண்டோ மணிநேரம் அவர்களுக்குக் கௌமுதியும் தர்க்க சங்கிரகமும் கற்றுக்கொடுத்துவிட்டு, மீதி நேரத்தை நான் பாலி கற்பதில் செலவிடலாம்.

ஆசிரமத்தில் உணவு கிடைத்தது; எனக்குத் தேவையான புத்தகங்களைச் சாமானிய உபாசகர்களும் பிக்குகளும் தந்தார்கள். ஆனால் இதற்கும் ஒருவித இடையூறு வந்தது. நடந்தது இதுதான்: மதராஸ் மகாபோதிச் சபையின் செயலாளரான சிங்காரவேலு சொந்த வேலையாக இங்கிலாந்து சென்றார். போகும் வழியிலோ அல்லது திரும்பும் வழியிலோ ஒரு நாள் கொழும்பில் தங்கிய அவர், எங்கள் ஆச்சாரியரைப் பார்ப்பதற்காக வித்யோதயா ஆசிரமம் வந்தார். அவரைச் சந்தித்தது ஒருவேளை சுமங்கலாச்சார்யாவாக இல்லாமல்,

உதவி ஆச்சாரியரான வணக்கத்துக்குரிய தேவமித்ரவாகக் கூட இருக்கலாம். சிங்காரவேலுவோடு ஆங்கிலம் தெரிந்த சிங்களவர் ஒருவர் உடன் வந்திருக்க வேண்டும்; இல்லாவிட்டால் அவரால் தேவமித்ரவோடு பேசியிருக்க முடியாது. பேச்சினிடையில் ஆச்சார்யா தேவமித்ர என்னைப் பற்றிக் குறிப்பிட்டிருக்கிறார். என்னைப் பற்றி அவர் உயர்வாகப் பேசியிருக்க வேண்டும்; உடனே சிங்காரவேலு இதுபோல ஏதோ சொல்லியிருக்கிறார்: "இந்தியப் பிராமணர்கள் பொல்லாதவர்கள்; அவர்களை நம்ப முடியாது. இந்த மனிதர் பார்ப்பதற்கு எளிமையாகவும் அப்பாவியாகவும் தோன்றலாம், ஆனால் நம்பாதீர்கள். அவர் பிராமணர் என்பது நினைவிலிருக்கட்டும்." அன்றே வணக்கத்துக்குரிய தேவமித்ர சிங்காரவேலுவின் இந்தக் கருத்தை வெளியே சொல்லிவிட்டார்; ஸ்ரீ சுமங்கலாவை இந்தக் கருத்துப் பாதிக்கவில்லை என்றாலும் சாமானிய உபாசகர்கள் சிலர் என்மீது நம்பிக்கை இழந்தார்கள்.

இதைக் கேட்டதும் நான் வருத்தமடைந்தேன் – எனக்கு அசௌகரியங்கள் ஏற்படும் என்பதால் அல்ல; படித்த இந்தியரான சிங்காரவேலு போன்றோரின் தம்மைத் தாமே தாழ்த்திக்கொள்ளும் நடத்தையை நினைத்துத்தான்; எனக்கு அவ்வளவு மரியாதையோடு உணவளித்து, தூத்துக்குடி டாக்டர் முதலியாருக்குக் கடிதமும் தந்து உதவிய அதே மனிதர், நான் பிராமணன் என்ற காரணத்திற்காகச் சிங்களவர்களிடம் என்னைப் பற்றிய தவறான அபிப்ராயத்தை உருவாக்கவும் தயங்கவில்லை. இது என்னை வேதனையும் வியப்பும் அடைய வைத்தது. இதே சமயத்தில் நடந்த வேறு ஒரு சம்பவம் எனக்கு நினைவுக்கு வருகிறது. பிரபல ஜப்பானியப் போர்வீரர் ஜெனரல் போக்கோஷிமா ஜெர்மனியிலிருந்து தாயகம் திரும்பும் வழியில் கொழும்பில் இறங்கினார். எங்கள் ஆசிரமத்தில் சில ஏழை ஜப்பானிய மாணவர்கள் பாலி கற்பதாகக் கேள்விப்பட்டு, ஸ்ரீ சுமங்கலாச்சார்யாவைச் சந்திக்க வந்தார். கௌண்டிய என்ற ஒரேயொரு மாணவர் மட்டும்தான் வித்யோதயா கல்லூரியில் படித்து வந்தார்; வேறு நான்கு மாணவர்கள் மேற்குக் கடற்கரைப் பகுதியில் வெவ்வேறு இடங்களில் இருந்தார்கள். போக்கோஷிமா ஆச்சார்யரைச் சந்தித்து, ஏழை மாணவர்களுக்கு அவர் உதவி செய்து வருவதற்குத் தனது மனமார்ந்த நன்றியைத் தெரிவித்தார்; தான் இதற்காகவே ஆசிரமத்துக்கு வந்ததாகவும் சொன்னார். எனக்கு உணவளித்த, என்னைப் பற்றி சிறிதளவு தெரிந்தவரான படித்த இந்தியர் ஒருவர், என்னைப் போன்ற ஏழை மாணவனைப் பற்றி தவறான எண்ணத்தைத் தேவையில்லாமல் உருவாக்கிறார்; (அதற்கு நேர்மாறாக) ஜப்பானைச் சேர்ந்த ராணுவ உயரதிகாரி ஒருவர் தான் பார்த்தேயிராத ஏழை மாணவர்களுக்கு

பௌத்த வேட்கை

ஊக்கமளிப்பதற்காகவே ஸ்ரீ சுமங்கலாச்சார்யாவைத் தேடி வந்திருக்கிறார். இந்த இரண்டு சம்பவங்களை ஒப்பிட்டுப் பார்த்தால், சாதிப் பாகுபாடு நமது படித்த மனிதர்களிடம் தேசப்பற்றுக்குத் தடையாக இருப்பது தெளிவாகத் தெரியவரும்.

ஸ்ரீ சிங்காரவேலு வந்துபோன சில நாட்களுக்குப் பிறகு நான் சாப்பாட்டிற்காக ஆசிரமத்தைச் சார்ந்திருப்பதை விடுத்து, பிட்சை பெற்று வாழத் தொடங்கினேன். இது பிக்குகளின் கடமை என்பதால் ஆச்சாரியர் என்னைத் தடுக்க முயவில்லை. சமைத்த உணவு – பெரும்பாலும் சோறு – பிட்சையாகக் கிடைக்கும். கூட்டுக்கறி போன்றவை விகாரையிலிருந்து வரும். இதுதவிர, காலைவேளைக்கு பாலும் ஆப்பமும், ஒன்றோ இரண்டோ வாழைப்பழமும் விகாரையில் தருவார்கள். ஆனால் சிங்களவரின் சோறு – நெல்லைக் குத்தி உமியும் தவிடும் நீக்கி சுத்தம் செய்த அரிசிச் சோறு – என் வயிற்றுக்கு ஒத்து வரவில்லை. என் கால்வலியையும் வயிற்றுவலியையும் அது அதிகப்படுத்தியது. எனக்கு வெறுப்புத் தட்டியது. இப்போது எனக்கிருந்த ஒரே ஆறுதல் வாசிப்புதான். விகாரையில் உடற்பயிற்சி செய்ய வசதியில்லை; இதுவும் என் உடல்நிலையை மிகவும் சீர்குலைத்தது.

இந்தச் சூழ்நிலையில்தான் நான் ஆங்கிலம் கற்கத் தொடங்கினேன். பம்பாயிலிருந்து 'செல்ப் டீச்சர்' என்ற நூலை விலைக்கு வாங்கி, சில வார்த்தைகளை மனத்தில் ஏற்றிக்கொண்டேன். சில நாட்களுக்குப் பின், படிப்பதற்கு வசதியாக நான் பிக்கு ஸ்ரீ சூர்யகோட சுமங்கல இருந்த ஸ்ரீவர்த்தநாராமாந்த விகாரையில் சென்று தங்கினேன். சூர்யகோட பிக்கு என்னிடமிருந்து சமஸ்கிருதம் கற்றுக்கொண்டார்; அவர் எனக்கு ஆங்கிலம் கற்பித்தார். ஆனால் இந்த ஏற்பாடு ஒரு வாரம் போலத்தான் நடந்தது. எனக்குக் கற்பிக்க அவருக்கு நேரமில்லை. ஆங்கிலம் கற்கும் ஒரு மாணவனின் உதவியோடு கொஞ்சம் நாட்கள் என் படிப்பைத் தொடர்ந்தேன். அதுவும் ஒரு வாரத்தைத் தாண்டவில்லை. நான் அங்கே மூன்று மாதம்போல இருந்தேன் அருகில் கடல் என்பதால் நான் அதில் குளிக்க முயன்றேன். இதனால் என் உடல்நிலை மோசமானது. அருகிலிருந்த ஒரு பிக்கு, ஆயுர்வேதம் தெரிந்தவர், ஏதோ மூலிகைக் கசாயம் போட்டுத் தந்தார் – ஆனால் இது என் நிலைமையை மேலும் மோசமாக்கியது. கடைசியில், சிலோனை விட்டு கல்கத்தாவுக்கே திரும்பிப் போய்விடுவோம் என்று முடிவுசெய்தேன்.

13

மதராஸிலும் பர்மாவிலும்

ஸ்ரீமந்த் மல்ஹாராவ் கெய்க்வாட்[1] மகாராஜா வின் அரசவையில் வட இந்தியாவின் போஜ்பூரைச் சேர்ந்த மகாவீர் என்ற சத்திரியர் ஒருவர் இருந்தார். அவர் மல்யுத்தம் போன்ற சண்டைப் பயிற்சிகளில் வல்லவர்; அதனால்தான் மகாராஜா அவரை விரும்பி வைத்திருந்தார். பின்னர், மல்ஹாராவ் மதராசுக்கு நாடு கடத்தப்பட்டதும், மகாவீர் பரோடாவை விட்டுக் கிளம்பி, வேறு ஒருவரோடு சிலோன் வந்துசேர்ந்தார். அவர் சிலோனில் ஏறத்தாழ எட்டாண்டுகள் வசித்தார். சில பிக்குகளோடு அவருக்குப் பழக்கம் ஏற்பட்டது; பிறகு அவரே பிக்குவாகத் தீட்சைப் பெற்றுக்கொண்டு தாய்நாடு திரும்பினார். கல்கத்தாவில் குடிலொன்று அவர் வசம் வந்தது. கல்கத்தாவிலிருந்த சிங்களர் ஒருவர் தனது உயிலில், அந்தக் குடிலில் வசிக்கும் பிக்குவுக்கு மாதம் இருபது ரூபாய் அளிக்க வேண்டும் என்று உயில் எழுதி வைத்திருந்தார். சில வருடங்கள் அந்தப் பணம் அரசாங்க கஜானாவிலேயே சேர்ந்துகொண்டிருந்தது; உயில் நடைமுறைக்கு வந்ததும் திடீரென்று அந்தப் பணம் பிக்கு மகாவீரின் கைக்கு வந்தது. பிக்குகளுக்குப் பணம் தேவைப்படாது என்று எண்ணிய மகாவீர், அந்த நிதியைப் பௌத்தர்களுக்கு உதவியளிக்கப் பயன் படுத்தலாம் என்று தீர்மானித்தார். புத்தகயாவிலோ அல்லது காசியிலோ பௌத்த யாத்திரிகர்களுக்குத் தர்மச்சத்திரம் கட்டலாம் என்று முடிவுசெய்தார்.

---

1. பரோடா சமஸ்தானத்தின் மன்னரான மல்ஹாராவ் கெய்க்வாட், தனது பிரிட்டிஷ் ரெசிடெண்டிற்கு விஷம் கொடுத்தார் என்று குற்றம்சாட்டப்பட்டு 1875இல் பிரிட்டிஷ் அரசால் பதவியிலிருந்து நீக்கப்பட்டார். மதராசுக்கு நாடுகடத்தப்பட்ட அவர் பின்னர் அங்கேயே இறந்தார். இந்த வழக்கு மகாராஷ்டிரத்தில் அக்காலத்தில் பரபரப்பாகப் பேசப்பட்டது.

ஆனால் இந்த இடங்களில் அவருக்குப் பௌத்தப் புனிதத் தலங்களுக்கு அருகில் நிலம் கிடைக்கவில்லை. கடைசியாக அவர், புத்தர் பரிநிர்வாணமடைந்த இடத்தில் (குஷினரா என்றழைக்கப்படும் ஊர்; இது கோரக்பூர் மாவட்டத்தில், கசாயா தாலுகாவின் தலைமையிடத்துக்கு அருகில் உள்ளது) ஒரு பண்ணை நிலத்தை வாங்கி, அங்கே தர்மசாலை ஒன்றைக் கட்டத் தொடங்கினார். மகாவீருக்குக் கிடைத்த பணம் இதற்குப் போதவில்லை. கல்கத்தாவில் வசித்த கேஜரி என்ற பர்மிய வணிகர் அதைக் கட்டி முடிப்பதற்காக 12000 ரூபாய்க் கொடுத்தார். அப்போதிலிருந்து மகாவீர் அங்கேதான் வசித்து வந்தார்.

காசியிலிருக்கும்போது நான் யோகசூத்திரம் வாசித்திருந் தேன்; இதுபோன்ற நூல் பௌத்த இலக்கியத்தில் உள்ளதா என்று ஆர்வத்தோடு தேடிக்கொண்டிருந்தேன். வித்யோதயா கல்லூரியைச் சேர்ந்த பிரியரட்ண என்ற பிக்கு விசுத்தி மாக்க நூலின் பிரதியொன்றைத் தந்து, அதில் யோக சாஸ்திரம் பற்றி விரிவாகப் பேசப்படுவதாகச் சொன்னார். ஆனால் அப்போது எனக்குப் பாலி மொழி அவ்வளவாகத் தெரியாததால் என்னால் அதைப் புரிந்துகொள்ள முடியவில்லை. நான்கு மாதங்கள் கழித்து பிராமி எழுத்தில் அச்சிடப்பட்ட அதே நூலின் பிரதி எனக்குக் கிடைக்க நேர்ந்தது. பிராமி கற்றுகொள்ள வேண்டும் என்ற நோக்கத்திற்காகவே அதைப் படிக்க ஆரம்பித்தவன், அதனால் மிகவும் ஈர்க்கப்பட்டு முதல் அத்தியாயங்கள் சிலவற்றை மீண்டும் மீண்டும் படித்தேன்; தியானம் போன்ற சில பயிற்சிகளை முயன்று பார்க்கும் வலுவான ஆசையும் உண்டானது. ஆனால் சிலோனில் நான் தங்கியிருந்த இடங்கள் இதற்கு வசதியாக இல்லை. சிங்கள தீவில் அற்புதமான கண்கவர் விகாரைகள் உள்ளன. இயற்கையின் ஒப்பற்ற அழகைப் பார்க்க வேண்டுமானால் சிலோனே போதும். ஆனால் நான் அந்த அழகிய விகாரைகளில் போய்த் தங்கினால், இந்தியர்களுக்குப் பொருத்தமான உணவு கிடைக்காது; பாலி பேசத் தெரிந்த பிக்குகளும் குறைவு என்பதால் யாரோடும் என்னால் பேசவும் முடியாது.

மேலே குறிப்பிட்ட பிக்கு மகாவீருக்குத் தர்மதாஸ் என்ற பஞ்சாபி சீடர் ஒருவர் இருந்தார்; அவர் பௌத்தம் கற்றுக்கொள்வதற்காகச் சிலோன் வந்தார். வந்த முதல் நாளிலேயே அவருக்குச் சிங்கள உணவு வெறுத்துப் போய்விட்டது; மகாவீரைப் பற்றியும் குஷினராவிலிருந்த தர்மசாலையைப் பற்றியும் விவரங்களை எனக்குச் சொன்னது இவர்தான். நான் அங்கே சென்றால் எல்லா வசதிகளும் செய்து தருவார்கள் என்றும் தியானம் செய்ய போதிய நேரம் கிடைக்கும் என்றும் அவர் சொன்னார். கல்கத்தாவுக்குப் போய் அங்கிருந்து குஷினராவுக்குப்

போக நான் திட்டமிட்டது இதனால்தான். ஆனால் என் விதி என்னை விடவில்லை; ஆகவே, நானே எதிர்பார்த்தேயிராத ஒரு இடத்துக்குப் போய்ச் சேர்ந்தேன்; அதைத்தான் இந்த அத்தியாயத்தில் சொல்ல இருக்கிறேன்.

எனது திட்டத்தை ஆச்சார்யா ஸ்ரீ சுமங்கலவிடம் தெரிவித்ததும் அவர் மிகவும் வருத்தமடைந்தார்; விருப்பமே இல்லாமல் எனக்கு அனுமதி தந்தார். எந்தப் பணத்தையும் என்னோடு எடுத்துச் செல்வதில்லை என்று நான் உறுதிபூண்டிருந்தேன். அதன்படி, பிக்குகள் அணியும் மூன்று துவராடைகளும்[2] ஒரு பிட்சைப் பாத்திரமும் எடுத்துக்கொண்டு நான் 1903 மார்ச் 26இல் அங்கிருந்து கிளம்பினேன். தர்மபாலவின் தந்தையார் நான் மதராஸ் செல்வதற்கான மூன்றாம் வகுப்பு பயணச்சீட்டு வாங்கித் தந்தார். பிற சினேகிதர்கள் நான் வழியில் சாப்பிடுவதற்காக பிஸ்கெட்டும் தேவையான தின்பண்டங்களும் வாங்கித் தந்தார்கள். மதராஸில் நான் எக்மோரிலிருந்து ஸ்ரீ சிங்காரவேலுவின் வீட்டிற்கு நடந்தே சென்றேன். இப்போது எனக்குக் கொஞ்சம் ஆங்கிலம் தெரிந்திருந்ததால், அவர் சொன்னதைப் புரிந்துகொள்வதில் சிரமம் ஏற்படவில்லை. அவர் எனக்கு உணவளித்தார் என்றாலும் கல்கத்தாவுக்குப் பயணச்சீட்டு வாங்கித் தர மறுத்துவிட்டார். "எங்களின் சபைக்குப் பணவசதி இல்லை; எனவே உங்களுக்கு உதவ முடியாது" என்றார். எனக்குச் சிலோனிலிருந்து பணம் வரும்வரை நான் தங்கிக்கொள்ள அவர் சம்மதித்தார்; ஆனால் இரண்டொரு நாளில் இந்தத் திட்டமும் மாறியது. மதராஸில் புதிதாக ஒரு சபையை ஆரம்பித்து அதில் என்னை அமர்த்தும் புது யோசனையொன்று அவருக்குத் தோன்றியது.

சிலோனிலிருந்த என் சினேகிதர்கள் பலருக்கும் நான் கல்கத்தா செல்வதற்குப் பணம் கேட்டு எழுதினேன்; ஆனால், என் போதாக்காலம், எந்த பதிலும் வரவில்லை; வந்த பதில்களிலும் பணம் பற்றிய பேச்சில்லை. எனவே எனக்கு சிங்காரவேலு சொன்னதை ஏற்றுக்கொள்வதைத் தவிர வேறு வழியில்லாமல் போய்விட்டது. அவர் வீட்டிற்குப் பக்கத்தில் கர்நாடகத்தைச் சேர்ந்த ஒருவரின் வீடு காலியாக இருந்தது. நான் அங்குத்

2. பௌத்த பிக்குகளுக்குக் காவி நிறத்திலான மூன்று ஆடைகள் மட்டுமே அணிய அனுமதி உண்டு. இடுப்பைச் சுற்றி, நூலால் கட்டிக்கொள்ள ஒன்று; தோளில் போட்டுக்கொள்ள இன்னொன்று; குளிரின் போது போர்த்திக்கொள்ள மற்றொன்று.

* கோஸம்பியின் 'பகவான் புத்தர்' நூலில் அதன் தமிழ் மொழிபெயர்ப்பாளரான கா.ஸ்ரீ.ஸ்ரீ., மூன்று துவராடைகளாக அந்தரவாஸகம் (உள்ளாடை), ஸங்காடி (இடுப்பில் அணியும் ஆடை), உத்தராஸங்கம் (மேற்போர்வை) ஆகியவற்றைக் குறிப்பிடுகிறார்.

தங்கிக்கொள்ள ஏற்பாடு செய்து தந்தார். அவர் வீட்டிலேயே சாப்பிட்டு வந்தேன்; ஆனால் மதராஸி சாப்பாடு என் உடலை மேலும் பாதித்தது. என் உடல்வலு நாளுக்கு நாள் குறைந்து கொண்டே வந்தது. என்றாலும் நான் ஆங்கிலப் பயிற்சியை விடவில்லை. எனக்குச் சொல்லித் தருவார் யாருமில்லை; அகராதி யின் துணையோடு பயிற்சியைத் தொடர்ந்து வந்தேன்.

'மதராஸ் மகாபோதி சபை' என்ற அமைப்பு ஏற்கனவே அங்கே இயங்கி வந்தது. லட்சுமி நரசு அதன் தலைவர், சிங்காரவேலு அதன் செயலாளர். புத்தர் ஞானமடைந்த வைகாசி மாதப் பௌர்ணமியைக் கொண்டாடுவதைத் தவிர இந்தச் சபை வேறெதுவும் செய்யவில்லை. இந்த விழாவுக்கான பணத்தைப் பர்மாவைச் சேர்ந்த பிரபல வணிகர் மாங் ரூ வழங்கிவந்தார். மதராஸில் பறையர்கள் பலர் பௌத்தத்தைத் தழுவியிருந்தார்கள். இவர்களின் தலைவர் பண்டிட் அயோத்திதாஸ்.* ஆனால் அவருக்கும் மகாபோதி சபையினருக்கும் ஒத்துப்போகவில்லை. நான் மதராஸ் சென்று இரண்டு மாதங்கள் கழித்து இந்தப் பௌத்தர்கள் எல்லாம் ஒன்றுகூடினார்கள். ராயப்பேட்டையில் ஒரு சிறிய வீட்டை வாடகைக்கு எடுத்து, அதற்கு பௌத்த ஆசிரமம் என்று பெயருமிட்டு என்னை அங்கே இருத்தினார்கள். அந்த நாளிலிருந்து அங்கே ஒவ்வொரு ஞாயிறு மாலையும் பௌத்தம் பற்றிய சொற்பொழிவுகள் நடக்கத் தொடங்கின. அதிகமும் நான் பாலி சூத்திரம் ஒன்றை வாசித்து என் அரைகுறை ஆங்கிலத்தில் பொருளை விளக்குவேன்; அதன்பிறகு, சிங்காரவேலு அதைப் பற்றி விரிவாகத் தமிழில் பேசுவார். பேராசிரியர் லட்சுமிநரசுவும் சில நேரங்களில் பேசுவார்; எப்போதாவது வெளியிலிருந்து யாராவது வந்து உரையாற்றுவார்கள்.

இந்தச் சபையின் செயல்பாடு பௌத்த குரு எவரது இதயத்திலும் சந்தோஷத்தை ஏற்படுத்தியிருக்கும். எங்கள் சொற்பொழிவுகளையும் உரைகளையும் கேட்பதற்கு இந்துக்கள், கிறிஸ்தவர்கள் பலர் ஞாயிறுதோறும் வருவார்கள். வைதீக பிராமணர்கள் பலரும்கூட எங்கள் சபையின்மீது அனுதாபம் கொண்டிருந்தார்கள். ஆனால் என் மனதோ இந்தச் செயல்பாடு களில் எல்லாம் லயிக்கவில்லை – அது வனவாசத்தை நோக்கியே தொடந்து ஓடிக்கொண்டிருந்தது. அதுபோக, மதராஸி உணவு எனக்கு ஒத்துக்கொள்ளவில்லை; பௌத்த ஆசிரமத்தில் வெறும் தரையில் படுக்க வேண்டியக் கட்டாயம் வேறு என் மூட்டுவலியை அதிகமாக்கியது. சபையின் உறுப்பினர்கள் ஒருமுறை எனக்கொருக் கட்டில் வாங்கித் தர வேண்டும் என்று யோசித்தார்கள்; ஆனால் அது நடைமுறைக்கு வரவில்லை. ஈரத் தரையில் துணி விரிப்பை

---

* அயோத்திதாச பண்டிதர்

விரித்து நான் படுத்துக்கொள்வேன். இந்தச் சூழ்நிலையால் மதராஸ் எனக்குச் சலித்துவிட்டது. சிங்காரவேலு வினோதமான மனிதர் – கோபம் வந்தால் பயங்கரமாகத் திட்டுவார். ஒருநாள் பேசிக்கொண்டிருக்கும்போது அவர், புத்த பிக்குகள் எல்லோரும் எகிப்தின் மம்மிகள்போல பயனற்றவர்கள் என்றார். நானும் அவர் என்னை ஒரு கைதிபோல நடத்துவதாகச் சொல்லிவிட்டேன். இந்த வாய்ச் சண்டையால் எங்கள் நட்பு முறிந்துபோய்விட வில்லை என்றாலும் மதராசை விட்டு போய்விடுவது என்று நான் உறுதியாகத் தீர்மானித்தேன்.

மதராஸிலிருந்து கிளம்புவதற்கு எந்த உதவியும் கிடைக்கப் போவதில்லை. ஏனென்றால் சிங்காரவேலு நான் கிளம்புவதற்கு எதிர்ப்புத் தெரிவித்தார். எனவே வேறு வழியை நான் தேட வேண்டிய கட்டாயம் வந்துவிட்டது. மதராஸில் சில பர்மிய மாணவர்கள் இருந்தார்கள்; அவர்கள் என்னை ஒன்றிரண்டு தடவை பார்க்க வந்திருக்கிறார்கள். வேறு பிக்குகளின் துணையின்றி நான் தனியாக மதராஸில் இருப்பது சரியல்ல என்றார்கள் அவர்கள்; பர்மாவிலிருக்கும் பல விகாரைகளில் ஏதாவது ஒன்றில் போய்ச் சேர்ந்துகொண்டால், நான் கற்றுக்கொள்ள வசதியாக இருக்கும் என்றும் சொன்னார்கள். கல்கத்தா செல்வதற்கு இந்த மாணவர்களால் முடியாமல் போனாலும், நான் பர்மா சென்றதும் இவர்கள் உதவி கிடைக்கும் என்று எனக்கு உறுதிப்பட்டது. பண்டிட் அயோத்திதாஸின் மகன் மூலமாக வேறு சிலரைத் தொடர்புகொண்டேன். அவர்கள் தாங்கள் பணம் திரட்டி ஸ்டீமருக்கான கட்டணத்தைத் தருவதாகச் சொன்னார்கள். பர்மா செல்வதற்கு நான் உடனடியாக ஆயத்தங்களைச் செய்தேன்.

மதராஸில் நான் நாடு கடத்தப்பட்ட கைதியைப் போல நாட்களைக் கழித்தேன். பேராசிரியர் லட்சுமிநரசுவின் துணைதான் எனக்கிருந்த ஒரே ஆறுதல். பேராசிரியர் நரசு ஒவ்வொரு வெள்ளிக்கிழமை மாலையும் எனக்கென்று சில புத்தகங்களை எடுத்துக்கொண்டு பௌத்த ஆசிரமம் வருவார். நூல்களை எப்படி ஒப்பிட்டு வாசிக்க வேண்டும் என்பதை அவரிடம் இருந்துதான் நான் கற்றுக்கொண்டேன். அவர் தன் கல்லூரி நூலகத்திலிருந்து ரிக்வேதத்தையும் வேறு நூல்களையும் எடுத்து வருவார்; நானும் பயனடைய வேண்டும் என்பதற்காக, தான் படித்தறிந்ததை நாங்கள் பேசிக்கொண்டிருக்கும்போது சொல்லுவார். மேலும் அவர் ஒரு உதாரண புருஷர்; அவரிடம் எந்தப் போதைப் பழக்கங்களும் கிடையாது. எப்போதும் வெளிப்படையாக நடந்துகொள்வார்; கபட நடத்தை அவருக்குப் பிடிக்கவே பிடிக்காது. மதராஸிலிருந்த சீர்திருத்தவாதிகளில்

முதன்மையானவராக அவர் கருதப்பட்டார். இப்படிப்பட்டவர்மீது ஒருவருக்கு மரியாதை ஏற்பட்டது இயற்கை.

நான் ஏற்கனவே சொன்னதுபோல, எனது சிலோன் சினேகிதர்களிடமிருந்து பண உதவி எனக்குக் கிடைக்கவில்லை. ஆனால் வணக்கத்துக்குரிய பிரேமானந்த எனது புத்தகங்கள் அனைத்தையும் மதராசுக்குத் தபாலில் அனுப்பிவைத்தார். இந்தப் புத்தகங்கள்தான் எனக்கு உண்மையான நண்பர்கள்; மதராஸில் இவை எனக்கு மிகவும் உதவியாக இருந்தன. பர்மா பயணத்தில் இவற்றைப் பத்திரமாகக் கொண்டுபோவது சிரமம் என்பதை உணர்ந்தாலும், கொண்டுபோவது என்று தீர்மானித்தேன்.

1903 அக்டோபர் மத்தியில் – 12ஆம் தேதியாக இருக்கலாம் – நான் பர்மாவுக்குக் கிளம்பினேன். பண்டிட் அயோத்திதாஸும் வேறு சிலரும் என்னை வழியனுப்புவதற்காகத் துறைமுகத்துக்கு வந்திருந்தார்கள். அவர்களுக்குத் தெரிந்த மதராஸி ஒருவரும் அதே ஸ்டீமரில் பயணம் செய்யவிருந்தார். பண்டிட் அயோத்திதாஸ் அவரை எனக்கு அறிமுகம் செய்து வைத்து, பயணத்தின்போது என்னைக் கவனித்துக்கொள்வார் என்று சொன்னார். எங்கள் ஸ்டீமர் மதியம் இரண்டு மணி வாக்கில் கிளம்பியது. பர்மாவுக்குச் செல்லும் கூலித்தொழிலாளர்களால் அது நிரம்பியிருந்ததால், மூன்றாம் வகுப்பில் ஒரு அங்குலம்கூட இடமில்லை. காற்றும் வரவில்லை. என்றாலும் மதராஸி கூலித்தொழிலாளர்கள் பாடிக்கொண்டும் உற்சாகமாகப் பேசிக்கொண்டும் இருந்தார்கள். ஸ்டீமர் கிளம்பி ஒரு மணிநேரம்தான் ஆகியிருக்கும், என்னுடனிருந்த மதராஸிக்காரர் வாந்தியெடுக்கத் தொடங்கினார். அவர் படும்பாட்டைத் தாங்கிக்கொள்ள முடியாமல் நான் ஸ்டீமரின் மானேஜரிடம் சென்று, நாங்கள் இருவரும் மேல்த் தட்டில் இருந்துகொள்ள அனுமதி பெற்று வந்தேன். அங்கே போனதும் என்னுடன் வந்தவர் ஆசுவாசம் அடைந்தார். இதன்பிறகு பயணத்தில் எங்களுக்கு எந்த சிரமமும் ஏற்படவில்லை.

நான்காம் நாளோ ஐந்தாம் நாளோ நாங்கள் ரங்கூனை அடைந்தோம். ஐராவதி நதியின் முகத்துவாரத்தை அடைந்ததும் எங்கள் பார்வையில் ஸ்வே டாகோன் ஸ்தூபியின் (பொன் சைத்தியம்) பளபளக்கும் கூம்பு விமானம் தெரிந்தது. இதைப் பற்றி நிறைய கேள்விப்பட்டிருந்த நான் அதைத் தரிசிக்க ஆவலாக இருந்தேன். முதலில் நான் தங்குவதற்கு ஓரிடம் தேடிக்கொள்ள வேண்டும். எனவே என்னால் அந்த ஸ்தூபியைத் தரிசிப்பதற்கு உடனே போக முடியவில்லை. துறைமுகத்திலிருந்து எந்த விகாரைக்குப் போனேன் என்று எனக்குத் தெளிவாக நினைவில்லை; காட்வின் சாலையிலிருந்த, வணக்கத்துக்குரிய விசித்திரவின் "அம்பருக்கரமா" என்ற விகாரையாக இருக்கலாம்.

ரங்கூன் சென்ற அன்றோ அல்லது மறுநாளோ நான் பர்மிய அறிஞர் மிஸஸ் லாவோங்கைப் பார்க்கச் சென்றேன். இவர் முன்னாள் அக்கவுண்டண்ட் ஜெனரல் லாவோங்கின் மனைவி. மிஸ்டர் லாவோங்க் ஆங்கிலம் படித்த முதல் பர்மியர்; மிகவும் புகழ் பெற்றவர் அவர். அதுபோலவே அவரது மனைவியும் ஆங்கிலத்தில் தேர்ச்சி பெற்ற முதல் பர்மியப் பெண். இவருக்குப் பௌத்தத்தில் ஆழ்ந்த ஈடுபாடு. ஆங்கிலக் கல்வி இவரது நம்பிக்கையை வளர்த்ததே தவிர குறைக்கவில்லை. லாவோங்கிற்குச் சமயத்தில் பெரிய அளவு ஈடுபாடு இல்லையென்றாலும், தன் மனைவி பௌத்தத்தோடு தொடர்புடைய விஷயங்களுக்காகப் பணம் செலவழிப்பதைத் தடுக்கவில்லை. மிஸஸ் லாவோங் பெண்களுக் கான பள்ளிக்கூடம் ஒன்றை நிறுவியதோடு, பௌத்தக் குடும்பத்தைச் சேர்ந்த மாணவிகளுக்குச் சமயக்கல்வி அளிக்கவும் ஏற்பாடு செய்தார். பிக்குகளுக்கு, அதிலும் குறிப்பாகப் பிக்குகளாகத் தீட்சைப் பெற்ற வெளிநாட்டவருக்கு, அவர் தாராளமாகப் பண உதவி செய்துவந்தார். ஆனந்த மைத்ரேயா என்ற ஸ்காட்டிஷ் அறிஞர் ஒருவர் ரங்கூனில் வசித்துவந்தார்; அவருக்கு மிஸஸ் லாவோங் ஏராளம் உதவிகள் செய்தார். பௌத்தம் பற்றி ஆராய்ச்சி செய்வதற்காக அண்டோனி கத்தே என்ற ஜெர்மானியர் வந்திருந்தார். இந்தப் பெண்மணி அவருக்கும் வேண்டிய உதவிகள் செய்தார். பின்னர் இந்த ஜெர்மானியர் சிரமேணராகி ரங்கூனுக்கு அருகே சிமிதாயின் என்ற பகுதியில் ‘சுந்தோ சாவுங்’ என்ற விகாரைக்குச் சென்று வசித்தார். இந்த ஜெர்மன் சிரமேணரான தியான திரிலோக் சைவ உணவுக்கு மாறிவிட்டதால் எனக்கும் அவருக்கும் பொருந்திப் போகும் என்று மிஸஸ் லாவோங் என்னை அந்த விகாரைக்கே அனுப்பி வைத்தார்.

மழைக்காலம் அப்போதுதான் முடிந்திருந்தது; என்றாலும் அவ்வப்போது மழை பெய்யத்தான் செய்தது. இந்தப் பருவத்தில் பார்க்குமிடங்களில் எல்லாம் பச்சைப்பசேலென்று வயல்கள் நிறைந்திருக்கும் பர்மாவின் இயற்கைக் காட்சி கண்கொள்ளாக் காட்சி. மலை உச்சியிலிருந்து இத்தகைய அற்புதக் காட்சியைக் கண்டு குதூகலமடையாத வெளிநாட்டவர்கள் யார் இருப்பார்கள்? இதுபோக, பௌத்தத்தின்மீது பர்மிய மக்களுக்கு இருக்கும் அளப்பறிய நம்பிக்கை இந்தப் பருவகாலத்தில்தான் வெளிப்படும். ஐப்பசி மாத பௌர்ணமியிலிருந்து கார்த்திகை மாதப் பௌர்ணமிவரை பிக்குகளுக்குப் பல இடங்களில் மிகுந்த உற்சாகத்துடன் காணிக்கைகள் செலுத்தப்படும். பிக்குகள் பிட்சை பெறுவதற்காகச் செல்லும் வழியெங்கும் கொடிகளாலும் தோரணங்களாலும் அலங்கரிக்கப்பட்டிருக்கும். பர்மிய இசைக் கருவிகளின் ஒலி எங்கும் நிறைந்திருக்கும். ஸ்தூபிகளும்

சைத்தியங்களும் பௌத்த ஆலயங்களும் விகாரைகளும் இந்த நாட்களில் பழுது பார்க்கப்படும். இதன் விளைவாகச் சமயக் கூடங்கள் எல்லாம் புத்தம்புதியவையாகத் தோற்றம் பெறும். இந்த மொத்தக் காட்சியும் என்னை மிகவும் மகிழ்ச்சியில் ஆழ்த்தின என்பதைச் சொல்ல வேண்டியதில்லை.

என்றாலும் எனது சந்தோஷத்துக்கு வரம்புகட்டும் ஒரு தொல்லையும் இருந்தது. குஷினராவுக்குப் போகாமல் பர்மா வந்தேனே என்று நான் துக்கப்படவே இல்லை. ஆனால் ரங்கூனில் கால் வைத்ததிலிருந்து நான் சரியான உணவு கிடைக்காமல் திண்டாடினேன். பர்மியர்கள், சாமானியர்கள் ஆனாலும் சரி பிக்குகள் ஆனாலும் சரி, தீவிர அசைவர்கள். பர்மாவில் மன்னராட்சி இருந்தபோது மாட்டிறைச்சி தடை செய்யப்பட்டிருந்தது. பிரிட்டீஷாரின் ஆட்சியில் இந்தத் தடை நீக்கப்பட்டதால், பெரும்பாலான மக்கள் இப்போது மாட்டிறைச்சி உண்டார்கள். இந்த மாட்டிறைச்சியை விட்டால் எனக்குப் போகும் இடத்தில் கிடைத்ததெல்லாம் அரிசிச் சோறு மட்டுமே. எனவே சோற்றையும் டப்பாவில் கிடைக்கும் சுண்டவைத்த பாலையும் வைத்துச் சமாளித்து வந்தேன். சுந்தோ சாவுங்கில் நானும் தியான திரிலோக்கும் இதைச் சாப்பிட்டுச் சாப்பிட்டு மூன்று மாதங்கள் தொடந்து அவஸ்தைப்பட்டோம். எங்கள் விகாரையிலுள்ள பிக்குகளுக்கு சாமானிய உபாசகர்கள் அனுப்பும் பிட்சையில் சோற்றைத் தவிர வேறெதையும் எங்களால் சாப்பிட முடியவில்லை. எனவே விகாரையிலிருக்கும் மரங்களின் இலைகளை வெங்காயத்துடன் நீரில் போட்டுக் கொதிக்கவைத்து, இந்த ரசத்தைச் சோற்றில் விட்டுப் பிசைந்து சாப்பிட்டோம்.

சுந்தோ சாவுங்கின் மூத்த ஆச்சாரியரான வணக்கத்துக்குரிய குமாரவுக்கு என்னை மிகவும் பிடித்துப் போயிற்று. ஆனால் பர்மாவில் சிரமேணர்களுக்கு மதிப்பே கிடையாது. சிறுவர்கள் சிரமேணராகி இரண்டு நாட்களில் வீட்டுக்குத் திரும்பிப் போவார்கள்; ஒரு வாரமோ அதற்கு மேலோ வீட்டில் இருந்து விட்டு, விருப்பமிருந்தால் மீண்டும் சிரமேணர்கள் ஆகிவிடுவார்கள். பாலி மொழியில் இவ்வளவு அறிவை வைத்துக் கொண்டு நான் சிரமேணனாகவே இருப்பது வணக்கத்துக்குரிய குமாரவுக்குச் சரியென்று படவில்லை. மங்கோஸ்வே என்ற பர்மியர் ஒருவரின் உதவியோடு, எனக்கு உபசம்பதைத் தீட்சை அளிப்பதற்கான ஏற்பாடுகளைச் செய்து, என்னையும் பிக்குவாக்கினார் அவர். பிக்குவாகி இரு மாதமே நான் பர்மாவிலிருந்தேன்.

எனது நண்பர் தியான திரிலோக் (ஜெர்மன் சிரமேணர்) பற்றி இப்போது கொஞ்சம் சொல்லிவிட்டு இந்த அத்தியாயத்தை முடிக்கிறேன். இவர் சிறந்த குடும்பம் ஒன்றில் பிறந்தவர். சிறுவயது

முதலே அவருக்குச் சமய ஈடுபாடு இருந்தது; கத்தோலிக்கத் துறவுமடத்துக்கு ஒரு முறை ஓடிப் போயுமிருக்கிறார். இளைஞ ராக இருந்த காலத்தில், அறிவியல் கல்வியின் காரணமாக முழுமையான நாத்திகரானார். அவருக்கு இசையில் நல்ல ஈடுபாடு இருந்தது; பள்ளிக் கல்வியை முடித்ததுபோது அதிலும் சிறந்த தேர்ச்சி அடைந்திருந்தார். வயலின் நன்றாக வாசிப்பார். பர்மா பயணத்துக்கு இந்தத் திறமை கைகொடுத்தது. கான்ஸ்டாண்டிநோபிள், போர்ட் சையத், பம்பாய் போன்ற நகரங்களில் இரண்டொரு நாட்கள் தங்கி, மக்கள் கூடும் இடங்களில் வயலின் வாசித்துப் பணம் சேர்த்து, மேற்கொண்டு பயணத்தைத் தொடருவார். பம்பாயில் ஒரு பாண்ட் ஸ்டாண்டில் நின்று அரை மணிநேரம் வயலின் வாசித்தாராம்; அங்கே குழுமியிருந்த ஐரோப்பியர்கள் அவர்மீது பணத்தை வீசினார்களாம்! அரை மணிநேரத்தில் நாற்பது ரூபாய்ச் சேர்ந்து விட்டது. வட இந்தியாவில் எங்கோ ஓரிடத்தில் மாதம் எண்ணூறு ரூபாய் சம்பளத்தில் பாண்ட் மாஸ்டர் வேலைக்கு அழைத்தார்கள். அவர் மனத்தில் பௌத்தம் ஒன்றே இருந்த தால் அதை ஏற்றுக்கொள்ளவில்லை. தியான திரிலோக் பௌத்தத்தின்மீது தனக்கு இவ்வளவு ஈர்ப்பு ஏன் ஏற்பட்டது என்று என்னிடம் சொன்னதில்லை; ஷோபன்ஹாவரையும் வேறு ஜெர்மானிய தத்துவவாதிகளையும் படித்த பிறகு அவருக்குப் பௌத்தத்தோடு இந்தப் பிணைப்பு ஏற்பட்டிருக்கலாம் என்பது என் எண்ணம்.

ரங்கூன் வந்து சேர்ந்ததும் அண்டோனி கத்தே (பிற்கால தியான திரிலோக்) வயலினையும் சேகரித்தப் பாடல்களையும் தூக்கி எறிந்துவிட்டு, சுந்தோ சுவாங்கில் சிரமேணரானார். கூரிய அறிவு படைத்த அவர், அகராதியையும் இலக்கண நூல் ஒன்றையும் வைத்துக்கொண்டே சொந்தமாகப் பாலி மொழியறிவைக் கொஞ்சம் கொஞ்சமாக வளர்த்துக்கொண்டார். இந்த முயற்சியில் என் உதவியும் சிறிது இருந்தது என்றாலும் அவரின் முயற்சிக்கு முன்னால் இது ஒன்றுமே இல்லை. அவர் எனக்கு எப்போதுமே ஆதரவாக இருப்பார். பர்மியர்கள் இந்தியர்களைக் 'காலா' (கருப்பர்கள்) என்றழைத்தார்கள். என்னை அப்படி யாராவது கேட்டால் அவர் பொறுத்துக்கொள்ள மாட்டார். "நீங்கள் கும்பிடும் புத்தருமே ஒரு காலாதான்" என்பார். ஒருநாள் நானும் அவரும் சுவே டாகோன் சைத்தியத்துக்கு வழிபடப் போயிருந்தோம். அப்போது பர்மியர் ஒருவர் ஆங்கிலத்தில் எங்களிடம், "எங்கள் சமயத்துக்கு நீங்கள் எதற்காக மாறுகிறீர்கள்?" என்று கேட்டார். தியான திரிலோக் அவரிடம் அது என்ன 'எங்கள் சமயம்' என்று கேட்டார். அவர் 'எங்கள் பர்மிய சமயம்' என்று பதில் சொன்னார். இதற்குப் பதிலாகத்

திரிலோக் சொன்னார், "பௌத்தம் பர்மிய சமயமல்ல, இந்தியச் சமயம். புத்தர் இந்தியாவில்தான் பிறந்தார்; அது மட்டுமல்ல, அவரது சமயத்தை இந்தியாவில் பரப்பியவர்களும் இந்தியர்கள்தான். பாலி மொழியிலுள்ள எல்லா நூல்களையும் இயற்றியவர்கள் இந்தியர்களே. உண்மை இப்படியிருக்கும்போது, பௌத்தத்தைப் பர்மிய சமயம் என்று நீங்கள் சொல்வது தவறு."

பௌத்தம் எங்கே தோன்றியது என்பதுகூடத் தெரியாத அளவுக்குப் பர்மியர்கள் வரலாற்று அறிவில்லாமல் இருந்தார்கள்! நான் தியான திரிலோக்கிடம் இம்மாதிரி மனிதர்களிடம் வாதம் செய்து நேரத்தை வீணாக்காதீர்கள் என்று சொல்லிக்கொண்டே இருப்பேன்; ஆனால் அவரால் அது முடியாது. பாலிச் சொற்களைப் பர்மியர்கள் உச்சரிக்கும் முறையை வெளிப்படையாகவே அவர் கிண்டல் செய்வார். நான் பிக்கு தீட்சை பெறாமல், சிரமேணராகவே இருந்தபோது, விகாரையில் உள்ள ஒரு பிக்குவிடமிருந்து பத்து சீலங்களைப்[3] பெற வேண்டும். அந்தப் பிக்கு பாலி மொழி வார்த்தைகளை எப்படி உச்சரிப்பார் என்பது தியான திரிலோக்கிற்குத் தெரியும் என்பதால், முதலிலேயே அவர் சிரிக்க ஆரம்பித்துவிட்டார். எனவே நான் அவரிடம், "இதோ பாருங்கள், பிக்குவின் முன்னால் அவரது உச்சரிப்புக்காக நீங்கள் சிரித்தால் அவர் தப்பாக எடுத்துக்கொள்வார்; நமது முதன்மை ஸ்தவிரருக்கும் அது எரிச்சலூட்டும்" என்றேன். சிரிக்க மாட்டேன் என்று அவர் உறுதியளித்ததும் நாங்கள் அந்தப் பிக்குவைப் பார்க்கப் போனோம். வணக்கம் செலுத்துதல் போன்ற சம்பிரதாயங்கள் முடிந்த பின்னர், அவர் திரிசரண கமனமான *புத்தம் சரணம் கச்சாமி, தம்மம் சரணம் கச்சாமி, சங்கம் சரணம் கச்சாமி* என்பதைச் சொல்லத் தொடங்க வேண்டும். அந்தப் பிக்கு முகத்தை வினோதமாக வைத்துக் கொண்டு, முதல் வாக்கியத்தை, 'புத்தியம் த்யாயனம் கிஸ்ஸாமி' என்றார். அதைத் திருப்பிச் சொல்வதற்குப் பதிலாகத் தியான திரிலோக் சிரித்துக்கொண்டேயிருந்தார்! பாவம் அந்தப் பிக்குவுக்கு வெட்கமாகப் போய்விட்டது. கொஞ்சம் நேரத்தில் எப்படியோ பத்தையும் சொல்லிவிட்டு நாங்கள் அறைக்குத் திரும்பினோம். அதன்பிறகு அந்தச் சீலங்களைக் கேட்கும் முயற்சியில் நாங்கள் மீண்டும் இறங்கவில்லை.

3. இந்தப் பத்து சீலங்களும் சிலசமயம் (மோசஸின்) பத்துக் கட்டளைகளுடன் ஒப்பிடப்படுவதுண்டு.

14

பௌத்த புனிதத் தலங்களுக்கு யாத்திரை

பொருந்தாத உணவு என் உடலைச் சீர்குலைத்தது. வயிற்றுப் போக்கால் அடிக்கடித் துன்பப்பட்டேன். எனவே பர்மாவை விட்டு குஷினராவுக்கே போய்விடலாம் என்று நினைத்தேன். தியான திரிலோக் இதை ஏற்றுக்கொண்டார்; ஆனால் வணக்கத்துக்குரிய குமாரவுக்கு இது பிடிக்கவே இல்லை. ஒரு பிக்கு தனது குருவோடு முழுமையாக ஐந்து ஆண்டு உடனிருக்காமல் போவது முறையல்ல என்ற ஒரு நம்பிக்கை உண்டு. மூல திரிபிடகங்கள் எவற்றிலும் இதற்கு ஆதாரமாக எதுவுமில்லை. சீடர்கள் ஐந்து ஆண்டுகள் குருவோடு கற்று முடித்து விகாரையிலிருந்து வெளியேறலாம் என்றே உரையாசிரியர்கள் அடிக்கடிக் குறிப்பிடுகிறார்கள். இதற்கும்கூட விதிவிலக்குகள் உண்டு. பயிற்சிதான் இங்கே முக்கிய விஷயம். விநய போன்ற நூல்களை நன்கு அறிவேன் என்பதால், எனக்கு எங்கே மனநிம்மதி கிடைக்கிறதோ அங்கே போவதற்கு ஆச்சாரியர் தடை சொல்லக் கூடாது என்பது என் துணிபு. ஆனால் பர்மிய ஸ்தவிரர்களில் பெரும்பாலோனோர் 'சாத்திரத்திலும் முக்கியம் நடைமுறை' என்ற விதியின் 'உபாசகர்கள்'. எங்கள் குருவும் இதற்கு விதிவிலக்கல்ல. எனவே நான் குஷினரா செல்வதற்கு முழுமனதோடு அனுமதி தரவில்லை. விரும்பினால் போய்க்கொள்ளலாம் என்றார் அவர். ஆனால் அவரின் ஆதரவு இல்லாமல் சாமானிய பர்மியர்களிடம் ஸ்டீமருக்கான பயணக்கட்டணம்

பெறுவது சாத்தியமில்லை. எனக்குத் தீட்சை வழங்கியபோது பிரபல பர்மிய வணிகர் மங்கோஸ்வே ஏராளம் செலவு செய்தார். ஆனால் இந்தச் சந்தர்ப்பத்தில் வணக்கத்துக்குரிய குமாரவின் ஒப்புதல் இல்லாமல் அவர் சல்லிக் காசு கூடத் தர மாட்டார் என்பது எனக்கு நன்றாகவே தெரியும். எனவே நான் பயணக்கட்டணம் கேட்டு அவரை அணுகவில்லை. சிட்டகாங்கைச் சேர்ந்த சில பௌத்த வணிகர்கள் ரங்கூனில் வசித்துவந்தார்கள்; இவர்கள் வங்கத்தினரின் பழக்க வழக்கங்களை அனுசரித்து வந்தார்கள். பௌத்த சமயத்தவர்கள் என்பதுதான் ஒரே வேறுபாடு. எனக்கு இவர்களோடு பழக்கமிருந்தது. ஒரு நாள் அவர்களைப் போய்ப் பார்த்து குஷினராவுக்குப் போகும் என் திட்டத்தைச் சொன்னேன். எனக்கு மூன்றாம் வகுப்பு ஸ்டீமர் கட்டணத்தைத் தருவதாக அவர்கள் சந்தோஷத்துடன் ஒப்புக்கொண்டார்கள்.

சில நாட்கள் கழித்து நான் எனது புத்தகங்கள், பிற உடைமைகளோடு ரங்கூனிலிருந்து கல்கத்தா பயணமானேன். சரியாக எந்தத் தேதி என்று நினைவில்லை. 1904 ஜனவரி தொடக்கத்தில் கல்கத்தா போய்ச் சேர்ந்தேன் என்று மங்கலாக நினைவிருக்கிறது. அந்தச் சமயத்தில் தர்மபால ஜப்பான், அமெரிக்கா, வேறுபல நாடுகளுக்குப் பயணம் செய்துகொண்டிருந்தார். அவரது இடத்தில் அனவர்த்தன என்ற சிங்கள இளைஞர் மகாபோதி சபை வேலைகளைக் கவனித்துக்கொள்ள நியமிக்கப்பட்டிருந்தார். அவர் அவ்வளவு அக்கறை செலுத்தவில்லை என்று கேள்விப்பட்டேன். ஆனால் இதை உறுதி செய்வதற்கு எனக்கு அப்போது வழியில்லை. தங்குவதற்காகச் சபைக்குப் போனேன்; ஆனால் முதல்நாளிலிருந்தே சாப்பாட்டிற்குத் திண்டாட்டம் ஆகிவிட்டது. அனவர்த்தனவும் இதைக் கண்டுகொள்ளவில்லை. நானும் எனக்கு என்ன நடந்துவிடப் போகிறது என்று வாளாவிருந்துவிட்டேன். நடைமுறைக்குப் போதுமான இந்துஸ்தானியும் சமஸ்கிருதமும் ஆங்கிலமும் எனக்குத் தெரியும் என்பதால், வடஇந்தியாவின் எந்தப் பகுதிக்கும் போவதற்குத் தயாராகியிருந்தேன். பிட்சை எடுத்துச் சமாளிக்கவும் தயாராக இருந்ததால், வழியில் பிரச்சினை எது வந்தாலும் பார்த்துக்கொள்ள முடியும் என்று உறுதியாக நம்பினேன். அப்படியே பட்டினி கிடக்க வேண்டிய நிலைமை ஏற்பட்டாலும், அதையும் தாங்கிக்கொள்ளத் தயாராக இருந்தேன். எனவே கல்கத்தாவிலிருக்கும் வசதிபடைத்தவர்களைப் பார்க்க வேண்டாம், இரண்டாம் மூன்றாம் நாளில் கல்கத்தாவிலிருந்து கிளம்பிக் கால்நடையாகவே பம்பாய் போவது என்று தீர்மானித்தேன். ரயிலுக்கு எவராவது பணம் தந்தால் அதில் போவது, இல்லையென்றால் கால்நடை; இதுதான் என் திட்டம். இந்த நாளில் இந்த இடத்திற்குப் போய்ச்

சேர வேண்டும் என்ற கட்டாயம் எதுவும் எனக்கு இல்லவுமில்லை. இந்தியாவின் பல பகுதிகளுக்குச் சென்று பார்ப்பதும் அந்தந்த மக்களின் பழக்கவழக்கங்களை அறிந்துகொள்வதும்தான் எனது நோக்கம்.

கல்கத்தா போனபின் நான் துணியில் ஒரு ஜோல்னாப் பையும், பிக்குகள் அணியும் நீளுடையும் தைத்துக்கொண்டேன். அனவர்த்தனவிடம் என் புத்தகங்களை அளித்தேன், நான் கோவாலை விட்டுக் கிளம்பியதிலிருந்து எழுதிவந்த நாட்குறிப்பும் இவற்றுடன் இருந்தது. இவற்றை நன்றாகக் காகிதத்தில் பொதிந்து, ஒட்டி, அவரிடம் ஒப்படைத்தேன்; அவற்றைப் பத்திரமாகப் பாதுகாக்கும்படி அழுத்திச் சொல்லியுமிருந்தேன். ஆனால் அவரது கவனக்குறைவால் என் நாட்குறிப்பு தொலைந்தே போய்விட்டது! (பெரும்பாலான புத்தகங்கள் 1907இல் தர்மபால மூலமாகத் திரும்பக் கிடைத்தன). இந்த ஆயத்தங்களை எல்லாம் செய்துவிட்டு, நான் இரண்டொரு நாளில் கல்கத்தாவிலிருந்து அதிகாலை உதயம் முன்பே கிளம்பி, வழிகேட்டு ஹௌரா ரயில்நிலையத்தை அடைந்தேன். அங்கிருந்து வங்கம் – நாக்பூர் இருப்புப்பாதையை ஒட்டி மெதுவாக நடக்கத் தொடங்கினேன். என் ஜோல்னாப் பையிலிருந்த வாழைப்பழத்தையும் பிரெட்டை யும் வைத்து அன்றைய நாளை ஓட்டினேன். இரவு எங்கே தங்கினேன் என்று ஞாபகமில்லை. மறுநாள் காலை ஆந்துல் ரயில்நிலையம் வந்தடைந்தேன். சாப்பிடுவதற்கு என் பையில் எதுவுமில்லை. உணவுதான் இப்போது பிரதானம். எனவே நகரத்திற்குள் சென்றேன்.

ஷீத்தல்பிரசாத் என்ற தாராள குணமுள்ள வக்கீல் அங்கே இருப்பதாகக் கேள்விப்பட்டேன். ஆந்துல் ஸ்டேஷன் மாஸ்டர்தான் இதை என்னிடம் சொல்லியிருக்க வேண்டும். காலை எட்டு மணிவாக்கில் நகரத்திற்குள் நுழைந்தேன். ஷீத்தல்பிரசாத் அவரது வயல்களில் பயிரிடும் விவசாயிகளோடு வராந்தாவில் பேசிக்கொண்டிருந்தார். எதற்காக வந்திருக்கிறேன் என்று அவர் என்னிடம் இந்தியில் கேட்டதும் ஒரு வேளைச் சாப்பாட்டிற்காகத்தான் என்று பதிலளித்தேன். நான் தமாஷ் செய்கிறேன் என்று அவர் நினைத்திருக்க வேண்டும்! பண உதவி ஏதாவது வேண்டுமா என்று கேட்டார்; எனக்கு ஒரு வேளை சாப்பாடு மட்டும், என் சம்பிரதாயப்படி மதியத்துக்கு முன்னால், தந்தால் போதும் என்று உறுதியாகச் சொன்னேன். அவர் சந்தோஷத்தோடு ஏற்றுக்கொண்டு, “உங்கள் தேவை இது மட்டும்தான் என்றால் நீங்கள் வேறெங்கும் போக வேண்டிய தில்லை. இங்கேயே ஓய்வெடுங்கள்; மதியத்துக்கு முன்னால் என்னால் முடிந்த சாப்பாட்டை உங்களுக்குத் தருகிறேன்”

என்றார். எனவே நான் ஆந்துலில் சுற்றித் திரியாமல் அங்கேயே இருந்துவிட்டேன். பதினோரு மணிவாக்கில் அவர் தான் புதிதாகக் கட்டியிருந்த குளம் ஒன்றிற்கு என்னை வேலைக்காரர் ஒருவருடன் அனுப்பி வைத்தார். நான் திரும்பி வந்தவுடனேயே அவரே உடன் இருந்து சாப்பிட வைத்தார். வங்காளப் பாணியில் சமைத்த பலவித கூட்டுக்கறிகளும், வேறு சில உணவு வகைகளும் இருந்தன. பிறகு என்னிடம் அவர் பணம் ஏதாவது நான் பெற்றுக்கொள்வேனா என்று கேட்டார்; ஆனால் நான், பணம் எடுத்துச் செல்வதில்லை என்று முடிவெடுத் திருப்பதைச் சொல்லி, அவருக்கு நன்றி தெரிவித்துவிட்டு, ஆந்துல் ரயில்நிலையம் நோக்கி நடை போட்டேன்.

அதன் ஸ்டேஷன் மாஸ்டர், உதவி ஸ்டேஷன் மாஸ்டர் இருவருமே கிறிஸ்தவர்கள். ஆனாலும் என்னைப் பெருந்தன்மை யோடு நடத்தினார்கள். அன்று காலை உதவி ஸ்டேஷன் மாஸ்டரோடு பேசிக்கொண்டிருக்கும்போது, மிட்னாபூர்வரை கார்டின் பெட்டியில் போக முடியுமா என்று கேட்டேன். அதற்கு அவர், "பயணிகள் ரயிலில் போனால்கூட உங்களை யாரும் மிட்னாபூர் ஸ்டேஷனில் பிடிக்க மாட்டார்கள். சன்னியாசி என்று நினைத்துக்கொள்வார்கள். எதற்கும் எனக்குத் தெரிந்த கார்டிடம் சொல்லிவைக்கிறேன்" என்றார். ஆனால் பயணச்சீட்டில் லாமல் செல்வது சரியல்ல என்பது என் எண்ணம். "கார்ட் தன்னோடு கூட்டிச் செல்வார் என்றால் போகிறேன்; டிக்கெட் எடுக்காமல் பயணிகள் ரயிலில் சாதாரணப் பெட்டியில்கூட நான் போக மாட்டேன்" என்றேன். கடைசியாக அவர் ஸ்டேஷன் மாஸ்டரிடம் நான் சொன்னதைச் சொன்னார். அவர் என்மீது மிகுந்த இரக்கம் காட்டினார். ஆனால் அவர், பயணிகள் ரயிலின் கார்டுகள் தங்களோடு யாரையும் ஏற்றிக்கொள்ள மாட்டார்களே என்றார். அன்று மதியம் ஆந்துலிலிருந்து ஒரு சரக்கு ரயில் மிட்னாப்பூருக்குச் செல்ல இருந்தது. இந்த வண்டியின் கார்டு ஸ்டேஷன் மாஸ்டருக்கு நல்ல பழக்கம்; அதில் போவதற்கு நான் தயாரென்றால் அவர் என்னைப் பத்திரமாக மிட்னாபூர் கூட்டிச்செல்வார் என்றார். இந்த யோசனை எனக்குப் பிடித்தது. எனவே அதில் மிட்னாபூர் போய்ச் சேர்ந்தேன். அந்த கார்டும் கிறிஸ்தவர்தான் என்று நினைக்கிறேன். அவர் என்னை நல்லவிதமாக நடத்தினார். தனது இருக்கையை எனக்குத் தந்து விட்டு அவர் நின்றுகொண்டே வந்தார்.

மிட்னாபூர் போய்ச் சேர்ந்ததும் ரயில் நிலையத்திலிருந்த ஒன்றிரண்டு ரயில்வே குமாஸ்தாக்களைப் போய்ப் பார்த்தேன், ஆனால் அவர்களிடமிருந்து உதவி எதுவும் கிடைப்பதுபோல் தோன்றவில்லை. எனவே ரயில் நிலையத்திலிருந்து மிட்னாபூர்

நகரத்துக்குச் செல்லும் சாலையில் மெதுவாக நடக்கலானேன். நகரத்துக்கு அருகில் சாலையின் இடப்புறத்தில் ஒரு வண்டி நிறுத்தியிருந்ததைப் பார்த்தேன்; மூன்று நான்கு வங்காளிகள் அருகே நின்றிருந்தார்கள். நகரத்துக்குச் செல்லும் வழி இதுதானா என்று அவர்களிடம் கேட்டேன்; அவர் ஆமாமென்றதும் நடையைத் தொடர்ந்தேன். அப்போது அவர்களில் ஒருவர் என்னிடம் விரைந்துவந்து எனக்குச் சமஸ்கிருதம் தெரியுமா என்று கேட்டார். என்னால் சமஸ்கிருதத்தில் பேச முடியும், ஆங்கிலமும் பேசுவேன் என்றேன். அவர், "இது ராஜாசாஹேப்பின் வண்டிதான். அவருக்கு சமஸ்கிருதம் மிகவும் பிடிக்கும். அதில் நூலொன்றுகூட எழுதியிருக்கிறார்" என்றார். நான் அதற்கு, "உங்கள் ராஜாசாஹேபிடம் எனக்கு வேலை எதுவுமில்லை. அவர் விரும்பினால் சமஸ்கிருதத்தில் அவரோடு பேசுகிறேன்" என்றேன்.

அப்போது ராஜாசாஹேபும் வந்துசேர்ந்தார். பிறப்பால் பிராமணர் அவர்; அவர் பெயர் கிருஷ்ணபிரசாதோ அல்லது அதேபோல ஏதோ ஒன்று. மிட்னாபூரைச் சுற்றி அவருக்கு நிறைய நிலங்களும் மிட்னாபூரில் ஒரு பிரம்மாண்டமான வீடும் (வங்க மொழியில் இதற்கு 'கச்சேரி' என்று பெயர்) இருந்தன. சமஸ்கிருதத்தில் என்னோடு சிறிது பேசிவிட்டு அவர் தனது வண்டியிலேயே கச்சேரிக்கு வரச் சொன்னார். நடந்தே வருகிறேனே என்றேன். அவர் விடவில்லை. அவரது கூட்டத்தினரில் ஒருவரை விட்டுவிட்டு என்னை ஏற்றிக்கொண்டு கிளம்பினார். ராஜாசாஹேபின் கச்சேரிக்கு நாங்கள் போய்ச் சேர்ந்தபோது இருட்டிவிட்டது. மறுநாள் அவர் வெளியூர் செல்லவிருந்ததால் இரவில் அவருக்கு நிறைய வேலையிருந்தது. நான் அவருக்காகக் காத்துக்கொண்டிராமல் வராந்தாவில் என் உடைகளில் ஒன்றை விரித்து மற்றொன்றைப் போர்த்திக்கொண்டு படுத்தேன். பயணக் களைப்பில் நன்றாகத் தூங்கிவிட்டேன். இரவு பதினோரு மணிக்கு கோஷ் என்ற வக்கீல் வந்து என்னை எழுப்பினார். ஏதாவது சாப்பிடச் சொல்லி வற்புறுத்தினார். நான் மதியத்துக்குப் பிறகு எதுவும் உண்பதில்லை என்பதைச் சொன்னேன். அதன் பின்னர், அவர் தன்னோடு மறுநாள் அவரது ஊருக்கு வரச் சொன்னார். ஆனால் மேற்கொண்டு எங்கே போக வேண்டும் என்று ஏற்கெனவே நான் திட்டமிட்டுவிட்டதால் அவரோடு போக இசையவில்லை. அவர் தனது உதவியாளரிடம் நாக்பூர் செல்வதற்காக எனக்கு பயணச்சீட்டு எடுத்துத் தரசொல்லி விட்டு தனது ஊருக்குக் கிளம்பினார். மறுநாள் நான் வக்கீல் கோஷின் வீட்டில் சாப்பிட்டுவிட்டு, ராஜாசாஹேப் அனுப்பிய ஒருவருடன் ஸ்டேஷக்குப் போனேன். ராஜாசாஹேபும் பிறரும் வசூலித்துக் கொடுத்த பணத்தில் அவர் எனக்குப்

பயணச்சீட்டு எடுத்துவிட்டு, மீதிப் பணத்தில் நான் வழியில் சாப்பிட இனிப்புகளும் வாங்கித் தந்தார்.

மறுநாள் மதியம் நாக்பூர் போய்ச் சேர்ந்தேன். இனிப்புகளைச் சாப்பிட்டுப் பசியைத் தணித்துக்கொண்டதால் சாப்பாட்டைப் பற்றிக் கவலைப்பட வேண்டியதில்லை. தங்குவதற்கு இடமும் மறுநாளைச் சமாளிப்பதற்கு வழியும் தேட வேண்டும்; அதுதான் இப்போதுள்ள பிரச்சினை. ஸ்டேஷனிலிருந்து நகரத்துக்குச் சென்றவன் அந்நகரத்தைக் கொள்ளைநோய் சூறையாடி யிருந்ததைக் கண்டேன். மக்கள் தங்கள் வீடுகளை விட்டுவிட்டு, நகரத்திலிருந்து ஓடிக்கொண்டிருந்தார்கள்; எனக்குத் தங்குமிடம் கிடைப்பது சிக்கலாகி விட்டது. நான் அங்கே இரண்டொரு பனியாக்களையோ அல்லது அவர்கள் போன்ற வேறு சிலரையோ சந்தித்தேன். அவர்கள் தங்களுக்குள் பேசிக்கொண்டார்கள்: "இந்த ஆள் ஆரிய சமாஜி மாதிரி இருக்கிறார்! இப்படி வேறு யாரும் யோசிக்க மாட்டார்கள்! மாதவராவ் பாத்யே இவரை ஏற்றுக்கொள்வார்." அவர்களில் ஒருவர் என்னிடம், "வக்கீல் மாதவராவ் பாத்யேவிடம் சொல்லுங்கள்; அவர் ஊருக்கு வெளியே வசிக்கப் போய்விட்டார். உங்களுக்குத் தேவையான ஏற்பாடு களை அவர் செய்து தருவார்" என்றார். வக்கீல் பாத்யேவைத் தேடிப் போனேன்; மாலை ஆறு மணிவாக்கில் அவரின் கூடாரத்துக்குப் போய்ச்சேர்ந்தேன். ஏதோ வழக்குக்காக அவர் வெளியூர் சென்றிருந்தார்; இரவு ரயிலில் அவர் திரும்பி வருவதாக இருந்தது. அவரது தம்பி என்னிடம் நான் எதற்காக அவரைப் பார்க்க வேண்டும் என்று கேட்டதோடு, வேறு நிறைய கேள்விகள் கேட்டார். நான் விரிவாகச் சொல்லப் போக வில்லை. சுருக்கமாக, "விசேஷமாக எதுவும் இல்லை. இரண்டொரு நாட்கள் இங்கே தங்குவதற்கு இடம் வேண்டும்; மாதவராவைப் பார்க்க வேண்டும்" என்றேன். அவர் உணவு தருவதாகச் சொன்னார்; நான் இரவு உண்பதில்லை என்று சொல்லிவிட்டு, கூடாரத்துக்கு வெளியே என் உடைமீதே படுத்துக்கொண்டேன்.

அன்று இரவு ரயிலில் வந்த வக்கீல் மாதவராவ் என்னைப் பற்றிக் கேள்விப்பட்டிருக்க வேண்டும். ஆனால் அவர் என்னை எழுப்பவில்லை. மறுநாள் அவர் தாமதமாகத்தான் எழுந்தார்; அப்போது இருவரும் சந்தித்துக்கொண்டோம். நான் அவரிடம் எல்லாவற்றையும், நான் ஒரு பௌத்தன் என்பது உட்பட, வெளிப்படையாகச் சொன்னேன். அவர் சீர்திருத்தங்களுக்கு ஆதரவு அளிப்பவர்; எனவே நான் பௌத்தனானது பற்றி அவருக்கு வெறுப்பு ஒன்றுமில்லை. "புத்தரும் புராதன காலத்தில் நமது மிகப் பெரிய ரிஷிகளில் ஒருவராக இருந்தவர்தான். அவரது போதனைகளை ஏற்றுக்கொண்ட மாத்திரத்திலேயே ஒருவர்

மதம் மாறிவிட்டார் என்று அர்த்தமல்ல. ஒக்சுரா என்ற ஜப்பானிய துறவி இங்கே வந்து என்னோடு தங்கியிருந்தார். நீங்கள் இனி இப்படித் தேவையில்லாமல் சுற்றியலைய வேண்டாம்; இங்கேயே நிம்மதியாக இருங்கள்; எப்படி இருக்க வேண்டும் நினைக்கிறீர்களோ அப்படியே தம்ம சிந்தனைகளோடு இங்கே காலத்தைக் கழிக்கலாம்" என்றார் அவர்.

எனக்கும் கொஞ்ச நாட்கள் நாக்பூரில் இருப்போம் என்று பட்டது. பாத்யே எனக்கு ஒரு சிறு கூடாரம் அமைத்துத் தந்தார். உள்ளே நான் ஒரு புற்படுக்கை அமைத்துக்கொண்டேன். பாத்யேயின் கூடாரத்துக்கு அருகில் ஒரு சில குடும்பங்கள் இருந்தன. அவர்கள் எனக்குப் பிட்சையாக உணவு ஈந்தார்கள். பாத்யே ஒரு குழிவான மண் சட்டி தந்திருந்தார். அதில்தான் நான் சாப்பிட்டேன். குளிப்பதற்கு ஒன்றும் தண்ணீர் பிடிப்ப தற்கும் ஒன்றுமாக என்னிடம் பாத்திரங்கள் இருந்தன. வாய் கொப்பளிப்பதற்காக வேறு ஒரு கோப்பை இருந்தது. மொத்ததில் ஆச்சாரியர் சாந்திதேவரின் நியாயமான ஆசையை அனுபவத்தில் நிறைவேற்றினேன்.

நான் கொஞ்ச நாட்கள் பயமின்றி ஊர்ச்சுற்றுவேன்;
உடைமையாக என்னிடம் மண் கலயம் ஒன்றும்
துவராடை ஒன்றும்; திருடனுக்கு எதற்கு இவை
இரண்டும்!

எனது 'கித்தான் கூடாரமா'னது, பாத்யேயின் கூடாரம், பிறரது கூடாரங்களிலிருந்து தூரத்தில் இருந்தது. பாம்பு, காட்டு விலங்குகள், திருடர்கள் என எல்லா பயமும் உள்ள இடம் அது. ஆனாலும் நான் இரவில் பயமில்லாமல் சுற்றுவேன்; புற்படுக்கையில் படுத்துறங்குவேன். நான் ஒரு வாரத்துக்கு மேலாக அங்கே இருந்தேன்; ஆனால் அங்கேயே நிரந்தரமாகத் தங்குவது சாத்தியமில்லை. பாத்யே மீண்டும் ஊருக்குள் தங்கப் போய்விட்டால் என்னால் இங்கே இருக்க முடியாது; உணவுப் பிட்சைக்காகக் கிட்டத்தட்ட ஐந்து மைல் போய் வர வேண்டி யிருக்கும். எனவே நாக்பூரிலிருந்து பம்பாய் போய், அங்கிருந்து குஷினரா போகலாம் என்று திட்டமிட்டு, பாத்யேயிடம் தெரிவித்தேன். அவர் நாக்பூரிலிருந்தே நேராக வாரணசி போகச் சொன்னார். நான், "பம்பாய் பக்கம் இந்த முறை நான் போக விரும்புகிறேன். புனேயில் இருந்தும்கூட பம்பாயைப் பார்த்த தில்லை. அதன் அருகிலிருக்கும் அமராவதியையும் பார்க்க வேண்டும் என்றிருக்கிறேன்" என்றேன். மேற்கொண்டு அவர் எதுவும் சொல்லாமல், அமராவதியிலிருக்கும் வக்கீல் ஸ்ரீ கோவிந்த் நாராயண் காணேக்கு ஒரு அறிமுகக் கடிதம் தந்தார்; மறுநாள் அங்கே செல்வதற்குப் பயணச்சீட்டும் வாங்கித் தந்தார்.

நான் நடுஇரவில் அமராவதி போய்ச் சேர்ந்தேன். இந்த நேரத்தில் காணேயைத் தொந்தரவு செய்ய வேண்டாம் என்று ரயில் நிலையத்திலுள்ள மூன்றாம் வகுப்பு பயணியர் காத்திருக்கும் அறையிலே தரையில் படுத்துக்கொண்டேன். மறுநாள் எனக்கு வயிற்றுப்போக்குப் பிடித்துக்கொண்டது; திடீரென்று காய்ச்சலும் வந்துவிட்டது. காலையில் காணேயின் வீட்டைக் கண்டுபிடித்தேன். அவர் என்னைக் கனிவோடு வரவேற்றார். ஸ்ரீ தாதாசாஹேப் காபர்டே[1]வுக்கும் பிறருக்கும் என்னை அறிமுகமும் செய்துவைத்தார். பௌத்தம் பற்றி பேச வேண்டும் என்று இந்த வட்டத்தினர் கேட்டுக்கொண்டார்கள்; எனவே, அங்கிருந்த பிரம்மஞான சபையில் 'புத்தரின் மத்திம மார்க்கம்' பற்றி பேசினேன். ஸ்ரீ காபர்டே கூட்டத்துக்குத் தலைமை வகித்து, பௌத்தத்தைப் புகழ்ந்து பேசினார். நான் முதல்முறையாக மராத்தியில் பேசியதால் பேச்சு எப்படியிருந்ததோ என்று கவலைப் பட்டாலும், மொத்தத்தில் அது நன்றாக இருந்ததாகத்தான் தோன்றியது.

எனக்கான எல்லாப் பொறுப்பையும் காணேயே ஏற்றுக் கொண்டார். பயணச்சீட்டு அவரே வாங்கித் தந்தாரா அல்லது பணம் வசூல்செய்து வாங்கித் தந்தாரா என்று என்னால் கண்டுபிடிக்க முடியவில்லை. பம்பாயிலிருந்த சொலிசிட்டர் ஹரி சீதாராம் தீட்சித்துக்கு நான் வருவதைத் தெரிவித்து முன்கூட்டியே கடிதம் எழுதியதோடு, நான் அமராவதி யிலிருந்து கிளம்பியதும் அவருக்குத் தந்தியும் கொடுத்தார். இதிலெல்லாம்கூட அவருக்குத் திருப்தியாகவில்லை; "நீங்கள் தப்பாக நினைக்க மாட்டீர்கள் என்றால் உங்கள் மனைவிக்கும் பெண்ணுக்குமாக என்னால் முடிந்த பணத்தை மாதாமாதம் அனுப்புகிறேனே" என்றார். அவர் பெருந்தன்மைக்கு நன்றி தெரிவித்துவிட்டு, நன்கொடையாக எதையும் வாங்க மறுத்துவிட்டேன். என் மச்சினர் டாக்டராக இருப்பதால் அவர் தன் தங்கையைக் கவனித்துக்கொள்வார், இதற்காக அவர் வருந்த வேண்டிய தேவை இல்லை என்று சொல்லி அவரைத் திருப்திப்படுத்தினேன்.

நான் அதிகபட்சம் நான்கு நாட்கள் அமராவதியில் இருந்திருப்பேன். அதன் பிறகு பம்பாய் போனேன். தாதரில் ரயில் மாறி நேராக பாந்திரா போனேன். ஸ்ரீ தீட்சித் ரயில் நிலையத்துக்கு வண்டியோடு ஒரு ஆளையும் அனுப்பி யிருந்தார். அந்த ஆள் என்னை அவரது வீட்டுக்கு இட்டுச்சென்றார்.

---

1. தாதாசாஹேப் ஜி.எஸ். காபர்டே – மகாராஷ்டிரத்தின் விதர்பா பகுதியைச் சேர்ந்த பிரபல வழக்கறிஞர்; சமுதாய, அரசியல் சீர்திருத்தவாதி. லோகமானிய திலகருக்கு மிகவும் நெருக்கியவர்.

அன்று தீட்சித் வீட்டில் ஏதோ விசேஷமோ அல்லது ஞாயிற்றுக் கிழமை என்பதால் நண்பர்களை விருந்துக்கு அழைந்திருந்தாரோ என்னவோ, எனக்குத் தெளிவாக நினைவில்லை. தாமோதர் கணேஷ் பாத்யேயும் வேறு சிலரும் அங்கிருந்தார்கள். பாத்யேயோடு வேதாந்தம் பற்றி நீண்ட நேரம் பேசிக்கொண்டிருந்தேன். அங்கே ஸ்ரீ தாபோல்கர் என்பவரும் இருந்தார்; அவருக்கு நான் பௌத்தனாக மாறியதில் வருத்தம். இப்படி ஒரு அறிவாளி சரஸ்வத் சமூகத்திலிருந்து விலக நேரிட்டதே, அந்தச் சமூகம் என்னை இழந்துவிட்டதே என்று அவருக்குப் பெரும் வேதனை.

மறுநாள் தீட்சித் என்னை பம்பாயைச் சுற்றிப் பார்ப்பதற்காக ஒரு வண்டியை வாடகைக்குப் பிடித்து உறவினர் ஒருவரோடு அனுப்பிவைத்தார். இதனால் எனக்கு ஊர்ச் சுற்றிப் பார்ப்பதற்கு அதிக நேரம் ஆகவில்லை. அன்று இரவே நான் கிளம்பி பரோடா போனேன். தீட்சித் என்னைப் பற்றி தன் நண்பர் ஸ்ரீ ராமசந்திர ஹரி கோகலேக்கு முன்கூட்டியே எழுதியிருந்தார். தீட்சித் ரயில்நிலையம் வந்து எனக்குப் பயணச்சீட்டு வாங்கித் தந்து இரவு பதினோரு மணிக்கு ரயில் ஏற்றிவிட்டார்.

மறுநாள் காலை ரயில் பரோடாவில் நுழையும் நேரம் கோகலே அங்கே இருந்தார். என் தோற்றத்திலிருந்து என்னை அடையாளம் கண்டுகொண்டு அவர் தன் வண்டியில் வீட்டிற்குக் கூட்டிச் சென்றார். அவர் வீட்டில் சாப்பாடும் பிற ஏற்பாடு களும் பிரமாதமாக இருந்தன. ஆனாலும் நான் ஒரு நாளைக்கு மேல் அங்கே தங்க வேண்டிய அவசியமில்லை. எனவே இரவு ரயிலில் உஜ்ஜையினி செல்ல முடிவு செய்தேன். கோகலே ரயில்நிலையம் வந்து உஜ்ஜையினிக்குப் பயணச்சீட்டு வாங்கித் தந்தார். கொஞ்சம் பணமும் கொடுக்க முன்வந்தார். நான் மறுத்து விட்டேன்.

உஜ்ஜையினியை அப்போது கொள்ளைநோய் தாக்கி யிருந்தது. பள்ளியாசிரியரான கேல்கர் போன்ற என் பழைய நண்பர்கள் நகரத்துக்கு வெளியே வசித்தார்கள். தேடிப் போய் அவர்களைக் கண்டுபிடித்துவிட்டேன்; கேல்கரின் கூடாரத்திலா அல்லது மாதவ் கல்லூரி முதல்வராக அப்போதிருந்த ஸ்ரீ தேகாணேயின் கூடாரத்திலா எதில் தங்கினேன் என்று எனக்குத் தெளிவாக நினைவில்லை. இவர்களுக்கெல்லாம் குருவாகத் தேவஸைச் சேர்ந்த ஷீல்நாத் என்ற பைராகி இருந்தார். நான் அவரைச் சந்திக்க வேண்டும் என்று வற்புறுத்தினார்கள். எனவே தேவஸிற்கு இருபத்தி நான்கு மைல் நடந்துபோனேன். ஆனால் அந்த புவாவிடம் இந்தப் பட்டதாரி சீடர்கள் சொன்ன ஆழமான தெய்வீகத் தன்மை எதையும் நான் கண்டுவிடவில்லை.

அவருக்காகச் சிறிய குன்றொன்றில் குகை அமைத்திருந் தார்கள். அதன் வெளியே பெரிதாக நெருப்புப் புகைந்துகொண் டிருந்தது. நான் அவரருகில் போய் அமர்ந்தேன், வந்தனம் எதுவும் செலுத்தவில்லை. இது அவரை எரிச்சலூட்டியிருக்க வேண்டும். அவரது சீடர்களையும்தான்! நான் சில கேள்விகள் கேட்டேன்; அவர் சம்பந்தா சம்பந்தமில்லாமல் பதிலளித்தார். எனக்கு அவர் கஞ்சா போதையில் இருக்கிறாரோ என்று சந்தேகம் வந்துவிட்டது! வீட்டுப் பலகாரங்கள் கொஞ்சம் கொண்டு வந்திருந்தேன். அவற்றை வைத்து வரும் வழியில் மதியச் சாப்பாட்டை முடித்திருந்தேன். இரவில் நான் சாப்பிடுவதே இல்லை. ஏழு மணி வாக்கில் ஷீல்நாத்தின் சீடர்கள் அந்த நெருப்பை வைத்து ஏதோ பூஜைகள் செய்தார்கள்; சங்கு ஊதினார்கள். இப்போது நடந்தது ஷீலாநாத்திற்குப் பூஜையாம்! அவரின் சீடர்கள் அவரைக் கடவுளாகவே ஆக்கிவிட்டார்கள் போலிருக்கிறது! எதுவானாலும் நான் கண்டுகொள்ளவே இல்லை.

மறுநாள் நான் தேவஸின் ஆங்கிலப் பள்ளியில் தலைமை யாசிரியராக இருந்த ஸ்ரீ கங்காதர சாஸ்திரியை யதேச்சையாகச் சந்திக்க நேர்ந்தது. அவர் எல்லோருக்கும் கல்வியளிப்பதில் மிகுந்த ஈடுபாடு கொண்டவர். அவரை எங்கே, எப்படிச் சந்தித்தேன் என்று எனக்கு நினைவில்லை. என்னைத் தன் வீட்டிற்குச் சாப்பிட அழைத்தார். எனது நியமப்படி மதியத்துக்கு முன்னாலேயே போட்டுவிடுகிறோம் என்றார். பதினோரு மணிவாக்கில் அவர் வீட்டிற்குச் சென்றேன். மதியம் அவரது பள்ளிக்கூடத்தில் பேசினேன். தேவஸிற்கு வந்ததில் ஷீல்நாத்தைப் பார்த்ததைவிட கங்காதர சாஸ்திரியைப் பார்த்தது மிகவும் பயனுள்ளதாக இருந்தது எனக்கு.

உஜ்ஜையினியில் முன்பே தீர்மானித்ததுபோலவே தேவஸிலிருந்து இந்தோர் சென்றேன். கேல்கர் இந்தோரில் தலைமையாசிரியராக இருக்கும் ஸ்ரீ கேட்கருக்கு என்னைப் பற்றி எழுதியிருந்தார். எனவே கேட்கர் என்னை அவரோடு ஒரு நாள் தங்க வைத்து, உஜ்ஜையினிக்குச் சீட்டெடுத்து திருப்பியனுப்பி வைத்தார். பிரின்ஸ்பால் தேகாணேயும் கேல்கரும் பிறரும் சேர்ந்து பணம் போட்டு என்னைக் குவாலியருக்கு அனுப்பி வைத்தார்கள். அங்கே டாக்டர் வாக்லேயின் வீட்டிற்குச் சென்றேன். நான்கு வருடங்கள் கழித்து என்னைப் பார்த்ததில் அவருக்கு ரொம்ப சந்தோஷம்; ஆனால் நான் பிக்கு உடையில் இருந்தது அவருக்குப் பிடித்ததைப்போலத் தோன்றவில்லை. என்றாலும் அவர் உபசரிப்பில் எந்தக் குறையும் காட்டவில்லை. அவரோடு ஒன்றோ இரண்டோ நாட்கள் தங்கியிருந்து விட்டுக் காசிக்குப் பயணமானேன். அவருக்கு அரண்மனையில் அவசர

வேலை இருந்ததால் என்னோடு ரயிலடிக்கு வர முடியவில்லை. எனவே தனது மருமகனை எனக்குப் பயணச்சீட்டு வாங்கித்தர அனுப்பி வைத்தார். அவர் பயணச்சீட்டும் எடுத்துத் தந்து, கைநிறையப் பணமும் நீட்டினார். அது 10 ரூபாயா அல்லது 20 ரூபாயா என்றுகூடப் பார்க்கவில்லை. நான் பணத்தைத் தொட விரும்பவில்லை, ஆகவே அதை உங்கள் மாமாவிடமே திருப்பிக் கொடுத்துவிடுங்கள் என்று மட்டும சொன்னேன்.

சாரநாத்தில் பௌத்தர்களுக்காகச் சிறிய ஒரு தங்கும் இல்லம் கட்டியிருப்பதாகக் கேள்விப்பட்டிருந்தேன். எனவே கன்டோண்மன்ட் ரயில் நிலையத்தில் இறங்கி அந்தப் பக்கமாக நடந்தேன். சுமதேங்கர் என்ற சிரமேணர் அங்கே வசித்தார். எனக்கு அவர் உணவளித்தார்; ஆனால் இல்லம் இன்னும் வேலை முடியவில்லை என்பதால் நான் தங்குவது சாத்தியமில்லை என்று சொன்னார். "குஷினராவுக்கு இங்கிருந்து போக எவ்வளவு ஆகும்? பணம் எப்படி பெறுவது?" என்று நான் அவரிடம் கேட்டேன். குஷினராவுக்கு அருகிலிருக்கும் தெகசில் தௌரியா என்ற இடத்துக்குப் போக ஒரு ரூபாயும் கொஞ்சம் அணாக்களும் ஆகும். சுமதேங்கரே எனக்குப் பணம் தந்து அனுப்பி வைத்தார்.

காலையில் தெகசில் தௌரியா அடைந்தேன். அங்கிருந்து குஷினரா இருபத்தி மூன்று மைல். நேர் வழிதான்; ஆனால் வழியில் சாப்பாட்டிற்கு என்ன செய்வது என்ற கவலை என்னைப் பிடித்துக்கொண்டது. என்றாலும் காத்திருப்பதில் அர்த்தமில்லை என்று நடக்கத் தொடங்கினேன். ஆறு மைல் நடந்தபோதே கிட்டத்தட்ட மதியம் ஆகியிருந்தது, எனவே அருகிலிருந்த கிராமத்தின் சத்திரிய ஜமீந்தார் ஒருவர் வீட்டிற்குப் போனேன். அவர் என்னை முகமலர்ந்து வரவேற்றார். சாப்பிட்டு விட்டு நடையைத் தொடர்ந்தேன். இரவு கருமார் ஒருவரின் வீட்டில் தங்கிவிட்டு, மறுநாள் காலை குஷினரா அடைந்தேன்.

இந்த இடம், கோலாப்பூர் மாவட்டத்தின் ஒரு தாலுக்காவின் கஸ்பாவான கசாயா என்ற ஊரிலிருந்து இரண்டு மைலில் இருக்கிறது. இப்போது இதை 'மாதா குன்வார்கா கோட்' என்றால்தான் தெரியும். இந்தப் பிரதேசத்திலிருக்கும் சாதாரண மக்களுக்குப் புத்தரின் உருவச்சிலைமீது அபார பக்தி. அந்த இடத்தின் வரலாறு பற்றி அவர்களுக்கு எதுவுமே தெரியாது. மகாவீர் என்ற பிக்கு, பர்மிய வணிகர் கேஜாரி என்பவரின் உதவியோடு ஒரு தர்மசாலை கட்டியிருக்கிறார் என்று முன்னமே குறிப்பிட்டிருக்கிறேன். மகாவீர் அந்த தர்மசாலையிலேயே வசித்துவந்தார். வடநாட்டைச் சேர்ந்த வயதான பிராமணர் ஒருவர் பௌத்த பிக்குவாகி, அவரும் அங்கே வசித்தார். கேஜாரி தர்மசாலையையும் பிக்குகளையும் கவனித்துக்கொள்வதற்காகப்

பர்மியர் ஒருவரை நியமித்திருந்தார். பிக்கு மகாவீர் என்னை அன்போடு வரவேற்று நான் தங்கிக்கொள்ள ஒரு அறையும் அளித்தார். இங்கே இரண்டு வாரங்கள் இருந்தேன்; ஆனாலும் என் தியானத்துக்குத் தொடந்து இடையூறு வந்துகொண்டே இருந்தது.

என் அறைக்கு வெளியே ரவிவர்மா வரைந்த ஓவியம் ஒன்று மாட்டியிருந்தது. விஸ்வாமித்திரரை மேனகை மயக்கும் காட்சி அதில் தீட்டியிருந்தது. அக்கம்பக்கத்து ஊர்களிலிருந்து தர்மசாலையைக் காண வரும் மக்கள் இந்த ஓவியத்தைப் பார்த்துவிட்டுச் சத்தமாகச் சிரிப்பார்கள். பலமுறை அவர்களிடம் சிரிக்காதீர்கள் என்று சொல்லிப் பார்த்தேன், ஒரு பயனும் இல்லை. தினமும் புதிது புதிதாக ஆட்கள் வந்துகொண்டே இருந்தார்கள். எனவே பிக்கு மகாவீரிடம் ஒன்று இதை எடுத்து விடுங்கள், இல்லையென்றால் வேறெங்காவது மாட்டுங்கள், அப்போதுதான் தொந்தரவு போகும் என்றேன். ஆனால் கேஜாரி யின் ஆள் வைத்த அந்தப் படத்தை எடுப்பது சரியென்று அவருக்குத் தோன்றவில்லை. நான் அதைச் சுவற்றைப் பார்த்துத் திருப்பி வைப்பேன்; கேஜாரியின் ஆள் அதை மீண்டும் நேராக வைப்பார். குஷினராவுக்கு நான் வந்ததன் நோக்கமே மனசாந்தி பெறுவதற்காக; இந்தச் சின்ன படம் அதை எனக்குக் கிடைக்காமல் செய்தது. தர்மசாலையை விட்டுப் போவதைத் தவிர எனக்கு வேறு வழி தெரியவில்லை.

ஒரு நாள் பிக்கு மகாவீருக்கும் எனக்கும் இதைப் பற்றி காட்டமான வாக்குவாதம் ஏற்பட்டது. தர்மசாலையை விட்டுப் போவதற்கு இந்தச் சந்தர்ப்பத்தைப் பயன்படுத்திக்கொண்டேன். புத்த ஆலயத்தின் பின்னால் ஒரு பாழடைந்த கட்டடத்தில் மரம் ஒன்று வேர்பிடித்து காடாக வளர்ந்திருந்தது. அதன்கீழே ஒரு இடத்தைச் சுத்தம் செய்து தங்க ஆரம்பித்தேன். முதல் நாள் காசாயா போய் அங்கிருந்த வக்கீல் ஒருவரின் வீட்டில் சாப்பிட்டேன். ஆனால் மறுநாளிலிருந்து பிக்கு மகாவீர் நானிருந்த இடத்துக்கே உணவு அனுப்பத் தொடங்கினார்; சாப்பாட்டிற் காகப் பிட்சை எடுக்கும் கவலை எனக்கு விட்டது.

குஷினராவுக்கு நான் போய்ச் சேர்ந்தது 1904 ஜனவரி 25இல். இரண்டு வாரங்கள் தர்மசாலையிலும் இரண்டு மாதங்களுக்கு மேலாக மரத்தடியிலும் கழித்தேன். எனது வாழ்க்கையில் பரிபூரணத் தனிமையை முதல்முறையாக அனுபவித்தது இந்த நாட்களில்தான். பய பைரவ ஸூத்தத்தில் புத்த தேவர் சொன்ன பயத்தின் சாந்நியத்தை முதல்முதலாகச் சந்தித்ததும் இங்கேதான். புத்த தேவர் சொல்கிறார்: “பிக்குகளே, ஒவ்வொரு

மாதம் அஷ்டமி, சதுர்த்தசி தினங்களிலும் பௌர்ணமி, அமாவாசை தினங்களிலும் நான் பேய்களும் ஆவிகளும் நடமாடுவதாகச் சொல்லப்படும் இடத்தில் கழிப்பேன். இரவில் மயில் மரத்திலிருந்து காய்ந்த குச்சியைக் கீழே இடும், ஏதோ ஒரு ஜந்து அருகாக ஊர்ந்து செல்லும், அல்லது காற்று இலைகளைச் சலசலக்க வைக்கும். இது போன்ற நேரங்களில் பயம் என்னை ஆட்கொள்ளும். அந்தச் சமயத்தில் நான் நடந்துகொண்டிருந்தால் நடந்தபடியே பயத்தை வெல்வேன்; நின்றுகொண்டிருந்தால் நின்றபடியே பயத்தை வெல்வேன்; அமர்ந்துகொண்டிருந்தால் அமர்ந்தபடியே பயத்தை வெல்வேன்; பயத்தை உணரும்போது நான் படுக்கையில் படுத்துக்கொண்டிருந்தால் அந்த நிலையிலேயே அதை வெல்வேன்." இந்த ஸூத்தத்திலும் வேறு பல ஸூத்தங்களிலும் சொன்னவற்றை அனுபவிக்கும் சந்தர்ப்பம் இப்போதுதான் எனக்கு வாய்த்தது. இரவுகளில் கீரிகளோ அல்லது ஓநாய்களோ காய்ந்த இலைகளின் மேலாக ஓடும்; எனக்குச் சப்த நாடியும் ஒடுங்கிவிடும். ஆனால் பயம் தோன்றும்போதெல்லாம் நான் இருந்த நிலையிலேயே அதை வெற்றிகொள்ள முயல்வேன்.

பிக்கு மகாவீர் எனக்குத் தரையில் விரித்துக்கொள்ள ஒரு விரிப்பு தந்திருந்தார். ஒரு இரவு மரத்தின் அடியில் அதை விரித்துப் படுத்திருந்தேன்; நடுஇரவில் எழுந்து சிறுநீர் கழிக்கப் போனேன். திரும்பி வந்தபோது விரிப்பின் ஓரத்தில் குச்சியைப் போல ஏதோ ஒன்று கிடந்தது. சந்தேகப்பட்டு நான் கைகளைத் தட்டினேன்; உடனே ஒரு பாம்பு ஊர்ந்திறங்கி மறைந்தது. அன்று முதல் புத்தர் ஆலயத்தின் வெளியிலிருந்த திண்டில் படுக்கத் தொடங்கினேன். அது உயரமாக இருந்ததால் பாம்புகள் படுக்கையில் ஏறும் அபாயம் குறைவு. ஆனால் அங்கே மேற்கூரை இல்லை; எனவே இரவுப் பனியில் என் போர்வை நனைந்துவிடும்; திண்டின் சுண்ணாம்புத் தரையும் எனக்குக் குளிரைத் தந்தது.

அருகிலிருந்த ஊரில் கபீர் பந்தியைச் சேர்ந்த மூர்த்தி என்ற சாது இருந்தார். சமயம் பற்றி பேசுவதற்காக அடிக்கடி அவர் என்னிடம் வருவார். அவரிடம் பௌத்தத் தியானம் போன்றவற்றைப் பற்றி விரிவாகச் சொல்லுவேன். ஒரு நாள் இரவு இருவரும் அங்கிருந்து இரண்டு மைல் தொலைவிலிருக்கும் சுடுகாட்டிற்குப் போகத் தீர்மானித்தோம்; உண்மையில் அந்த இரவு முழுவதும் அங்கேயே கழித்தோம். இந்தச் சுடுகாட்டில் ஓநாய், நரி போன்ற விலங்குகள் வசித்தன. எங்கு பார்த்தாலும் சிதறிக்கிடந்த மனித உடற்பாகங்களும் எலும்புகளும் அந்த இடத்திற்கு மேலும் பயங்கரத் தோற்றத்தை அளித்தன. நான் ஒரு மண்டையோட்டையும் வேறு சில எலும்புகளையும் கொண்டு வந்து சில நாட்கள் அவற்றை வைத்து தியானம் செய்தேன்.

காடு மேடும் சுற்றியலைந்து பழக்கப்படாதவன் அல்ல நான். எங்கள் கிராமம் சாங்க்வால் இன்னமும் காட்டுப் பிரதேசம்தான். இப்போதும் வருடத்தில் சில நாட்கள் அந்திக்கு மேல் புலிகளின் உறுமல் கேட்கும். நான் எங்கள் ஊரில் அடிக்கடி இரவில் சுற்றுவேன். சுடுகாட்டைக் கடந்து போவதற்குக்கூட யோசித்ததில்லை. ஆனால் அன்றிருந்த என் மனநிலை வேறு. பாம்பையும் புலியையும் பேய்களையும் ஆவிகளையும் திருடர்களையும் விரட்டுவதற்குக் கையில் கம்பும் அரிவாளும் இருக்கும். புலி வந்து தாக்கினால்கூட எதிர்கொள்ளத் தயாராக இருப்பேன். ஆனால் இங்கே குஷினராவில் நிலைமை வேறு. இங்கே புற எதிரிகளான ஓநாய்களையும் நரிகளையும் என் வைராக்கியத்தாலும் பதறாத மன உறுதியாலும் விரட்ட வேண்டியிருந்தது. எனவே இரவில் ஓநாய் வந்துவிட்டது என்று உணர்ந்தால் நான் அதை விரட்ட விரைவதில்லை. என் உடலைத் தின்றுதான் அது பசியாற்ற வேண்டும் என்றால் எடுத்துக்கொள்ளட்டும் என்று அமைதியாக அமர்ந்திருப்பேன். ஒட்டுமொத்தத்தில், குஷினராவைச் சுற்றி நான் பெற்ற ஒருவித ஆன்மிக அனுபவம் அதுவரை அனுபவத்திராதது.

1904 ஏப்ரலில் தர்மபால ஜப்பான், அமெரிக்கா இங்கெல்லாம் சுற்றுப் பயணம் முடித்துக்கொண்டு கல்கத்தா திரும்பினார். அதன்பிறகு அவர் தொழில்நுட்பக் கல்விக்கான பள்ளி ஒன்றை நிறுவுவதற்காகக் காசிக்குச் சென்றார். அவரிடமிருந்து இரண்டு மூன்று கடிதங்கள் எனக்கு வந்ததும் நான் காசிக்குச் சென்று அவரைப் பார்ப்போம் என்று எண்ணி ஏப்ரல் இறுதியில் கிளம்பினேன். அங்கே ஒரு பௌத்த தர்மசாலையின் அருகில் மரத்தடியில் இரண்டொரு வாரங்கள் இருந்தேன்; தர்மபால நகரத்திலிருந்து என்னைப் பார்க்க வந்தார்; அவர் வந்த அன்று சாரநாத்தில் ஏதோ விழா. கௌதம புத்தர் போதித்த இடத்தில் அசோகச் சக்ரவர்த்தி ஒரு ஸ்தூபியை எழுப்பியிருந்தார். விழாவுக்கு வரும் பலரும் அதைப் பார்ப்பதற்காக அங்கே கூடுவார்கள். தர்மபால என்னிடம், "இந்த மக்களுக்கு அந்த இடத்தின் வரலாறு எதுவும் தெரிந்திருக்காது, எனவே நீங்கள் சென்று சொல்லுங்கள்" என்றார். அதற்கு நான் "என்னால் முடியும் என்று தோன்றவில்லை; தேவையில்லாத தொந்தரவாக ஆகிவிடக் கூடாது" என்றேன். ஆனால் அவர் வற்புறுத்தியதால் ஸ்தூபிக்கு அருகிலிருந்த மேட்டில் ஏறி நின்றுகொண்டு மக்களைப் பார்த்துப் பேசத் தொடங்கினேன்: "உங்களில் பலருக்கு இந்த ஸ்தூபியின் வரலாறு தெரியாமலிருக்கலாம். இது அசோகச் சக்ரவர்த்தியால் கட்டப்பட்டது." நான் இப்படிச் சொல்லத் தொடங்கியபோதே கூட்டத்திலிருந்து ஒருவர் இந்தியில் இடைமறித்தார்: "என்ன கதை விடுகிறீர்கள்!

இது எண்ணெய்ச் செக்காலை என்றல்லவா நாங்கள் கேள்விப் பட்டிருக்கிறோம்!" நான் விஷயங்களை எடுத்துச் சொல்லி அவரை நம்பவைக்க முயன்றேன் – செக்காலை இவ்வளவு பிரம்மாண்டமாக இருக்காது, அவர் சொன்னதற்கு வரலாற்றுச் சான்று எதுவும் இல்லை என்றெல்லாம் சொன்னேன். அவரோடிருந்த வேறு ஒருவருக்கு எரிச்சல் வந்துவிட்டது. "என்ன பிதற்றல்! அப்படியானால் எங்கள் முன்னோர்கள் சொன்ன தெல்லாம் பொய், உங்கள் வரலாறு மட்டும்தான் உண்மையா? ஒரு எண்ணெய் வணிகர் கட்டிய செக்காலை இது; இதில் குதித்து ஏறி உட்கார்ந்திருப்பது அவர் வழக்கம்!" என்றார். முடிந்தது கதை! என் பேச்சு இத்தோடு நின்றது. அங்கிருந்தவர்கள் ஹோவென்று சிரித்தார்கள், நான் தோற்றுப் போய்விட்டேனாம்!

கடைசியில் அங்கிருந்த ஒருவர், ஓய்வுபெற்ற எஞ்சினியர், தர்மபாலவிடம் சொன்னார், "எங்கள் மக்களிடம் புராதன வரலாற்றைச் சொல்வதில் எந்தப் பயனுமில்லை. நீங்கள்தான் ஜப்பான், அமெரிக்காவென்று போய் வந்திருக்கிறீர்களே, அங்குள்ள மக்களைப் பற்றியும் தொழில்களைப் பற்றியும் இவர்களிடம் பேசினால் ஏதாவது பலனிருக்கும்" என்றார். தர்மபால ஒப்புக்கொண்டதும், அவர் அந்த மேட்டில் ஏறி நின்று தர்மபாலவை அறிமுகம் செய்தார்; தர்மபால பேசுவதை இந்தியில் எடுத்துச் சொன்னார். அவர் நம்பிய விளைவை இதுவும் ஏற்படுத்தியதுபோல எனக்குத் தோன்றவில்லை. மக்கள் இவ்வளவு அமைதியாக அதைக் கேட்டார்களே, அந்தவிதத்தில் நாங்கள் அதிர்ஷ்டம் செய்தவர்கள்தான்!

பௌத்தம் பிறந்து வளர்ந்ததும், சீனா போன்ற இடங்களில் அதன் புகழைப் பரப்பியவர்கள் வாழ்ந்ததுமான ஒரு நாட்டின் மக்களே அதைப் பற்றி இவ்வளவு பரிதாபமான அறியாமையோடு இருக்கிறார்களே என்று எனக்கு மனம் வெறுத்தது. பௌத்தம் பற்றிய அவர்களின் அறியாமை கிடக்கட்டும்; வேறு விஷயங்களிலும் இந்தக் காசி குஷினரா பகுதி மக்கள் மகாராஷ்டிர, வங்காள மக்களைக் காட்டிலும் எதுவும் தெரியாமல் மிக மோசமாக இருக்கிறார்கள். காசி நகரத்தில் சில சாஸ்திரிகளும் பண்டிதர்களும் இருக்கலாம்; ஆனால் அதற்கு இரண்டு மைல் தாண்டி இருப்பவர்கள்கூடப் பயங்கர அறியாமையில் மூழ்கியிருக்கிறார்கள். கடந்த பத்தாண்டில் நிலைமை மாறி யிருக்கிறதா என்று எனக்குத் தெரியாது. ஆனால் நான் சொல்லும் காலத்தில் வடஇந்திய மக்களின் நிலைமை எங்கள் பிரதேச மக்களின் நிலைமையை விட மிகவும் கீழாக இருந்தது. பெரிய நகரங்களில்கூட அடிப்படைக் கல்வி வசதி இருக்கவில்லை. கிராமத்துப் பிராமணர்களுக்கே படிக்கவோ எழுதவோ தெரியாது!

பௌத்த வேட்கை

கையெழுத்துப் போடத் தெரிந்திருப்பதே பெரிய படிப்பு என்று கருதப்பட்டது! பண்டைய காலத்தில் இந்த மத்தியப் பகுதி எல்லா விதத்திலும் முன்னேறி இருந்தது. தேசப்பற்றுள்ளவர் எவராவது இன்று அது இருக்கும் பரிதாப நிலைமையைப் பார்த்து மனமுடைந்து போகாமல் இருக்க முடியுமா?

நான் குடியிருந்த அரச மரத்தினருகில் ஒரு ஜைன ஆலயம் இருந்தது. அதன் வெளிப்புறத்தில் நீண்ட திண்டுகள் கட்டப்பட்டிருந்தன. இரவில் அதில் படுத்துக்கொள்வேன். அந்த ஜைன ஆலயத்தின் பூசாரி அருகிலுள்ள தர்மசாலையில் வசித்தார்; மக்கள் அங்கிருந்து கற்களை எடுத்துக்கொண்டு போகாமல் பாதுகாப்பதற்காக இந்திய அகழாய்வாராய்ச்சித் துறை, பக்கத்து ஊர்க்காரர் ஒருவரை நான்கு ரூபாய்ச் சம்பளத்தில் நியமித்திருந்தது. ஆலயத்தைச் சுற்றிலும் பயங்கரமான பேய்களும் ஆவிகளும் சுற்றிக்கொண்டிருப்பதாகவும் அதனால்தான் மக்கள் இரவில் அங்கே நடமாட அஞ்சுவார்கள் என்றும் அவர் என்னிடம் சில நேரம் சொல்வார். என்னையும் தர்மசாலையில் போய் படுத்துக்கொள்ளும்படிச் சொல்வார்; ஆனால் நான் அந்த இடத்தைவிட்டு நகரவில்லை.

வட இந்தியாவில் கோடை மிகக் கொடுமையாக இருக்கும். ஒரு நாள் நான் அரச மரத்தடியில் அமர்ந்திருந்தபோது, ஆலயத்தின் மறுவசத்தில் நிலம் தோண்டுகிற வேலை செய்யும் கூலியாள் ஒருவர் மண்பானையில் தண்ணீர் மொண்டுக்கொண்டு ஜைன தர்மசாலையைக் கடந்து போனார். என் சிறிய குடுவையில் கொஞ்சம் தண்ணீர் ஊற்றும்படி நான் கேட்டதற்கு அவர், "மகராஜ், இதை மட்டும் என்னிடம் கேட்காதீர்கள்" என்றார் பணிவுடன். தண்ணீரை வரும் வழியில் வேறு யாருக்காவது கொடுத்தது தெரிந்தால் பிற வேலைக்காரர்கள் ஏதாவது சொல்லுவார்கள் என்ற பயத்தினால்தான் அவர் மறுத்தார் என்று நினைத்துக்கொண்டேன். எனவே நான், "உங்களுக்கு இதனால் பிரச்சினை வரும் என்றால் வேண்டாம்" என்றேன். அவர் பானையை இறக்கி வைத்துவிட்டு, என் பாதத்தை வணங்கி, "மகராஜ், உங்களுக்குக் கொஞ்சம் தண்ணீர் தந்த மாத்திரத்தில் எனக்கு என்ன பிரச்சினை வந்துவிடப் போகிறது? விஷயம் என்னவென்றால் நான் சம்மார் சாதி. உங்களைப் போல உயர்ந்த சாதிக்காரருக்குத் தண்ணீர் கொடுத்து பாவம் சம்பாதித்துக்கொள்ள விரும்பவில்லை" என்றார். நான் அவரிடம், "ரோகிததாசும் சம்மார்தான். என்றாலும் எல்லோரும் அவரை வணங்கவில்லையா? நான் சாதி வித்தியாசம் பார்க்காதவன். உங்கள் சாதி என்ன என்று தெரிந்துகொள்ளவும் நான் விரும்ப வில்லை. எனக்குத் தேவை தண்ணீர், அது கொஞ்சம்

கிடைத்தால் போதும்" என்றேன். இதுபோல நான் அவரிடம் பலவற்றைச் சொன்னேன். அவரிடமிருந்து பதிலே இல்லை. அவர் மீண்டும் என் பாதத்தை வணங்கி சொன்னார், "நீங்கள் என்ன வேண்டுமென்றாலும் என்னைச் சொல்லுங்கள். நான் செய்வது தப்பு என்றால் என் குரல்வளையை இங்கேயே அறுத்துப் போடுங்கள். ஆனால் அந்தப் பாவத்தை மட்டும் செய்யச் சொல்லாதீர்கள்!" கடைசியில் நான் ஜைன ஆலயத்தின் நந்தவனக் கிணற்றடிக்குப் போய், பூசாரியிடம் சொல்லி தண்ணீர் பெற்று வரும்படி ஆகிவிட்டது.

ஐரோப்பா, அமெரிக்கா போன்ற நாடுகளிலுள்ள தாழ்ந்த வர்க்கத்தினருக்கும் இங்கே மகர், மங்க் மக்களுக்குமிடையே யான வித்தியாசத்தையும், நமது நாட்டில் மேற்கத்தியச் சீர்திருத்தங்களைக் கொண்டுவர வேண்டிய அவசியத்தையும் இந்த ஒரு நிகழ்ச்சியே எடுத்துச் சொல்லிவிடுகிறது. மேற்கின் ஏழைநாடுகள் தாங்கள் ஏழ்மையில் இருப்பதற்குக் காரணம் பிரபஞ்ச நியதி என்று நினைப்பதில்லை. சமூக அமைப்புதான் அதற்குக் காரணம் என்று கருதி, அதை மாற்றுவதன் மூலமே முன்னேற்றம் சாத்தியம் என்று நம்புகின்றன. ஆனால் நமது நாட்டு மகர், மங்க் மக்கள் தாங்கள் இப்படிப் பிறக்கத்தான் விதிக்கப்பட்டிருக்கிறோம் என்று எண்ணுகிறார்கள்; சீர்திருத்தம் செய்ய முனைபவர்கள் மதம் வகுத்தவற்றை மீறுகிறார்கள் என்று இவர்கள் மூடத்தனமாக நம்புகிறார்கள். ஆயிரம் ஆண்டுகளாக இந்தச் சமூகம் இவர்களின் மனதில் கட்டமைத்து வைத்திருக்கும் மூடநம்பிக்கைக்காக இவர்களைக் குற்றம்சொல்வது அறிவற்றச் செயல். இந்த மக்களுக்கு முதலில் கல்வியறிவு வழங்க வேண்டும். பின்தங்கிய மக்களுக்கு இந்தியாவில் கட்டாயக் கல்வி போன்ற வற்றை அளிக்காதவரையிலும், அவர்களை உயர்த்த முடியும் என்று நம்புவது வீண்.

மரத்தடியில் ஒன்றிரண்டு வாரங்கள் கழித்துவிட்டு நான் காசி கன்டோண்மென்டிலிருந்த தர்மபாலவின் பங்களாவில் தங்கப் போனேன். அங்கேயும் இரண்டு வாரங்கள் தங்கியவன், தர்மபாலவின் அறிவுரையின்பேரில் ஜூன்மாதத் தொடக்கத்தில் புத்தகயாவில் வசிக்கப் போனேன். அங்கிருந்த எம்.பி. சுமங்கல என்ற பிக்கு போய்விட்டிருந்தார். அவரது தனிப்பட்ட நடத்தையில் சந்தேகம் கொண்டு தர்மபால அவரை நீக்கிவிட்டு, பொறுப்பை சிங்கள பௌத்த உபாசகர் ஒருவரின் கையில் ஒப்படைத்திருந்தார். இவர் என்னை மிகவும் நன்றாக நடத்தி னார். தர்மபால மாதம்தோறும் செலவுக்கு நேரடியாகப் பணம் அனுப்புவார்; இவரும் எல்லாவற்றிற்கும் கணக்கு வைத்து கொள்வார். நான் சாப்பாட்டிற்கோ பிறவற்றிற்கோ எதுவும்

செய்ய வேண்டியதில்லை. தினமும் சாப்பாட்டை முடித்துவிட்டு நான் மூன்று மணிவாக்கில் நைரஞ்சரா நதிக்கரையிலிருக்கும் ஒரு மரத்தினடியில் உட்கார்ந்து, பௌத்த நூல்கள் சொல்லும் தியானம் போன்றவற்றில் ஈடுபடுவேன்.

இந்த இடத்தைப் பற்றி இங்கே சிலவற்றைக் கூறுவது பொருத்தமாக இருக்கும் என்று நினைக்கிறேன். பகவான் புத்தர் போதிசத்துவராக இருந்த காலகட்டதில் புத்தகயாவைச் சுற்றியிருந்த பகுதியில் ஆறு ஆண்டுகள் கடுமையான விரதத்தை மேற்கொண்டார். பல நாட்கள் பயற்றம் கஞ்சி போன்றவற்றைக் குடித்தே வாழ்ந்தார். நாள் கணக்கில் விரதமிருந்தார். எல்லா வற்றையும் முயன்று பார்த்தார். என்றாலும் அவரால் நிர்வாண நிலையை அடைய முடியவில்லை. எனவே உடலை வருத்தும் வழிமுறைகளை விட்டுவிட்டு சிறிது சிறிதாக உணவு உட்கொள்ளத் தொடங்கினார். ஆனால் இது அவரோடிருந்த ஐந்து பிக்குகளை வருத்தமடைய வைத்தது; தாங்கள் குருவாகக் கருதியிருந்த கௌதமர் தவத்திலிருந்து விலகிவிட்டார் என்று எண்ணி புத்த பெருமானை விடுத்து வாராணசி சென்றுவிட்டார்கள். நம் போதிசத்துவர் உடலுக்குத் தேவையான உணவை எடுத்துக் கொண்டு, தியான வழியை மேற்கொண்டார்.

வைகாசி பௌர்ணமியன்று சுஜாதை என்ற சத்திரியப் பெண் அளித்த பால் பாயாசத்தை உண்டுவிட்டு இரவு புத்தகயாவில் அவர் போதி மரத்தடியில் அமர்ந்து தியானத்தில் ஆழ்ந்தார். இப்போது புத்த ஆலயத்தின்மீது சாய்த்திருக்கும் மரம்தான் அது. (அந்த மரத்தை மதவெறுப்பு கொண்ட மன்னன் ஒருவன் அழித்துவிட்டதாகச் சொல்லப்படுகிறது; இப்போது இருக்கும் மரம் அதிலிருந்து துளிர்விட்டு வளர்ந்ததாகும்.) அன்றிரவு போதிசத்துவருக்குத் தத்துவ போதம் பிறந்தது. மாரனின் (காமம்) படையை வெற்றிக்கண்ட அவர் மறுநாள் புலரிப்பொழுதில் புத்தராக மலர்ந்தார். பௌத்த நூல்கள் போதிசத்துவரின் மார யுத்தம் பற்றிய விறுவிறுப்பான வருணனையைத் தருகின்றன. ஆனாலும் இந்த இடம் புத்தரின் மறைவுக்குப் (பரிநிர்வாணம்) பிறகே சிறப்பான கவனத்தைப் பெற்றது. மன்னர்களும் வசதிபடைத்தோரும் இங்கே பல ஆலயங்களையும் ஸ்தூபிகளையும் விகாரைகளையும் எழுப்பினார்கள். மூல ஆலயத்தைத் தவிர பிற நிர்மாணங்கள் எல்லாம் பூமியின் வயிற்றுக்குள் மறைந்துவிட்டன. சிங்களத் தீவைச் சேர்ந்த மன்னர் மகாநாமா கி.பி.ஐந்தாம் நூற்றாண்டில் இங்கே பெரிய விகாரை ஒன்றை எழுப்பி, அதன் உட்புறத்தைப் பொன்னால் இழைத்து முத்தாலும் பவளத்தாலும் அலங்கரித்தார்

என்று சொல்லப்படுகிறது. அந்த விகாரை இருந்த இடம் என்று இப்போதும் ஓரிடத்தைக் காட்டுகிறார்கள்; ஆனால் ஒரு மண்மேட்டைத் தவிர அங்கே எதுவும் தென்படவில்லை.

மூல ஆலயமும் இந்த நிலையை அடைய இருந்தது. ஆலமரமும் வேறு மரங்களும் அதில் வேர்விட்டு வளர்ந்திருந்தன; விமானத்தின் ஒரு பகுதி விழுந்துவிட்டிருந்தது. அதைச் சுற்றி யிருந்த பகுதியை மண் மூடத் தொடங்கியது. ஆலயம் கிட்டத்தட்ட பூமியின் வயிற்றுக்குள் மறையப்போகும் நிலைக்கு வந்து விட்டிருந்தது. ஆனால் 1876இல் பர்மிய அரசர் மிண்டோமின் இந்த ஆலயத்தைச் புனரமைப்பதற்காக மூன்று பர்மிய அதிகாரிகளை அனுப்பினார். இங்கிருந்த மகந்த் ஒருவரின் உதவியோடு அந்தக் குழு புனரமைப்பு வேலைகளைத் தொடங்கியது. ஆனால் பிரிட்டீஷ் அரசாங்கத்துக்கு இது பிடிக்கவில்லை; பர்மிய அரசர் ஏராளம் பணம் செலவழித்துப் பெரிய மாற்றங்களை உண்டாக்கி விடுவார் என்று அது அஞ்சியது. எனவே மிண்டோமின் அரசரின் திட்டத்துக்கு முட்டுக்கட்டை போட்டது. கடைசியில் இரண்டு நீதிமன்றங்கள் தலையிட்டு, அந்த ஆலயத்தை அதன் மூல வடிவிற்கு ஊறு வராதபடி புனரமைத்து பிரிட்டிஷாரிடம் ஒப்படைக்க வேண்டும், செலவு முழுமைக்கும் பர்மிய அரசரே பொறுப்பு என்று பிரச்சினையைத் தீர்த்துவைத்தது. இதன்படி, பிரிட்டீஷ் எஞ்சினியர் ஒருவரின் மேற்பார்வையில் பழுதுபார்க்கும் பணிகள் நடந்தன. இதே சந்தர்ப்பத்தில் அரசாங்கம் டாக்டர் ராஜேந்திரலால் மித்ராவை புத்தகயா பற்றிய தகவல்களைச் சேகரித்து நூல் ஒன்று வெளியிடும்படி பணித்தது. புத்தரின் உருவச்சிலையையும் பிற பழங்காலச் சின்னங்களையும் கண்காணிப்பதற்காக ஒரு காப்பாளரையும் நியமித்தது.

மிண்டோமின் அரசர் அங்கே சிறிய தர்மசாலை ஒன்றை நிறுவி அவரது பிரதிநிதிகளாக இரு பர்மியப் பிக்குகளை அமர்த்தினார். புத்தர் வழிபாட்டிற்காக வைரம் பதித்த பூஜைப் பொருட்கள் பலவற்றையும் அவர் அனுப்பி வைத்தார். ஆலயம் இருக்கும் நிலம் ஒரு மகந்தின் கையில் இருந்தது; அவருக்கும் பர்மியப் பிக்குகளுக்கும் எந்தப் பிணக்கும் இருக்கவில்லை. 1886 ஜனவரியில் பிரிட்டீஷ் அரசு மன்னர் தீபோவை பதவியிலிருந்து நீக்கி, பர்மாவை இணைத்துக் கொண்டது. புத்தகயாவிலிருந்த பிக்குகளை இப்போது ஆதரிப்பார் யாருமில்லை; எனவே அவர்கள் தங்கள் தாய்நாட்டுக்குத் திரும்ப வேண்டி வந்துவிட்டது. மன்னர் மிண்டோமின் அளித்திருந்த வைரம் பதித்த பூஜைப் பாத்திரங்கள் போன்றவை மகந்தின் கைவசம் வந்தன. அவை இப்போதும் அவரிடமேதான் உள்ளன. அப்போதிலிருந்து

மகந்திற்கு ஆளரவமற்ற இந்த ஆலயத்தின் மதிப்பு புரிய ஆரம்பித்தது; அதன்மீதான அவரது கட்டுப்பாடும் அதிகரித்தது.

1891இல் தர்மபால சிலோனிலிருந்து கர்னல் ஆல்காட்டோடு பௌத்தப் புனித தலங்களைக் காணும் யாத்திரையாக இங்கே வந்தார். புத்தகயா ஆலயத்தின் இந்தப் பாழ் நிலை அவரை மிகவும் வேதனை கொள்ள வைத்தது. அதைப் பராமரிக்க பிக்குவோ வேறு எவருமோ அங்கே இருக்கவில்லை; சுற்றிலும் புதர் மண்டிக்கிடந்தது. கிராமத்து மக்கள் இங்கேதான் இயற்கைக் கடன் கழித்தார்கள்! சின்னக் குழந்தைகள் ஆலயத்தின் உள்ளே சென்று புத்தரின் உருவச் சிலை இருக்கும் பீடத்தில் ஏறி தங்கள் மனம்போன போக்கில் விளையாடின; இக்குழந்தைகள் கற்களை விட்டெறிந்ததால் உருவம் சிதைந்தது. மகந்த் காவலுக்கு ஒருவரை நியமித்திருந்தார் – அவர் பெயருக்கு மட்டும்தான் காவல்; ஆலயத்தைப் பாதுகாப்பதில் அவர் சிறிதும் அக்கறை செலுத்தவில்லை! பௌத்த பக்தர்கள் புத்தர் உருவச் சிலைக்குப் படைக்கும் காணிக்கையின்மீதுதான் அவர் நோட்டம் இருந்தது! பௌத்தர்களின் மிக முக்கியப் புனித தலத்தினது இந்தப் பாழ்கதி தர்மபாலவின் கவனத்தை ஈர்த்தது; தனது நாட்டுக்குத் திரும்பியதுமே அவர் இந்த ஆலயத்தைச் சீர்படுத்துவதற்காக மகாபோதி சபை என்ற சபையை நிறுவினார்.

1893இல் சிகாகோவில் நடந்த உலகச் சமயங்களின் மாநாட்டில் தர்மபால மகாபோதி சபையின் செயலாளர் என்ற நிலையில் பங்கேற்றார். இதன் வாயிலாக ஐரோப்பியர்களிடமும் இந்தியர்களிடமும் அவரது செல்வாக்கு வளர்ந்தது. அமெரிக்காவிலிருந்து திரும்பும் வழியில் ஜப்பான் சென்று அங்கிருந்த புராதன ஆலயம் ஒன்றிலிருந்து ஒரு அழகிய புத்தர் சிலையைக் கொண்டுவந்தார். புத்தகயாவிலுள்ள ஆலயத்தின் விதானத்தில் அதை பிரதிஷ்டை செய்வதுதான் அவரது நோக்கம். ஆனால் இதைக் கேள்விப்பட்ட மகந்த் எதிர்த்தார். அந்தப் புத்த சிலை ஒரு வருடத்துக்கும் மேலாக கயா நகரத்திலேயே கிடந்தது. கடைசியில் ஒருநாள் தர்மபால அதை எடுத்துச் சென்று அதிகாலைப் பொழுதில் புத்தகயா ஆலயத்தின் விதானத்தில் நிறுவி, இரண்டு பிக்குகளோடு அதற்குப் பூஜையும் செய்தார். இதைக் கேள்விப்பட்டதும் மகந்த் தன் சீடர்களை அனுப்பி பெரிய கலவரத்தை உருவாக்கினார். அவர்கள் அந்தச் சிலையைப் பெயர்த்தெடுத்து வெளியே வீசினார்கள்! இதனால் அந்தச் சமயத்தில் புத்தகயாவில் மட்டுமல்லாமல் கயா நகரத்திலும் பெரும் கலகம் ஏற்பட்டது. கயாவின் மாஜிஸ்ட்ரேட்டான மாக்பேர்ஸன் தர்மபாலவுக்கும் சிலைக்கும் பாதுகாவலாக போலீசை அனுப்பி வைத்தார்.

இந்தக் கலகம் நடந்துகொண்டிருக்கும்போது சில நண்பர்கள் தர்மபாலவிடம் மகந்தின்மீது வழக்குத் தொடுக்கும்படி அறிவுறுத்தினார்கள். ஆனால் என் குருவும் மகாபோதி சபையின் தலைவருமான ஸ்ரீ சுமங்கலாச்சாரியா போன்ற அறிஞர்கள் சிலர் வழக்குத் தொடர்வதை எதிர்த்தார்கள். என்றாலும், சிலோனிலிருந்து ஒரு சிங்கள பாரிஸ்டரை கயாவுக்கு உண்மை நிலைமையை அறிந்துவர அனுப்பினார்கள். அவருமே வழக்குத் தொடர்வது உசிதமல்ல என்று கருதினார். ஆனால் தர்மபால தனது இந்திய, பிரிட்டீஷ் நண்பர்களின் ஆதரவோடு மகந்தின்மீது வழக்குத் தொடுத்தார். கொழுத்த பணக்காரரான அந்த மகந்த் தனக்காக வாதாட பிரபல பாரிஸ்டரான மன்மோகன் கோஷை கல்கத்தாவிலிருந்து தருவித்தார். ஆனால் மாஜிஸ்ட்ரேட் மாக்பேர்ஸன் சாஹேப், ஆலயத்தில் பௌத்தர்களுக்கு இருக்கும் உரிமையை உறுதிசெய்ததோடு, மகந்தின் நான்கு சீடர்களுக்கு அபராதமும் விதித்தார். மகந்த் மாவட்ட நீதிமன்றத்தில் மேல் முறையீடு செய்தார்; அதன் நீதிபதி முந்தைய தீர்ப்பில் சிலவற்றை உறுதிசெய்து, சிலவற்றில் சிறிது மாற்றங்கள் செய்தார். மன்மோகன் கோஷ் வழக்கைக் கல்கத்தா உயர்நீதி மன்றத்துக்குக் கொண்டு சென்றதோடு, கல்கத்தாவிலுள்ள இந்திய, ஆங்கிலப் பத்திரிகைகளில் பெரும் விவாதங்களையும் கிளப்பிவிட்டார். கயா மாஜிஸ்ட்ரேட்டும் மாவட்ட நீதிபதியும் அளித்த தீர்ப்பு இந்துமதத்தையே அழித்துவிடுமாம், இதுதான் பாரிஸ்டர் கோஷின் நிலைப்பாடு! பௌத்தம் பற்றி வினோதமான நம்பிக்கைகள் அப்போது நிலவியதால், தர்மபாலவின்மீது பகைமை ஏற்பட அதிக காலம் தேவைப்படவில்லை. இறுதியாக உயர்நீதி மன்றத்தில் நீதிபதி பானர்ஜி, முதன்மை நீதிபதி ஆகிய இருவரின் முன்னிலையில் வழக்கு விசாரணைக்கு வந்தது. அவர்கள், பௌத்தர்களுக்கு அங்கே எந்த இடையூறுமில்லாமல் வழிபாடு நடத்த உரிமையுண்டு என்ற தீர்ப்பை ஏற்றுக் கொண்டார்கள்; ஆனால் மகந்தின் ஒப்புதல் இல்லாமல் புதிய சிலையைப் புத்தகயாவில் நிறுவுவதற்கு உரிமையில்லை என்றார்கள். இப்படியாகக் கீழமை நீதிமன்றங்களின் தீர்ப்புகள் மாற்றப்பட்டதோடு, மகந்தின் சீடர்களும் விடுவிக்கப்பட்டார்கள்.

இந்த வழக்கிற்காக, தர்மபால ஏராளம் செலவு செய்திருந்தார்; மகாபோதி சபை சேர்த்து வைத்திருந்த நிதியிலிருந்து 30000 முதல் 40000வரை அவர் இழந்தார். இது சிலோனிலும் பிற இடங்களிலும் இருந்த பௌத்தர்களை அவர்மீது தவறான எண்ணம் கொள்ள வைத்தது. மகாபோதி சபையின் பணிகளுக்குச் சிலோனி லிருந்து பணவுதவி பெறுவதில் அவருக்குச் சிரமம் ஏற்பட்டது. ஆனால் பர்மிய மக்களுக்கு அவர் மீதிருந்த நம்பிக்கை மாறவே இல்லை; வழக்கு தோற்ற பின்னரும்கூட அவருக்குத் தாராளமாக

உதவி செய்தார்கள். மகந்த், தர்மபாலவின்மீது பெரும் பகைமை பாராட்டலானார். தர்மபால புதிய தர்மசாலை ஒன்றைக் கட்டுவதற்கு இடம் தருவதாக அவர் முன்பு இசைந்திருந்தார்; அதற்கான பத்திரம்கூட தயார் செய்யப்பட்டது. ஆனால் தர்மபால தனக்கு எதிராக இறங்கப் போகிறார் என்ற செய்தி கேட்டவுடன், அந்தப் பத்திரத்தைப் பதிவுசெய்வதை நிறுத்தி விட்டார். இந்தப் பகைமை முற்றி, கடைசியில் மேலே சொன்ன நீதிமன்ற வழக்கில் போய் முடிந்தது.

இந்தச் சைவ மடாதிபதியின் கையில் புத்தரின் ஆலயம் எப்படிப் போய்ச் சேர்ந்தது என்பதை இங்கே சுருக்கமாகச் சொல்வது பொருத்தமாக இருக்கும். ஷாஜாஹான் ஆட்சிக்கு முன்பு, பஞ்சாபின் கிரி என்ற சைவ மடம் ஒன்றைச் சேர்ந்த சன்னியாசி ஒருவர் இங்கே வந்து இந்த ஆலயத்தில் வசிக்கத் தொடங்கினார். அப்போது இந்த இடத்தில் குடியிருப்புகள் இல்லை. அக்கம்பக்கத்திலிருந்த விகாரைகளும் பிற கட்டுமானங்களும் நொறுங்கி விழுந்து அடர்ந்த வனத்தால் மூடப்பட்டிருந்தன. பாம்பு களும் ஏராளம் இருந்ததாகவும், புலி போன்ற வனவிலங்களின் நடமாட்டம்கூட இருந்ததாகவும் சொல்லப்படுகிறது. சன்னியாசி ஆளில்லாத இந்த இடத்தின் நதிக்கரையில் தனக்கு ஒரு குடிசை கட்டிக்கொண்டார். கொஞ்சம் கொஞ்சமாக அவரது புகழ் அக்கம்பக்கத்துக் கிராமங்களுக்குப் பரவியது. அவருக்கு நிறைய சீடர்கள் உருவானார்கள். அவர்களில் ஒருவர் ஷாஜஹானின் அவையில் இருந்தார்; அவர் தனது செல்வாக்கை வைத்து இந்தச் சன்னியாசிக்கு அருகிலுள்ள இரண்டு கிராமங்களைத் தானமாகப் பெற்றுக்கொடுத்தார். அன்றிலிருந்து அந்தச் சன்னியாசியின் முதன்மைச் சீடர் 'மகந்த்' என்று அழைக்கப்பட்டார். இந்த மகந்தும் அவரது சீடர்களும், ஆலய இடிபாடுகளிலிருந்த செங்கல்களையும் கற்களையும் வைத்து தங்களுக்குப் பெரிய மடம் ஒன்றைக் கட்டிக்கொண்டார்கள். மூல ஆலயத்திற்காக அசோகச் சக்ரவர்த்தி கட்டிய சுற்றுச்சுவரின் பல செதுக்கிய கற்தூண்களையும், பௌத்த உருவச்சிலைகளையும் – அவற்றின் முகப்புப் பகுதியை உள்புறமாகத் திருப்பி – வைத்து மடத்தையும் அதன் சுற்றுச்சுவரையும் கட்டி எழுப்பிக்கொண்டார்கள்.! கர்சன் பிரபு புராதன சின்னங்களைப் பாதுக்காக்கும் சட்டத்தை இயற்றியபோது, மகந்த் அசோகரின் தூண்களைத் திருப்பி வைத்துவிட்டார்; ஆனால் புத்தர், போதிசத்துவர்களின் உருவச்சிலைகள் பல இன்னமும் அவரது மடத்துச் சுவர்களின் வாய்க்குள் அகப்பட்டிருக்கின்றன! காலச்சக்கரத்தின் சுழற்சி எவ்வளவு வினோதமானது என்பதற்கு இந்த இடமே தெளிவான அத்தாட்சியாக நிற்கிறது!.

மகந்தின் கையில் இப்படி உரிமை வந்ததற்குப் பின்னால் நிலைமை வினோதமாக மாறியது. அரசாங்கத்தின் ஆதரவோடு பௌத்தர்கள் தன்னிடமிருந்து உரிமையைப் பறித்துக் கொள்வார்களோ என்ற பயத்தால் அவர் எப்போதும் அவர்கள்மீது சந்தேகத்துடன் இருந்தார். அரசாங்கமோ இதில் தலையிட விரும்பவில்லை; அதனிடம் இதைப் பற்றிய தெளிவான கொள்கை முடிவுகளும் இல்லை. பௌத்தர்கள் புத்தரின் உருவச்சிலையை வணங்குவதால் மகந்த் அதற்கு மூன்று நாமமிட்டு, விஷ்ணுவின் ஒன்பதாவது அவதாரமாக மாற்றிவிட்டார்; அத்துடன் இந்து ஸ்மிருதிகள், ஸ்ருதிகள், புராணங்களில் சொல்லும் விதிகளை ஒட்டி பூஜைகள் செய்வதற்கு ஒரு பிராமணரையும் நியமித்தார் ! இதன் மூலம் பௌத்தர்களை அந்த ஆலயத்துக்கு வரவிடாமல் செய்துவிடலாம் என்பது மகந்தின் யோசனை. ஆனால் அரசாங்கம் அவரது இந்தத் தந்திரத்தைத் தொடர விடவில்லை; பௌத்தர்களும் அங்கே வந்துபோக அவரை ஒப்புக்கொள்ளும்படி வைத்தது. ஆனாலும் உருவச்சிலைக்கு மூன்று நாமம் இடுவதை அவர் நிறுத்தவில்லை ! புத்தர் ஒரு துறவி; சமயச் சின்னங்களையோ மாலைகளையோ பிறவற்றையோ அணிபவரல்லர் அவர். எனவே இந்த நாமத்தைப் பார்த்து பௌத்தர்கள் மனம் நொந்தார்கள். தனது நோக்கம் முழுதும் நிறைவேறாமல் போனதில் மகந்திற்கும் வருத்தம்தான். அரசாங்கமோ, இரு தரப்பாரும் அளித்த தொல்லைகளில் மாட்டிக்கொண்டிருந்தது. அரசாங்கத்தின்மேல் கோபங்கொண்ட மகந்த், பர்மிய தர்மசாலையைக் கைப்பற்று வதற்காக அரசுச் செயலர்மீதும் தர்மபாலவின் மீதும் வழக்குத் தொடர்ந்தார். அதேபோல தர்மபாலவும் புத்தரின் உருவச்சிலைக்கு நாமம் இடுவதற்கு மகந்தை அனுமதித்தற்காக அரசாங்கத்தைப் பத்திரிகையின் வாயிலாகக் கடுமையாக விமர்சித்து வந்தார். மொத்தத்தில், மகந்த், பௌத்தர்கள், அரசாங்கம் ஆகியோரின் அதிகார பலங்கள் மோதிக்கொண்டன. விளைவு, புத்தர் வாழ்ந்த காலத்திலும் அதற்குப் பல நூற்றாண்டுகள் பின்னரும் நிலவிய அமைதி இன்று இல்லாமல் ஆகிவிட்டது !

மகந்தைச் சந்திக்க நான் ஒன்றிரண்டு முறை சென்றிருக்கிறேன். அவர் என்னை இணக்கமாகத்தான் வரவேற்றார். எனக்குத் தினமும் மளிகைப் பொருட்கள் அனுப்பவும் முன்வந்தார்; ஆனால் அவை எனக்குத் தேவைப்படவில்லை. நான் அவரிடம், "உங்கள் தானத்துக்கு நன்றி. ஆனால் எனக்கு இப்போது அவை தேவை யில்லை. இந்தக் கிராமத்து மக்கள் எதுவுமே அறியாதவர்களாக இருக்கிறார்கள்; அவர்கள் கல்வி பெறுவதற்கு ஏதாவது உதவ வேண்டியது உங்களைப் போன்ற சமயாச்சாரியர்களின் கடமை. அரசர்களும் பிரபுக்களும் உங்களுக்கு அளித்திருக்கும் ஏராளமான கொடைகள் வெறுமனே பசித்தவர்களுக்குச்

சோறு போடுவதற்கு மட்டுமல்ல, இந்தப் பிரதேசத்தில் கல்வியையும் அறிவையும் வழங்குவதற்கும்தான். ஜப்பானில் கல்வியை மக்களிடம் பரப்புவதற்காகப் பிக்குகள் தங்களை அர்ப்பணித்துக் கொண்டிருக்கிறார்கள். 'சிங்கஞ்ஜி' என்ற பௌத்தப் பிரிவின் தலைமைக் குரு தனது மகனைக் கல்விக்காக இங்கிலாந்து அனுப்பியிருக்கிறார். ஆனால் உங்கள் சீடர்களோ, வீட்டை விடுத்துச் சன்னியாசம் பெற்ற பின், காடுகரைகளைப் பார்ப்பதைத் தவிர வேறெதும் செய்வதில்லை! அது எப்படி வேண்டுமானாலும் இருக்கட்டும், இதோ நீங்கள் இருக்கும் இந்த இடத்தில் ஏழைகளுக்கு ஒரு இந்திப் பள்ளிக்கூடம் இல்லை. இந்த நிலைமைக்கு நாம் வருந்த வேண்டாமா? ஜப்பானிலிருந்தும் அமெரிக்காவிலிருந்தும் ஐரோப்பாவிலிருந்தும் வசதியானவர்கள் வரும்போது இங்கிருக்கும் குழந்தைகள் வயிற்றைத் தட்டிக்கொண்டு பிச்சை கேட்டு அவர்களின் கால்களில் விழுகின்றன! அவர்கள் வரும் வண்டிகளின் முன்கூட நெடுஞ்சாண்கிடையாக விழுந்து வணங்குகின்றன! இந்தியர்களாகிய நாம் இதற்காக மிகவும் வெட்கப்பட வேண்டும்! நீங்கள் உங்களை இந்தப் பகுதியின் தலைவராக எண்ணிக்கொண்டிருப்பதால் இந்தக் குழந்தைகள் இப்படி நடந்துகொள்வதற்கு நீங்கள்தான் பெருமளவில் பொறுப்பு, இதை நினைவில் வைத்துக் கொள்ளுங்கள்!" என்றேன்.

நான் இப்படியே கொஞ்ச நேரம் பேசிக்கொண்டு போனேன். ஆனால் மகந்த் எதிர்த்துப் பேசவே இல்லை. மாறாக ஒரு விஷயத்தைச் செய்ய ஒப்புக்கொண்டார். பள்ளிக்கூடம் தொடங்குவதற்கு உதவுகிறேன், அல்லது அதைப் பற்றி குறைந்தபட்சம் யோசிக்கவாவது செய்கிறேன் என்றார் அவர். ஆனால் ஒரு மாதமாகியும் அவரிடமிருந்து எந்த உறுதியான பதிலும் இல்லை. அரசாங்கம் காப்பாளாராக நியமித்திருந்த மிஸ்டர் போஸ் அங்கே இருந்தார். அவரிடம் இது பற்றிக் கேட்கச் சொன்னேன். அவர் விசாரித்துவிட்டு, விஷயத்தை விளக்கினார்: "மகந்திற்கு இங்கே இருக்கும் மக்களுக்குப் பள்ளிக்கூடம் திறக்க விருப்பமில்லை. இவர்கள் படித்துவிட்டால், கூலி வேலை செய்ய வெட்கப்படுவார்களாம். மகந்துக்குப் பெரிய தொந்தரவாகப் போய்விடுமாம். அப்புறம் வயல் வேலைக்கு வேறு இடத்திலிருந்தல்லவா ஆட்களைக் கூட்டிகொண்டு வர வேண்டியிருக்கும்!"

இந்த மகந்த் உதவாவிட்டாலும் பரவாயில்லை, நாம் முயற்சி எடுப்போம் என்று நினைத்தேன். இந்த நோக்கத்தில் நான், பௌத்த தர்மசாலையின் பொறுப்பாளராக இருந்த சிங்கள பௌத்தரிடம் எங்கள் செலவுகளைக் கட்டுப்படுத்திக் கொண்டு கொஞ்சம் பணம் ஒதுக்கி வைக்கச் சொன்னேன்.

தர்மபாலவுக்கு எழுதி பள்ளிக்கூடம் திறக்க உதவும்படி கேட்டேன். ஏதோ கொஞ்சம் பணம் கொடுத்தால் சொல்லிக் கொடுப்பதற்கு அங்கே ஒரு இந்தி சாது ஒருவர் இருந்தார். நான் அவரிடம் மாதம் ஐந்து ரூபாய்த் தருவதாகச் சொல்லி ஏழைக் குழந்தைகளுக்கு இலவசமாகக் கற்றுக்கொடுக்கக் கேட்டுக்கொண்டேன்; அவரும் இணங்கினார். ஆனால் குழந்தைகளின் பெற்றோர்களோ குழந்தைகளுக்குச் சிலேட்டும்,குச்சியும், அடிப்படைப் பள்ளிப் பாடப்புத்தகமும் வாங்கக்கூடக் காசில்லாத பரம தரித்திரர்களாக இருந்தார்கள். எனவே நான் சிங்கள பௌத்தரை கயாவுக்கு அனுப்பிப் புத்தகமும் பிறவும் வாங்கி வரச் செய்தேன். இதைக் கேள்விப்பட்டதும் மகந்த் தனது எதிர்வேலையைத் தொடங்கினார்! குழந்தைகளுக்குச் சொல்லிக்கொடுத்த ஆசிரியரின் சகோதரர் மகந்திடம் குமாஸ்தாவாக வேலை பார்த்துவந்தார். குழந்தைகளிடம் அவரது சகோதரர் பணம் வாங்காமல் சொல்லிக் கொடுத்தால் அவரையும் இவரையும் புத்தகயாவை விட்டே விரட்டி விடப்போவதாக மகந்த் மிரட்டினார்! பாவம் ஆசிரியர் மிரண்டுபோனார்; தான் ஒப்புக்கொண்டபடி நடந்துகொள்ள முடியாததை என்னிடம் வெளிப்படையாகவே சொல்லி விட்டார். எனவே, சிலேட்டுகளையும் குச்சிகளையும் புத்தகங்களையும் குழந்தைகளுக்குக் கொடுத்துவிட்டு நான் முயற்சியைக் கைவிட்டேன்.

ஒரு கதை உண்டு. முன்பொரு காலத்தில் மானொன்று வேட்டைக்காரனின் அம்படிப்பட்டது. மிகவும் முயன்று அம்பை உருவிப் போட்டுவிட்டு அது காட்டிற்குள் ஓடியது. ஆனால் அது போன வழியில் விட்டுச் சென்ற ரத்தத் தடத்தைப் பார்த்து வேட்டைக்காரன் அதைப் பிடித்துக்கொண்டான். சாகும் தருவாயில் அந்த மான் சொல்லியதாம்: “இத்தனை நாள் எந்த ரத்தம் என்னை உயிர்தரிக்க வைத்ததோ அதுவே இன்று என் உயிரை பறிக்கவும் காரணமானது!” தர்மத்தைப் பரப்புவர்கள் என்று சொல்லப்படும் சன்னியாசிகள், இவர்களைப் போன்றவர்களின் கதையும் இதுதான்! அச்சு யுகத்துக்கு முன்னால், சன்னியாசிகள் நமது நாட்டில் நடமாடும் நூல்களாக இருந்தார்கள். குடும்பப் பொறுப்புகள் எதுவுமில்லாததால், ஊர் ஊராகச் சென்று அறிவைப் பெற்று அதைப் பிறருக்கும் அளித்தார்கள். முன்னொரு காலத்தில் நமது பாரத பூமி பெற்றிருந்த அறிவின் வீச்சைப் பற்றி சீனப் பயணிகளான யுவான் சுவாங், பாஹியான் இருவரின் பயணக் குறிப்புகள் நமக்கு அறியத் தருகின்றன. ஆனால் அதே சன்னியாசிகளே இன்று அறிவுக்குத் தடையாக இருக்கிறார்கள்! நாம் இவ்வளவு பரிதாப நிலையில் இருப்பதற்கு இவர்களும் ஓரளவு காரணம் என்று சொல்வதில் தவறேதும் இல்லை.

மகந்தின் சம்பிரதாய அதிகாரம் கையோங்கி இருக்கும் இந்தச் சூழலில் மேலும் இருக்க எனக்குப் பிடிக்கவில்லை. ஆனால் மழைக்காலமாக இருந்ததால் என்னால் போக முடியவில்லை. இரண்டு மூன்று மாதங்களை சயாமிய வரிவடிவில் அச்சாகியிருந்த திரிபிடகத்தைப் படிப்பதில் செலவிட்டேன். மாலையில் மட்டும் நைரஞ்சரா நதிக்கரையில் அமர்ந்திருப்பேன்; மற்ற நேரம் முழுவதும் படிப்புதான்.

சாதுர்மாஸ்யம் முடிந்த பின்னர் நாங்கள் மூவர் – சிங்கள பக்தர், அனவர்த்தன, நான் – ராஜகிருஹம் பார்க்கப் போனோம். இந்த இடம் கிழக்கிந்திய ரயில்வேயின் திலய்யா என்ற ரயில் நிலையத்திலிருந்து பதினாறு மைல் தொலைவிலிருந்தது. புத்தர் வாழ்ந்த காலத்தில் இது மகத தேசத்தின் தலைநகராக இருந்தது. கிரிதரகூடம், பாண்டவம், வைபாரம் மற்றும் சில மலைகள் சூழ்ந்தது. அங்கே ஒரு வெந்நீர் ஊற்று இருந்தது. புத்தரின் காலத்தில் இது 'தபோதா' என்றழைக்கப்பட்டது. இதற்குச் சற்று தூரத்தில் 'சப்த பர்ணி' என்றொரு குகை இருக்கிறது. புத்தர் பரிநிர்வாணமடைந்த பிறகு மகா காஸ்யபர் இங்கேதான் ஐந்நூறு பிக்குகளைக் கூட்டி, புத்தரின் போதனைகளான தம்மத்தையும் விநயத்தையும் ஒழுங்குபடுத்தினார். இந்தக் கூட்டத்திற்காக மன்னர் அஜாதசத்ரு குகையின் வாசலில் பிரம்மாண்டமான பந்தலை அமைத்ததாகச் சொல்லப்படுகிறது. புத்தர் மறைந்து சில ஆண்டுகளிலேயே ராஜகிருஹம் வீழ்ச்சியைக் காணத் தொடங்கியது. நந்த வம்ச அரசர்கள் தங்களின் தலைநகரத்தை பாடலிபுத்திரத்துக்கு மாற்றினார்கள்; இதனால் ராஜகிருஹம் சோபை இழந்தது. இப்போதும் அது வெறிச்சோடித்தான் இருக்கிறது. உதாசி பிரிவுச் சன்னியாசி ஒருவர் அருகிலுள்ள கிராமத்தில் ஒரு மடம் கட்டியிருக்கிறார். புத்தகயாவுக்கும் மகந்துக்கும் தொடர்பிருந்தது போன்று, இந்த இடத்திற்கும் சன்னியாசிக்கும் தொடர்பேதுமில்லை. மகத நாட்டரசருக்கு இங்கே ஒரு மாளிகை இருந்தது. அந்த இடம் ஜராசந்தன் மாளிகை இருந்த இடமாக இப்போது சொல்லப்படுகிறது. யாத்திரிகரிடமிருந்து பணம் பறிப்பதற்காகப் பிராமணர்கள் இங்கிருக்கும் வென்னீர் ஊற்றுக்கு ஒரு பௌராணிகப் பெயரை இட்டிருக்கிறார்கள்! ஆனால் கயா பெற்ற முக்கியத்துவத்தை இந்த இடம் பெறவில்லை. ஒரு நாள் அங்கே தங்கிவிட்டு நாங்கள் புத்தகயா திரும்பினோம். அதன் பின்னர் உபாசகரும் நானும் குஷினரா போனோம்.

குளிர்காலம் ஆரம்பிக்கவிருந்தது. பழைய இடத்தில் என் துணிகளைக் கொண்டு ஒரு கூடாரம் போட்டு, ஒரு கட்டிலையும் இட்டு வசிக்கத் தொடங்கினேன். மாரிக்காலத்தில் நான்கு

மாதங்கள் புத்தகயாவில் கழித்ததில் என்னுடைய ஏகாந்த வாசம் தடைப்பட்டது. மகந்தும் அவரது சீடர்களும் செய்யும் அடாத செயல்கள் பற்றி அடிக்கடி வந்த செய்திகள் என் மனஅமைதியைக் குலைத்தன. எனவே, ஏழெட்டு மாதங்கள் மீண்டும் ஏகாந்தத்தில் கழிப்போம் என்று எண்ணினேன். அந்தச் சமயத்தில் சந்திரமுனி என்ற இளம்வயது பர்மிய பிக்கு குஷினராவில் தங்கியிருந்தார். இவர் சமஸ்கிருதமும் இந்தியும் கற்றுக்கொள்வதற்காக கேஜாரி நிறைய பணம் செலவழித்தார். மகாவீருக்குப் பின் குஷினராவின் தர்மசாலையைக் கவனித்துக் கொள்ளப் போவதும் இவர்தான். நான் ஏகாந்த வாசம் செய்ய விரும்புகிறேன் என்றால் மாண்ட்லேக்குப் போகும்படி அவர் சொன்னார். அந்த நகரத்திற்கு அருகில் சகாஇங்[2] என்ற மலையில் குகைகள் இருப்பதாகவும் பிக்குகள் பலர் அவற்றில் தியான வாழ்க்கை வாழ்வதாகவும் சொன்னார். சந்திரமுனி சமீபத்தில்தான் பர்மாவிலிருந்து வந்திருந்தார், எனவே அவர் சொன்னதை நான் நம்பினேன்; பர்மாவுக்கு மீண்டும் செல்லத் திட்டமிட்டேன். ஆனால் அதற்கு முன்னர் நான் குஷினராவில் இன்னும் ஒரு மாதம் இருந்தாக வேண்டும்.

இங்கே உள்ள மக்கள் திருட்டுக் குணமுள்ளவர்கள் என்று நம்பப்பட்டது. பிக்கு மகாவீர் தர்மசாலைக்காக 1500 ரூபாயுடன் தெகசில் தௌரியாவிலிருந்து வந்துகொண்டிருந்தபோது, திருடர்கள் வழிமறித்து அவர் வந்த வண்டியைக் குடைசாய்த்து, அவரது பையைத் திருடிச் சென்றுவிட்டார்கள். தர்மசாலைக் கட்டுவதற்கு முன்னால் பிக்கு மகாவீரும் அவரது சீடர் ஒருவரும் ஒரு குடிலில் வசித்து வந்தார்கள். ஒரு நாளிரவு திருடன் உள்ளே நுழைந்து அவர் தனது தலையணையின் கீழே வைத்திருந்த பட்டு துவராடையை எடுத்துச் சென்றுவிட்டான்! மற்றொரு சந்தர்ப்பத்தில், திருடர்கள் புத்தர் ஆலயத்தின் பூட்டை உடைத்து புத்தரின் உருவச்சிலைக்குக் கம்போடிய இளவரசர் அணிவித்திருந்த விலையுயர்ந்த வஸ்திரத்தைத் திருடிக்கொண்டு போய், வயற்காட்டில் புதைத்து வைத்துவிட்டார்கள்! ஆறுமாதம் கழித்துப் போலிஸ் அதைக் கண்டுபிடித்தது.

மக்கள் இப்படி இருந்தாலும், பௌத்தர்கள்மீது பகைமை இருந்தாலும் என்னிடம் அவர்கள் வேறுமாதிரிதான் நடந்து கொண்டார்கள். நான் என் துவராடையையும் பிட்சைப் பாத்திரத்தையும் அங்கேயேதான் வைத்திருப்பேன், யாரும் அவற்றைத் தொட்டதில்லை. நான் குஷினராவுக்கு மீண்டும் திரும்பிய போது கிராமத்தவர்கள் என்னைத் தங்களின் வீட்டிற்கு

2. பௌத்தவிகாரைகள் நிறைந்த நகரமான சகாஇங் மாண்ட்லேக்கு 20 கி.மீ. தென்மேற்காக ஒரு நதிக்கரை அருகில் இருக்கிறது.

அன்போடு அழைத்துச் சென்று உணவளித்தார்கள். இவர்கள் என்னிடம் மட்டும் ஏன் இப்படி நடந்துகொள்கிறார்கள் என்று எனக்குப் பல நாட்கள் பிடிபடாமலே இருந்தது. ஒரு நாள் குடியானவர் ஒருவரின் வீட்டில் சாப்பிட்டுவிட்டுத் திரும்பும் வழியில் நான் கைத்துடைக்கும் சிறியதொரு துண்டைக் கீழே போட்டுவிட்டேன். ஒரு பையன் அதை எடுத்து அவனது அம்மாவிடம் கொடுத்திருக்கிறான். இதைக் கேள்விப்பட்ட அக்கம்பக்கத்தவர்கள் “புவாவின் துணியைத் திருடி இந்த ஊருக்கு நாசம் செய்ய நினைத்திருக்கிறாயா நீ” என்று அந்தப் பெண்மணியைத் திட்டியிருக்கிறார்கள். பாவம் அந்தப் பெண் மதிய வேளையில் உடனே என்னிடம் ஓடி வந்து, என் காலைத் தொட்டுக் கும்பிட்டு, “இந்தத் துண்டு வழியில் கிடந்ததென்று என் பையன் எடுத்துவந்தான்; உங்களுடையது என்று அவனுக்குத் தெரியாது. என்னை மன்னித்துவிடுங்கள். ஊர்க்காரரர்கள் நான் திருடிவிட்டதாகத் தேவையில்லாமல் திட்டுகிறார்கள்” என்றாள். நான் அந்தத் துண்டை அவளிடமே திருப்பிக் கொடுத்து விட்டு, அங்கே நின்றிருந்த குடியானவரிடம் “அந்தத் துண்டை நானே மனமாரக் கொடுத்திருக்கிறேன், எனவே அவளையோ அவள் பையனையோ தொந்தரவு செய்யக் கூடாது” என்று சொன்னேன். இன்னொரு குடியானவர் என்னிடம் வந்து, “நீங்கள் எப்படித்தான் இந்தக் காட்டில் இரவு தனியாக இருக்கிறீர்களோ? நாங்கள் சூர்யாஸ்தமனம் ஆகிவிட்டால் தனியாக இறங்கி நடக்கக்கூடப் பயப்படுவோம். பயங்கரமான தேவதைகள் இங்கே வசிக்கிறார்கள்” என்றார். நான் அதற்கு, “அந்தத் தேவதைகள் என்னை ஒன்றும் செய்ய மாட்டார்கள். முடிந்தால் என்னைக் காப்பார்கள், இல்லையென்றால் என் போக்கில் விட்டு விடுவார்கள்; எனக்குக் கெட்டது எதுவும் செய்யமாட்டார்கள்” என்றேன். அவர்களுக்கு என்மீதிருந்த மரியாதைக்குப் பயம்தான் காரணமோ என்று இந்த இரண்டு சம்பவங்களிலிருந்தும் எனக்குச் சந்தேகம் ஏற்பட்டது. மேலும் விசாரித்தபோது, உண்மை அதுதான் என்பது புலப்பட்டது.

அந்தக் கிராமத்தில் ஏகப்பட்ட பொல்லாத பேய்களும் ஆவிகளும் தேவதைகளும் இருந்தன (அப்படித்தான் கிராமத்தவர்கள் நம்பினார்கள்). இவற்றை விரட்ட கிராமத்தவர்கள் பிரபல மந்திரவாதி ஒருவனை அழைத்து வந்தார்கள். அவன் கொஞ்சம் அரிசியை எடுத்து மந்திரம் ஓதி தன் வேட்டியின் முனையில் முடிந்துகொண்டான். பின்னர் ஒரு கட்டிலில் ஏறி அமர்ந்தான்; நான்கு பேர் அந்தக் கட்டிலைத் தூக்கிக்கொண்டு பேய்களும் ஆவிகளும் இருக்கும் இடத்தைச் சுற்றிவர, அவன் மந்திரம் ஓதியபடி சுற்றிலும் அட்சதையைப் போட்டுக்கொண்டு

வந்தான். நான் வசிக்கும் இடத்திற்கு வந்ததும் அவன் திடீரென்று கட்டிலிருந்து கீழே விழுந்தான்! இந்த மந்திர தந்திரங்கள் எல்லாம் முடிந்த பின்னர் அவன், தான் எல்லா ஆவிகளையும் கட்டிவிட்டதாகவும் ஆனால் புத்த ஆலயத்தின் பின்னாலிருக்கும் தேவதையை மட்டும் தன்னால் எதுவும் செய்ய முடியவில்லை என்றும் சொன்னான்! ஆக, இத்தகைய பயங்கர தேவதையின் அருகே இருக்கும் ஆள் நிச்சயமாகத் தேவதைகளையும் சாதாரண ஆவிகளையும் கட்டுக்குள் வைக்கத் தெரிந்த ஆசாமியாகத்தான் இருப்பார்; அவரிடம் திருட்டோ வேறு ஏதோ செய்யப் போனால் அவ்வளவுதான், கிராமத்தின்மீது பயங்கர ஆவிகளை ஏவி விட்டு விடுவார்! இந்தக் கிராமத்துக்காரர்களுக்கு வியாதிகள் எல்லாம் வரும்! இப்படிப் பயந்துபோய் கிராமத்தவர்கள் என்னிடம் பணிவோடு நடந்துகொண்டார்கள்; என்னைத் தொந்தரவு செய்தால் ஆபத்து என்று எண்ணிக்கொண்டார்கள்!

பிக்கு மகாவீரின் சீடரான பிராமண பிக்குவுக்குக் கண்பார்வை மங்கிக்கொண்டே வந்தது. இரண்டு கண்களிலும் புரை வந்து கிட்டத்தட்ட பார்வையை இழக்கும் நிலைக்கு வந்து விட்டார். நான் அவரை காசாயாவிலிருக்கும் ஒரு வங்காள மருத்துவரிடம் கூட்டிக்கொண்டு போனேன்; முதியவரை கோராக்பூர் கூட்டிச் சென்று புரையை நீக்கும்படி சொன்னார். எனவே, அந்த முதிய பிக்கு, ஒரு இளம்சிறுவன், நான் மூவரும் கோரக்பூர் போனோம். எங்கள் துரதிருஷ்டம், கண்புரை நீக்குவதில் அனுபவம் வாய்ந்த மருத்துவர் அங்கிருந்து மாறிபோய், அவரது இடத்தில் மற்றொரு பொது மருத்துவர் வந்திருந்தார். ஐக்கிய மாகாணத்து மருத்துவமனைகள் எப்படி சுத்தமில்லாமல் இருக்கும் என்று முன்பே குறிப்பிட்டிருக்கிறேன். இந்த மருத்துவமனையில் நோயாளிகளைக் கவனிப்பார் யாருமில்லை. இந்தப் பிரதேச மக்களோ அறியாமையில் உழல்பவர்கள்; ஒருவர் சமைத்ததை மற்றவர் சாப்பிட மாட்டார். பிராமணர் சமைத்தாலும் அவர் சாதிக்காரர்களே ஏற்றுக்கொள்ள மாட்டார்கள். எனவே மக்கள் மருத்துவமனையில் எங்கு பார்த்தாலும் அடுப்பை மூட்டி அந்த இடத்தை அசிங்கப்படுத்தி வைத்திருப்பார்கள்.

நாங்கள் போன அன்றே, ஒரு கண்ணில் புரையை நீக்கி விட்டார்கள். ஆனால் அறுவை சிகிச்சைக்கு முன் செய்ய வேண்டிய அவசியமான முன்னெச்சரிக்கை நடவடிக்கை எதுவும் செய்யப்படவில்லை. இந்த விஷயங்களைப் பற்றி எனக்கு எதுவுமே தெரியாதென்பதால் எதுவும் என்னால் சொல்ல முடியவில்லை. உதவி மருத்துவர் பெரிய மருத்துவரைப் பற்றி என்னிடம் தனியாகக் குறைப்பட்டுக்கொண்டாலும் அவரும் அமைதியாகத்தான் இருக்க வேண்டியிருந்தது. அவரோடு பின்னால் நல்ல பரிச்சயம்

ஏற்பட்டது; கோராக்பூரிலிருக்கும் அவரது வீட்டில் சாப்பிட்டும் இருக்கிறேன்.

உடன் வந்திருந்த பையனிடம் முதிய பிக்குவைப் பார்த்துக் கொள்ளச் சொல்லி, உதவி மருத்துவரிடமும் கவனித்துக் கொள்ளுமாறு கேட்டுக்கொண்டு விட்டு, நான் சிராவஸ்தி போன்ற புராதன பௌத்த இடங்களைப் பார்க்கப் போனேன். நான் பணத்தைக்கொண்டு போக விரும்பவில்லை; எனவே ஒன்றரை ரூபாய்க்குத் தபால்தலைகளாக வைத்திருந்தேன். பையனிடம் சொல்லி ரயிலுக்குப் பயணச்சீட்டு வாங்கிக்கொண்டு பல்ராம்பூர் சென்றேன். அந்த இடத்துக்குக் காலையில் போய்ச் சேர்ந்தேன். அங்கே ஒரு மகாராஜா இருந்தார். அவருக்கு வருடத்திற்கு அறுபது, எழுபது லட்சம் வருமானம் இருந்தது. எனக்கு அவரிடம் எதுவும் வேண்டியிருக்கவில்லை; ஆனாலும் வட இந்தியாவில் வேறு இடங்களிலுள்ள அரசக் குடும்பத்தவர்கள்போல இவரும் யாத்திரிகர்களுக்கு ஏதாவது ஏற்பாடுகள் செய்திருப்பார் என்று எதிர்பார்த்து நேராக மாளிகைக்கே போனேன். காவலர்கள் மட்டும் என்னைத் தடுத்தார்கள்; மற்றபடி யாரும் என்னைக் கண்டுகொள்ளவில்லை. கடைசியில் ராஜகுருவின் மகனைப் பார்த்தேன். அவர் வீட்டிற்கு அழைத்துச் சென்று உணவளித்தார். சாப்பிட்டு முடித்து நான் சிராவஸ்தி செல்லும் சாலையில் நடந்தேன். பல்ராம்பூரிலிருந்து பத்து மைல் தூரத்தில் இருக்கும் இந்த இடம் இப்போது 'சஹ்யாத் மஹ்யாத்' என்றழைக்கப்படு கிறது. மாலை ஐந்து மணி வாக்கில் அதை அடைந்தேன். இப்போது அங்கே மனித நடமாட்டமே இல்லை; இடமே புதர் மண்டி விட்டது. அச்சிராவதி நதி (இப்போது ரப்தி) அங்கே ஓடுகிறது; அதைச் சுற்றியுள்ள இயற்கையழகு உண்மையிலேயே ரம்மிய மானது. இங்கே நாம் அநாத பிண்டிகன் கட்டிக்கொடுத்த ஆரமா (விகாரை) இருந்த இடத்தைக் காணலாம். இப்போது அங்கிருப்பதெல்லாம் பிரம்மாண்ட கட்டடமொன்றின் செங்கல், மண் குவியல்கள்தான். அகழ்வாராய்ச்சித் துறை சில இடிபாடுகளைத் தோண்டி, கல்வெட்டுகள், புத்தரின் உருவச் சிலைகள் போன்ற பலவற்றைக் கண்டெடுத்திருக்கிறது; ஆனால், இங்கே அருங்காட்சியகம் இல்லை என்பதால், அவற்றை கல்கத்தாவிலுள்ள அருங்காட்சியகத்துக்கு அனுப்பிவிட்டார்கள்.

இந்த இடத்தைப் பார்த்துவிட்டு அன்றிரவை வரும்வழியில் கிராமமொன்றில் கழித்தேன். மறுநாள் காலை அங்கிருந்த பிராமணர் ஒருவரின் வீட்டில் சாப்பிட்டேன்; ஒருவரிடம் கொஞ்சம் தபால்தலைகளைக் கொடுத்து, உஸ்காபஜாருக்குச் சீட்டு வாங்கச் சொன்னேன். இது நேபாள எல்லைக்கு அருகிலுள்ள ரயில்நிலையம்; புத்தர் பிறந்த ஊர் இங்கிருந்து இருபத்தாறு மைல்

தொலைவில் இருந்தது. நான் அன்று காலையே ரயில்நிலையம் அடைந்தேன். நான் பர்மிய காலணி அணிந்திருந்தேன்; என் பயணத்துக்கு அதனால் தொல்லைதானே தவிர உபகாரமில்லை. எனவே ஸ்டேஷன் மாஸ்டரிடம் "இந்தக் காலணிகளை இங்கே விட்டுப் போகிறேன்; கொஞ்சம் நாள் இங்கே இருக்கட்டும்" என்றேன். அந்த ஸ்டேஷன் மாஸ்டர், வங்காளி அன்பர், சொன்னார், "உங்கள் காலணிகள் இங்கே இருப்பதில் எனக்கு எந்த ஆட்சேபணையுமில்லை; ஆனால் நீங்கள் எங்கிருந்து வருகிறீர்கள், எங்கே போகிறீர்கள் என்பதைத் தெரிந்துகொள்ள ஆவலாக இருக்கிறேன். கொஞ்சம் நேரம் நீங்கள் காத்திருப்பீர்களா? எனக்குச் சில அவசர வேலைகள் இருக்கின்றன; பதினைந்து நிமிடத்தில் உங்களைச் சந்திக்கிறேன்" என்று சொல்லிவிட்டு வேகமாக உள்ளே சென்று தன் வேலையைப் பார்க்கத் தொடங்கினார். நான் வெளியே பெஞ்சில் அமர்ந்தேன். அரை மணிநேரத்தில் அவர் வெளியே வந்து, "இனி எனக்கு ஓய்வுதான்; உங்களைப் பற்றி சொல்லுங்கள்" என்றார். நான் எனது திட்டத்தைச் சுருக்கமாகச் சொன்னேன். அவர் சொன்னார், "பர்மாவிலிருந்து சில யாத்திரிகர்கள் இங்கே வந்தார்கள்; இதனால் புத்தர் பிறந்த ஊர் இங்கிருந்து தொலைவு என்பது அவர்கள் மூலமாக எனக்குத் தெரிய வந்தது. அவர்களுக்குச் சரி, ஏனென்றால் அவர்களிடம் பணமிருந்தது; மாட்டு வண்டி பிடித்துப் போயிருப்பார்கள். உங்களால் அவ்வளவு தூரம் நடந்துபோக முடியாது. வேறு ஒரு வழி இருக்கிறது, அதற்காகத்தான் நான் உங்களை இருக்கச் சொன்னேன். இங்கிருந்து சோக்ரத்கஞ்சிற்குப் புதிதாக ரயில்வே லைன் போட்டிருக்கிறார்கள். பாஸன்சர் இன்னும் ஓட ஆரம்பிக்கவில்லை; எப்போதாவது கூட்ஸ் ரயில் போகும். இங்கே ஒரு காயஸ்த ஸ்டோர் கீப்பர் இருக்கிறார். நாளையோ மறுநாளோ ஏதாவது கூட்ஸ் இருக்கிறதா என்று அவருக்குத் தெரியும். இருந்தால் நீங்கள் அதில் சோக்ரத்கஞ்ச் போய்விடலாம். சோக்ரத்சிங் என்ற சத்திரிய ஜமீந்தார் அங்கே இருக்கிறார்; அவர் நல்ல மாதிரி; யாத்திரிகர்களுக்கு உதவ எப்போதும் தயாராக இருப்பார். என் பெயரைச் சொல்லுங்கள். அவர் நேபாளச் சமவெளிப் பகுதிக்கு நீங்கள் போக வேண்டிய ஏற்பாடுகளைச் செய்து தருவார்."

ஸ்டேஷன் மாஸ்டர் சொன்ன வழி எனக்குப் பிடித்தது. எனவே அவர் ஸ்டோர்கீப்பரை வரவழைத்து, எனக்கு ஏதாவது செய்ய முடியுமா என்று கேட்டார். ஸ்டோர்கீப்பரும் நல்லவர்; என்னைப் பத்திரமாகச் சோக்ரத்கஞ்சில் கொண்டுபோய்ச் சேர்ப்பதாகச் சொன்னார். போதாததற்கு அன்று அவர் வீட்டில் எனக்குச் சாப்பாடும் போட்டார். அதன்பிறகு, சோக்ரத்கஞ்ச்

செல்லும் கூட்ஸ் ரயிலில் ஏற்றிவிட்டார். மாலை நான்கு மணிக்கு அங்கே போய்ச் சேர்ந்ததுமே நான் சோக்ரத்சிங் பாபுவின் வீட்டிற்குப் போனேன். பாபு அவரது முறைப்படி என்னை மரியாதையோடு வரவேற்றார். பௌத்தம் பற்றி தன்னிடம் இருந்த ஒன்றிரண்டு புத்தகங்களை எனக்குக் காண்பித்தார். இரவு எனக்கு உணவு தேவையில்லை. எனவே அவர் தனது ஆதரவிலிருக்கும் ஒரு பண்டிதர் வீட்டில் இரவு நான் தங்குவதற்கு ஏற்பாடு செய்தார். பண்டிட்ஜிக்குக் கொஞ்சம் சமஸ்கிருதம் தெரியும், ஆனாலும் நான் காசியில் படித்தவன் என்பதால் என்னிடம் அவர் சொற்போரில் இறங்கவில்லை! அதுபோக, நான் அவரது போஷகரால் அனுப்பப்பட்டிருக்கிறேன்; எனவே எனக்கு எந்த விதத்திலும் தொந்தரவு கொடுப்பது அவருக்கு நல்லதல்ல. மறுநாள் அவர் எனக்குக் *பக்கி ரசாயி* பரிமாறினார் (பாலும், பூரியும், மாவு சேர்க்காமல் தயார்செய்த தொடுகறியும் கொண்ட உணவுக்கு வட இந்தியாவில் *பக்கி ரசாயி* என்று பெயர்; சோறும் அரிசியால் செய்த எந்தப் பண்டமும் *கச்சி ரசாயி*; சன்னியாசிகளுக்கு இது ஆசாரமில்லை.) நான் கச்சி ரசாயியே சாப்பிட்டிருப்பேன்; அந்தப் பிராமண பண்டிதர்தான் அது முறையல்ல என்று நினைத்தார். அது போகட்டும்.

சாப்பாட்டிற்குப் பிறகு நான் கபிலவஸ்துவுக்குக் கிளம்பினேன். சோக்ரத்சிங்பாபு தன்னோடு இரண்டு நாட்கள் இருந்துவிட்டுப் போகச் சொன்னார். அவரிடம் நான் கோராக்பூரில் முதிய பிக்குவை விட்டுவிட்டு வந்திருப்பதைச் சொல்லி, சீக்கிரம் அங்கே திரும்ப வேண்டும் என்றதும் அவர் வற்புறுத்தவில்லை. நேபாள சமவெளிப் பகுதியில் தனியாகக் கஷ்டப்படுவேன் என்பதைப் புரிந்துகொண்ட அவர் தனது பராமரிப்பிலிருந்த ஒரு குடும்பத்தைச் சேர்ந்த நேர்மையான நாவிதர் ஒருவரை உடன் அனுப்பினார். பாபு அவரிடம் மளிகை சாமான்களும் வழிச்செலவுக்கு ஒரு ரூபாயும் கொடுத்தார். கபிலவஸ்து அங்கிருந்து ஏழு மைல்தான்; தேக்கு மரக்காட்டின் நடுவிலிருந்த ஆளரவமற்ற இடம் அது. அதனருகில் இருக்கும் ஊர் நிக்லிவா. கோணாகமன (கனகமுனி) புத்தரின் நினைவாக அசோகர் அங்கே எழுப்பிய கற்தூண் ஒன்று உடைந்து கிடந்தது. மக்கள் இந்தத் தூணை நிகாலி என்றழைத்தார்கள்; அப்படித்தான் இந்த ஊருக்கு 'நிக்லிவா' என்று பெயர் வந்தது.

சோக்ரத்கஞ்சிலிருந்து நேபாள எல்லை இரண்டு மைல்; அங்கிருந்து நிக்லிவா ஐந்து மைல். ஆனால் நேபாளச் சமவெளிப் பாதை தந்த கஷ்டத்தை வார்த்தைகளால் சொல்ல முடியாது. சில இடங்களில் ஊருணிக் கரைகள் வழியே செல்ல வேண்டும்; நாங்கள் போகும் போது அவை நீர் நிரம்பியிருந்தன. சில

நிமிடம் கழித்து, கரை அடித்துச் சென்றுவிட்ட ஊருணியின் ஊடாக நடக்க வேண்டியிருந்தது. பாதை இவ்வளவு மோசமாக இருந்ததால், சோக்ரத்கஞ்சிலிருந்து அதிகாலையிலேயே நாங்கள் கிளம்பியிருந்தாலும் நிக்லிவாவை அந்திக்குச் சற்று முன்னர்தான் போய் எட்டினோம். எனது மஞ்சள் துவராடையைப் பார்த்து அங்குள்ள மக்கள் எங்கள் இருவரையும் வீட்டிற்குள் விடவில்லை. கடைசியாக நாவிதர் என்னிடம், "இந்த ஆட்களிடம் எதுவுமே கேட்கப் போகாதீர்கள். நான் அடுத்த வீட்டில் போய்க் கேட்டு விட்டு வருகிறேன். நான் வரும்வரையிலும் நீங்கள் இங்கேயே நில்லுங்கள்" என்றார்.

அவர் சொல்வதைக் கேட்பதைத் தவிர எனக்கு வேறு வழி தெரியவில்லை. அவர் அருகிலிருந்த வசதியான விவசாயியின் வீட்டிற்குச் சென்று அங்கிருந்தவர்களிடம் சோக்ரத்பாபு என்னை அனுப்பியிருப்பதாகவும் என்னைப் பார்த்துக்கொள்ளத் தன்னை அனுப்பியிருப்பதாகவும் சொன்னார். சோக்ரத்பாபுவுக்கு நேபாளச் சமவெளியில் ஏகப்பட்ட நிலங்கள் இருந்ததால் அவர்களிடம் நல்ல மதிப்பு. அவர் பெயரைச் சொன்னதுமே மக்கள் என்னை மரியாதையோடு வரவேற்றார்கள். நான் அவர்களிடம், "ஐயாமாரே, கொஞ்சம் நேரம் முன்புதான் என்னிடம் பேசக்கூட நீங்கள் விரும்பவில்லை; இப்போதோ மரியாதை எல்லாம் பலமாக இருக்கிறது" என்றேன். அதற்கு அவர்கள், "மகராஜ், உங்கள் உடை எங்களைப் பயமுறுத்தியது. உங்களுக்குத் தஞ்சம் கொடுத்தால் நேபாள அரசாங்கம் எங்களைத் தண்டித்துவிடுமோ என்ற பயம் வந்துவிட்டது! உங்கள் பிரிட்டீஷ் அரசாங்கம்போலத்தான் இங்கே இவர்கள். எதற்குத்தான் என்றில்லை, எல்லாவற்றிற்கும் பயப்பட வேண்டியிருக்கிறது. எதற்குத் தண்டிப்பார்கள், எதற்கு மாட்டார்கள் என்று சொல்ல முடியாது! ஆனால் சோகரத்பாபுவின் பெயரைச் சொன்னதும் எங்கள் பயம் போய்விட்டது. அவருக்கு நேபாள அரசாங்கத்திடமும் நல்ல செல்வாக்கு உண்டு; அவர் அனுப்பிய ஆளுக்கு இடம் கொடுத்தால் ஆபத்தில்லை என்று நினைத்தோம். அதனால்தான் இப்போது உங்களை நல்லமுறையில் வரவேற்றோம்" என்றார்கள்.

இவர்கள் சொல்வதுபோல நேபாள அதிகாரிகள் இவர் களுக்குத் தொல்லை கொடுக்கிறார்களா என்று எனக்குத் தெரிய வில்லை. ஆனால் ஊருக்கு வரும் ஒருவருக்கு இடம்கொடுத்தால் இவர்களுக்குத் தொந்தரவு ஏற்படும் என்று எனக்குத் தோன்ற வில்லை. நேபாள அரசாங்கத்தின் பெரிய குறைபாடு இந்த மக்களுக்குக் கல்வியறிவை வழங்காததுதான். நேபாள சமவெளிப் பகுதியிலிருக்கும் மக்கள் தோற்றத்தில் அயோத்தி போன்ற இடங்களிலிருக்கும் மக்களைப் போலவே இருப்பார்கள்;

நேபாளிகள்போல இருக்க மாட்டார்கள். இந்தியர்கள்தான் இங்கே வந்து குடியேறியிருக்கிறார்கள். ஆனால் வட இந்தியாவி லிருக்கும் இவர்களின் சகோதரர்களைப் போல இவர்கள் அவ்வளவு முன்னேறவில்லை. முன்பே சொன்னதுபோல, கல்வியில் வடஇந்தியா முழுவதுமே பிற்பட்டுத்தான் இருக்கிறது. ஆனாலும் அங்கே வந்தாரைக் கனிவோடு வரவேற்கிறார்கள். அந்தக் குணம், இந்தச் சமவெளி மக்களிடம் இல்லை. என்னோடு வந்த நாவிதர், இவர்கள் பயங்கரமானவர்கள், உதவ மாட்டார்கள் என்று என்னிடம் பலமுறை சொன்னார். நேபாள எல்லைக்கருகில் வசித்தாலும் – அவரது உறவினர்கள்கூட இந்தப் பிரதேசத்தில் இருக்கலாம் – அவருக்கு இவர்கள்மீது கொஞ்சம் பயமிருக்கத்தான் செய்தது. எது எப்படியோ, சோக்ரத்சிங்கின் பெயருக்கு நல்ல பலனிருந்தது. எங்கே போனாலும் என்னுடன் வந்த நாவிதர் அங்கே இருக்கும் வசதியான விவசாயியை முன்கூட்டியே போய்ப் பார்த்து, நான் சோக்ரத்பாபு அனுப்பிய ஆள், சமையல் சாமான்கள் கொண்டு வந்திருக்கிறோம், தங்க இடம்தான் தேவை என்பதைச் சொல்லிவிடுவார். அவ்வளவுதான், சாப்பாடும் பிறவும் எங்களுக்கு ஏற்பாடாகிவிடும்.

நிக்லிவாவிலிருந்து கிழக்கே பதினான்கு மைல் தொலைவில் லும்பினிதேவி இருக்கிறது. ஒரு குடியானவர் வீட்டில் இரவு தங்கிவிட்டு மறுநாள் காலை லும்பினிதேவியை அடைந்தோம். பகவான் புத்தர் பிறந்த இடத்திலிருந்து தெற்கே இரண்டு மைல் தொலைவில் லும்பினிதேவி கிராமம் அமைந்துள்ளது. புத்தர் பிறந்த இடத்திற்குத்தான் முதலில் போனோம், கிராமத்திற்கல்ல. பௌத்த நூல்கள் இந்த இடத்தை ‘லும்பினிவனம்’ எனக் குறிப்பிடு கின்றன. தூரத்திலிருந்து பார்த்தால் புராதன இடிபாடுகளும் அவற்றில் முளைத்து வளர்ந்து நிற்கும் மரங்களும்தான் தெரிகின்றன. அசோகரின் கற்தூணைப் பார்க்கப் போனோம்; அதில், ‘பகவான் புத்தர் இங்கேதான் பிறந்தார்; எனவே நேராகவே பூஜிக்க வந்த நான் இந்தத் தூணை நிறுவினேன்’ என்ற பொருளில் வாசகங்கள் பொறிக்கப்பட்டிருந்தன. சில ஆண்டுகளுக்கு முன்னர் அகழ்வாரய்ச்சித் துறை இதை ஒரு மண்மேட்டிலிருந்து தோண்டி வெளியே எடுத்தது. அதன் மேற்பகுதி உடைந்து போயிருக்கிறது; மீதமுள்ள பத்தடி கீழ்ப்பகுதியே இப்போது நின்றுகொண்டிருக்கிறது. நான் உள்ளே சென்று தூணின் வாசகங்களைப் படித்தபோது என் கன்னங்களில் கண்ணீர் வழிந்தது. பாவம் அந்த நாவிதர் வியப்போடு என்னையே பார்த்துக்கொண்டிருந்தார்! சில நிமிடங்கள் அந்தத் தூணின் அருகிலேயே அமர்ந்தேன். அந்த இடத்தின் தரிசனம் கிடைத்ததில் எனக்குப் பேரானந்தம்; அது இப்படிப் பாழ்பட்டிருந்ததுகூட

எனக்குப் பொருட்டாகத் தெரியவில்லை. ஆனால் அந்த ஆனந்தம் நீண்ட நேரம் நீடிக்கவில்லை.

அந்த மண், கற்குவியலிருந்து மாயாதேவியின் உருவச் சிற்பமொன்றைக் கண்டெடுத்து, அதை வைத்து ஒரு சின்னக் கோவில் கட்டப்பட்டிருக்கிறது. நேபாள அரசாங்கம் இதைக் கட்டியதா அல்லது வேறு எவரேனும் கட்டினார்களா என்று எனக்குத் தெரியவில்லை. நேபாளத்திற்குக் குடிபெயர்ந்த ஒரு திபெத்திய லாமா இங்கே முன்பு தங்கியிருந்தார். சுவர்களில் அவர் வரைந்திருக்கும் ஓவியங்களையும் எழுதியிருக்கும் மந்திரங்களை யும் இன்றும் காணலாம். சிற்பத்தில் மாயாதேவியின் உருவம் சிதைவடைந்து விட்டது. பௌத்த புனித நூல்கள் விவரிக்கும் புத்தர் பிறக்கும் காட்சியை அதில் பார்க்க முடிகிறது. பிரம்மதேவரே அந்த சிசுவை வாங்கிக்கொள்ளும் காட்சி செதுக்கப்பட்டிருக்கிறது. இதில் துயரமான, ஆச்சரியப்பட வைக்கும் விஷயம், அந்த உருவச்சிலைக்கு லும்பினிதேவி (லும்பினியின் தேவி) என்று இந்த மக்கள் பெயரிட்டு விலங்குகளைப் பலிகொடுக்கிறார்கள்! நேபாளி அரசாங்கமும் நிறைய விலங்குகளைப் பலிகொடுக்கிறது! கோவிலின் வெளிப்பகுதி ரத்தத்தில் குளித்திருந்தது! அருவருப்பான இந்தக் காட்சி என்னை மிகவும் நோகச் செய்தது. உலகத்தின் துக்கத்தைப் போக்க வந்தவரும், உயிர்கள் அனைத்தின்மீதும் கருணையைப் பொழிந்தவருமான அந்த மாபெரும் இந்திய முனியை ஈன்ற தாயின் முன் நூற்றுக்கணக்கான விலங்குகள் பலியிடப்படுகின்றன! என்ன பேதைமை, என்ன மடமை, என்ன கொடுமை! ஆனால் இந்த நிலையை மாற்ற என்னிடம் ஏது வழியுமில்லை; எவ்வளவுத் துக்கப்பட்டாலும் ஒன்றும் ஆகப்போவதில்லை. எனவே அந்த இடத்தை மீண்டும் ஒருமுறை நன்றாகப் பார்த்துவிட்டு, என்னை நானே தேற்றிக்கொண்டு லும்பினிதேவி கிராமத்திற்குள் நுழைந்தேன்.

லும்பினிதேவியில் யார் வீட்டில் உண்டேன், அங்கிருந்து எங்கே போனேன் என்றெல்லாம் எனக்கு நினைவில்லை; என் கண்முன்னே மாயாதேவிக் கோவிலின் வெளிப்புறத்தில் கண்ட காட்சிதான் மீண்டும் மீண்டும் தோன்ற, வேதனையும் வெறுப்பும் என்னைப் பீடித்தன. சுருக்கமாகச் சொன்னால், நாவிதரும் நானும் பக்வான்பூரிலிருந்து உஸ்காபஜார்வரை நடந்தோம். எங்களிட மிருந்த பணத்தையோ அல்லது மளிகை பொருட்களையோ நாங்கள் பயன்படுத்தவே இல்லை. கோரக்பூருக்குத் திரும்பிச் செல்லும் பயணச்சீட்டிற்கான தொகையைத் தபால் தலைகளாக ஏற்கனவே ஸ்டேஷன் மாஸ்டரிடம் கொடுத்திருந்தேன். எனவே எனக்குப் பணத்தேவை இல்லை. ஒரு ரூபாய் பணத்தையும்

மளிகைப் பொருட்களையும் நாவிதரிடமே எடுத்துக்கொள்ளச் சொல்லிவிட்டு, ரயிலேறி கோரக்பூர் வந்து சேர்ந்தேன்.

எங்கள் முதிய பிக்குவின் கண்ணில் பார்வைப் பாழாகி விட்டது; அதற்காக அவர் மருத்துவரை மட்டுமல்ல, என்னையும் சேர்ந்துக் கடுமையாகச் சாடினார்! ஆனால் பார்வை போனது போனதுதான். நான் அவரை குஷினராவுக்குத் திரும்பவும் அழைத்துவந்து, தர்மசாலையில் கொண்டு இருத்தி, எனது பர்மா பயணத்துக்கான தயாரிப்புகளில் இறங்கினேன்.

இந்த வருடத்தில் நான் பல இடங்களுக்கும் போனேன்; பலவிதமான மனிதர்களையும் சந்தித்தேன். முக்கியமாக நான் குஷினரா, புத்தகயா, ராஜகிருஹம், சிராவஸ்தி, கபிலவஸ்து, லும்பினிவனம் ஆகிய புண்ணியத் தலங்களைத் தரிசித்தேன். எனவேதான் இந்த அத்தியாயத்திற்கு 'பௌத்தப் புனிதத் தலங்களுக்கு யாத்திரை' என்று பெயர் கொடுத்தேன். இந்தப் புனிதத் தலங்களில் பௌத்தர்கள் மிகவும் புனிதமாகக் கருதுபவை, புத்தர் பிறந்த லும்பினிதேவி, ஞானமடைந்த புத்தகயா, முதலில் தம்மத்தைப் போதித்த சாரநாத், பரிநிர்வாணமடைந்த குஷினரா ஆகியவை. (இங்கேதான் ததாகதர்[3] அவதரித்தார்... இங்கேதான் ததாகதர் பூர்ணஞானம் பெற்றார்... இங்கேதான் ததாகதர் தர்மச்சக்கரப் பிரவர்த்தனம் செய்தார்... இங்கேதான் ததாகதர் பரிநிர்வாணம் அடைந்தார் – பௌத்த உபாசகர் அனைவரும் தரிசிக்க வேண்டிய தலங்கள் இவை. மகா பரிநிர்வாண ஸூத்தம்)

---

3. ததாகதர் என்பது புத்தரைக் குறிக்கும் பட்டம். இதற்குப் பல அர்த்தங்கள் உண்டு. 'பூரணத்துவம் பெற்றவர்' என்பது அவற்றில் ஒன்று.

15

மீண்டும் பர்மாவில்

கேஜாரிக்குச் சந்திரமுனி கடிதம் எழுதி, நான் கல்கத்தாவிலிருந்து பர்மா செல்லும் பயணச் செலவுக்கான பணத்தை முன்கூட்டியே ஏற்பாடு செய்துவிட்டார். புத்தகயாவிலிருந்து சிங்கள உபாசகரும் உடன் வந்தார் என்று நினைவு. குஷினரா வந்த அவர் பர்மாவுக்குத் தானும் வர விரும்பினார். பிக்கு மகாவீர், தெகசில் தௌரியாவிலிருந்து கல்கத்தா செல்லும் பயணத்துக்கான தொகையைத் தந்தார். இந்தச் சமயத்தில் நான் ஒன்றோ இரண்டோ நாள்தான் கல்கத்தாவில் தங்கினேன். அங்கிருந்து ரங்கூன் போய் தியான திரிலோக்கைச் சந்தித்தேன். அவரும் மாண்ட்லே வந்து சகாஇங் மலையில் சில தினங்கள் கழிக்க விரும்பினார். எனவே நாங்கள் இருவரும் மாண்ட்லே வந்து அங்கிருந்து சகாஇங் மலையிலுள்ள வூ ராஜேந்திர விகாரையில் தங்கு வதற்கு ஏகினோம். (வூ என்பது பர்மிய மொழியில் மரியாதையைக் குறிப்பது; பிக்குகளுக்கும் பிரசித்தி பெற்ற மனிதர்களுக்கும் முன்னொட்டாக வரும்).

இந்த விகாரையில் சில குடில்களும் நான்கைந்து குடைவரைக் குகைகளும் இருந்தன. இதுபோன்று குறைந்தது ஐம்பது விகாரைகளாவது இந்த மலை களில் உள்ளன. மாண்ட்லே அல்லது சகாஇங் ஊரைச் சேர்ந்த உபாசகர்கள் உணவுக்கான பொருட்களை அளித்துவந்தார்கள். நல்லொழுக்கத்துக்கான பத்து சீலங்களைப் பின்பற்றும் சன்னியாசினிகள்[1] சிலரும் அங்கே இருந்தார்கள்; இவர்கள் உபாசகர்களிட மிருந்து பொருட்களை வாங்கிப் பிக்குகளுக்குச்

1. இவர்கள் பிக்குணிகள் அல்ல.

சமைத்துக் கொடுத்தார்கள். சில இடங்களில் உபாசகர்களே உணவைச் சமைத்துப் பிக்குகளுக்கு அளித்து தாங்களும் உடன் உண்டார்கள். இந்தச் சன்னியாசினிகளின் ஆசிரமம் பிக்கு களின் ஆசிரமத்திற்குத் தொலைவிலிருந்தது; பிக்குகளோ பிற ஆண்களோ அத்தியாவசியத் தேவையிருந்தாலே ஒழிய அங்குச் செல்ல அனுமதியில்லை. அத்தகைய ஆசிரமம் ஒன்றில் 250, 300 சன்னியாசினிகள் இருந்தார்கள். இந்த ஆசிரமத்தின் தலைமைப் பொறுப்பில் பர்மாவின் பிரசித்தி பெற்ற குடும்பத்தைச் சேர்ந்த ஒரு சன்னியாசினி இருந்தார்; அவர் மூன்று பிடகங்களிலும் தேர்ச்சி பெற்றவர், குறிப்பாக அபிதம்ம பிடகத்தில். இந்த நூலிலிருந்து சில அத்தியாயங்களைக் காணாப் பாடமாகக்கூட அவர் சொல்லுவார்; இதனால் சாதாரணப் பிக்குகள் அவரிடம் பௌத்த தம்மம் பற்றிப் பேசவே அஞ்சுவார்கள்.

சன்னியாசினிகளின் அத்தகைய ஆசிரமம் ஒன்று எங்கள் விகாரையிலிருந்து கொஞ்சம் தொலைவில், ஒரு நதிக்கரையில் இருந்தது. நானும் தியான திரிலோக்கும் அங்கே உணவுக்காகச் சென்றிருக்கிறோம். எங்கள் சாப்பாடு காலை பத்து மணிக்குள் முடிந்துவிடும்; அதன் பிறகான பொழுது முழுவதும் தியானம் போன்றவற்றில் கழியும். தியானம் பயில்விப்பதற்காக இங்கே உத்தரா என்ற ஸ்தவிரர் இருந்தார். 'கர்ம ஸ்தானத் தியானம்' செய்வதற்கான வழிமுறையைக் கற்பதற்காக நாங்கள் அவரிடம் போகத் தொடங்கினோம். அவருக்கு எங்கள் மொழி புரிய வில்லை; பாலியும் அவ்வளவாக வரவில்லை. எனவே, பக்கத்து விகாரையைச் சேர்ந்த பாலி மொழிதெரிந்த ஒரு இளம் பிக்குவை உடன் கூட்டிச் சென்றோம். ஆச்சாரியர் பர்மிய மொழியில் சொல்வதைப் பாலியில் அவர் என்னிடம் சொல்லுவார்; நான் ஆங்கிலத்தில் தியான திரிலோக்கிடம் விளக்குவேன்.

எங்களிடம் ஆச்சாரியர் உத்தரா முதலில் எங்கள் பார்வையைப் பிராமி எழுத்தில் எழுதியிருந்த 'அரஹம்' [பரிபூரணம்] என்பதில் ஒருநிலைப்படுத்தித் தியானிக்கச் சொன்னார். அவர் சொன்ன படியே நாங்கள் இருவரும் தனித்தனியான இடத்தில் அமர்ந்து தியானம் செய்ய ஆரம்பித்தோம். மூன்று நாட்களுக்கு ஒரு முறை ஆச்சாரியரிடம் எங்கள் அனுபவத்தைச் சொல்ல வேண்டும். எங்கள் விகாரையின் பின்னாலிருந்த மிக உயரமான மலையின் உச்சியில் ஒரு பாழடைந்த குகை இருந்தது. நான் முழு தினமும் அங்கேயே தியானத்தில் அமர்ந்திருப்பேன். அங்கிருந்து கீழே பார்த்தால் பரந்துவிரிந்தோடும் ஐராவதி நதியும் அதன் சுற்றுப் பரப்பும் தெரியும். சூரிய அஸ்தமனத்தில் கண்கொள்ளாக் காட்சியாக இருக்கும். தியான திரிலோக்கும் அங்கே இருந்து தியானம் செய்ய முயன்றார்; ஆனால், அவரால் மனதை

ஒருநிலைப்படுத்த முடியவில்லை. 'அ' அவருக்குத் தெளிவாகத் தெரியும்; ஆனால் 'ர' வுக்கு அவர் வரும்போது அந்த எழுத்துக்கு வால் முளைத்துப் பாம்புபோல் நெளியத் தொடங்கிவிடும்! அவரது தியானத்திற்கு இது பெரும் இடையூறாக இருந்தது. என்னால் அந்த வார்த்தையில் மனதை ஒருமைப்படுத்த முடிந்தது. ஆச்சாரியரிடம் எங்கள் அனுபவத்தைச் சொன்னதும், அவர் தியானத்தின் அடுத்தக் கட்டத்தைச் சொல்லித் தந்தார்: அந்த வார்த்தையைத் தியானிக்கும்போது மூடியிருக்கும் நம் கண்களில் சில காட்சிகள் தோன்றும். அவற்றைச் சரியாக மனதில் குறித்துவைத்து, ஆச்சாரியரிடம் தெரிவிக்க வேண்டும். எனக்கு முதலில் இரு வெண் தாமரைகளும் பின்னர் அஸ்தமனச் சூரியனும் வந்தன. ஆச்சாரியர் நல்ல சகுனங்கள் என்று சொல்லித் தியானத்தை இவற்றிலேயே தொடரச் சொன்னார். தியான திரிலோக்கிற்குக் காட்சிகள் எவையும் நிலைக்கவில்லை, வந்தவையும் நல்லதாகவும் இல்லை. சில நேரம் உணவுப் பண்டங்கள் தோன்றின, சில நேரம் பாம்புகள் தோன்றின. உணவு கிடைப்பது உண்மையில் எங்களுக்குப் பெரும் போராட்டம்தான்; எனவே யதார்த்த நிலை அவர் மனதை மூடியிருந்தது.

எடுத்துக்காட்டாக ஒரு சம்பவத்தைச் சொல்கிறேன். நாங்கள் வசித்த குகைக்குக் கதவில்லை; அப்படி இருந்திருந்தாலும் எங்களால் இரவில் அதை மூட முடியாது; ஏனென்றால் காற்று வருவதற்கு அதை விட்டால் வேறு வழியில்லை. குகையில் உட்பகுதி, வெளிப்பகுதி என இரண்டிருந்தன. இரண்டும் மிகவும் சிறியவை என்பதால் இரண்டு கட்டில்கள் போடுவதற்கு மட்டுமே அங்கே இடமிருந்தது. வெளிப்பகுதி சற்று அகன்றிருக்கும்; நான் அதில் கட்டில் போட்டுப் படுத்துக்கொண்டேன். உட்பகுதியில் மற்றொரு கட்டிலில் தியான திரிலோக் படுப்பார். அவர் உள்ளே படுப்பதற்குப் புலி போன்ற வனவிலங்குகள்மீது அவருக்கிருந்த பயமே காரணமாக இருக்கக்கூடும். ஒரு நாள் இரவு படுக்கப் போகும் முன்பு அவரிடம் நான் வேடிக்கையாக, "இந்தக் குகையின் வாசல் இடிந்து சரிந்து நாம் இருவரும் உள்ளே மாட்டிக்கொண்டால் நம் நிலைமை என்னவாகும்? இரண்டு நாளில் அவர்கள் நம்மை வெளியே கொண்டுவந்துவிடுவார்கள்; ஆனாலும் அது வரை இந்த இருட்டுக் குகைக்குள் மூச்சுமுட்டிக் கொண்டல்லவா இருக்க வேண்டும்! நீங்கள் இருக்கும் இடமோ மலையின் உள்ளே இருக்கிறது, அது இன்னும் ஆபத்து!" என்றேன். ஏற்கெனவே குழம்பிப் போயிருந்த அவரது மனதில் என் வார்த்தைகள் விபரீதமான விளைவை உருவாக்கிவிட்டன. உள்ளே படுக்கப் போகாமல் அவர் என்னிடம், "நீங்கள் படுக்கும் இடத்தைத் தந்தால் இங்கே இருக்கிறேன், இல்லையென்றால் இந்தக் குகையை விட்டுப் போய்விடுகிறேன்!" என்றார். என்

இடத்தை ஒழித்து அவருக்குக் கொடுத்தேன்; படுக்கையை மாற்றிப் போட்டுக்கொண்டு இருவரும் வசிக்கலானோம்.

இவ்வாறாக தியான திரிலோகால் தியானத்தில் மனதைச் செலுத்த முடியவில்லை. எனவே அவர் சகாஇங்கை விட்டு, ரங்கூனுக்கே திரும்பிச் சென்றுவிட்டார். நான் அங்கேயே இருந்துவிட தீர்மானித்தேன். நான் குஷினராவிலிருந்து முதலில் சகாஇங் வந்தது 1904 டிசம்பரில்; தியானதிரிலோகும் நானும் சேர்ந்து மூன்று மாதங்கள்போல் அங்கே இருந்திருப்போம். 1905 மார்ச்சில் அவர் ரங்கூன் திரும்பிச் சென்றபின், எனக்குச் சாப்பாடு பிரச்சினையாகிக்கொண்டே வந்தது. எங்களுக்கு உணவு தந்துகொண்டிருந்த சன்னியாசினிகள் ஒவ்வொருவராக வேறெங்கோ சென்றுவிட்டார்கள்; சன்னியாசினிகளும் வேறு சில பிக்குகளும் குளிர்காலத்தில் மட்டுமே இங்கே இருப்பார்கள்; அப்போது இந்தப் பகுதி இதமாக இருக்கும், குளிரும் கடுமையாக இருக்காது; ஆனால் கோடை தொடங்கியதுமே பாறைகள் சூடாகி அங்கே இருப்பது கஷ்டமாகி விடும். தண்ணீருக்கும் தட்டுப்பாடு வந்துவிடும். எங்கள் விகாரையிலிருந்த பிக்குகளில் ஓரிருவர் தவிர மற்றவர்கள் மார்ச் மாதத்தில் கிளம்பி வேறெங்கோ சென்றுவிட்டார்கள்; மிச்சமிருந்தவர்கள் சகாஇங் நகரத்துக்குப் போய்தான் உணவு பிட்சைப் பெற்று வரவேண்டும். நகரமோ எங்கள் விகாரையிலிருந்து கிட்டத்தட்ட மூன்று மைல் இருந்தது. உயிர்தரிக்கப் போதுமான உணவு கிடைப்பதே பெரும்பாடு; நகரத்துக்கு நடந்து போய் வருவதும் என் சக்திக்கு அப்பாற்பட்டதாக இருந்தது.

எங்கள் விகாரைக்கு அடுத்ததாக இருந்தது பாண்டவ விகாரை. அங்கே எனக்கு ஒரு சிறிய குடில் கிடைக்கலாம்; அதன் ஸ்தவிரருக்குச் சீடர்களாக உபாசகர்கள் பலர் இருந்ததால் சாப்பாட்டிற்கும் பிரச்சினை இருக்கவில்லை. இதுபோக, ஸ்தவிரரும் அவரது சீடர்களும் சைவ உணவு உண்பவர்கள்; உணவும் விகாரையிலேயே சமைக்கப்பட்டது. நான் ஸ்தவிரரைப் போய்ப் பார்த்து, எனக்கு இடம் கிடைக்குமா என்று கேட்டேன். இந்த ஸ்தவிரர் பாலியில் பெரும் புலமை படைத்தவர் என்று பெயர் பெற்றிருந்தார்; ஆனால் அவரால் நான் பேசிய பாலியைப் புரிந்துகொள்ள முடியவில்லை; அதை ஒப்புக்கொள்ளவும் அவர் தயாராக இல்லை! அவர் ஆவேசத்தோடு அரைகுறை பாலியில் என்னிடம், “உங்கள் பாலி உச்சரிப்பு மிகவும் மோசம். நீங்கள் ‘ச’ என்பதை சமஸ்கிருதத்தில் உச்சரிப்பதுபோல உச்சரிக்காமல், பர்மிய மொழியில் உச்சரிப்பதுபோல உச்சரிக்க வேண்டும்” என்றார். (எடுத்துக்காட்டாக, ‘சச்சா’ என்பதை பர்மிய மொழியில் ‘திஸ்ஸா’ என்று உச்சரிப்பார்கள்). அதற்கு நான்

“மகராஜ், சிங்கள உச்சரிப்பும் எங்கள் உச்சரிப்பைப் போலத்தான் இருக்கிறது. ஆகவே, பர்மிய உச்சரிப்புதான் மிகச் சரியானது என்று சொல்ல முடியாது. எதுவானாலும், உச்சரிப்பைப் பற்றி இப்போது வாதிப்பதில் பயனில்லை. புத்த குரு, கருத்தில் கவனம் செலுத்தி அதன்படி நட என்றுதான் சொல்லியிருக்கிறார். ஆகவே, என் உச்சரிப்பு உங்களுக்கு ஏற்புடையதாக இல்லாவிட்டாலும், நான் சொல்ல வந்ததின் சாரம்சத்தைப் புரிந்துகொள்ளுங்கள்” என்று பதிலளித்தேன். இன்னும் அதிக ஆவேசத்தோடு அவர், “உங்களின் உச்சரிப்பும் சிங்களவரின் உச்சரிப்பும் ஒரே போல இருப்பதில் வியப்பொன்றும் இல்லை! புத்த தம்மத்தின் வீழ்ச்சிக்கு இந்தியர்கள், சிங்களவர்களின் இந்தப் பிழையான உச்சரிப்புதான் முழுக்க முழுக்கக் காரணம்! இஸ்லாமும் கிறிஸ்தவமும் இந்தியாவில் வளர்ந்துகொண்டிருக்கின்றன, புத்த தம்மம் இந்தியர்களிடம் காணாமல் போய்க்கொண்டிருக்கிறது. சிங்களத் தீவிலோ கிறிஸ்தவம் எங்கும் பரவிக்கொண்டிருக்கிறது!” என்றார்.

பாலி வார்த்தைகளை உச்சரிப்பது பற்றி இவரோடு மேற்கொண்டு வாதிப்பதில் பயனில்லை என்பதை உணர்ந்து கொண்டு நான் அங்கிருந்து விடைபெற்றேன். என்றாலும் கிளம்பு வதற்கு முன்னால் அவரிடம் நான் தங்குவதற்குக் குடில் ஏதும் கிடைக்குமா என்று கேட்டேன். அதற்கு அவர் யோசித்து மறுநாள் சொல்வதாகச் சொன்னார். மறுநாள், குடில் எதுவும் காலியில்லை என்று சொல்லி அனுப்பினார்! முடிந்தது கதை! ‘ச’ வை நான் உச்சரித்தவிதம்தான் இவ்வளவுப் பிரச்சினைக்கும் காரணம்!

வேறு எங்காவது முயற்சி செய்வோம் என்று யோசனை தோன்றியது. தெரிந்தவர் மூலமாக ஒரு மலையின் உச்சியிலிருந்த விகாரைக்குச் சென்றேன். நடுத்தர வயது பிக்கு ஒருவர் ஓரிரு இளம் சிரமேணர்களுடன் அங்கே வசித்து வந்தார். இடம் தர ஒப்புக்கொண்ட அவர் உணவு கிடைக்காது என்று சொல்லி விட்டார்! அங்கிருந்து ஒரு மைல் தொலைவில் ஐராவதி நதிக்கரையில் சில சன்னியாசினிகள் வசித்துவந்தார்கள்; சிறிது தூரத்தில் மலையொன்றின்மீது ஒரு கிராமமும் இருந்தது. எனவே இங்கேயே இருந்து முடியுமானால் தியானத்தில் ஈடுபடுவோம் என்று தீர்மானித்தேன். எப்படியோ பதினைந்து நாட்கள் தாக்குப் பிடித்தேன். ஆனால் ஒரு நாள் திடீரென எனக்கு கடும் காய்ச்சல் கண்டது; தினமும் மலையில் ஏறி இறங்குவதால் வந்த அயர்ச்சியும், எண்ணெய் அதிகம் சேர்த்த பர்மிய உணவும்தான் இதற்குக் காரணம். இந்த விகாரையிலிருந்த தண்ணீரோ ஆக அழுக்கு. மழைத்தண்ணீரை ஒரு பெரியத் தொட்டியில் பிடித்து வைத்து அடுத்த மழைக்காலம் வரும்வரையிலும்

பயன்படுத்தினார்கள். எனக்கு மலையில் ஏறி இறங்கத் தெம்பு இருந்த வரையிலும் ஐராவதியிலிருந்து தண்ணீர் எடுத்து வந்து கொண்டிருந்தேன். ஆனால் காய்ச்சலில் படுத்ததும், தொட்டித் தண்ணீரைக் குடிப்பதைத் தவிர வேறு வழி இல்லை. அதைக் கொதிக்க வைத்து வடிகட்டிப் பார்த்தேன், ஆனாலும் குடிக்க மனம் வரவில்லை. இப்படி ஐந்து நாட்கள் கஷ்டப்பட்ட எனக்கு இந்த இடம் போதும் போதுமென்றாகி விட்டது. கொஞ்சம் குணமானதுமே, நான் ஒருவழியாக என் உடலைச் சுமந்து சென்று மாண்ட்லேயில் கொண்டு சேர்த்தேன்!

மாண்ட்லேயில் வூ திரிலோக் என்ற ஸ்தவிரரின் ஆசிரமத்தில் தங்கினேன். அவர் மிகச் சுத்தமான பாலியில் பேசினார்; என் நல்லகாலம், அவரது பாலி உச்சரிப்பு நமது உச்சரிப்பைப் போல இருந்தது. நியமங்களைத் தவறாமல் கடைபிடிப்பதற்குப் பெயர் பெற்றவர் இவர். பிக்குகள் யாரேனும் காலையில் தாமதமாக எழுந்தால் அவரிடம், "மாண்ட்லே நகரத்தில் சிறு வயதுப் பெண்கள் அதிகாலையில் எழுந்து உங்களுக்காகச் சமைத்துத் தருகிறார்கள்; நீங்கள் என்னவென்றால் அதை வாங்கித் தின்று விட்டு, சுகமாகத் தூங்குகிறீர்கள். இதற்காக நீங்கள் வெட்கப்பட வேண்டும்!" என்பார். தாமதமாக எழும் பிக்குகளுக்கு அவர் தண்டனையும் வைத்திருந்தார்: ஆசிரமத்திலுள்ள மரங்களுக் கெல்லாம் தண்ணீர் ஊற்றுவதோடு, பாத்திரங்கள் சிலவற்றில் தண்ணீர் பிடித்து புத்தரின் உருவச் சிலைக்கு முன்னால் கொண்டு வைக்க வேண்டும். ஒரு நாள் காலையில் இந்தத் தண்டனையை அவர் தனக்கே கொடுத்துக்கொண்டிருந்தார். எதற்காக என்று நான் கேட்டேன். "நான் காலையில் தாமதமாக எழுந்ததற்கு" என்றார். "இந்தச் சட்டம் உங்கள் சீடர்களுக்குத்தானே, உங்களுக்கு எப்படிப் பொருந்தும்?" என்று நான் கேட்டதற்கு ஆச்சாரியர், "ஆயுஷ்மான், நாம் இயற்றியுள்ள நியமங்கள் மீறுவதற்குரியவை அல்ல; நல்ல நியமங்களைக் கடைபிடித்தால் நம்மை நாம் உயர்த்திக்கொள்ள முடியும். நியமங்கள் எல்லோரினும் மேலானவை. இந்த நம்பிக்கையோடு நாம் நேர்மையாக நடந்து கொள்ள வேண்டும்" என்று பதிலளித்தார்.

மற்றொரு நாள் ஆச்சாரியர் திரிலோக் நீரும் சேறுமாக இருந்த மாண்ட்லேயின் தெருக்களின் வழியே பிட்சையெடுத்தபடிச் செல்வதைப் பார்த்தேன். அறுபது வயது நிரம்பிய அந்த ஸ்தவிரர் மழையிலும் சேற்றிலும் நடந்து திரிவதைப் பார்த்து எனக்கு ஒரே ஆச்சரியம். விகாரைக்கு அவர் வந்ததும் நான், "குருஜி, எதற்காக நீங்களே இன்று இந்த மழையில் பிட்சைக்குச் சென்றீர்கள்?" என்று கேட்டதற்கு அவர், "ஆயுஷ்மான், நான் போகவில்லை என்றால் இங்கே இருக்கும் எல்லா சிரமேணர்களுக்கும்

தேவைப்படும் கூட்டுகறிகளோ, பதார்த்தங்களோ கிடைக்காது. நகரத்தில் யாருக்கும் இந்த இளம் சிரமேணர்களைத் தெரியாது; எனவே இவர்களைக் கண்டுகொள்ளவே மாட்டார்கள். வெறும் சோற்றை மட்டும் கொடுத்து அனுப்பி விடுவார்கள். அதனால்தான் நான் மழையிலும் சேற்றிலும் பிட்சை கேட்டுப் போனேன். நான் நன்றாகச் சாப்பிட்டுவிட்டு, இந்த இளம் சிரமேணர்கள் மட்டும் வெறும் சோற்றைச் சாப்பிடுவதை என்னால் எப்படிப் பார்த்துக்கொண்டிருக்க முடியும்?" என்றார். இதை இங்கே சொல்வதற்குக் காரணம், ஆச்சாரியர் திரிலோக் எவ்வளவுக்குக் கறாரோ அவ்வளவுக்குக் கருணையுள்ளவர் என்பதை வாசகர்களுக்குக் காட்டத்தான்.

ஆச்சாரியர் திரிலோகிற்கு என்னை மிகவும் பிடித்துப் போயிற்று. நான் அங்கே ஒரு விருந்தினன் என்பதால் அதிகாலை எழும் விதியைப் பின்பற்ற வேண்டும் என்று அவர் எதிர்பார்க்க வில்லை. விகாரையைப் பெருக்கும் பணியைக்கூட அவர் எனக்குத் தரவில்லை. நகரத்திலுள்ள சில அன்பர்கள் எனக்குத் தினமும் இந்திய பாணியில் உணவு சமைத்துத்தர இசைந்திருப்ப தாக அவர் என்னிடம் சொன்னார். நான் பத்து வீடுகளுக்குச் சென்று ஒவ்வொரு வீட்டிலும் சிறிதுசிறிது வாங்கிக்கொண்டு, விகாரைக்குத் திரும்பிவிடுவேன். மாண்ட்லேயில் பத்தாயிரம் பிக்குகள் இருந்தார்கள்; அந்த நகரவாசிகள் அவ்வளவு வசதியானவர்கள் அல்ல. எனவே பிக்குகள் பலருக்கும் உணவு கிடைப்பது பெரும்பாடாகத்தான் இருந்தது. நூறு வீடுகளில் பிட்சை கேட்டால்தான் அவர்களுக்குத் தேவையான சோறு கிடைக்கும். புதிய பிக்குகளுக்குக் கூட்டும் கறியும் கிடைப்பது அவர்களின் சக்திக்கு அப்பால் பட்டது. நான் அன்னிய நாட்டவன், ஊருக்குப் புதியவன் என்றாலும் எனக்கு எல்லாம் நன்றாகத்தான் கிடைத்தது. மாண்ட்லே தண்ணீரும் குடிக்க உகந்ததுதான். ஆகவே, சகாஇங்கைவிட இந்த இடம் எனக்குப் பிடித்தது. ஆனால் சில நாட்களானதும் பர்மிய உணவு ஒத்துக்கொள்ளவில்லை என்பது எனக்குத் தெரிந்தது. பாலும் நெய்யும் அங்கே பொதுவாகவே கிடைக்காது; போததற்கு, சமையலுக்கு நல்லெண்ணெய்யைப் பயன்படுத்தினார்கள்; சில கூட்டுக்கறிகளில் எண்ணெய்யைப் பச்சையாகவே ஊற்றினார்கள். இது எனக்கு நிறைய தொந்தரவைத் தந்தது. மே மாதத்தில் மாண்ட்லேயில் வெக்கை கடுமையாக இருக்கும். எனவே நான் மே மாதத்தில் மௌள்மின் போக முடிவெடுத்தேன்.

பௌத்தத்தைப் பரப்புவதற்காக மாண்ட்லேயில் ஒரு சபை நிறுவப்பட்டிருந்தது. பிக்குகளுக்கு உதவியளிப்பது, சொற்பொழிவுகளுக்கு ஏற்பாடு செய்வது, பர்மிய மொழியில்

பௌத்தம் பற்றிய நூல்களை வெளியிடுவது போன்றவை அதன் பணிகள். இந்தச் சபை நான் ரங்கூன் செல்வதற்கான பயணச்சீட்டை வாங்கித் தந்தது; அங்கிருந்து நான் படகில் மௌள்மின் போனேன். விகாரைகளைப் பொறுத்தவரை மாண்ட்லேயும் மௌள்மின்னும் எதிரெதிர் துருவங்கள். மௌள்மின்னிலிருந்த விகாரைகளோடு மாண்ட்லே விகாரைகளை – பர்மிய அரசர்கள் காலத்தில் கட்டப்பற்றவற்றைக்கூட – ஒப்பிடவே முடியாது. மௌள்மின் வணிகர்கள் வசதியானவர்கள் என்பதால், பிரம்மாண்டமான விகாரைகளை உட்புறம் பொன்னிழைத்துக் கட்டியிருந்தார்கள். ஆனால் மாண்ட்லே அளவுக்கு இங்கே விகாரைகளில் அதிக பிக்குகள் இல்லை. மிகப் பிரம்மாண்டமான விகாரைகளில்கூட ஐந்து பிக்குகள்தான் இருந்தார்கள்! இங்கே பிக்குகளுக்குக் காணிக்கைக்கும் குறைவில்லை. மாரிக்காலச் சாதுர்மாஸ்யத்தின் போது பல இடங்களில் இவர்களுக்குக் காணிக்கைகள் வழங்கப்படும்; ஒவ்வொரு பிக்குவும் தன்னோடு சுமைக்கூலிக்காரரையும் கூட்டிச் செல்ல வேண்டியிருக்கும்!

நான் இங்கே ஸ்தவிரர் வூ சாகரவின் வைஜயந்த் என்ற விகாரையில் தங்கினேன். மிகப் பிரம்மாண்டமான விகாரை இது; ஆனால் நான் ஸ்தூபியின் அருகிலிருந்த ஒரு சிறிய அறையில் குடியிருந்தேன். மழையில்லாத நாட்களில் நான் அருகிலுள்ள மலைக்குச் சென்று அங்கே அமர்ந்தபடி சுற்றிலுமுள்ள மிக இனிமையான காட்சியைப் பார்த்துக்கொண்டிருப்பேன். என் சாப்பாட்டுப் பிரச்சினை இந்த விகாரையிலும் விட்டபாடில்லை. இறைச்சியும் மீனுமில்லாத சாப்பாடு கிடைப்பது பெரும்பாடாக இருந்தது; அவித்த பயறு, சோறு, டப்பாவில் அடைத்துவரும் வெண்ணெய் இவற்றை வைத்து நான் சமாளித்தேன். எப்போதாவது தயிர் கிடைக்கும். சில நாட்களுக்கு இந்திய போலிஸ்காரர் ஒருவர் எனக்குப் பருப்புக் கறி அனுப்பித் தந்தார். இந்த எல்லா கஷ்டங்களுக்கிடையிலும் என் நாட்கள் இங்கே மாண்ட்லேயைவிட நன்றாகத்தான் போய்க்கொண்டிருந்தது. மாரிக்கால சாதுர்மாஸ்யத்துக்குப் பிறகு ஸ்தவிரர் பிரத்னிய சுவாமி என்பவர் தனது விகாரையில் தங்கிக்கொள்ளும்படி என்னை அழைத்தார். சாகர ஆச்சாரியரின் அனுமதியோடு நான் அங்கே போனேன். நான் பிரத்னிய சுவாமி ஆச்சாரியருக்கு முக்தபோத இலக்கண நூலைக் கற்பித்தேன்; அவர் எனக்கு அபிதம்மார்த்த சங்கிரகத்தைக் கற்பித்தார். ஆனால் இங்கேயும் எண்ணெய் உணவு என்னைப் படுத்தியது. ஒரு பார்சி மருத்துவரிடம் மருந்து சாப்பிட்டேன், ஆனாலும் குணமில்லை. எனக்கு வாழ்க்கையே வெறுத்துவிட்டது. ஒரு நாள் அந்த மருத்துவர் எனக்குக் காலில் தேய்த்துக்கொள்ள ஒரு மருந்தைத் தந்தார்;

அதில் 'விஷம்' என்று எழுதியிருந்தது. அதைக் குடித்துச் செத்துப் போய்விடலாமா என்ற எண்ணம் அன்றிரவு பலமுறை என் மனதில் தோன்றியது! கடைசியில் அந்தப் பாட்டிலை ஜன்னல் வழியே வெளியில் விட்டெறிந்துவிட்டுத் தூங்கப் போனேன்.

இடத்தை மாற்றிப் பார்ப்போம் என்று நான் மௌள்மின் தாண்டி 'பிலு சௌன்' என்ற தீவில் தங்குவதற்குப் போனேன். அங்கே மரங்களடர்ந்த குன்றொன்றில் சிறிய குடிலில் வசித்தேன். பிற பிக்குகள் கொஞ்சம் தொலைவில் வசித்தார்கள், இரவில் நான் மட்டுமே தனியாக இருப்பேன். இங்கும்கூட என் உடல்நிலை மோசமாகத்தான் இருந்தது. அதன்பிறகு, மௌள்மின்னிலிருந்து ஆறு மைல் தொலைவிலிருந்த வனமொன்றில் பதினைந்து நாட்கள் இருந்தேன். இங்கே பிக்குகள் அழகான மரக்குடில்களில் வசித்தார்கள். எனது குடில் பிறரது குடில்களிலிருந்து மிகத் தொலைவிலிருந்தது; வனத்தில் புலிகள் இருந்தன. வனவிலங்குகளால் எனக்கு எந்தத் தொந்தரவுமில்லை; சாப்பாடுதான் பயங்கரப் பிரச்சினை. இரண்டு மைல் நடந்து போய் நான் பிட்சை பெற்று வர வேண்டியிருந்தது; சோற்றைத் தவிர வேறெதுவும் கிடைப்பது அரிதாக இருந்தது. மாமிசமும் மீனும் கிடைத்தன; ஆனால் அவற்றை வைத்துக்கொண்டு நான் என்ன செய்ய?

மொத்தத்தில் பர்மாவில் நான் பிக்குவாக வாழ்வது சாத்தியமில்லை என்பதை அனுபவத்தில் உணர்ந்தேன். பிக்கு தனக்காகச் சமைக்க அனுமதியில்லை. அடுத்தவர்களிடமிருந்து கிடைத்த உணவை வைத்து என்னால் இருக்க முடியவில்லை. இந்த நிலைமையில் நான் மீதியிருக்கும் காலத்தை இந்தியாவில் எங்காவது கழிப்போம் என்று எண்ணலானேன். தனியாக இருக்கும் பிக்குவிற்கு விநய நியமங்களின்படி வாழ்வது மிகச் சிரமம். இனியும் பிக்குவாக இருப்பதில் அர்த்தமில்லை என்பதை உணர்ந்த நான், ஸ்தவிரரிடம் அதைத் துறக்க அனுமதி கேட்டேன். பணம் கையில் வைத்துக்கொள்ளவும் சில நேரங்களில் எனக்காகச் சமைத்துக்கொள்ளவும் அவ்வப்போது மதியம் தாண்டிச் சாப்பிடவும் வேண்டியிருந்தது. எனவே முறைப்படி எனது பிக்குத்துவத்தைத் துறக்க அனுமதிக்குமாறு கேட்டுக்கொண்டேன். ஆச்சாரியர் பிரத்னிய சுவாமி ஒப்புக்கொண்டு, அதற்கான உடைகள் தைப்பதற்கு ஏற்பாடு செய்தார். ஆனால் கடைசிநேரத்தில் மனம் மாறிவிட்டார். என்னிடம் அவர் "நீங்கள் சொல்வது உண்மைதான். என்றாலும் எங்கள் எதிரிலேயே நீங்கள் பிக்குத்து வத்தைத் துறப்பதைப் பார்க்க எங்களுக்கு வேதனையாக இருக்கும். எனவே நீங்கள் கல்கத்தா சென்று சங்கத்திலிருந்து நீங்கும் சடங்கைச் செய்துகொள்ளுங்கள்" என்றார். ஸ்தவிரர் சொன்னதை

நான் ஏற்றுக்கொள்ளத்தான் வேண்டியிருந்தது; எனக்கு வேறு வழியில்லை என்பது ஒரு புறம்; அவர்மீது எனக்கிருந்த அன்பு மறுபுறம்.

பர்மாவிலிருந்து கல்கத்தா போவதற்கு எனக்கு எந்தச் சிரமமும் இருக்கவில்லை. ஸ்டீமருக்கான கட்டணத்தொகை சுலபமாகக் கிடைத்தது; ரங்கூனிலிருந்து இரண்டாம் வகுப்பில் பயணப்பட்டேன்.

1904 ஜனவரியிலிருந்து 1906 ஜனவரிவரை, இரண்டு வருடங்கள், இதுவரை சொன்னதுபோல நான் உடல்ரீதியாக நிறைய கஷ்டப்பட்டேன். ஆனால் மனரீதியாக மிகுந்த முன்னேற்றம் அடைந்திருந்தேன். மெல்லமெல்ல மனதை ஒருநிலைப்படுத்தப் பழகிப்போயிருந்ததால், அபிதம்ம போன்ற மிகக் கஷ்டமான நூல்களைக்கூடக் குறுகிய காலத்தில் கற்றுக்கொண்டுவிட்டேன். ஓய்வு நேரத்தில் பாலி நூல்கள் பலவற்றைப் படித்தேன். விசுத்தி மாக்கத்தின் முதல் இரண்டு பகுதிகளையும் இரண்டு மூன்று முறை படித்தேன். இவற்றோடு, சில நாடுகளையும் பல ஆச்சாரியார்களையும் நான் அறிந்து கொள்ள நேர்ந்தது – இப்படியாக உலக அனுபவம் எனக்கு வாய்த்தது.

16

மாற்றம்

கோவாவை விட்டுக் கிளம்பி 1906 ஜனவரியில் கல்கத்தா திரும்பியது வரையிலான காலகட்டத்தை நான் கற்பதில் மட்டுமே செலவிட்டேன் என்று சொல்ல வேண்டும். இந்தக் காலகட்டத்தில் பௌத்தம் பற்றிய அறிவைப் பெறுவதே எனது ஒரே குறிக்கோளாக இருந்தது. இப்போது புதியதொரு ஆசை துளிர்விட்டது – புத்த தம்மத்தைப் பிறர் அறிந்துகொள்ள சிறிது முயற்சி மேற்கொள்வது. இந்தியாவில் இதற்காக என்ன விதமான வழிமுறையைக் கடைபிடிக்க வேண்டும் என்று எனக்குத் தெளிவில்லை. கல்கத்தா வந்ததும் நான் அமராவதி போய் சில நாட்கள் இருந்துவிட்டு, முடியுமானால் அங்கிருந்து புனே சென்று ஏதாவது முயன்று பார்ப்பது என்று எண்ணினேன். ஆனால் திடீரென்று நடந்த ஒரு நிகழ்ச்சி எதிர்பார்த்திராத மாற்றத்தை என் வாழ்க்கையில் உருவாக்கியது. அது எப்படி நிகழ்ந்தது என்பதை இந்த அத்தியாயத்தில் விவரிக்கிறேன்.

கல்கத்தாவிலுள்ள கபாலிதலாவின் மிகவும் அருவருப்பான பகுதியொன்றில் 'பௌத்த தர்மங்கூர்' என்றொரு விகாரை சமீபத்தில் கட்டப்பட்டிருந்தது. அந்த இடத்தை விகாரை என்று அழைப்பதற்கு ஒரே காரணம் அங்கே புத்தரின் உருவச்சிலை பிரதிஷ்டை செய்யப்பட்டிருந்ததுதான்! அந்தப் பெயருக்குச் சிறிதும் தகுதியில்லாத இடம் அது என்பது என் எண்ணம். அது எப்படி வேண்டுமானாலும் இருந்துவிட்டுப் போகட்டும்; எனக்கு வேறு இடம் கிடைக்காததால் நான் அங்கே தங்கப் போனேன். (மகாபோதி சபை அது வாடகைக்கிருந்த இடத்தைக் காலி செய்துவிட்டு உடைமைகளுடன் காசிக்குச் சென்றுவிட்டதால்,

எனக்குத் தங்க இடமில்லாமல் ஆகிவிட்டது). இரண்டு நாட்கள் கொஞ்சம் ஓய்வெடுத்து விட்டுப் பின்னர் பிரயாணத்தைத் தொடங்கலாம் என்பது என் உத்தேசம். அங்கே சிட்டகாங்கைச் சேர்ந்த கிருபாசரண், குணலங்கார் என்று இரு பிக்குகள் தங்கியிருந்தார்கள். அவர்களுக்கு நன்றாகத் தெரிந்த ஸ்ரீ ஹரிநாத் டே என்றொருவர் பாலி படிக்க முயன்றுகொண்டிருந்தார்; எனவே அவ்வப்போது விகாரைக்கு வருவார். பூர்ண என்றொரு பர்மிய பிக்கு அருகில் வீடெடுத்துத் தங்கியிருந்தார். அவருக்கும் ஹரிநாத் டேயைத் தெரியும். இந்தப் பிக்கு என்னைச் சிலோனில் சந்தித்திருக்கிறார்; நான் பின்னர் பர்மாவிலிருந்தபோது என்னைப் பற்றி எல்லாவற்றையும் கேள்விப்பட்டிருந்தார்.

தர்மக்கூர் விகாரைக்குப் போய்ச் சேர்ந்து ஒரு நாள்கூட ஆகியிருக்காது, பிக்குகள் கிருபாசரணும் குணலங்காரும் எப்போது நான் போவேன் என்று ஆவலோடு எதிர்பார்த்ததுபோலத் தோன்றியது. அவர்களிடம் எனக்குப் பணமோ வேறு எதுவுமோ வேண்டாம், இரண்டுநாள் ஓய்வெடுக்கவே வந்திருக்கிறேன் என்றேன். அங்கே இன்னும் கொஞ்ச நாள் இருந்திருப்பேன், ஆனால் இந்த இருவரின் பேராவல் என்னை அங்கிருந்து உடனடியாகக் கிளம்புவோம் என்று முடிவெடுக்க வைத்தது. அதாவது, திங்கள் அங்கே இருந்துவிட்டு செவ்வாய் ரயிலில் நாக்பூர் போவது என் திட்டம். ஆனால் எப்படியோ பூர்ணவுக்கு என் திட்டம் திங்களன்று தெரிந்துவிட்டது. நானும் அவரும் கல்கத்தாவில் முதன்முறையாகச் சந்தித்துக்கொண்டோம். அவர் உடனேயே ஹரிநாத் டேயிடம், "நீங்கள் பாலி படிக்க வேண்டுமென்றீர்களே, ஒருவர் இங்கே வந்திருக்கிறார். இப்படிப்பட்ட ஒருவரை நீங்கள் சிலோனிலோ பர்மாவிலோ தேடினாலும் கிடைக்காது. அவர் நாளை கிளம்ப இருக்கிறார்" என்று சொல்லி யிருக்கிறார்.

அன்று ஹரிநாத் டேயின் தம்பியின் திருமணம்; வந்தவர் களை உபசரிப்பதில் அவர் மும்முரமாக இருந்தார். அந்தத் திருமண விழாவில் இருந்தபோதுதான் இந்தத் தகவல் அவருக்குப் போனது. கொஞ்சம் அவகாசம் கிடைத்தவுடன் அவர் என்னைத் தேடி வந்து, "இரண்டொரு நாள் இங்கேயே இருங்கள்; எனக்கு என்ன வேண்டும் என்று விளக்கமாகச் சொல்லுகிறேன். இப்போது என் தம்பி திருமணத்தில் மும்முரமாக இருக்கிறேன். நீங்கள் நாளைக்குப் போகிறீர்கள் என்று கேள்விப்பட்டதால்தான் வந்தேன். நாளை வரையிலுமாவது இங்கே தங்கி நான் சொல்வதைக் கொஞ்சம் கேளுங்கள்" என்றார்.

ஹரிநாத் டே வேறு பல விஷயங்களையும் சொன்னார்: தான் ஒரு செனேட் உறுப்பினர், ஆங்கில பேராசிரியர், பாலி

மொழியைப் பரப்ப தனக்கு ஆசை, இத்யாதி, இத்யாதி. ஆனால் அவர் இப்படிச் சொன்னதை நான் அப்போது நம்பவில்லை; அந்த நேரத்தில் நான் இந்த வங்காள பாபுக்கள் பேசுவது பெரிதாகப் பேசுவார்கள், காரியத்தில் இறங்க மாட்டார்கள் என்ற எண்ணம் கொண்டிருந்தேன். எனவே அவர்களாவது, பௌத்தத்தில் ஈடுபாடு காட்டுவதாவது என்று தோன்றியது! ஆனாலும் நன்கு படித்த மனிதரொருவர் என்னிடம் ஒரு நாளாவது தங்கச் சொல்லிக் கேட்டதும், நான் கிளம்புவதை தள்ளிப்போட்டுச் செவ்வாய்கிழமையும் தர்மங்கூர் விகாரையில் கழிக்க முடிவுசெய்தேன்.

ஹரிநாத் டேயைப் பற்றிய விவரங்கள் எனக்குப் பின்னால்தான் தெரியவந்தன என்றாலும், வாசகர்கள் தெரிந்து கொள்வதற்காக அவற்றை இந்தச் சந்தர்ப்பத்தில் தருவது பொருந்தமாக இருக்கும். பூதநாத் டே என்ற வங்க காயஸ்தரின் மூத்த மகன் ஹரிநாத். பூதநாத் சொந்த முயற்சியில் பிஎல் தேர்வில் வெற்றிபெற்று, மத்திய மாகாணத்திலுள்ள ராய்ப்பூரில் வக்கீலாக இருந்தவர். சிறுவயதில் ஹரிநாத் கொஞ்சம் மந்தம். எனவே இவரது படிப்பைப் பற்றி இவரது தந்தையார் கவனம் கொள்ளவில்லை. ஆனால் இவருக்கோ படிப்பதில் நிரம்ப ஆர்வம். தாயார் மூலமாக வங்க மொழி நெடுங்கணக்கைத் தெரிந்து கொண்டு வங்க மொழி நூல்களைப் படிக்கத் தொடங்கினார். தாயாருக்குக் கொஞ்சம் இந்தி தெரியும். அதையும் இவர் கற்றுக்கொண்டார். அதன்பிறகு ஒரு கிறிஸ்தவ மிஷினரியிடம் ஆங்கிலம் பயிலத் தொடங்கினார். இவருக்கு எட்டு வயதானதும் தந்தையார் பள்ளியில் சேர்க்க முடிவுசெய்தார்; ஆனால் தன் மகன் மூன்று மொழிகளில் அவனது வயதுக்கு மீறிய அறிவை அதற்குள் பெற்றிருப்பதைக் கண்டார். ஆகவே வீட்டிலேயே ஒரு ஆசிரியரை வரவழைத்துக் கற்றுக்கொடுக்க ஏற்பாடு செய்தார்; அவரும் சொல்லிக்கொடுத்தார். இவ்வாறாக, ஹரிநாத்தின் அறிவு பெருகியது. பன்னிரண்டாவது வயதிலேயே ஆங்கிலத்தில் மிகப் பெரும் தேர்ச்சி அவருக்கு வந்துவிட்டது. ஒன்றிரண்டு ஆண்டுகளில் கல்கத்தா பல்கலைக்கழகத்தின் மெட்ரிகுலேஷன் தேர்வில் வெற்றிடைந்து கல்வி உதவித்தொகையும் பெற்றார். பின்னர் பூதநாத் டே அவரை செயின்ட் சேவியர் கல்லூரியில் சேர்த்தார். பல்கலைத் தேர்வுகளில் ஹரிநாத் மொழிப் பாடங்களில் சிறந்த மதிப்பெண்கள் பெற்றுத் தேறினார்.

எம்ஏ முடித்ததும் இந்திய அரசின் நல்கைநிதியில் இங்கிலாந்து சென்றார். சிவில் சர்வீஸஸ் தேர்வு எழுதி வெல்ல முயன்றார்; ஆனால் கணக்கிலும் சட்டத்திலும் இவர் கொஞ்சம் பலவீனம் என்பதால், அல்லது குடிக்கத் தொடங்கியிருந்ததாலோ, தேர்வில்

தோல்வியடைந்தார். மனதைத் தளரவிடாமல் கேம்பிரிட்ஜ் பல்கலைக்கழகத்தில் பிஏ வகுப்பில் சேர்ந்து படிக்க முயன்றார். கல்கத்தா பல்கலைக்கழகத்தில் லத்தீனை விருப்பப் பாடமாக எடுத்துத் தேர்ச்சி பெற்றிருந்தார். கேம்பிரிட்ஜில் கிரேக்கம், லத்தீன், ஆங்கிலம் ஆகிய மொழிகளில் முதலாவதாக வந்தார். இவற்றைத் தவிர, பிரெஞ்சு, ஜெர்மன், அரபி ஆகிய மொழிகளில் அவருக்கு நல்ல புலமை இருந்தது. மொழி ஒன்றைக் கற்றுக்கொள்ள அவருக்கு அதிக நாட்கள் தேவையில்லை. அரபி மொழி அகராதி ஒன்று அவருக்குக் காணாப் பாடம் என்று யாரோ என்னிடம் சொன்னார்கள். ஆங்கிலத்தில் கவிதை, உரைநடை இரண்டும் அவருக்குப் பிரமாதமாக வந்தன.

கேம்பிரிட்ஜில் பிஏ முடித்ததும், அவருக்கு இந்திய கல்விப்பணியில் வேலை கிடைத்தது; ஆரம்பத்தில் டாக்கா பல்கலைக்கழகத்தில் ஆங்கிலப் பேராசிரியாக நியமிக்கப்பட்டார். அதற்கு ஓராண்டு கழிந்து அவரது தந்தையார் மரணமடைந்தார். நான் கல்கத்தா வரும் தருவாயில் ஹரிநாத் டே கல்கத்தா மாநிலக் கல்லூரிக்கு மாறியிருந்தார். தருமதலா தெருவில் ஒரு வாடகை வீட்டில் அவர் குடியிருந்தார்.

ஏற்கெனவே பேசியதுபோல அவர் மறுநாள் என்னைப் பார்க்க வந்தார்; கல்கத்தாவில் மூன்று மாதமாவது இருக்கும்படி என்னை வலியுறுத்தினார். "பாலி மொழியில் எம்ஏ வாங்க வேண்டும் என்று எனக்கு ஆசை. தேர்வுக்குரிய நூல்களில் அதிகமும் நான் படித்துவிட்டேன்; 'அத்த சாலினி'[1] மட்டும் என்னால் புரிந்துகொள்ள முடியவில்லை. பிக்குகள் பலரிடம் கேட்டுவிட்டேன், ஜெர்மனியிலும் வேறு நாடுகளிலும் உள்ள அறிஞர்கள் பலருக்கும் எழுதினேன். ஆனால் யாராலும் எனக்கு உதவ முடியவில்லை. இரண்டு மாதம் எனக்கு அந்த நூலைச் சொல்லித் தந்துவிட்டு நீங்கள் எங்கு வேண்டுமானாலும் செல்லுங்கள். நீங்கள் என்ன கேட்டாலும் தருகிறேன்" என்றார் அவர்.

"உங்களுக்கு உதவ எனக்கு ஆசைதான்; ஆனால் இந்த விகாரையில் இருந்தால் அது நடக்காது. நான் தனிமையில் இருந்து பழகியவன். இங்கோ இரவும் பகலும் ஒரே சந்தடியாக இருக்கிறது. நான் தங்குவதற்கு அமைதியான ஓரிடத்தை எனக்கு நீங்கள் ஏற்பாடு செய்து தந்தால் இரண்டு மாதங்கள் இருக்கிறேன்" என்றேன்.

1. அத்த சாலினி: அபிதம்ம பீடகத்தின் முதல் பாகத்தின்மீதான உரை; புரிந்துகொள்ளக் கடினமானது. இதைப் புத்தகோஷர் இயற்றியதாகச் சொல்லப்படுகிறது. ஆனால், தர்மானந்தர் தனது விசுத்திமாக்க நூல் முன்னுரையில் இதைக் கேள்விக்குட்படுத்துகிறார்.

ஹரிநாத் டே உடனே ஒப்புக்கொண்டுவிட்டார். அவர் வீட்டினருகிலேயே அவரது மாமனாரின் வீடு இருந்தது; அந்த வீட்டுச் சுற்றுக்குள் அதற்குத் தொடர்பில்லாமல் தனித்து இரண்டு அறைகள் இருந்தன. இந்த அறைகளை அவர் என்னிடம் காண்பித்தார். எனக்கு இவைப் பிடிக்கவில்லை என்றால் தனியாக ஒரு வீட்டை வாடகைக்கு எடுத்துத் தரவும் அவர் தயார்தான். அவருக்கு எதற்காகத் தேவையில்லாமல் செலவு என்று நான் அந்த அறைகளே போதும் என்று சொல்லிவிட்டேன். உடனே அங்கே குடியேறியும் விட்டேன். ஹரிநாத்தின் வீடு அருகிலிருந்ததால் அங்கேயே சாப்பிட்டேன். 1906 மார்ச் 15 வரை அதில் இருந்தேன். இந்த நாட்களில் அவருக்கு 'அத்த சாலினி'யை விரிவாகச் சொல்லிக் கொடுத்தேன். பாலி நூல் கழகம் வெளியிட்டிருந்த பதிப்பில் நூற்றுக்கணக்கில் பிழைகள் இருந்ததை அவருக்குச் சுட்டிக் காட்டினேன். அவருக்கு இதிலெல்லாம் ரொம்ப சந்தோஷம்; என்னை கல்கத்தாவிலேயே தங்கிவிடச் சொன்னார்.

இந்தக் காலகட்டத்தில் ஹரிநாத் டேயின் வீட்டிலிருந்த மற்றொருவரிடமும் எனக்கு நட்பு ஏற்பட்டது. அவர் ஸ்ரீ மன்மோகன் கோஷ், மாநிலக் கல்லூரி ஆங்கில பேராசிரியர். இவர் பிரசித்தி பெற்ற வங்காள சீர்திருத்தவாதியான ராஜ்நாரயண் பாசுவின் மகளது மகன். இவரது தந்தை இந்திய மருத்துவப் பணியில் இருந்தார். இவரது தமையனார் கூச்பிகார் மகாராஜாவின் செயலாளராக இருந்தார். தம்பி ஸ்ரீ அரவிந்த கோஷ் பரோடா[2] சமஸ்தானத்தில் உயர்பதவியில் இருந்தார்; பின்னர் இவர் கல்கத்தா தேசியக் கல்லூரியின் பிரின்ஸ்பால் ஆனார். கடைசித் தம்பி பரீந்திர கோஷ் மாணிக்தலா வெடிகுண்டுச் சதிவழக்கில் கைதாகி அந்தமானில் சிறையிடப்பட்டார். மன்மோகன் கோஷின் ஆங்கிலம் இங்கிலாந்தில்கூடப் பெரிதாகப் பாராட்டிப் பேசும் அளவுக்குத் தேர்ந்ததாக இருந்தது. 1906இல் இவர் வாழ்வில் மாபெரும் சோகம் ஒன்று நிகழ்ந்தது – இவரது மனைவி மனநிலை பிசகிப் போய் மரணப்படுக்கையில் கிடந்தார். பாவம், கவியுள்ளம் படைத்த இந்த மனிதரால் இதைத் தாங்கிக் கொள்ள முடியவில்லை. நாங்கள் நண்பர்களானது இந்தச் சந்தர்ப்பத்தில்தான். அவருக்குப் பௌத்தம் பற்றிய நூல்கள்

---

2. அரவிந்த கோஷ்: இந்தியாவிலும் இங்கிலாந்திலும் கல்விபெற்றவர்; பேர்பெற்ற அறிஞர். தீவிரவாத தேசியத்தைப் பின்பற்றியவர். அலிப்பூர் குண்டு வெடிப்பு வழக்கில் கைதாகிச் சிறையிலடைக்கப்பட்டார் (1908–09). பின்னர் ஆன்மிகத்தில் ஈடுபாடு ஏற்பட்டு பாண்டிச்சேரியில் குடியேறி ஆசிரமம் அமைத்துக்கொண்டார். இவரது தம்பி பரீந்திரநாத் கோஷ் மாணிக்தலா குழுவைச் சேர்ந்த ஒரு புரட்சியாளர். அலிப்பூர் குண்டுவெடிப்பு வழக்கில் இவருக்கு மரண தண்டனை வழங்கப்பட்டது. பின்னர் இது ஆயுள் தண்டனையாகக் குறைக்கப்பட்டு, இவர் அந்தமான் தீவாந்திரச் சிறைக்கு அனுப்பப்பட்டார். 1920இல் விடுதலையானதும் இவர் பத்திரிகையாளரானார்.

சிலவற்றைக் கொடுத்தேன்; அவருக்கு அவை பிடித்துப்போய் என்னோடு பௌத்தம் குறித்துப் பேசத் தொடங்கினார்.

கல்கத்தாவிலிருந்து மார்ச் 15க்குப் பிறகு கிளம்பிச் சிக்கிம் போவது என்று முடிவெடுத்தேன். தெற்குப் பகுதியில் பௌத்தம் பற்றித் தெரிந்துகொண்டு விட்டதால் நான் வடக்கே அதைப் பற்றிய விஷயங்களைத் தெரிந்துகொள்ள விரும்பினேன். ஹரிநாத் டே எனக்கு எல்லா உதவிகளையும் செய்தார். 1905 டிசம்பரில் தாஷி லாமா கல்கத்தா வந்தார். அவருக்குப் பௌத்த தர்மங்கூர் சபையில் பாராட்டு விழா நடந்தது. ஹரிநாத் டேதான் முன் நின்று எல்லாவற்றையும் செய்தார்; கேப்டன் ஓ கானர், சிக்கிம் ரெசிடெண்ட் மிஸ்டர் வொயிட் மற்றும் பலரோடும் அவருக்கு நல்லப் பழக்கம் ஏற்பட்டது. பௌத்த தர்மங்கூர் சபையின் சார்பாக அவர் எனக்கு இரண்டு கடிதங்கள் தந்தார் – ஒன்று சிக்கிம் இளவரசருக்கு, மற்றொன்று, மிஸ்டர் வொயிட்டிற்கு. மன்மோகன் கோஷ் டார்ஜிலிங் அரசுப் பள்ளித் தலைமையாசிரியருக்கு என்னைப் பற்றி எழுதி, அவரோடு தங்க வைக்க ஏற்பாடு செய்தார். உடைகள் வாங்கிக்கொள்ள ஹரிநாத் பணம் தந்தார்.

மார்ச் 20இல் நான் கல்கத்தாவிலிருந்து கிளம்பினேன். நான் பணம் எடுத்துச் செல்ல வேண்டும்; பயண வழியில் நேரம் கிடைக்கும்போது சாப்பிட வேண்டியிருக்கும். எனவே கிளம்புவதற்கு முன்னால் நான் முறைப்படி பிக்குத்துவத்தைத் துறந்தேன். டார்ஜிலிங்வரை ரயில்தான்; எனவே பெரிய தொந்தரவு எதுவும் இல்லை. ஆனால் அங்கிருந்து சிக்கிமிற்கு நடந்து போக வேண்டும். எனக்கு முற்றிலும் பழக்கமில்லாத பகுதி என்பதால், சுமைக்கூலிக்காரர்களை நம்பிப் பயணம் செல்வது உசிதமல்ல என்று நான் நினைத்தேன். எனவே, தலைமையாசிரியர் அவரது தோட்டக்காரரை சிக்கிம்வரை எனக்குத் துணையாக அனுப்பிவைத்தார். எனது உடைகள், புத்தகங்கள் போன்றவை அடங்கிய சுமைகளைத் தூக்கி வருவதற்காக இரண்டு போடியா கூலிகளை அமர்த்திக்கொண்டேன். நாங்கள் நால்வரும் – நான், தோட்டக்காரர், இரண்டு கூலியாட்கள் – சிக்கிம் செல்லும் சாலையில் இறங்கினோம். தோட்டக்காரர் போகும் வழியில் சமையல் செய்துதந்து எனக்குப் பேருதவியாக இருந்தார்.

ஒரு வருடத்திற்கு முன்னர்தான் யங்கஸ்பண்ட் தூதுக்குழு திபெத்திற்குச் சென்றிருந்தது. எனவே இதற்காகச் சிக்கிம் வழியாகச் சாலை என்று ஏதோ அமைத்திருந்தார்கள். இதனால் எங்களுக்குப் பாதை அவ்வளவு சிரமமாக இல்லை. ஆனால் ஓரிடத்தில் திபெத்தியர் ஒருவர் கொலையுண்டு, அவரது சடலம் சாலையோரத்தில் கிடந்தது. நாங்கள் அங்கே போய்ச் சேரும்போது அந்திக் கருக்கல். திபெத்தியர்களின் குடிசைகள் ஒருசில தெரிந்தன; ஆனால் இவற்றில் தங்குவது ஆபத்து

என்று எனக்குப் பட்டதால், நேராக அரசாங்க டாக் (தபால்) பங்களாவுக்குப் போனோம். அதன் காவலாளி, "வேண்டுமென்றால் இன்றிரவு வராந்தாவில் படுத்துக்கொள்ளுங்கள்; சிக்கிம் அரசாங்கத்தின் ஒப்புதல் இல்லாமல் உங்களை உள்ளே அனுமதிக்க முடியாது" என்று சொல்லி எங்களை உள்ளே செல்ல விடவில்லை. நான் அவரிடம், "சிக்கிம் இளவரசரின் மாளிகையில் போய்த் தங்கப் போகிறேன். அவரது மாளிகையிலேயே நான் தங்கலாம் என்றால் இங்கே ஏன் தங்கக் கூடாது?' என்று கேட்டேன். இளவரசரின் பெயரைச் சொன்னதும் பாவம் அந்தக் காவலாளிக்கு நடுக்கம் வந்துவிட்டது; உடனே கதவைத் திறந்துவிட்டதோடு, எங்கள் சாமான்களையும் உள்ளே கொண்டு வைத்தார்! இரு போடியாக்களை வெளியேயும் தோட்டக்காரரை உள்ளேயும் படுக்கச் சொன்னேன். களைத்துப் போயிருந்ததால் நன்றாகத் தூங்கினேன். குறிப்பிட்டுச் சொல்லும்படியாக வழியில் பெரிதாக எதுவும் நடக்கவில்லை.

சிக்கிமை அடைந்ததும் நேராக இளவரசரின் மாளிகைக்குப் போய் பௌத்த தர்மங்கூர் சபையின் அறிமுகக் கடிதத்தை அவரிடம் கொடுத்தேன். அதைப் படித்துவிட்டு அவர், அந்த மாளிகையின் ஒரு பகுதியிலேயே தங்கிக்கொள்ள ஏற்பாடு செய்தார். எனக்கு வேண்டிய உணவை அவரது வேலைக்காரர் ஒருவர் சமைத்துத் தருவார். ஆங்கிலோ வெர்னக்குலர் பள்ளி யொன்றை அங்கே புதிதாக ஆரம்பித்திருந்தார்கள். அதன் தலைமையாசிரியர் தாவோ சந்தப் காஜி என்ற போடியாக்காரர். அவரிடமிருந்து திபெத்திய மொழியைக் கற்றுக்கொள்ளலாம் என்று முயன்று பார்த்தேன். ஆனால் அவருக்கு நேரமில்லை; எனக்கும் பழைய பொறுமையோ சிரமமெடுத்துக் கற்கும் சக்தியோ இல்லை. எனவே எனது பாடம் திபெத்திய நெடுங்கணக்கைத் தாண்டிப் போகவில்லை. அதுவும் போக, அங்கே இருக்க எனக்கு எரிச்சலாக இருந்தது. ஹரிநாத் டேயின் கடிதத்தோடு நான் மிஸ்டர் வொயிட்டைப் பார்க்கச் சென்றபோது அவர், "விரைவிலேயே இங்கே உங்களுக்குச் சலிப்புத் தட்டிவிடும். இங்கே புத்த மதம் சிலோனைப் போல அவ்வளவு துடிப்போடு இல்லை. இவர்களைப் பௌத்தர்கள் என்று சொல்ல முடியுமா என்றுகூடச் சந்தேகம் எனக்கு" என்றார். இதை நானுமே விரைவில் உணர்ந்தேன். சிக்கிமிலுள்ள மடங்களில் பிக்குகளுக்காகப் பசுக்களைக் கொல்லும் வழக்கம் இருந்தது. சமீபத்தில் இது தடை செய்யப்பட்டுவிட்டது. ஆனால் இங்கேயிருந்த லாமாவோ, பன்றி போன்ற விலங்குகளைக் கொல்வதைத் தவறாக நினைக்க வில்லை. போதாதற்கு மக்கள் தங்கள் சுற்றுப்புறங்களை வைத்துக் கொண்டிருந்த விதம் அருவருப்பைத் தந்ததால், அவர்கள் சமைத்த உணவை உண்ண எனக்குத் தயக்கம் தோன்றியது.

சிக்கிம் அரசர் கட்டியிருந்த மடம் ஒன்றில் திபெத்திலிருந்து லாமா ஒருவர் வந்திருந்தார். நல்ல அறிவாளி என்று அவருக்குப் பெயர் இருந்தது. அவருக்கு இந்துஸ்தானியும் பேச வரும். அவரது சீடரும் இந்துஸ்தானி நன்றாகக் கற்றுத் தேர்ந்திருந்தார். ஒருநாள் அந்தச் சீடர் தன் குருவின் சார்பாக என்னை உணவுக்கு அழைத்தார். "மாமிசமோ மீனோ சாப்பிட மாட்டேன். தயவு செய்து என்னை வற்புறுத்தாதீர்கள்" என்றேன் நான். அதற்கு அவர், "கவலை வேண்டாம். அப்படி எதுவும் நடக்காமல் பார்த்துக்கொள்கிறோம்" என்றார். ஆகவே அவர் அழைப்பை ஏற்று மடத்தில் மதியஉணவுக்குப் போனேன். ஆசனங்கள் போடப்பட்டு குருவுக்கும் எனக்குமாக இரு தட்டுகள் வைக்கப்பட்டன. தட்டுகளின் அருகில் பீங்கான் கிண்ணங்களில் இறைச்சியைப் போல ஏதோ இருந்தது. எனவே, "லாமா சாஹேப், அது மாமிசம் மாதிரி இருக்கிறதே!" என்றேன். இதைக் கேட்டதும் முகப்பில் வியப்புத் தோன்ற லாமா நாக்கை வெளியே நீட்டி (திபெத்தியர்கள் மன்னிப்புக் கோருவதற்கோ அல்லது வியப்பை வெளிப்படுத்துவதற்கோ இப்படிச் செய்வார்கள்), "நீங்கள்தான் மாமிசமோ மீனோ சாப்பிட மாட்டேன் என்று என் சீடனிடம் சொல்லியனுப்பினீர்கள். அப்படியிருக்கும்போது நாங்கள் அதை ஏன் சமைக்கிறோம்? இந்தக் கறி உங்களுக்காகவே பெரும் முயற்சியெடுத்துச் சமைத்தது" என்றார். நான், "லாமாஜி, அப்படியானால் இது எதில் செய்தது?" என்று கேட்டேன். அதற்கு லாமா, "வேறொன்றும் இல்லை, தவளைதான். நீங்கள் சந்தேகப்பட வேண்டாம். இங்கே உள்ள தவளைகள் இந்தியத் தவளைகள்போல அருவருப்பாய் இருக்காது! உங்களுக்காகவே விசேஷமாகக் காட்டிலிருந்து பிடித்து கொண்டுவரச் செய்திருக்கிறேன்!" என்றாரே பார்க்கலாம்! நான் அதிர்ச்சியில் உறைந்துவிட்டேன். பாவம் லாமவும் ஆச்சரியத்தில் திகைத்துப் போய்விட்டார்! இவ்வளவு கஷ்டப்பட்டுச் செய்த உணவு வந்தவருக்கு ஏன் பிடிக்காமல் போய்விட்டது என்பது அவருக்குப் புரியவே இல்லை! சரி போகட்டும். கடைசியில் அவருக்காகக் கொஞ்சம் சோறு பால் சேர்த்துச் சாப்பிட்டேன் – மருந்தைப் போல. உங்களுக்குக் கொடுத்து வைத்தது அவ்வளவுதான் என்பதைப் போல் லாமா என்னை அவ்வப்போது பார்த்துவிட்டுத் தவளைக் கறியை உள்ளே இறக்கினார்! இரண்டு நாட்களுக்குப் பிறகு சிக்கிம் அரசியார் விருந்துக்கு அழைத்தார். இறைச்சியோ, மீனோ, அல்லது தவளையோ வேறு எந்த உயிரினத்தின் மாமிசத்தையோ தின்பதில்லை என்று சொல்லியனுப்ப வேண்டியிருந்தது! எலிக்கறிகூட எனக்குப் பரிமாறலாம், யார் கண்டார்கள்?

நான் சிக்கிமிற்குக் கிளம்பியதும், ஏப்ரல் மாதத்தில் ஹரிநாத் டே பர்த்வான் மகராஜாவோடு இங்கிலாந்து

போனார். திரும்பி வரும் வழியில் ஏடனிலிருந்து அவர் என்னை கல்கத்தாவுக்கே மீண்டும் வரச்சொல்லி எழுதினார். ஆனால் இது என்னை அசைக்கவில்லை. ஆனால் மன்மோகன் கோஷ், சிக்கிமில் இருந்து கொண்டு நான் அந்த நாட்டிற்கு எதுவும் செய்ய முடியாது என்றும் கல்கத்தாவுக்கு வந்தால் எனது பௌத்த ஞானத்தின் மூலம் புதிய (சமூக) விழிப்புணர்வை உருவாக்க முடியும் என்றும் எழுதினார். இந்தக் கடிதம் என்னிடம் தாக்கத்தை ஏற்படுத்தியது. வனங்களிலும் பௌத்த விகாரைகளிலும் காலம் கழித்தது போதும், இனி நம் நாட்டுக்கு ஏதாவது சேவை செய்வோம் என்று தீர்மானித்தேன்.

ஆனால் நாட்டிற்குச் சேவை செய்வதென்பது சாதாரண விஷயமில்லை; மக்களுக்கு நல்லது செய்கிறேன் என்று நடிப்பதில் அர்த்தமில்லை. நான் எந்தப் பல்கலைக்கழகத்திலும் பட்டம் பெற்றவனல்ல; பாரம்பரியமான எந்த நிறுவனத்தின் ஆதரவும் எனக்குக் கிடையாது. எனவே மக்களுக்கு என்ன வழியில் நான் நல்லது செய்ய முடியும் என்று எனக்குத் தெரியவில்லை. மக்களுக்கு நல்லது செய்வது இருக்கட்டும் – எனக்கு எது நல்லது என்ற சந்தேகமே இன்னும் தீர்ந்தபாடில்லை! போன முறை கல்கத்தாவிலிருந்த போது, டாக்டர் பி.கே. ராய் போன்ற முக்கியப் பிரமுகர்களைச் சந்தித்து, பாலி வகுப்பு நடத்தலாமா என்று யோசிப்பதாகச் சொன்னேன். அந்த நேரத்தில் என் தேவையெல்லாம் தங்க இடமும் சாப்பாடும் மட்டும்தான்; பிக்குவின் துவராடை பர்மாவிலிருந்து கிடைத்துவிடும். ஆனால் இந்தச் சின்ன யோசனைக்குக்கூட யாரிடமிருந்தும் எனக்குப் பரிவான பதில் கிடைக்கவில்லை; மாறாக, அவர்களுக்குப் பௌத்தத்தின்மீது ஒருவிதமான வெறுப்பு இருந்ததுபோலத்தான் எனக்குத் தோன்றியது. ஹரிநாத் டேயால் உதவ முடியும்தான்; ஆனால் அவருக்கு எந்த மதத்தின்மீதும் நம்பிக்கை கிடையாது. அவர் தன் காரியத்திற்காகத்தான் என்னைப் பயன்படுத்திக் கொள்வார் – இரண்டு மாதம் அவரோடு இருந்ததில் இதை நன்றாக உணர்ந்துகொண்டேன். இப்போது நான் பிக்கு இல்லை, செய்யும் வேலைக்குரிய ஊதியம் வாங்கத் தடையில்லை. எனவே வங்காளிகள் சிலரது கருணையைப் பெற்று, ஏதாவது பணியில் அமர்ந்தபடியே, பாலி மொழியைப் பரப்ப முயற்சி செய்வோம் என்று முடிவெடுத்தேன்.

வேலையில்தான் சேரப் போகிறோமென்றால், குடும்பத்துக்கும் உதவலாமே? இந்த எண்ணத்தோடு, என் குடும்பம் எப்படியிருக்கிறது என்று தெரிந்துகொள்வதற்காக இரண்டொரு கடிதங்கள் கோவாவுக்கு எழுதினேன். என் முதல் கடிதம் ஸ்ரீ விஷ்ணு நாயக்கிற்கு, கடன் எவ்வளவு இருக்கிறது என்று கேட்டு. அவரிடம் 1400 ரூபாய் கடன் வாங்கியது, அதற்காகப்

பத்திரம் எழுதிக்கொடுத்தது போன்றவற்றை முன்பே ஒரு அத்தியாயத்தில் குறிப்பிட்டேன். அவர், கடன் அடைக்கப் படாதது மட்டுமல்ல, இவ்வளவு வருடத்து வட்டியும் ஏறியிருக் கிறது என்று பதிலெழுதினார். என்னிடமிருந்து கடிதம் வந்ததில் என் குடும்பத்துக்கு மிகுந்த சந்தோஷம் என்றும் எழுதி யிருந்தார். (நான்கு வருடத்துக்கு முன்பு) மதராசைவிட்டுக் கிளம்பியபின் நான் வீட்டிற்குக் கடிதம் எழுதவே இல்லை; நான் இறந்துபோயிருப்பேன் என்றே எல்லோரும் நம்பியிருந்தார்கள். இந்தக் கடிதம் எனக்கு உயிர்கொடுத்தது, எனவே எல்லோருக்குமே சந்தோஷம்தான்.

1906 ஜூலை மாதத்தில் ஹரிநாத் டே லண்டனிலிருந்து திரும்பி வந்தவர், கல்கத்தாவுக்கு வந்துவிடும்படி அன்போடு வற்புறுத்தி எனக்கு மற்றொரு கடிதம் போட்டார். நிறைய யோசனைக்குப் பிறகு பொதுவாழ்வில் குதிப்பது என்று முடிவெடுத்து, ஜூலை இறுதியில் கல்கத்தா வந்தேன். ஹரிநாத் டேயுடன் அப்போது எம்ஏ படிப்பிற்குப் பாடமாயிருந்த 'தேரிகாதை'யைப் படிக்க ஆரம்பித்தேன். ஆனால் நான் இப்போது முழுக்க அவரையே சார்ந்திருக்க வேண்டிய நிலையில் இல்லை. அந்தச் சமயத்தில் சர் குருதாஸ் பானர்ஜியும் டாக்டர் ராஷ்பிகாரி கோஷும் பிறரும் சேர்ந்து கல்கத்தாவில் தேசியக் கல்லூரியை நிறுவ முயன்று கொண்டிருந்தார்கள்; ஆகஸ்ட் 15ஆம் தேதி அது திறக்கப்பட்டது. அந்தக் கல்லூரியில் பாலி மொழியைப் பாடத்திட்டத்தில் சேர்க்க பெரும் முயற்சி எடுத்தேன். மன்மோகன் கோஷ் இதற்கு மிகவும் உறுதுணையாக இருந்தார். அவர் சத்தியேந்திரநாத் தாகூரை[3] நான் சந்திக்க ஏற்பாடு செய்தார்; ஸ்ரீ தாகூர் குறுகிய காலத்திற்குள் பாலி மொழியைப் அந்தக் கல்லூரிப் பாடத்திட்டத்தில் சேர்த்துவிட்டார். ஆனால் எனக்கு மிக சொற்பமான சம்பளமே, வெறும் முப்பது ரூபாய், நிர்ணயிக்கப்பட்டது. சம்பளம் எவ்வளவானாலும் இருக்கட்டும், நாம் நினைத்ததைச் செய்ய வாய்ப்புக் கிடைத்ததே என்று மகிழ்ந்தேன். ஆகஸ்ட் 15இலிருந்து, அதாவது தேசியக் கல்லூரி திறக்கப்பட்ட நாளிலிருந்து, அங்கே பாலி மொழி ஆசிரியராகப் பணி செய்யத் தொடங்கினேன்.

ஆனால் டேக்கு இது பிடிக்கவே இல்லை. அவருக்குத் தெரியாமல், அவரிடம் கலந்துகொள்ளாமல், நான் புதியதொரு நிறுவனத்தில் சேர்ந்தது அவருக்குக் கசப்பைத் தந்திருக்கலாம்.

---

3. சத்தியேந்திர நாத் தாகூர்: ரவீந்திரநாத் தாகூரின் தமையனார். ஐசிஎஸ் பணியில் சேர்ந்த முதல் இந்தியர். 1864வாக்கில் அவர் பம்பாய் மகாணத்தில் பணியில் சேர்ந்து முப்பது ஆண்டுகள் பணியாற்றினார். மகாராஷ்டிரத்தைச் சேர்ந்த முன்னணி சீர்திருத்தவாதிகளோடு நெருங்கிய நட்புகொண்டிருந்தார்.

அவர் என்னிடம், "தேசியக் கல்லூரி பிரிட்டீஷ் அரசாங்கத்துக்கு எதிரானது; நானோ அரசு பணியில் இருப்பவன். அப்படியானால் நாமிருவரும் எப்படி ஒத்துப்போக முடியும்? உங்களுக்கு வேலை வேண்டுமென்றிருந்தால் இதைக் காட்டிலும் மிகச் சிறந்த வேலை வாங்கித் தந்திருப்பேனே! இப்போது இந்த கல்லூரியில் சேர்ந்துவிட்டீர்கள், இனி நான் உங்களுக்கு எதிர்காலத்தில் எந்த உதவியும் செய்வதற்கில்லை" என்றார். அதற்கு நான் "ஏதேனும் வேலையில் ஏற வேண்டும் என்பதல்ல என் நோக்கம். பொதுவாழ்வில் ஈடுபட்டு ஏதாவது சாதிப்போமே, நேர்வழியில் சம்பாதித்துக் குடும்பத்தைக் காப்பாற்றுவோமே என்றுதான் இந்த வேலையை ஏற்றுக்கொண்டேன். இந்தக் கல்லூரி நிர்வாக உறுப்பினர்களான சர் குருதாஸ் பானர்ஜி, டாக்டர் ராஷ்பிகாரி கோஷ் போன்றோர் அரசாங்கத்துக்கு வேண்டியவர்களே. அப்படியிருக்கும்போது, என்னை அரசாங்கம் சந்தேகப்பட வேண்டியதில்லை. அதுபோக, கல்லூரி எவ்வளவு தீவிரமான அரசியல் பார்வை கொண்டதாக இருந்தாலும், தீவிரவாதத்தைப் பாலி மொழி வழியாகக் கற்பிப்பதற்கு வாய்ப்பில்லை. ஆனாலும், எனது சினேகிதம் உங்கள் வளர்ச்சிக்கு முட்டுக்கட்டையாக இருக்குமென்றால் இப்போதே வீட்டைக் காலிசெய்து விட்டு வேறு இடம் போய்விடுகிறேன். உங்கள் வீட்டில் நான் சில நாட்களாவது சாப்பிட்டிருக்கிறேன்; எனவே உங்களுக்குக் கெடுதி வரும்படியாக எதைச் செய்தாலும் ஒரு மகாராஷ்டிரனான எனக்கு அது அவமானமே" என்றேன்.

விஷயம் இப்போது அவருக்குத் தெளிவாகிவிட்டது. ஹரிநாத்திற்கு என்ன சொல்வதென்று தெரியவில்லை; "இப்போதே நீங்கள் வீட்டை விட்டு போக வேண்டாம். என் நண்பர்களிடம் முதலில் விசாரித்துப் பார்க்கிறேன்; அரசாங்கத்துக்குப் பிடிக்காமல் போகுமா என்று அதன்பிறகு உங்களுக்குத் தெரிவிக்கிறேன்" என்றார். அவரது வார்த்தை களை நான் ஒரு பொருட்டாக எடுத்துக்கொள்ளவில்லை. அரசாங்கம் எதிராக ஒன்றும் சொல்லப் போவதில்லை என்று அவருக்கு நன்றாகவே தெரிந்ததுதான். அவர் சொன்னதுபோல் நான் அன்று அவர் வீட்டில் தங்கினேன். மறுநாள் அவர் என்னிடம், "நேற்று நான் பேசியது உங்களைப் புண்படுத்தியிருக்கு மானால் என்னை மன்னித்துவிடுங்கள். தேசியக் கல்லூரியில் நீங்கள் வேலை பார்ப்பதால் அரசாங்கத்திடமிருந்து எனக்கு எந்தத் தொந்தரவும் வராது என்று விசாரித்துத் தெரிந்துகொண்டேன். இங்கேயே சுதந்திரமாக இருந்து, உங்கள் வேலையைத் தொடருங்கள்" என்றார். போததற்கு, அன்று முதல் தான் மாநிலக் கல்லூரி போகும் வழியில் என்னை தேசியக் கல்லூரியில் இறக்கி விட்டுச் செல்லத் தொடங்கினார்.

தேசியக் கல்லூரியில் எனக்கு ஐந்தோ ஆறோ மாணவர்கள்தான்; ஆனால் அவர்கள் முயன்று படித்தார்கள். அவர்களில் இருவர் 1915இல் ஹார்வர்டு பல்கலைக்கழகத்தில் பட்டம்பெற்றுத் திரும்பினார்கள். பணத்தைப் பொறுத்தவரையில், பெரிதாக ஒன்றும் சொல்வதற்கில்லை. குடும்பத்தைக் கூட்டி வந்து தனியாகக் குடியமர்த்தியிருந்தால், இந்த முப்பது ரூபாய் என் ஒருவனுக்குக்கூடப் போதுமா என்பது சந்தேகமே.

முதலில் ஸ்ரீ அரவிந்த கோஷ் கல்லூரி முதல்வராக இருந்தார். ஆனால் சில நாட்களிலேயே அவர் 'வந்தே மாதரம்' வழக்கில் சேர்க்கப்பட்டதால், தனது பதவியை ராஜினாமா செய்து விட்டார். ஸ்ரீ சதீஷ்சந்திர முகர்ஜி அவரிடத்திற்கு வந்தார். இவருக்கு என்மீது பெருத்த சந்தேகம்; என்னைப் பணிக்கு அமர்த்துவதை இவர் கடுமையாக எதிர்த்தார் என்று கேள்விப்பட்டிருந்தேன். அவர் முதல்வர் ஆனதும், பௌத்தம் பற்றி என் வகுப்பில் எதுவும் சொல்லக் கூடாது என்று கறாராக ஆணை போட்டார்! எனவே, நான் சொன்னேன், "இதுதான் நியதி என்றால், எவ்வளவு விரைவில் நீங்கள் பாலி வகுப்பை மூடுகிறீர்களோ அவ்வளவுக்கு நல்லது. ஏனென்றால் பௌத்தத்தோடு தொடர்பில்லாத பாலி நூல்கள் கிடைப்பது அரிது!" இதைக் கேட்டுவிட்டு அவர் சொன்னார், "பாடத்தில் என்ன இருக்கிறதோ அதைச் சொல்லிக்கொடுத்தால் தப்பில்லை. பௌத்ததைப் பிரச்சாரம் செய்து மாணவர்களை பௌத்தர்களாக்கி விடாதீர்கள்!" என்றார். அதற்கு, "ஒரு பௌத்த பிரச்சாரகனாக அல்ல நான் இந்தக் கல்லூரியில் பணிக்குச் சேர்ந்தது. பிரச்சாரம் செய்ய வேண்டுமென்றால் அதற்கு வேறு இடங்கள் இருக்கின்றன. அங்கே போய்க்கொள்வேன். ஆனாலும், இங்கே பாட நூல்களில் இருப்பவற்றை மாணவர்களுக்குச் சரியாக விளக்கிச் சொல்ல வேண்டும். இது உங்களுக்குப் பிடிக்கவில்லை என்றால் இப்போதே நான் ராஜினாமா செய்துவிடுகிறேன்" என்றேன். இதன்பிறகு, முதல்வர் முகர்ஜியும் நானும் முட்டிக் கொள்வதற்குச் சந்தர்ப்பமே வரவில்லை. மாணவர்களுக்கு என்னைப் பற்றி மிக உயர்ந்த அபிப்ராயம் இருந்தது; எனவே முகர்ஜியும் தன் அபிப்ராயத்தை மாற்றிக்கொள்ள வேண்டி வந்தது; விளைவு, மாணவர்களுக்குப் பௌத்தம் பற்றி உரை நிகழ்த்துங்கள் என்று அவரே என்னிடம் சொல்லும்படியானது.

1906 அக்டோபரில் கோவா போகலாம் என்று முடிவு செய்தேன். பாலித் என்பவர் பம்பாய்வரை என்னுடன் வந்தார். அங்கே அவர் நோய்வாய்ப்படவே, கோவா போகும் தன் முடிவை மாற்றிக்கொண்டு மீண்டும் கல்கத்தாவிற்கே திரும்பிவிட்டார். வழியில் நாங்கள் (நாக்பூரில்) மாதவராவ் பாத்யேவோடு இரண்டு நாள் தங்கிவிட்டு, அங்கிருந்து கோவிந்தராவ் காணேயைப்

பார்ப்பதற்காக அமராவதி சென்றோம். அந்தச் சந்தர்ப்பத்தில் காணே என்னிடம், "டாக்டர் பண்டார்கர் உண்மையிலேயே உங்களைப் பார்க்க ஆசைப்படுகிறார்" என்றார். "அதற்கு வாய்ப்பே இல்லை; என்மீது அவர் எரிச்சலோடல்லவா இருந்தார்!" என்றேன். கோவிந்தராவ், "உண்மைதான், 1904இல் நீங்கள் என்னைப் பார்த்துவிட்டுப் போனபிறகு அவரை லோனாவாலாவில் சந்தித்தேன். பேசிக்கொண்டிருக்கும்போது உங்கள் பேச்சும் வந்தது. டாக்டர் சாஹேப் என்னிடம், 'அந்த இளைஞன் பைத்தியம்போலத் தோன்றுகிறது. எதற்காக அவரைப் பற்றி பேசுகிறீர்கள்?' என்று கேட்டார். அதன்பிறகு நான் உங்கள் முழுக்கதையையும் சொன்னேன். நீங்கள் பாலி மொழி கற்றுத் தேர்ந்துவிட்டீர்கள் என்பது தெரிந்ததுமே அவருக்கு உங்களைப் பார்ப்பதற்கு மிகவும் ஆவல் வந்துவிட்டது. நீங்கள் அங்கே (புனே) போனால் தன்னைக் கட்டாயம் பார்க்க வேண்டும் என்று சொல்லச் சொன்னார்" என்றார்.

டாக்டர் பண்டார்கரை நான் சந்திக்க விரும்பவில்லை என்றல்ல. அவருக்கு என்னைப் பிடிக்கவில்லையானாலும் புனே செல்வதாக இருந்தால் நிச்சயம் அவரைப் பார்த்திருப்பேன். ஆனால் இந்தச் சந்தர்ப்பத்தில் நான் பயணவழியை மாற்றிக் கொண்டு புனே செல்ல சாத்தியமில்லை. எனவே, "நான் பம்பாயிலிருந்து நேராக கோவா போகிறேன். ஆகவே அவரைப் பார்ப்பதற்கு எனக்கு நேரமிருக்காது" என்றேன். பிரார்த்தனா சமாஜத்தின் ஆண்டு விழா நிகழ்ச்சி நடந்துகொண்டிருப்பது காணேக்குத் தெரியும். டாக்டர் பண்டார்கர் அங்கே இருப்பார் என்று நினைத்துக்கொண்டு, பிரார்த்தனா சமாஜ முகவரிக்குத் தந்தி கொடுத்தார். இந்த முறை அமராவதியில் உரை எதுவும் நான் நிகழ்த்தவில்லை. நேராக பம்பாய் சென்றேன். ஸ்ரீ (இப்போது டாக்டர்) தேவத்தத்தாராவ் பண்டார்கர் என்னைச் சந்திக்க ரயில்நிலையம் வந்திருக்கிறார்; ஆனால் நாங்கள் ஒருவரை ஒருவர் பார்க்கத் தவறிவிட்டோம். நானும் நண்பர் பாலித்தும் கிர்காவில் போர்ச்சுக்கீசிய தேவாலயத்தினருகே சுகநிவாஸில் தங்கினோம். ஒரு நாள் காலையிலேயே சாப்பிட்டுவிட்டுத் தனியாக ஸ்ரீ பண்டார்கரின் வீட்டிற்குச் சென்றேன். டாக்டர் சாஹேப் குளித்துக்கொண்டிருந்தார். பத்து நிமிடத்தில் குளித்து விட்டுச் சாதாரண உடையோடே வெளியே வந்து என்னோடு பேசத் தொடங்கிவிட்டார். அன்று பிரார்த்தனா சமாஜத்தில் நான்கு வெவ்வேறு மகான்களின் வாழ்க்கையைப் பற்றி வெவ்வேறுப் பேச்சாளர்கள் பேசுவதாக இருந்தது. டாக்டர் சாஹேப் என்னிடம் புத்தரின் வாழ்க்கையைப் பற்றி பேசச் சொன்னார். மராத்தியில் நான் உரை நிகழ்த்தி வெகுகாலம் ஆகியிருந்தது. என்றாலும் அவர் கேட்டுக்கொண்டதால், புத்தர் பற்றி சில வார்த்தைகள் பேசுவதற்கு இசைந்தேன்.

உரை தொடங்குவதற்கு முன்பு என்னைப் பற்றிய அறிமுகமாக டாக்டர் சாஹேப் என் கடந்தகால வரலாற்றை எடுத்துரைத்தார் – நான் புனே வந்தபோது என்னை ஆர்வமுள்ள வெறும் ஒரு இளைஞனாகவேதான் நினைத்தது, நான் இவ்வளவு தைரியமாக விடாமுயற்சியுடன் கற்றுத் தேர்வேன் என்று கற்பனைக்கூடச் செய்யாதது, இப்படிச் சொல்லிக்கொண்டே போனார். என் உரை எப்படியிருந்தது என்று எனக்குச் சொல்லத் தெரிய வில்லை. ஆனால் டாக்டரின் அறிமுக உரையால் பம்பாய் மக்கள் – குறிப்பாகப் பிரார்த்தனா சமாஜ உறுப்பினர்கள் – என்னை நன்கு அறிந்துகொண்டார்கள். அப்போது முதல் நான் கல்கத்தாவிலிருந்து பம்பாய் போகும்போதெல்லாம் சமாஜத்தின் ராம் மோகன் ஆசிரமத்தில் தங்குவேன்.

இரண்டு தினங்கள் பம்பாயிலிருந்து விட்டு பனாஜிக்குப் படகில் போய், அங்கிருந்து துடுப்புப் படகில் முர்காவ் போனேன். மறுநாள் காலையில் நான் சங்க்வாலுக்கு நேராகப் போகாமல், மட்காவ் போனேன். என் பழைய உறவினர் பிக்கு நாயக் இந்த முறை என்னை நல்ல முறையில் உபசரித்தார். விஷ்ணு நாயக்கும் அன்போடு நடத்தினார். நானும் அவரும் ஒரு காரைப் பிடித்து சங்க்வால் சென்றோம். நான் வரும் செய்தி அங்கே போய்ச் சேர்ந்திருந்தது. வங்காளி உடையில் என்னைப் பார்த்ததும் எல்லோரும் அழ ஆரம்பித்துவிட்டார்கள்! விஷ்ணு நாயக்தான் அவர்களைத் தேற்றினார்.

ஊரில் என்னால் நிறைய நாட்கள் இருப்பதற்குச் சாத்திய மில்லை. அக்டோபரில் துர்கா பூஜை விடுமுறை முடிவதற்கு முன்னால் நான் கல்கத்தா போயாக வேண்டும். எனவே வீட்டில் இரண்டு நாள் தங்கிவிட்டு நான் மட்காவ் வந்தேன். என் மனைவி என்னோடு கல்கத்தா வருவதற்கு விரும்பினாள்; ஆனால் என் மகள் எனது தாடியைப் பார்த்து பீதியடைந்து வர மறுத்து விட்டாள். அவளைச் சிக்காலேயிலிருந்த பாட்டியிடம் அனுப்பி வைத்துவிட்டு நானும் என் மனைவியும் கல்கத்தா சென்றோம்.

நான் கிளம்பி வருவதைத் தெரிவித்து ஹரிநாத் டேக்கு முன்கூட்டியே தந்தி அனுப்பியிருந்தேன். அவர் எங்களைத் தனது வீட்டிலேயே தங்க வைத்து, நாங்கள் சமையல் செய்துகொள்ளத் தனியாக இடமும் ஒதுக்கித் தந்தார். முப்பது ரூபாய்ச் சம்பளம் போதாதுதான், ஆனாலும் வீட்டுவாடகை, விறகு போன்ற செலவுகள் இல்லாததால் ஒருவாறு சமாளித்தோம். ஆனால் டிசம்பரில் என் மனைவிக்கு உடம்பு முடியாமலாகி விட்டது;[4]

---

4. தர்மானந்தரின் மனைவி பாலாபாய் கருத்தரித்ததால் ஏற்பட்ட நோவாக இருக்கலாம். அவரது மகன் தாமோதர் (டி.டி.கோஸம்பி) 1907 ஜூலை 7இல் பிறந்தார். மகள் மனோரமா 1910இல் பிறந்தார். இந்த இரண்டுமே இந்த நூலில் சொல்லப்படவில்லை.

அவளைக் கோவாவில் திரும்பக் கொண்டுவிட வேண்டி வந்தது. இந்தப் பயணத்திற்கான முழுச் செலவையும் ஹரிநாத் டே ஏற்றுக்கொண்டார்.

1906இல் எம்ஏ தேர்வு முடிவுகள் வெளியாயின, ஹரிநாத் டே பாலி மொழிப் பாடத்தில் முதல் வகுப்பில் தேர்ச்சி பெற்றிருந்தார். அதன்பிறகு அவர் ஜஸ்டிஸ் (அசுதோஷ்) முகர்ஜியின் ஆதரவோடு பல்கலைக்கழக சிண்டிகேட் உறுப்பினரானார். புதிதாக இயற்றப்பட்ட பல்கலைகழகச் சட்டத்தின்படி சில ஆசிரியர்களை நியமனம் செய்ய வேண்டியிருந்தது. என்னைப் பாலி மொழி உதவிப் பேராசிரியராக நியமிப்பதற்கு ஹரிநாத் டே மிகுந்த முயற்சி எடுத்து, பல்கலைக்கழகத்தில் அவருக்கிருந்த செல்வாக்கினால் வெற்றியும் பெற்றுவிட்டார். ஆசிரியர்களில் அதிகமானவருக்கும் ஊதியமில்லாத பதவிதான் இது; ஆனால் எனக்கும் சத்தியவிரத சமஸ்ராமிக்கும் மட்டும் மாதம் நூறு ரூபாய் அளிப்பது என்று தீர்மானிக்கப்பட்டது. 1907 ஜூலையில் பணியில் சேர்ந்தேன். ஜஸ்டிஸ் அசுதோஷ் முகர்ஜியைச் சந்தித்து பல்கலைக்கழகத்தில் வேலை பார்க்கத் தொடங்கினாலும் தேசியக் கல்லூரியோடு எனக்குள்ள உறவை முறித்துக்கொள்ள மாட்டேன் என்று சொன்னேன். அவர் மறுப்பு எதுவும் சொல்லவில்லை. “நீங்கள் பல்கலைகழகப் பணியை நேரத்திற்குள் முடித்துவிட்டீர்கள் என்றால், வேறு என்ன வேலை பார்க்கிறீர்கள் என்று சிண்டிகேட் விசாரிக்காது” என்றார். இந்த வேலை கிடைத்ததும் நான் தேசியக் கல்லூரியில் ஊதியமில்லாமல் கற்பிக்கத் தொடங்கினேன்; கல்கத்தாவில் நானிருந்த வரையிலும் அங்கே தொடர்ந்து பணியாற்றினேன்.

கல்கத்தா பல்கலைகழகத்துப் பணி எனக்குப் பொருளாதார ரீதியாகப் பெரிய ஏந்தலாக இருந்தது. சம்பளமும் தேர்வுப் பணித் தொகையுமாக எனக்கு 600 முதல் 900 ரூபாய்வரை கிடைத்தது. ஆனால் நான் விரும்பியதுபோல உருப்படியாக என்னால் எதுவும் செய்ய முடியவில்லை. உதவிப் பேராசிரியராக நான் வாரம் மூன்று நாட்கள் கற்பித்தால் போதும். வகுப்பில் இருந்த இரண்டு, மூன்று மாணவர்களுக்கும் பாலி மொழியைக் கற்றுத் தேற வேண்டும் என்பதில் பெரிய விருப்பம் எதுவுமில்லை. எப்படியாவது ஒரு பட்டம் வாங்கிச் சம்பள உயர்வோ, புதிய வேலையோ பெற்றுவிட வேண்டும் என்பதுதான் அவர்களுக்குக் குறியாக இருந்தது. மொத்தத்தில் பார்த்தால், கல்கத்தா வாசம் எனக்குப் பெயரைப் பெற்றுத் தந்தாலும், அதனால் உண்மையான பலன் எதுவும் விளையவில்லை. என் பணி என நான் நினைத்திருந்தது – இப்போதும் நினைத்துக்கொண்டிருப்பது – நான் மிகுந்த சிரமப்பட்டுக் கற்ற பாலி மொழியறிவை இந்தியாவில் எங்கும் விதைப்பதுதான் என்பதை இங்கே சுட்டிக்காட்டுவது அவசியம்.

அதனால்தான் கல்கத்தாவில் இருந்ததால் வேறு வழியில் நான் பயனடைந்தேன் என்றாலும் அது எனக்குச் சிறிதாகத் தோன்றியது.

அப்பா பட்ட கடனை அடைத்துவிட்டு நிம்மதியாக இருக்கலாம் என்றுதான் இந்த வேலையை ஏற்றுக்கொண்டேன்; ஆனால் அந்தக் கடனை அடைப்பதிலும் நான் வெற்றி பெற வில்லை. நான் சம்பாதித்ததெல்லாம் வட்டிக்கே போனது. பின்னர் 1907 ஆகஸ்டில் தந்தையாரின் நிலத்தின்மீது ஒரு வழக்குத் தொடரப்பட்டது; நாற்பது வருடங்களுக்கு முன்பு என் தந்தையாருக்கும் பொற்கொல்லர் ஒருவருக்கும் இடையே நிலம் தொடர்பாக ஒரு தாவா இருந்தது. ஆனால் இந்த நாற்பதாண்டு களில் அது பிரச்சினையாக வெடித்ததாகவே தெரியவில்லை – குறைந்தபட்சம் எனக்குத் தெரிந்த வரையிலும். 1907இல் ராம் நாயக் பனவாலிக்கர் என்பவர் அந்தப் பொற்கொல்லரின் சந்ததியினரிடமிருந்து உரிமையை வாங்கி வழக்கொன்றைத் தொடுத்தார். 1907 டிசம்பரில் சூரத் காங்கிரஸ் மாநாட்டில் கலந்து கொள்ளப் போன நான் அவசரஅவசரமாகக் கோவா விரைந்து சமாதானப் பேச்சுவார்த்தை மூலம் இதைத் தீர்க்க முயன்றேன். ஆனால் ராம் நாயக் என் அண்ணன்மீது கிரிமினல் வழக்குத் தொடர்ந்து அந்த நிலத்திற்கான உரிமையை அரசாங்கத்திடமிருந்து பெற்றுவிட்டார். என் உறவினர்கள், நண்பர்கள் சொல்லியும் கேட்காமல் நான் அவர் வீட்டுக்குப் போய் அவரது அண்ணனிடம் நீதிமன்றத்துக்கு வெளியே பைசல் செய்துகொள்வோம் என்று கேட்டுக்கொண்டேன். ஆனால் எந்தப் பயனும் விளையவில்லை. போதாதற்கு, ராம் நாயக் அந்த இடத்திற்கு அநியாய விலை கேட்டார். எனவே நீதிமன்றத்தை நாடி எங்கள் தரப்புதான் சரி என்று நிரூபிக்க வேண்டிய கட்டாயத்துக்கு நாங்கள் ஆளானோம். அந்தக் கிராமத்திலிருந்த ஜமீந்தார்களில் பெரும்பான்மையினர் எங்களுக்குச் சாதகமாகச் சாட்சியளித்தார்கள். எதிர்த்தரப்பின் சாட்சிகளோ நாலைந்து விவசாயக் கூலிகள். பிறகு, மாவட்ட நீதிபதியும், உயர்நீதி மன்றமும் எங்களுக்குச் சாதகமாகத் தீர்ப்பளித்தார்கள். (இந்த இரண்டு தீர்ப்புகளுமே நான் அமெரிக்காவிலிருந்தபோது வந்தன). என் அண்ணன்மீது தொடரப்பட்ட கிரிமினல் வழக்கு நீதிமன்றத்தால் தள்ளுபடி செய்யப்பட்டது. எல்லாம் சரிதான், நல்லதுதான் நடந்தது என்றாலும் நான் கல்கத்தாவில் சம்பாதித்த பணத்தில் அதிகமும் இதற்கே செலவழிந்துவிட்டது. கிட்டத்தட்ட ஆயிரம் ரூபாயை இந்த வழக்கு விழுங்கிவிட்டது. எனவே என்னால் தந்தையாரின் கடனை அடைக்க முடியுமா என்ற சந்தேகம் வர ஆரம்பித்து விட்டது. நான் வேலைக்குச் சேர்ந்ததுமே ஒருவர் – என் சிறுவயது முதலே என்னோடு நட்போடு இருந்தவர்தான் – எங்கள்மீது ஒரு வழக்கைத் தொடர்ந்து, கொஞ்சம் பொய்ச்சாட்சிகளை

ஜோடித்து, எங்களை நீதிமன்றத்திற்கு இழுத்தார் – எதற்கென்றே தெரியாமல்! இது என்னை மிகவும் வாட்டியது. கோவாவில் நிலைமை இப்படி வினோதமாக மாறி, அங்குள்ள இந்துக்களுக்கு எது தங்களுக்கு நல்லது, எது கெட்டது என்பது புரியாமலே ஆகிவிட்டது. இந்த நிலைமையில் நான் அப்பாவின் கடனையடைத்து, நிலத்தைத் திருப்பி விட்டாலும், அதன்மேல் எத்தனை பேர் என்னென்ன வழக்குகள் போடப் போகிறார்கள் என்று யாருக்குத் தெரியும்! நான் மிகவும் துவண்டுப் போய்விட்டேன்.

ஹரிநாத் டேக்கு என்மீது ஏராளம் அன்பிருந்தது என்பதில் சந்தேகமில்லை. 1906இல் நான் அவரோடு தங்கியிருந்தபோது என்மீதிருந்த மரியாதை காரணமாகக் குடிப்பதை நிறுத்தினார். நான் வந்ததால்தான் அவரிடம் இந்த மாற்றம் ஏற்பட்டது என்ற நம்பிக்கையில் அவரது அம்மா எனக்கு அடிக்கடி நன்றி சொல்லுவார். ஒரு ஜோதிடர் ஹரிநாத் பௌத்தம் படித்து திருந்தி விடுவார் என்று சொன்னதை அவர் அப்படியே நம்பினார். ஆனால் 1907இல் அவர் ஹூக்ளி கல்லூரிக்கு முதல்வராகப் போனதும் பழைய போதைப் பழக்கம் மீண்டும் தலைதூக்கியது. அந்தப் பதவியில் இருக்கும்போதே அவரைப் பின்னர் இம்பீரியல் லைப்ரரியின் நூலகராகவும்[5] நியமித்தார்கள்; அவரது சம்பளம் மாதம் 1100ஆக உயர்ந்தது. இந்தப் பதவி கிடைத்ததற்கு ஒருவிதத்தில் நானும் காரணம் என்று சொல்லுவார் அவர். பாலி மொழியில் அவருக்கிருந்த தேர்ச்சி கல்கத்தாவின் பிஷப் காபிள்ஸ்டன் பிரபுவிடம் அவருக்கு நல்ல மதிப்பைப் பெற்றுத் தந்தது. பிஷப் காபிள்ஸ்டனுக்குப் பாலி மொழிமீது அபிமானம் இருந்தது. தனக்குப் புரிந்துகொள்ள கஷ்டமான இடங்களை ஹரிநாத் டேயிடம் கேட்டுத் தெரிந்துகொள்வார். அவர் இடைப்பட்டதால் ஸ்ரீ டேயிற்கு மிகப் பெரிய பதவி கிடைத்தது. டேயின் முன்னேற்றம் எனக்குச் சந்தோஷத்தைத் தந்தாலும், குடிப்பழக்கம் அவரிடம் மீண்டும் வந்துவிட்டதைக் கேள்விப் பட்டு மிகவும் வருத்தினேன். அவர் ஹூக்ளியிலிருந்து திரும்பி வந்தபோது நான் அவர் வீட்டில் வசிக்கவில்லை. தர்மபால, மகாபோதி சபை முன்பிருந்த இடத்தையே மீண்டும் வாடகைக்கு எடுத்திருந்தார். அங்கே சில நாட்கள் இருந்தேன்; பின்னர் பாலிகஞ்சில் அம்பிகாசரண் சென் வீட்டில் கொஞ்ச காலமிருந்தேன். அங்கே இருந்தபோதுதான் ஹரிநாத் டேயைப் பார்ப்பதற்காகக் கல்கத்தா கிளப்புக்குப் போனேன். டே அங்கே மாதம் தொண்ணூறு ரூபாய் வாடகையில் பெரிய அறை ஒன்றை எடுத்திருந்தார். ஜெர்மனியில் இருந்து வரப்போகும்

---

5. இம்பீரியல் நூலகத்தின் (இப்போது தேசிய நூலகம்) இரண்டாவது நூலகர் ஹரிநாத் டே. அந்தப் பதவியில் நியமிக்கப்பட்ட முதல் இந்தியர்.

டாக்டர் பிஷெல்லுக்காக அதை இரண்டு மாதங்கள் ஒதுக்கி வைத்திருப்பதாக அவர் சொன்னார். நான் அவரைச் சந்தித்த போது, அவரோடு இரண்டு வங்கமொழிப் பண்டிதர்களும் அவரது குடித் துணைவர்கள் இரண்டுபேரும் இருந்தார்கள். அன்று ஹரிநாத் தனது குடிப்பழக்கத்தை எங்கள் முன் அரங்கேற்றிக் காட்டினார். அவர் அளவுக்கதிகமாக ஒன்றும் குடித்திருக்கவில்லை; முன்பெல்லாம் அவர் குடிப்பது ஒளிவுமறை வாக இருந்தது. இன்று அதை வெளிப்படையாகச் செய்தார். இது என்னை மிகவும் பாதித்தது. கல்கத்தாவை விட்டு எவ்வளவு சீக்கிரம் போகிறோமோ அவ்வளவுக்கு நல்லது என்ற உறுதியான முடிவுக்கு வந்தேன்.

கல்கத்தாவில் எனக்கு ஏராளம் நட்புகள் வாய்த்தன. ஹரிநாத் டேயைப் பிடிக்காத கோஷ்டியைச் சேர்ந்த சிலரும்கூட என்னை விரும்பினார்கள் என்று கேள்விப்பட்டேன்; ஆனால் நான் அவர்களிடம் நேரடியாகவோ மறைமுகமாகவோ எந்தத் தொடர்பும் வைத்துக்கொள்ளவே இல்லை. அவர்களில் பலரும் நல்லவர்கள், தாராளப் போக்குக் கொண்டவர்கள். என்றாலும், ஹரிநாத் டே வருத்தமடைவார் என்று எனக்குத் தெரியுமென்பதால், நான் அவர்களிடம் யதேச்சையாகக்கூடப் பேசப் போகவில்லை. இந்தக் கோஷ்டியில் நான் சேர்ந்திருந்தால் எனக்கு ஏதாவது அனுகூலம் வாய்த்திருக்கலாம். ஆனால் பச்சோந்தித்தனத்தை நான் மிகவும் வெறுத்ததால் அப்படிச் சேர வேண்டும் என்றே தோன்றவில்லை. இப்போதோ ஹரிநாத் டேயைத் திருத்தி நல்வழிப்படுத்துவது எனது சக்திக்கு அப்பாற்பட்டதாகிவிட்டது. எனவே எனக்கு ஒரே ஒரு வழிதான் இருந்தது — கல்கத்தாவை விட்டுக் கிளம்புவது. மொத்தத்தில் எந்த நோக்கத்திற்காக இந்த வேலையை ஏற்றுக்கொண்டேனோ அது நிறைவேறவில்லை; வங்காளி மாணவர்களுக்கு நன்மை பயக்கும் எதையும் என்னால் சாதிக்க முடியவில்லை; எனக்கு எவ்வளவோ உதவிகள் செய்த நண்பர் குடியில் மூழ்கிக் கிடக்கும்போதும் அவரைக் காப்பாற்ற எனக்கு வழி எதுவும் தெரியவில்லை. இவையெல்லாம் என்னை மிகவும் துன்புறுத்தின. எனது திறமையைச் சிறந்த முறையில் வெளிப்படுத்துவதுதான் இனி என் கடமையாக இருக்க வேண்டும் என்ற தீவிர ஆசை எனக்குள் உருவானது. இந்த முயற்சி எப்படி எதிர்பாராத விதமாக வெற்றியடைந்தது என்பதைத்தான் அடுத்த அத்தியாயத்தில் விவரிக்கப் போகிறேன்.

17

ஸ்ரீமந்த் கெய்க்வாட் மகாராஜாவின் ஆதரவு

பல வருடங்களுக்கு முன்பே நான், பரோடா மகாராஜா ஸ்ரீமந்த் சயாஜிராவ் கெய்வாட் சமஸ்தான அரசர்களிலேயே கல்விக்கு அதிக முக்கியத்துவம் கொடுப்பவர் என்று பெயர்பெற்றிருந்ததைக் கேள்விப்பட்டிருந்தேன். 1906 டிசம்பரில் தொழிற்துறை மகாநாட்டில் தலைமை ஏற்பதற்காக அவர் கல்கத்தா வந்திருந்தார். அவரைச் சந்திக்க வேண்டுமென்ற ஆசை எனக்கு இயல் பாகவே தோன்றியது. ஐசிஎஸ் அதிகாரியான ஸ்ரீ சத்தியேந்திரநாத் தாகூரைத் தேசிய கல்லூரி ஆரம்பித்த காலத்திலிருந்தே எனக்குத் தெரியும். மேலும் அவருக்கு மகாராஷ்டிரர்கள்மீது பொது வாகவே நல்ல மரியாதை இருந்தது. எனவே அவரைப் போய்ப் பார்த்து பரோடா மகாராஜாவிடம் என்னை அறிமுகப்படுத்த முடியுமா என்று கேட்டேன். அதற்கு அவர், "திவான் ஸ்ரீ ரமேஷ் சந்திர தத்திற்கு அவரை நன்றாகத் தெரியும்; எனவே அவர் மூலமாக நீங்கள் அறிமுகமாவது நல்லது" என்றார். அன்றோ அதற்கு மறுநாளோ அவரே என்னை ரமேஷ் சந்திர தத்தின் வீட்டிற்கு அழைத்துச் சென்றார். ஆனால் ரமேஷ்பாபுவோ, மகாராஜாவை நான் சந்தித்து எதுவும் ஆகப்போவதில்லை, பரோடாவில் புத்தசமயத்திற்கு அவசியமில்லை, மகாராஜா இதில்

ஈடுபாடு காட்ட மாட்டார் என என்னென்னவெல்லாமோ பிடிகொடுக்காமல் பேசி எங்களை அனுப்பிவிட்டார். அங்கிருந்து நாங்கள் கிளம்பியபோது, எனக்கு மகாராஜாவைச் சந்திக்க முடியும் என்ற நம்பிக்கையே போய்விட்டது. ஆனால் தாகூர் என்னிடம், "நீங்கள் மனம் தளர வேண்டாம். எனக்கு கெய்க்வாட் மகாராஜாவை நேரடியாகத் தெரியும்; நாலை காலை ஏழு மணிக்கு நீங்கள் வந்தால் இருவரும் போய் பார்ப்போம்" என்றார்.

அவர் சொன்னபடியே நான் மறுநாள் காலை பாலிகஞ்ச் ஸ்டோர் சாலையிலிருந்த அவரது 19ஆம் இலக்க வீட்டிற்குச் சென்றேன். அவர் தனது வழக்கமான உடையை அணிந்துகொண்டார். நான் வண்டி ஏற்பாடு செய்வதாகச் சொன்னேன் (அவரது வண்டி ஏதோ காரணத்தினால் அன்று இல்லை), ஆனால் அவர் கேட்கவே இல்லை. தான் தினமும் காலையில் ஒரு மைல் போல நடை போவதாகவும், நடக்கப் போகவில்லை என்றால் தனக்கு மன அமைதி இருக்காது என்றும் சொல்லி என்னோடு நடந்தே வந்தார். அன்று கெய்வாட் மகாராஜா வெளியே போயிருந்தார்; எனவே அவரைச் சந்திக்க முடியவில்லை. ஆனால் தாகூர் அவரது பிரைவேட் செக்ரட்ரி ஸ்ரீ (இப்போது சர்) மனுபாய் மேத்தாவிடம் என்னைப் பற்றிய தகவலைக் கொடுத்துவிட்டு வீட்டிற்கு நடந்தார்.

இத்தனை முயற்சி எடுத்தும்கூட ஸ்ரீமந்த் சாயாஜிராவை என்னால் சந்திக்க முடியாமல் போயிருக்கலாம். ஆனால் ஸ்ரீ தாகூருக்குத் தெரிந்த ஓரிரு அன்பர்கள் மனுபாய் மேத்தாவுக்கு நினைவூட்டிக்கொண்டே இருந்ததால், இரண்டு மூன்று நாளில் சந்திப்புக்கு ஏற்பாடானது. மகாராஜாவுக்குப் பதினைந்து நிமிடத்துக்குமேல் என்னோடு பேச நேரமிருக்கவில்லை. எனவே நான் கிளம்பும்போது அவர், "பரோடாவுக்கு அவசியம் வாருங்கள். உங்களோடு எனக்குப் பேச நிறைய நல்ல விஷயங்கள் இருக்கின்றன. இங்கே எனக்கு ஏகப்பட்ட வேலை; ஐந்து நிமிடம்கூட நிதானமாகப் பேச நேரமில்லை" என்றார்.

அவர் என்னைப் பரோடாவுக்கு வரச் சொல்லியிருந்தாலும் என்னால் அடுத்த இரண்டு மூன்று வாரங்களுக்குக் கல்கத்தாவை விட்டுக் கிளம்ப முடியவில்லை. பின்னர் நான் தேசியக் கல்லூரியில் சில நாட்கள் விடுப்பு எடுத்துக்கொண்டு கோவாவுக்கு மனைவியைப் பார்க்கப் போனேன். அங்கிருந்து பரோடா போனேன். ஸ்ரீ ராவோஜி ரகுநாத் ஷிர்காவோங்கரை கல்கத்தாவில் வைத்து எனக்கு நல்ல பழக்கம் ஏற்பட்டது. அப்போது (1907இல்) அவர் அங்கே உதவி தனி நிர்வாக அதிகாரியாக இருந்தார். எனக்குப் பரோடாவில் வேறு யாரையும்

தெரியாது, எனவே அவரோடு தங்கினேன். அங்கே நீண்ட நாள் தங்க வேண்டி வந்துவிட்டது; முதலில் மகாராஜா வேட்டைக்குப் போயிருந்தார்; அதன்பிறகு அவரது அத்தை (தாய்மாமா மனைவி) தவறிப்போனார். எனவே ஒரு வாரம் என்னால் அவரைச் சந்திக்க முடியவில்லை. ஆனால் நான் வந்து நாட்கள் ஆகிவிட்டன என்பது தெரிந்ததும் அவர் தன் அத்தை இறந்து மூன்று நாள் கழித்து என்னை அழைத்துவிட்டார். நிறைய நேரம் பேசிக்கொண்டிருந்து விட்டு அவர், "என் அத்தை தவறிப்போனதால் இங்கே மாளிகையில் நீங்கள் உரையாற்றுவதற்கு ஏற்பாடு செய்ய முடியாமல் போய்விட்டது. நீங்கள் எப்போது இந்தப் பக்கம் வந்தாலும் என்னைப் பார்க்காமல் போகக் கூடாது" என்றார். என் பயணச் செலவுக்கு 160 ரூபாய் கொடுக்க ஏற்பாடு செய்து விட்டு என்னை அனுப்பி வைத்தார்.

கல்கத்தாவுக்கு வந்தபிறகு நான் பரோடா சமஸ்தானத்தோடு எந்தக் கடிதத் தொடர்பும் வைத்துக்கொள்ளவில்லை. ஆனால் ஒரு வருடம் கழித்து சமஸ்தான அதிகாரியிடமிருந்து ஒரு கடிதம் வந்தது; மகாராஜா என்னைப் பற்றி அடிக்கடி விசாரிப்பதாகவும் நான் அந்தப் பக்கம் எங்கேனும் வந்தால் என்னைச் சந்திக்க அவர் விரும்புவதாகவும் அதில் எழுதியிருந்தது. எனக்குக் கல்லூரி வகுப்பை விட்டுவிட்டு அங்கே போக முடியாது. எனவே, மகாராஜா சாஹேப்பை இப்போது வந்து சந்திக்க வாய்ப்பில்லை , கோடை விடுமுறையில் வர முடியும் என்று பதில் எழுதினேன். மகாராஜா ஊரிலிருக்கிறாரா என்று முன்கூட்டித் தெரிந்துகொண்டு வருவேன் என்றும் குறிப்பிட்டிருந்தேன். கோடை விடுமுறைக்கு நான் கோவா சென்று கோடைகாலம் அதிகமும் அங்கேயே இருந்துவிட்டேன். ஜூலையில் நான் பரோடா சென்று மகாராஜாவைச் சந்தித்தேன். இம்முறை அவர் என்னை உரையாற்றச் சொன்னார்; ராஜசபையில் அதை நிகழ்த்த ஏற்பாடு செய்யப்பட்டது. மகாராஜாவே வருவதாக இருந்தது; ஆனால் கடைசி நிமிடத்தில் அவரால் வர முடியாமல் போய்விட்டது. நிகழ்ச்சி முடிவில் பேசிய இருவரின் பேச்சிலிருந்து என் உரைக்கு நல்ல பலன் இருந்ததைத் தெரிந்துகொண்டேன். பின்னர் நான் மகாராஜாவை அவரது மாளிகையில் சந்தித்தேன். கல்கத்தாவை விட்டுவிட்டுப் பரோடாவில் பணியாற்ற எனக்கு விருப்பமிருக்கிறதா என்று கேட்டார் அவர். அதற்கு நான், "பணம் சம்பாதித்துப் பணக்காரனாக வேண்டும் என்ற ஆசை எனக்கு இல்லை. எனக்குப் பிடித்தமான வேலை கிடைத்து, என் அடிப்படை தேவைகளைப் பூர்த்திச் செய்யப் பணம் கிடைத்தால் போதும்." என்றேன். "நீங்கள் இங்கே வந்து தங்கினால், எல்லா உதவிகளையும் செய்ய நான் தயாராக இருக்கிறேன்" என்றார்

அவர். "மகாராஜா நான் பரோடாவிலேயே இருக்க வேண்டும் என்று நிபந்தனை எதுவும் போடக் கூடாது. நான் எங்கிருந்தாலும் என் மகாராஷ்டிர சகோதரர்களிடம் பௌத்தத்தைப் பரப்பும் கடமையை விட மாட்டேன். எனவே நான் புனே அல்லது பம்பாய் போன்ற இடத்திலிருந்துகொண்டு பணியாற்ற அனுமதிக்க வேண்டும்; எனது அடிப்படைத் தேவைகளுக்கு அவசியமான பண உதவியைப் பரோடா சமஸ்தானம் தந்தால் போதும்" என்றேன்.

மகாராஜா அந்த நேரத்தில் உறுதியாக எதையும் சொல்ல வில்லை; அன்றோ அல்லது மறுநாளோ அவர் புனே கிளம்பிச் சென்றார். நானும் கல்கத்தா திரும்பினேன். இரண்டு மூன்று வாரங்களுக்குப் பின் எனக்கு புனேயிலிருந்து ஒரு அவசரத் தந்தி வந்தது. மகாராஜாவின் பிரைவேட் செக்ரட்ரி அனுப்பி யிருந்தார். அதன் சாரம்சம் இதுதான்: 'மகாராஷ்டிரத்தின் எந்த நகரத்தில் நீங்கள் வசித்தாலும் பரோடா சமஸ்தானத்திலிருந்து மாதம் ஐம்பது ரூபாய் கிடைக்கும். இது மூன்று வருடங்களுக்குத் தொடரும். ஆனால் பரோடா சமஸ்தானத்தின் சார்பில் ஆண்டுக்கு ஒரு நூல் நீங்கள் எழுதி வெளியிட வேண்டும்.' இந்தத் தந்தி முதலில் கோவாவுக்குப் போய் அங்கிருந்து எங்கெல்லாமோ சுற்றிவிட்டு தாமதமாக என்னிடம் வந்து சேர்ந்தது. இந்த நேரத்தில் செக்ரட்ரி, முதல் தந்திக்கு உடனே பதில் தரச் சொல்லி எனக்கு இன்னொரு தந்தி அனுப்பினார். நான் ஹரிநாத் டேயிடமும் ஜஸ்டீஸ் முகர்ஜியிடமும் எனது விருப்பத்தைச் சொல்லிவிட்டு, மகாராஜா அளிக்கும் உதவித்தொகையை ஏற்றுக்கொள்வதாக நன்றி தெரிவித்து ஒரு தந்தி அனுப்பினேன். என்னால் அக்டோபர் மாதம்தான் புனே செல்ல முடியும் என்று ஒரு கடிதமும் அனுப்பினேன். கல்கத்தாவில் மேலும் ஒரு மாதம் நான் இருப்ப தற்குத் தங்களுக்கு எந்த ஆட்சேபணையும் இல்லை என்று செக்ரட்ரி பதில் அனுப்பினார்.

கல்கத்தாவில் பர்மியரான ஆனரபிள் மோங் பா தூ என்ற அன்பர் எனக்கு அறிமுகமானார். அவர் என்னைப் பர்மாவுக்கு வரச் சொல்லிக் கேட்டுக்கொண்டதோடு, வந்தால் திரிபிடகத்தின் எல்லா பாகங்களையும் தான் தருவதாக வாக்களித்திருந்தார். செப்டம்பரில் அவரைச் சந்திக்க பர்மா போனேன். பாலி மொழியில் வெளிவந்துள்ள அனைத்து நூல்களையும் வாங்கிக் கொள்வதற்காகக் கல்கத்தா பல்கலைக்கழகமும் என்னிடம் முந்நூறு, நாநூறு ரூபாய் தந்திருந்தது. இந்த முறை போனபோது மௌள்மின்னிலிருந்த ஸ்தவிரர்களைப் பார்க்கப் போனேன். நான் பௌத்த சங்கத்தில் இல்லை என்றாலும் அவர்கள் என்னை மிகுந்த மரியாதையோடு வரவேற்றார்கள். மோங் பா தூ எனக்கு 250 ரூபாய் மதிப்புள்ள நூல்களை வெகுமதியாகத் தந்தார்.

இப்போதும்கூட அந்த நூல்கள் எனக்கு மிகவும் உதவியாக இருக்கின்றன. அவற்றின் உதவி கிடைக்காமலிருந்தால் எனக்கு அடிக்கடி சிரமங்கள் ஏற்பட்டிருக்கும்; பாலி மொழியைப் பயில்விக்கும் பணி பெருமளவு பாதிப்பிற்கு உள்ளாகியிருக்கும்.

செப்டம்பர் இறுதியில் பர்மாவிலிருந்து கல்கத்தா திரும்பினேன். நான் ஊரில் இல்லாதபோது ஒரு வினோதம் நடந்திருந்தது. பல்கலைக்கழகம் என் ஊதியத்தை 100 ரூபாயிலிருந்து 250 ரூபாயாக உயர்த்தியதோடு, மூன்று ஆண்டுகளுக்கு வேலை பார்ப்பேன் என்ற ஒரு உறுதிப்பத்திரமும் தரக் கேட்டது. ஹரிநாத் டே, ஜஸ்டிஸ் முகர்ஜி இருவரின் தூண்டுதலின்பேரில்தான் இது நடந்திருக்கிறது என்பதைப் புரிந்துகொண்டு ஸ்ரீ டேயிடம், "உங்களிடம் கலந்துவிட்டுதானே பரோடா சமஸ்தானத்தின் உதவித்தொகையை ஏற்றுக்கொண்டேன். நான் அவர்களுக்குக் கொடுத்த வாக்கை உங்களுக்காக இப்போது எப்படி மீற முடியும்?" என்று கேட்டேன். நிறைய வாதப் பிரதிவாதங்களுக்குப் பிறகு அவர் என்னை ஜஸ்டிஸ் முகர்ஜியிடம் அழைத்துச் சென்றார். அவரிடமும் அதே கேள்வியைக் கேட்டேன். அவர் சொன்னார், "அப்போது உங்களைத் தடுக்க வேண்டாமே என்று நினைத்தோம்; இப்போதோ நீங்கள் கல்கத்தாவிலேயே இருந்தால் பாலி மொழியைப் பரந்த அளவுக்குக் கொண்டு செல்ல முடியுமே என்று எங்களுக்குத் தோன்றுகிறது. அதனால்தான் நீங்கள் இங்கே இருக்க வேண்டும் என்று ஆசைப்படுகிறோம். கெய்க்வாட் மகாராஜாவிடம் எப்படிச் சொல்வது என்று நீங்கள் தயங்கினால், இந்தப் பல்கலைக்கழகத்தின் துணைவேந்தர் என்ற நிலையில் நானே அவரிடம் நீங்கள் மூன்று ஆண்டுகள் இங்கே இருப்பதற்கு அனுமதி பெற்றுத் தருகிறேன். நீங்கள் விரும்பினால் நான் இப்போதே அவருக்குத் தந்தி அனுப்புகிறேன். ஆனால் நீங்கள் மட்டும் எங்களுக்கு அளிக்கும் வாக்கை முறித்துக்கொண்டு போகக் கூடாது." அப்போது நான் ஜஸ்டிஸ் முகர்ஜிக்கு உறுதியான பதில் எதுவும் கொடுக்கவில்லை. யோசிக்கிறேன் என்று சொல்லிவிட்டு வீடு திரும்பினேன்.

என் மனம் இருந்த வினோதநிலையை வார்த்தைகளால் விவரிக்க முடியாது. ஒருபுறம் மாதம் 250 ரூபாய் கிடைக்குமே என்ற ஆசை, மறுபுறம் என் கடமையைக் கைவிட வேண்டியிருக்குமே என்ற அச்சம். என் மனம் இந்த இரண்டுக்குமிடையில் ஊசலாடிக் கொண்டேயிருந்தது. இறுதியில் என் கடமையைக் கைவிட வேண்டாம் என்று முடிவெடுத்தேன்; மிகவும் மகிழ்ச்சியாக இருந்தது. மறுநாளே என் புத்தகங்களை எல்லாம் ஒரு பெட்டியில் போட்டு, பம்பாய்க்கு ஸ்ரீ ஆனந்தராவ் மட்காவோங்கர் மூலமாக அனுப்பி வைத்தேன். அவரது தந்தை ஸ்ரீ தீனநாத்ராவ்

மட்காவோங்கரிடம்[1] சொன்னேன், "புத்தர், போதிசத்துவரின் கருணையால் நான் பணத்தாசையை வென்றுவிட்டேன்; உண்மையிலேயே இன்று மிகவும் சந்தோஷமாக இருக்கிறேன்."

ஆனால் ஏதாவது சொல்லி ஹரிநாத் டேயைச் சமாதானப் படுத்த வேண்டுமே! எனவே அவரைச் சந்தித்து, "இங்கிருந்து ஸ்ரீமந்த் கெய்க்வாட் மகராஜுக்குத் தகவல் அனுப்புவது முறை யென்று எனக்குத் தோன்றவில்லை. அவரைச் சந்தித்துவிட்டு, என்னவென்று தெரிவிக்கிறேன். அதுவரையிலும் சிண்டிகேட்டுக்கு என்னால் உறுதியான பதில் எதுவும் தர இயலாதிருக்கிறேன்" என்றேன். ஹரிநாத் டே, நான் கல்கத்தாவில் அவர்களுக்குப் பேருதவியாக இருந்தேன், அப்படி இப்படி என்றெல்லாம் குறிப்பிட்டுக் கெய்க்வாட் மகாராஜாவுக்கு ஒரு கடிதம் தந்தார்.

ஜஸ்டிஸ் முகர்ஜியிடமும் ஹரிநாத் டேயிடமும் விடை பெற்றுக்கொண்டு நான் 1908 அக்டோபரில் பம்பாய் வந்தேன். ஏற்கனவே தீர்மானித்திருந்தபடி நான் கல்கத்தா பல்கலைக்கழகப் பதிவாளருக்கு என் ராஜினாமா கடிதத்தை அனுப்பினேன். டேக்கும் ஜஸ்டிஸ் முகர்ஜிக்கும் கடிதம் எழுதி நன்றி தெரிவித்ததோடு, பல்கலைகழகம் புதிதாக முன்வைத்துள்ள திட்டத்தை, நான் பணத்திற்காகத்தான் ஏற்றுக்கொண்டேன் என்ற பழிச்சொல் வந்துவிடும் என்று அஞ்சித்தான் ராஜினாமா கொடுத்ததாகவும் தெரிவித்தேன். கெய்க்வாட் மகாராஜா என்னைத் தடுப்பாரா இல்லையா என்றெல்லாம் எனக்குத் தெரியாது, ஆனால் நான் அவரிடம் கேட்கப் போவதில்லை என்றும் எழுதினேன்.

பம்பாயில் நான் டாக்டர் வாசுதேவ் ஆனந்த சுக்தாங்கரை முதல்முறையாக சந்தித்தேன். கிருஷ்ணராவ் மட்காவோங்கரோடும் அவரது தம்பி பல்வந்த்ராவ் மட்காவோங்கரோடும்[2] நல்ல பரிச்சயமும் கிடைத்தது. இந்தப் பரிச்சயம் மிக விரைவிலேயே நட்பாக மலர்ந்தது. மட்காவோங்கர் போரிவில்லியிலுள்ள தனது பங்களாவில் என்னைத் தங்க வைத்தார். அந்தக் குடும்பத்தோடு ஒன்றோ இரண்டோ மாதங்கள் இருந்தேன். அந்தச் சமயத்தில் அமெரிக்காவின் ஹார்வர்டு பல்கலைக்கழகத்தில் சமஸ்கிருதப்

---

1. தீனாநாத் விஷ்ணு மட்காவோங்கர்: பம்பாயின் பிரசித்தி பெற்ற சீர்திருத்தவாதி. பிரார்த்தனா சமாஜத்தின் ஆரம்பகால உறுப்பினர்களில் ஒருவர். இவரது மகன் கோவிந்த் டி மட்காவோங்கர் பம்பாய் உயர்நீதிமன்றத்தில் நீதிபதியாக இருந்தார்.

2. இவர்கள், தீனாநாத் விஷ்ணு மட்காவோங்கரின் தமையனும் பிரபல சமூகச் சீர்திருத்தவாதியும் திருமண வயது வரம்புச் சட்டத்தைக் கொண்டுவருவதில் முனைப்பாக நின்றவரும் பிரார்த்தனா சமாஜத்தைத் தோற்றுவித்தவர்களில் ஒருவருமான ராமசந்திர விஷ்ணு மட்காவோங்கரின் மகன்கள். பல்வந்த்ராவ் மட்காவோங்கர் எனது தாத்தா; அவரது மகள் நளினியைத்தான் என் அப்பா தாமோதர் தர்மானந்த கோஸம்பி மணம் செய்துகொண்டார்.

பேராசிரியராக இருந்த டாக்டர் ஜேம்ஸ் ஹெச் வுட்ஸ் சமஸ்கிருதத்தில் மேலாராய்ச்சி செய்வதற்காக இந்தப் பகுதியில் வந்து தங்கியிருந்தார். அவர் டாக்டர் சுக்தாங்கரோடு முன்பு ஜெர்மனியில் சமஸ்கிருதம் படித்தவர். டாக்டர் சுக்தாங்கர் என்னைப் பற்றி விரிவாக அவரிடம் சொல்ல, அவர் என்னைச் சந்திக்க ஆவலாக இருந்தார். நான் பம்பாய் வந்தபோது அவரது மனைவிக்கு உடல்நலமில்லை; எனவே அவர்கள் (மலைப் பிரதேசமான) மாதேரனுக்குச் சென்று தங்கியிருந்தார்கள். அவர் விரும்பியதால் டாக்டர் சுக்தாங்கரும் நானும் அவரைக் காணச் சென்றோம். பின்னர் நவம்பரில் அவர் திரும்பி வந்து தாஜ்மகால் ஹோட்டலில் தங்கினார்; பாலி கற்பதற்காக அவர் தினமும் போரிவில்லி வந்தார்.

ஆனால் ஒரு மாதத்திற்குள் அவரது மனைவி மீண்டும் நோய்வாய்ப்பட்டார். எனவே நான் சால் [வாடகைக் குடியிருப்பு] ஒன்றில் இடமெடுத்துத் தங்கினேன். வாடகை போன்றவற்றை எல்லாம் அவரே கவனித்துக்கொண்டார். என்னை தாஜ்மஹால் ஹோட்டலுக்கே வரவழைத்துக் கற்றுத் தரச் சொல்லிக் கேட்க லாமா என்று டாக்டர் சுக்தாங்கரிடம் ஆலோசனை கேட்டாராம். இவர் வேண்டாம் என்று சொல்லிவிட்டார். நான் அங்கே போய்ச் சொல்லிக்கொடுக்க மாட்டேன் என்பதும் என்னிடம் அதைச் சொல்லப் போய் அது வுட்ஸ்க்கே வினையாக முடிந்துவிடும் என்பதும் இவருக்குப் புரிந்திருந்ததால், என்னிடம் இதைப் பற்றிய பேச்சையே எடுக்கவில்லை. பம்பாய் நகரத்துக்குக் குடி வந்துவிடுங்கள் என்று மட்டும் வுட்ஸ் கேட்டுக்கொண்டார்; அவர் வசதிக்காக நானும் ஒப்புக்கொண்டேன். எனக்குத் தங்க இடம் தேடுவது தொடர்பான எல்லா விஷயத்தையும் டாக்டர் சுக்தாங்கரே கவனித்துக்கொண்டார். போரிவில்லியிலிருந்து பம்பாய் நகரத்திற்குள் போவது ஒன்றைத் தவிர எனக்கு எந்த வேலையையும் அவர் வைக்கவில்லை.

டாக்டர் வுட்ஸ் 1909 பிப்ரவரி இறுதிவரை இங்கே இருந்து விட்டு, ஜப்பான் வழியாகத் தாய்நாடு திரும்பினார். மார்ச்சில் என் குடும்பத்தினரை கோவா அனுப்பிவிட்டு, நிரந்தரமாகத் தங்கிவிடும் நோக்கத்தோடு புனே வந்தேன். முதலில் சதாசிவ் பேட்டையில் சிறிய வீடொன்றை எடுத்துத் தங்கினேன்; அதன்பின் ரவிவார் பேட்டையில் ஒரு வீட்டின் முதல் மாடிக்குக் குடிபோனேன். இந்த சமயத்தில் நான் எதுவும் பெரிதாகச் செய்து விடவில்லை. என்றாலும், விசுத்தி மாக்கத்தின் பெரும்பகுதியை யும் தேவநகரி எழுத்தில் எழுதி முடித்தேன்; போதிசார்ய அவதார் என்ற நூலை மராத்தியில் மொழிபெயர்த்தேன்; சின்னதாகப் பாலி இலக்கண நூலொன்றை சமஸ்கிருதத்தில்

எழுதினேன். பரோடாவில் வேறுவேறு இடங்களில் ஐந்து உரைகள் நிகழ்த்தினேன். இவற்றில் மூன்று உரைகள், *'புத்தரும் தர்மமும் சங்கமும்'* என்ற பெயரில் நூலாக வெளியாயின.

1910 பிப்ரவரியில் டாக்டர் வுட்ஸிடமிருந்து ஒரு அவசரக் கடிதம் வந்தது; ஹார்வர்டு பல்கலைகழகத்தின் முன்னாள் பேராசிரியர் (அமரர்) (ஹெச்.சி) வாரன்[3] தொடங்கி வைத்த *'விசுத்தி மாக்க'* ஆராய்ச்சிக்காக என் உதவி வேண்டும் என்றும் நான் உடனே கிளம்பி அங்கே வர வேண்டும் என்றும் எழுதியிருந்தார். அதே கடிதத்தில் ஸ்டீமர் பயணம் பற்றிய எல்லா விவரங்களையும் தந்திருந்தார்; தனது தந்தி முகவரியையும் கொடுத்து, ஒவ்வொரு நாணயத்திற்குமான தனித்தனி குறியீடுகளையும் குறித்தெழுதி, பணத்துக்குத் தந்தியனுப்பச் சொல்லியிருந்தார். அதன்படி நான் 1800 ரூபாய் கேட்டுத் தந்தி கொடுத்தேன். ஸ்ரீமந்த் கெய்க்வாட் மகாராஜாவிடம் அனுமதி பெற்றுவிட்டு, அமெரிக்கப் பயணத்துக்கான ஆயத்தங்களைத் தொடங்கினேன். இந்தச் சமயத்தில் மகாராஜாவே ஜப்பான் வழியாக அமெரிக்கா செல்வதாக இருந்தார். என்னையும் தன்னோடு வரச் சொன்னார்; ஆனால் எனக்குப் பணம் தருவது அமெரிக்கா என்பதாலும் நான் இங்கிலாந்து வழியாகப் போவதற்கான பயண ஏற்பாடுகளை டாக்டர் வுட்ஸ் செய்ய இருந்ததாலும் என்னால் அவருடன் போக முடியவில்லை. நான் இங்கிலாந்து வழியாகப் போவதென்று முடிவுசெய்தேன். மகாராஜா அதற்கு மேல் என்னை வற்புறுத்தவில்லை; நான் சென்று வர சந்தோஷத்தோடு அவர் விடைகொடுத்தார். மேலும், பண உதவி செய்வதாக உறுதியளித்த அவர், எப்போது தேவைப்பட்டாலும் தனக்குத் தந்தி கொடுக்கும்படிச் சொன்னார். *'புத்தமும் தம்மமும் சங்கமும்'* நூல் வெளியீட்டுக்காக 500 ரூபாய் சன்மானமும் தந்தார்.

250 ரூபாய் சம்பளத்தை விட்டுவிட்டுக் கெய்க்வாட் மகாராஜாவின் 50 ரூபாய் உதவித் தொகையை ஏற்றுக்கொண்டதற்காக வருந்தியதே கிடையாது. இந்த உதவித்தொகையை ஏற்றுக்கொள்ளாமல் இருந்திருந்தால், டாக்டர் வுட்ஸைச் சந்தித்திருக்கவோ, அமெரிக்கா போகும் வாய்ப்பைப் பெற்றிருக்கவோ முடியாது. புனேயில் இருந்ததால், டாக்டர்

---

3. ஹென்றி கிளார்க் வாரன் விசுத்தி மாக்கத்தின் நான்கு கையெழுத்துப்பிரதிகளைச் சேகரித்து வைத்திருந்தார்; இவற்றில் இரண்டு பர்மிய வரிவடிவிலும் இரண்டு சிங்கள வரிவடிவிலும் எழுதப்பட்டவை. 1899இல் வாரனின் மரணத்துக்குப் பின் பேராசிரியர் சி.ஆர். லான்மன் இந்தப் பிரதிகளை ஆராய்ந்து ஆய்வுப்பதிப்பு ஒன்றைக் கொண்டுவரும் பணியைத் தொடர்ந்தார். இதுவே பின்னர் கோஸம்பியின் முன்னுரை, ஹெச்.சி. வாரனின் முகவுரை இவற்றோடு 'Visuddhimagga of Buddhaghosacariya' என்ற பெயரில் ஹார்வர்டு ஓரியண்டல் வரிசையில் 1950இல் வெளியானது

பண்டார்கரோடு நெருக்கம் ஏற்பட்டது; அவரது முயற்சியால் பம்பாய் பல்கலைக்கழகத்தின் பாடத்திட்டத்தில் பாலி மொழியையும் சேர்க்க முடிந்தது.

மகாராஷ்டிர சகோதரர்களுக்குச் சேவை செய்ய வேண்டும் என்ற எனது பேராவலைச் சிறிதேனும் நிறைவேற்ற ஸ்ரீமந்த் கெய்க்வாட் மகாராஜாவின் ஆதரவு எனக்கு உதவியது. பாலி மொழியை இந்தப் பகுதியில் பரவச் செய்ததில் பெரும்பங்கு அவருக்கு உண்டு.

18

அமெரிக்கப் பயணம்

தனது வாழ்க்கையின் முதல் இருபத்து மூன்று ஆண்டுகளை கோவா போன்ற பின்தங்கியப் பகுதிகளிலும், பின்னர் பல ஆண்டுகளை காசி மடங்களிலும் புத்த விகாரைகளிலும் கழித்தவனான ஒருவன், அமெரிக்கா செல்ல நேரிட்டது கொஞ்சம் வியப்பாகத் தோன்றலாம். எனது நிலைமையை யோசித்துப் பாருங்கள்; கால் சட்டை அணிந்தோ, ஷூ போட்டு நடந்தோ அல்லது ஐரோப்பிய பாணியில் மேஜையில் அமர்ந்து உண்டோ பழக்கமே இல்லாதவன் நான். எனக்கு அச்சமாக இருந்திருக்கும் என்று நினைக்கலாம். ஆனால் பழக்கமில்லாத நாடுகளுக்குப் பயணம் செல்ல வேண்டிய சூழல்களை எதிர்கொண்டிருந்தாலும், கல்கத்தாவில் எனது நண்பர்கள் சிலரது ஐரோப்பிய பாணியிலான வாழ்க்கையைப் பார்த்திருந்ததாலும் இப்போது வரவிருந்த இந்தப் பயணம் என்னை அச்சத்துக்குள்ளாக்கவில்லை.

இந்தச் சமயத்தில் டாக்டர் சுக்தாங்கர் லாகூர் தயாள்சிங் கல்லூரியில் ஆசிரியராக இருந்தார். நான் அமெரிக்கா போவது முடிவானதும் அவர் என்னைப் பார்க்க வந்தார். நான் கிளம்பும் பரபரப்பில் இருந்தேன்; எனவே ‘புத்தமும் தர்மமும் சங்கமும்’ நூலின் இறுதி அச்சுப் பிரதியில் திருத்தம் பார்த்து, பிழைத்திருத்தங்களை அச்சுக்காகத் தொகுத்துத் தந்தார். இங்கிலாந்துப் பயணத்துக்கு என்னென்ன தேவை என்பதையும் பட்டியலிட்டுக் கொடுத்தார். ஸ்ரீ பல்வந்தராவ் மட்காவோங்கர் அந்தப் பட்டியலிலுள்ள பொருட்களை வாங்க உதவி செய்தார். என் குடும்பத்தினரிடம் புனே ரயில்நிலையத்தில் விடைபெற்றுக் கொண்டு பம்பாய்

சென்றேன். அங்கிருந்து 1910 ஏப்ரல் 23 அன்று பி அண்ட் ஓ நிறுவனத்தின் *'த மான்துவா'* என்ற ஸ்டீமரில் கிளம்பினேன். என் நண்பர் பல்வந்தராவ் மட்காவோங்கரும் பிறரும் துறைமுகத்துக்கு வந்திருந்தார்கள். மகாராஜா ஹோல்கர் அதே ஸ்டீமரில் இங்கிலாந்து செல்லவிருந்தார். அவரோடு அவரது தங்கை சௌ.[1] சீதாபாயும் உடன் பயணம் செய்தார். எனக்கு இது தெரியாது. எனக்கு அதனால் பலன் இருந்திருக்கும் என்றல்ல. ஆனால் எனது நண்பர், பிரார்த்தனா சமாஜப் பிரசாரகர், வித்தல் ராம்ஜி ஷிண்டேக்கு இது தெரிந்திருந்தது. மகாராஜா குடும்பத்தினர் எனக்கு ஸ்டீமரில் தேவைப்பட்டால் உதவுவார்கள் என்ற எண்ணத்தில் அவர் சௌ. சீதாபாய் சாஹேபிற்கு ஒரு கடிதம் எழுதி துறைமுகத்தில் வைத்துத் தந்தார். டாக்டர் சுக்தாங்கரும் இங்கிலாந்திலிருந்த தனது நண்பர்கள் பலருக்கும் என்னைப் பற்றி எழுதியிருந்தார். இதுபோக, டாக்டர் வுட்ஸும் எனக்குத் தேவையான உதவிகள் செய்யச் சொல்லி லிவர்பூலிலுள்ள முன்னாள் முதன்மை டீக்கனார் ஒருவருக்கு எழுதியிருந்தார்.

ஸ்டீமரில் நானிருந்த இரண்டாம் வகுப்பு கேபினில் வேறு இரண்டு பயணிகளும் இருந்தார்கள் – ஒருவர் இங்கிலாந்திற்குப் படிக்கச் செல்லும் ஜைன மாணவர்; அதே சமூகத்தைச் சேர்ந்த, பாரிஸில் நகைக்கடையில் வேலை செய்யும் மற்றொருவர். கடல்காற்று பிடிக்காமல் சிலர் அவதிப்பட்டார்கள்; மதராஸிற்கும் சிலோனுக்கும், கல்கத்தாவுக்கும் ரங்கூனுக்கும் போவதும் வருவதுமாக நாலைந்து தினங்கள் சேர்ந்தாற்போல கடற்பயணம் செய்து பழக்கமிருந்ததால் எனக்கு எந்தப் பிரச்சினையும் இருக்க வில்லை. பம்பாயில் இரண்டு நாட்கள் எனக்குச் சிறிது காய்ச்சலும் வயிற்றுப்போக்கும் இருந்தன; ஆனால் அரபிக்கடல் காற்று உடலில் பட்டதும் இதத்தை உணர்ந்தேன். ஸ்டீமரில் கிடைத்த எளிய உணவான பிரெட்டும் வெண்ணெய் உணவும் எனக்கு நன்றாக ஒத்துக்கொண்டது. அதிகாலையில் தேநீரும் பழமும், பிஸ்கெட் அல்லது இரண்டு துண்டு பிரெட்டும் கிடைத்தன. பத்து மணிக்கு காலையுணவு; ஒரு மணிக்கு மதியஉணவு; ஏழு மணிக்குச் சிற்றுண்டி; பத்து மணிக்கு இரவு உணவு. ஐரோப்பிய பயணிகள் சிலர் ஐந்துவேளையையும் முழுமை யாக அனுபவித்தார்கள். நானும் அப்படி உண்டிருந்தால், வயிற்றுப்போக்கு அதிகமாகி செத்தே போயிருப்பேன். இந்தியப் பயணிகளும் நானும் மிகக் குறைவாகவே, நாளைக்கு இரண்டு அல்லது மூன்று வேளை உண்டோம். எங்களோடிருந்த தேசஸ்த பிராமண இளைஞர் ஒருவர் இந்த விஷயத்தில் ஐரோப்பியர் களை மிஞ்சிவிட்டார். முதல்நாளே பன்றி இறைச்சியையும்

1. சௌ: சௌபாக்கியவதி

மாட்டிறைச்சியையும் உள்ளே தள்ள ஆரம்பித்துவிட்டார். எங்கள் எல்லோருக்கும் ஒரே ஆச்சரியம்! மராத்தியில் அவரிடம், "தேச்ஸ்த பிராமணர் என்று சொல்லிக்கொள்கிறீர்கள், இப்படி மாமிச உணவையும் ஸ்டீமரில் ஏறிய முதல்நாளிலேயே சாப்பிடுகிறீர்களே எப்படி" என்று கேட்டேன். அதற்கு அவர், "இங்கிலாந்துக்குப் போவது என்று நான்கு மாதங்களுக்கு முன்பே முடிவுசெய்து விட்டேன்; அன்றிலிருந்து பம்பாயிலுள்ள ஓட்டல்களில் இந்த உணவு வகைகளைச் சாப்பிட்டுக் கொண்டிருக்கிறேன்" என்றார்! நாங்கள் வாயடைத்துப் போனோம்.

எனது கேபினிலிருந்த ஜைன வியாபாரி தேநீர், பிஸ்கெட், பிரெட் இவற்றைத் தவிர கப்பலில் தரும் எந்த உணவையும் சாப்பிடவில்லை. மஞ்சள் பொடி போட்டுத் தயார்செய்த கெட்டுப்போகாத பக்ரீகளும், இனிப்புப் பண்டங்களும், கூடைகளில் மாம்பழம், ஆரஞ்சு, சாத்துக்குடி போன்ற பழங்களும் கொண்டுவந்திருந்தார். இவற்றை வைத்துச் சமாளித்தார். ஜைன மாணவர் உணவு விஷயத்தில் அவ்வளவு கறார் இல்லை என்றாலும் மாமிசத்தைப் பார்த்ததும் நடுக்கம் வந்துவிடும் அவருக்கு. ஹோல்கர் மகாராஜாவோடு வந்திருந்த அவரது குருவான பாப்னா என்பவரும் ஜைனர்தான். அவரும் சைவ உணவே உண்டார். எனக்கு மீன் சாப்பிடுவதில் சிக்கல் ஒன்றுமில்லை; ஆனால் கப்பலில் இது அரிதாகவே கிடைத்தது. எனவே உணவு விஷயத்தில் நாங்கள் மூவரும் ஒன்றானோம். இரண்டு மூன்று நாட்களுக்குப் பிறகு முதன்மைச் சமையல்காரரிடம் சொல்லி சோற்றுக்கும் பருப்புக்கும் ஏற்பாடு செய்துகொண்டோம். பிரெட், வெண்ணெய், பழங்கள், பருப்பு, சோறு இவை எங்களுக்குப் போதுமானவையாக இருந்தன.

செங்கடலை நாங்கள் அடைந்ததும், சௌ. சீதாபாய்க்கு ஷிண்டே தந்திருந்த கடிதத்தை ஸ்ரீ பாப்னா மூலமாகக் கொடுத்தனுப்பினேன். தன்னைப் பார்க்க வரச் சொல்லி மறுநாள் அவர் தகவல் சொல்லியனுப்பினார். கப்பல் மத்தியதரைக் கடலில் நுழைவதற்கு முன்னால் ஒன்றிரண்டு முறை அவரைச் சந்தித்தேன். முதல் வகுப்புக்கு அடிக்கடிப் போக எனக்குப் பிடிக்கவில்லை. எனவே போகாமல் இருந்தேன். மத்திய தரைக்கடலில் சிறியதாகப் புயல் அடித்ததும் சீதாபாய் சாஹேப் பயந்தே போய்விட்டார். அவரும் என்னைப் போல லண்டனுக்கு நேரடிச் சீட்டு வாங்கியிருந்தார். பிஸ்கே விரிகுடாவில் இன்னும் பயங்கரமான புயல்கள் அடிக்கும் என்று யாரோ அவரிடம் சொல்லியிருக்கிறார்கள். விளைவு, அவர் பயணச்சீட்டை மாற்றிக்கொண்டு, மாசே வழியாகப் போகத் தீர்மானித்தார். இதில் பெரியச் சிக்கல் என்னவென்றால், மகாராஜா ஹோல்கரும்

அவரது ஐரோப்பிய கார்டியனும் ராஜாவின் பரிவாரங்களும் ஒரு தனி ரயிலில் மாசேயிருந்து காலே செல்வதற்கு ஏற்பாடாகி யிருந்தது. யாராவது ஒருவரை விட்டுவிட்டு, சீதாபாயை அவர்கள் அழைத்துச் சென்றிருக்கலாம்; ஏன் இதைச் செய்யவில்லை என்று எனக்குத் தெரியவில்லை.

சிக்கல் மாசேயிருந்து காலே வரைதான் – காலேயில் மகாராஜாவின் தனி ரயிலும் எங்களின் எக்ஸ்பிரஸும் சந்திக்க இருந்தன. எனவே சௌ சீதாபாய் மகாராஜாவின் கார்டியன் மூலமாகப் பயணச்சீட்டை மாற்ற முயன்றார். ஆனால் அந்த மனிதர் சீதாபாயைத் தனியாகச் செல்ல அனுமதிக்கவில்லை. கடைசியில் சீதாபாய் என் பெயரைச் சொன்னார். எனவே கார்டியன் என்னிடம் அவரின் உடைமைகள் போன்றவற்றை என்னால் பார்த்துக்கொள்ள முடியுமா என்று கேட்டார். "நான் இங்கே முற்றிலும் புதியவன்; அனுபவமில்லாதவன். என்றாலும் என்னால் என்ன உதவிகள் செய்ய முடியுமோ அதையெல்லாம் செய்கிறேன்" என்றேன். வேறு வழியில்லாமல் அவர், ஏதாவது பிரச்சினை வந்தால் தனக்குத் தந்தி அனுப்பச் சொல்லிவிட்டு, மகாராஜாவோடு மாசே போகும் தனி ரயிலில் ஏறிவிட்டார். சீதாபாய் அவர் செலவிலேயே என் சீட்டையும் மாற்றிக்கொடுத்தார். இந்த மாற்றம் எனக்கு, பிரான்ஸை ஒரு நாள் சட்டென்று பார்த்துவரும் சந்தர்ப்பத்தை ஏற்படுத்திக் கொடுத்தது.

மாசே துறைமுகத்தில் இறங்கியதும் பேரரசர் எட்வார்டு மறைந்த செய்தியை நாங்கள் அறிந்தோம். சௌ சீதாபாயோடு அவரது மகள் இந்திராபாயும் வந்திருந்தார். இருவரிடமும் ஏகப்பட்ட பயணச் சுமை. துறைமுகத்தில் இவர்களின் பட்டுபுடவைகளுக்கு அதிகமான சுங்கக் கட்டணம் கேட்டுப் பிரச்சினை செய்தார்கள். எனவே எல்லாப் பெட்டிகளையும் அங்கே திறக்காமல் மீண்டும் பூட்டி, தாமஸ் குக் நிறுவனம் வழியாக இங்கிலாந்தில் அவர் தங்கப்போகும் இடத்திற்கு நேரடியாக அனுப்ப ஏற்பாடாயிற்று. நான் லிவர்பூலிலிருக்கும் தாமஸ் குக் அலுவலகத்திற்கு என் பயணப்பெட்டியை அனுப்பி வைத்தேன். இந்த ஏற்பாடுகள் எல்லாம் முடிந்ததும் நாங்கள் நகரத்திற்குச் சென்று முதலில் காலை உணவை உண்டோம். அதன்பிறகு மாசேயைப் பார்க்கக் கிளம்பினோம். சீதாபாயின் கைப்பையில் கொஞ்சம் நகைகள் இருந்தன; இதனால் அவர் பதற்றமாகவே இருந்தார். அருங்காட்சியகம் போன்ற இடங்களில் கைப்பையை அங்கேயுள்ள பாதுகாப்பாளரிடம் கொடுத்துவிட்டுச் செல்ல வேண்டி வந்தபோதெல்லாம், சந்தேகம் அவர் மன அமைதியைக் குலைத்தது. என்னிடம் இதைச் சொன்னபோது, "கைப்பையில் நகைகள் இருப்பதுபோலவே காட்டிக்கொள்ளாதீர்கள். இல்லை

யென்றால் நாம் இங்கிருந்து பாதுகாப்பாகப் போவது நடக்காது” என்றேன்.

தாமஸ் குக்கின் உதவியோடு நாங்கள் மாசேயைச் சுற்றிப் பார்த்துவிட்டு இரவு ஒரு ரெஸ்டாரண்டுக்குப் போனோம். குக்கின் மொழிபெயர்ப்பாளர் இங்கேயும் உடன் வந்தார். அவர், ரெஸ்டாரண்ட் உரிமையாளரிடம் பேசி எங்களுக்குப் பச்சைப் பட்டாணியில் மசாலாக் கறி போன்ற விசேஷமான உணவுவகைகள் கிடைப்பதற்கு ஏற்பாடு செய்தார். உண்டு முடித்ததும் அவரே ரயில்நிலையம் வந்து தாமஸ் குக்கின் வேறு ஒரு ஏஜெண்டிடம் எங்களை ஒப்படைத்தார். அவர் எங்களை முதல் வகுப்புப் பெட்டியில் கொண்டு அமர்த்தினார். குக்கின் மொழிபெயர்ப்பாளரும் ஏஜெண்டும் எங்களிடம் பத்தோ இருபதோ பிராங் வசூலித்து எங்கள் பணச்சுமையைக் குறைத்திருப்பார்கள் என்று எண்ணுகிறேன்! இந்தியாவைப் போலவே இந்த டிப்ஸ் கொடுக்கும் தொல்லை பிரான்ஸிலும் இருக்கிறது என்பது தெரிந்தது.

பிரான்ஸில் ரயில்கள் அவ்வளவு சௌகரியமாக இல்லை. நாங்கள் முதல் வகுப்புப் பயணிகள் என்றாலும் படுக்கை வசதி இல்லை; உட்கார மட்டுமே இடம் சரியாக இருந்தது. எங்கள் பெட்டியில் இன்னும் இரண்டொரு பயணிகள் இருந்தார்கள். அவர்களில் ஒருவர் முஸ்லீம் மாணவர். அவருக்குப் பிரான்ஸ் நன்றாகத் தெரிந்திருந்தது; மிகவும் உதவியாக இருந்தார் அவர். இதன் பிறகு நாங்கள் தாமஸ் குக் ஏஜெண்டிடம் ‘தஞ்சமடைய’ வேண்டி வரவில்லை. மறுநாள் காலையில் நாங்கள் பாரிஸ் போய்ச் சேர்ந்தோம். ஒரு ரயில் நிலையத்திலிருந்து அடுத்ததற்குக் காரிலேயே சென்றோம். எனவே அந்த நகரத்தில் கொஞ்சம் கண்ணை ஓட்ட முடிந்தது. முஸ்லீம் மாணவர் அங்கே பார்க்க வேண்டிய இடங்கள் சிலவற்றைச் சுட்டிக்காட்டிக்கொண்டே வந்தார்; ஆனால் எங்களுக்குத்தான் இறங்கிச் சரியாகப் பார்க்க நேரமில்லை. காலே போகும் ரயில் நிலையத்துக்கு அருகில் பெரிய ரெஸ்டாரண்டில் நாங்கள் காலையுணவு அருந்தினோம். நான் பணம் கொடுக்கப் போனேன்; ஆனால் முஸ்லீம் மாணவர் விடவில்லை; அவரே கொடுத்தார். காலேக்கு எத்தனை மணிக்குப் போய்ச் சேர்ந்தோம் என்று எனக்கு நினைவில்லை. ஆனால் (மகாராஜா ஹோல்கர் பயணம் செய்யும்) பி&ஓ தனி ரயிலும் எங்கள் எக்ஸ்பிரஸும் அங்கே சந்திக்கும் என்பது நினைவிருக்கிறது. மகாராஜா எங்களுக்கு முன்பாகவே இங்கிலீஷ் கால்வாயைக் கடந்துவிட்டார் போலிருக்கிறது. என்றாலும் எல்லோரும் ஒரே ரயிலில் டோவர் போவதாகத்தான் ஏற்பாடு. எனவே நான் அந்தத் தனிப் பெட்டி பற்றி நிலையத்தில் விசாரித்து வந்து,

சீதாபாயிடமும் அவரது மகளிடமும் தகவல் தெரிவித்துவிட்டு, பக்கத்துப் பெட்டியில் போய் அமர்ந்துகொண்டேன். ரயில் நிலையத்தில் பயங்கரக் கூட்டம். என் சுமையைத் தூக்கி வரும் கூலியை நான் தவற விட்டுவிட்டேன். அவர் ரயில் முழுவதும் என்னைத் தேடி கடைசியில் கண்டுபிடித்துவிட்டார். என் சுமைகளை ஒப்படைத்துவிட்டு எல்லாம் சரியாக இருக்கிறதா என்று பார்த்துக்கொள்ளச் சொன்னார். எல்லாம் சரியாக இருந்தது; பணம் கொடுத்து அவரை அனுப்பினேன்.

லண்டனிலுள்ள சாரிங் கிராஸ் ரயில்நிலையம்வரை தனியாகவே பயணம் செய்தேன். அங்கே ஓரிரு பஞ்சாபி மாணவர்களைச் சந்தித்தேன். அவர்களில் ஒருவர் என்னைப் போலவே ஊருக்குப் புதிது. சாரிங் கிராஸ் ஹோட்டலில் ஒரு இரவுக்குப் பதினெட்டு ஷில்லிங் கொடுத்து அறை ஒன்றை எடுத்தேன். மறுநாள் காலையில் கிளம்பி லிவர்பூலுக்கு நேரடியாகப் போவது என்று முடிவெடுத்தேன். இதற்கு ஒரே காரணம், எங்கே தங்குவது, அமெரிக்காவுக்கு எப்போது ஸ்டீமரைப் பிடிப்பது போன்றவற்றை டாக்டர் வுட்ஸின் நண்பர் முதன்மை டீக்கனாரின் உதவியோடு தெரிந்துகொள்வதற்குத்தான். லிவர்பூல் ரயில் நிலையத்தை அடைந்ததும், டாக்டர் வுட்ஸின் கடிதத்தை எடுத்துக் கையில் வைத்துக்கொண்டு அதில் எழுதியிருந்த டீக்கனாரின் முகவரியைக் கேட்கத் தொடங்கினேன். ஆனால் அந்த முதன்மை டீக்கனார் இறந்துபோய் ஓராண்டு ஆகிவிட்டது என்று எனக்குத் தெரியவந்தது! பிறகு ஒரு வண்டிக்காரர் என்னை லிவர்பூல் பிஷப்பின் வீட்டிற்கே ஏற்றிக் கொண்டுவிட்டு, இப்போதைய டீக்கனாரின் முகவரியைத் தெரிந்துகொள்ளச் சொன்னார். வண்டி வாசலில் போய் நின்றதுமே பிஷப் சாஹேப் வெளியே வந்து என்னை உள்ளே வரச் சொன்னார். வரவேற்பறையில் என்னை அழைத்துபோய் நாற்காலியில் அமரச்செய்து, என்ன உதவி வேண்டும் என்று கேட்டார். நான் முதன்மை டீக்கனாரின் முகவரியைக் கேட்டதும் அவர், “டீக்கனார் இப்போது எங்களோடு இல்லை; என்னிடம் ஏதாவது உதவி வேண்டுமென்றால் சொல்லுங்கள்” என்றார். அதற்கு நான், “நான் இந்த நாட்டிற்கு இப்போதுதான் வந்திருக்கிறேன். எனக்குத் தங்குவதற்கு உங்களுக்குத் தெரிந்த விடுதிகள் இருந்தால் சொல்லுங்களேன். நாங்கள் இந்தியர்கள் அதிகமும் சைவ உணவுக்காரர்கள் என்று உங்களுக்குத் தெரிந்திருக்கும்” என்றேன். பிஷப் சாஹேப், “இந்தியர்களைப் பற்றி நிறைய படித்திருக்கிறேன்; கேள்விப்பட்டிருக்கிறேன். எனக்கு அவர்கள்மீது பெரிய மதிப்பு உண்டு. இங்கே அடுத்ததாக டெம்பரென்ஸ் ஹோட்டல் இருக்கிறது. அது உங்களுக்குச் சரியாக இருக்கும். என்றாலும், அங்கே ஏதாவது சிக்கலிருந்தால்

என்னிடம் சொல்லுங்கள், வேறு இடம்பற்றி யோசிக்கிறேன்" என்றார். நான் மேல்கோட்டுப் போட்டுக்கொள்ள அவர் உதவினார். வெளியே வந்து வண்டிக்காரரிடம் என்னை டெம்பரன்ஸ் ஹோட்டலுக்குக் கூட்டிப் போகச் சொன்னார்.

பிஷப் சாஹேப் உள்ளே போனதும் வண்டிக்காரர் வியப்புமேலிட, "இந்தப் பெரிய மனிதர், இந்த நகரத்தின் பிஷப், உங்களுக்கு இவ்வளவு மரியாதைக் கொடுப்பது ஆச்சரியமாக இருக்கிறது" என்றார். அதுதான் பெரிய மனிதர்களின் குணம் என்று பதிலளித்தேன். அவர் என்னை டெம்பரன்ஸ் ஹோட்டலில் இறக்கியதோடு, அதன் மானேஜரிடம் பிஷப் அனுப்பியிருக் கிறார், நன்றாகக் கவனித்துக் கொள்ளுங்கள் என்றும் சொல்லி விட்டுச் சென்றார். நான் மீட்டர் காட்டிய பணத்தைக் கொடுத்தேன்; அவர் குறைப்பட்டுக்கொள்ளாமல் கிளம்பிச் சென்றார்.

கப்பலில் இருந்தபோது நான் இந்தியர்கள் சிலரைச் சந்தித்தேன்; இவர்கள் இருந்ததால் அங்கே எனக்கு நேரம் போனது. சில புத்தகங்களைக் கொண்டுவந்திருந்தேன். ஆனால் அவற்றை ஒரு பெட்டியில் போட்டு, தாமஸ் குக் அலுவலகத்துக்கு அனுப்பிவிட்டேன். எனவே இங்கே எனக்குப் பொழுதுபோக்க எந்த வழியும் தெரியவில்லை. தெரியாத இடம் என்பதால் நடை போவதும் ஆபத்தாகத் தோன்றியது. தாமஸ் குக் அலுவலகத்தைக் கண்டுபிடித்து, என் பிரயாண சுமை வந்துவிட்டதா என்று விசாரித்தேன். ஆனால் அது இன்னும் வந்திருக்கவில்லை. ஹோட்டலில் சில புத்தகங்கள் கிடைத்தன. ஆனால் அவை என் ரசனைக்கு ஏற்றவையாக இல்லை. செய்தித்தாள்களை வாசித்தேன்; அவற்றில் அதிகமும் பேரரசர் எட்வார்டு மறைவு பற்றியே இருந்தது; எனக்கு இங்கிலாந்தின் அரசியல் அவ்வளவு தெரியாததால் பிற கட்டுரைகள் பிடிபடவில்லை. மொத்தத்தில் முதல் ஒன்றிரண்டு நாட்கள் அந்த ஹோட்டலில் சிறைக்கைதியைப் போல உணர்ந்தேன்.

மூன்றாவதோ நான்காவதோ நாளில், வரவேற்பு அறையில் அமர்ந்திருந்தபோது, ஒருவர் வந்து வந்தனம் தெரிவித்துவிட்டு, நான் எங்கிருந்து வருகிறேன் என்று விசாரித்துப் பேச்சுக் கொடுத்தார். முதல்முதலாக ஆங்கிலேயர் ஒருவர் தானகவே வந்து பேசியது எனக்குச் சந்தோஷத்தையும் ஆச்சரியத்தையும் கொடுத்தது. ஆனால் பின்னர்தான் அவர் ஆங்கிலேயர் இல்லை, டச்சுக்காரர் என்பதும் தனது பணி தொடர்பாக லிவர்பூலுக்கு வந்திருப்பவர் என்பதும் தெரிந்தது. புருசெல்ஸில் உள்ள ஒரு நிறுவனத்தில் கணக்காளர் அவர்; அங்கிருந்து சில ஆவணங்கள் வரும்வரையிலும் லிவர்பூலில் சில நாட்கள் இருப்பார். 'துன்பத்தில்

இருப்பவர்கள் ஒருவர் மற்றவருக்கு ஆறுதல்' என்ற சொல்லிற்கு ஏற்ப நாங்கள் இருவரும் நெருக்கினோம். அவர் லிவர்பூலிலுள்ள பல இடங்களையும் விலைமலிவான நல்ல ரெஸ்டாரண்டுகளையும் எனக்குக் காண்பித்தார். டெம்பரன்ஸ் ஹோட்டலில் தங்கியிருப்பவர்களுக்குக் காலையுணவு அங்கேயே அளிப்பார்கள்; மற்ற வேளைகளுக்கு வேறு இடங்களில் பார்த்துக்கொள்ள வேண்டும். எனவே நாங்கள் இருவரும் அவ்வப்போது ஒரு சைவ ரெஸ்டாரண்டுக்குச் சென்று எங்கள் பசியைத் தணித்துவந்தோம்.

ஒரு நாள் எனது டச்சு நண்பர் என்னிடம், "ஆங்கிலேயர்கள் மிகவும் வசதிபடைத்தவர்கள் என்றாலும் இங்கே வறுமைக்கும் பஞ்சமில்லை. தொழிலாளர்களின் நிலைமை திருப்தியளிப்பதாக இல்லை. நான் வியாபாரத்தில் இருப்பவன்தான், ஆனாலும் கார்ல் மார்க்ஸ் போன்றோரை முழுக்க ஏற்றுக்கொள்கிறேன்" என்றார். நான், "கார்ல் மார்க்ஸா, அது யார்?" என்றேன். அவர் முகத்தில் வியப்புப் படர, "ஓ, கார்ல் மார்க்ஸைத் தெரியாது! அவர்தான் நவீன சோஷலிசத்தின் பிதாமகர். இங்கிலாந்தில் கீய்ர் ஹார்டி போன்றோர் அவரது சீடர்கள்" என்றார். "ஆனால் இந்த சோஷலிசம் என்பது என்ன? இந்தியாவில் அப்படி ஒன்றே இல்லையே" என்றேன் நான். அதற்கு, "ஐரோப்பாவில் கொஞ்ச நாட்கள் இருந்தால் உங்களுக்கு இந்த இயக்கத்தைப் பற்றித் தானாகவே தெரிய வரும். உங்களுக்கு விருப்பமிருந்தால் என்னோடு வாருங்கள், சில புத்தகங்கள் வாங்கித் தருகிறேன். ஐந்து, ஆறு பென்ஸ் செலவழித்தால் போதும், சோஷலிசம் பற்றி குறைந்த காலத்தில் தெரிந்துகொண்டுவிடலாம்" என்றார். இப்படிச் சொன்னதோடு அவர் என்னை அருகிலுள்ள புத்தகக் கடைக்கு அழைத்துச் சென்று பிளாட்ஃபோர்டு எழுதிய இரண்டொரு புத்தகங்களை வாங்கித் தந்தார். இவற்றில், மெரி இங்கிலாண்ட் (விலை மூன்று பென்ஸ்) எனக்கு மிகவும் பிடித்தது. அமெரிக்கா போவதற்கு முன்னால் நான் அதை இரண்டு முறை படித்தேன். சோஷலிசம் பற்றி தெரிந்துகொள்ள வேண்டும் என்ற என் ஆசையை அது இரு மடங்காக்கியது. அமெரிக்கா போனதும் நான் சோஷலிசம் பற்றி பல்வேறு ஆசிரியர்கள் எழுதிய புத்தகங்களையும் கட்டுரைகளையும் படித்தேன்; ஜான் ஸ்பார்கோ எழுதிய கார்ல் மார்க்ஸின் வாழ்க்கை வரலாற்றையும் வாசித்தேன்.

டாக்டர் வுட்ஸ் லிவர்பூலிருந்து போஸ்டன் போவதற்கு லேலண்ட் கம்பெனி மூலமாக ஏற்பாடு செய்திருந்தார். ஆனால் நான் லிவர்பூல் போய்ச் சேர்ந்த அன்றே அந்த நிறுவனத்தின் ஸ்டீமர் கிளம்பிப் போயிருந்தது; எனவே அடுத்த ஸ்டீமருக்காக ஒரு வாரம் நான் அங்கே காத்திருக்க வேண்டியதாயிற்று. என் டச்சு நண்பரும் டெம்பரன்ஸ் ஹோட்டலை விடுத்து வேறு

இடத்தில் தங்கப் போய்விட்டார். எனவே அதுவரையில் மான்செஸ்டரைப் போய்ப் பார்த்து வருவோம் என்று தீர்மானித்து, கொஞ்சம் உடைகளை மட்டும் எடுத்துக்கொண்டு, மற்றபடி என் எல்லா உடைமைகளையும் டெம்பரன்ஸ் ஹோட்டலிலேயே வைத்துவிட்டுச் சென்றேன். டாக்டர் சுக்தாங்கர், ரெவரெண்டாக இருந்த அவரது மாமனாருக்கு என்னைப் பற்றி ஏற்கெனவே எழுதியிருந்தார். சுக்தாங்கர் அவருக்கு எழுதிய கடிதம் ஒன்று என்னிடமும் இருந்தது. நான் ரயிலிருந்து இறங்கி, டிராமைப் பிடித்து எந்தச் சிரமுமில்லாமல் ரெவரெண்டின் வீட்டைச் சென்றடைந்தேன். அது கொஞ்சம் தொலைவுதான். நான் அதைக் கண்டுபிடித்தது ரெவரெண்ட்டுக்குப் பெரிய அதிசயமாகப் பட்டது! அவர் என்னைத் தன்னோடு தங்கவைத்து, மான்செஸ்டர் நகரம் முழுவதையும் ஒரு நாள் சுற்றிக் காட்டினார்.

மறுநாள் என்னை அவர் யூனிடேரியன் கல்லூரி முதல்வரிடம் அழைத்துச் சென்றார். என்னை அறிமுகப் படுத்தும்போது ரெவ்ரெண்ட் நான் பாலி மொழி நூல்களை ஆராய்ச்சி செய்ய அமெரிக்கா செல்வதாகச் சொன்னார். இதைச் கேட்டதும் அந்த முதல்வர், "இந்தக் காட்டுமிராண்டிகள் (பார்பேரியன்ஸ்) பேசும் மொழிமீது அமெரிக்காவுக்கு ஏன் இவ்வளவு பாசம்?" என்றார். இப்படிச் சொல்லிவிட்டு, மதிய உணவுக்கான ஏற்பாடுகளைக் கவனிக்க உள்ளே போனார். ரெவரெண்ட் சாஹேப் சைவ உணவுக்காரர்; நானும் மாமிசம் சாப்பிட மாட்டேன் என்று சொன்னதும் முதல்வர், "புல்மேயும் பிராணிகளுக்கு இங்கே என்ன வேலை?" என்று கேட்டார். எனக்கு அவர் நடந்துகொண்ட விதம் பிடிக்கவே இல்லை. மேஜையில் எனக்கு அடுத்து மாணவர் ஒருவர் அமர்ந்திருந்தார். அவர் என்னைச் சமாதானப்படுத்தத் தொடங்கினார். நான் சொன்னேன், "மதத்தைக் கற்பிக்கும் கல்லூரி முதல்வரே இப்படி நடந்துகொள்கிறார் என்றால், பிரிட்டீஷ் அதிகாரிகள் ஏழை விவசாயிகளிடம் எப்படி நடந்து கொள்வார்கள் என்பதைக் கற்பனை செய்து பாருங்கள். முந்தைய தலைமுறையைச் சேர்ந்தவர்கள் வேண்டுமானால் இதுபோன்ற நடத்தையைச் சகித்துக்கொண்டிருக்கலாம்; ஆனால் இந்தியாவில் இப்போதுள்ள இளம் தலைமுறையினர் இதைச் சகித்துக்கொள்ளவே மாட்டார்கள். பெரிய பெரிய ஆங்கில கனவான்கள் இந்தியர்களை எப்போதும் மட்டம் தட்டிக் கொண்டிருந்தால்தான் தங்களை மேன்மையானவர்களாகக் காட்டிக்கொள்ள முடியும் என்று நினைப்பார்களானால், அது தவறு." முதல்வர் அருகில்தான் இருந்தார்; நான் சொன்னவை அவருக்குக் கேட்டிருக்கும். உணவுக்குப் பிறகு அவர் ரெவரெண்ட் பிஷப்பையும் என்னையும் மாடியிலிருக்கும் அறைக்கு அழைத்துச் சென்றார்; எல்லோரும் அமர்ந்ததும் அவர் என்னிடம் சமூக

பாவத்துடன், “நான் ஏதாவது உங்களுக்குச் செய்ய வேண்டுமா?” என்று கேட்டார். அதற்கு, “உங்களிடமிருந்து எனக்கு எதுவுமே வேண்டாம். பிஷப் சாஹேப் வற்புறுத்தியிருக்காவிட்டால் இங்கே வந்திருக்கவே மாட்டேன். நான் அவருடைய விருந்தாளி, இங்கே வந்து தேவையில்லாமல் உங்களுக்குத் தொந்தரவு கொடுத்துவிட்டேன்” என்று பதிலளித்தேன். அதன்பிறகு கொஞ்சம் நேரம் பேசியிருந்துவிட்டு முதல்வர் விடைகொடுத்தார். கல்லூரி வெளிவாசல்வரை வந்து கை குலுக்கிவிட்டு உள்ளே போனார்.

மேலும் இரண்டு நாள் மான்செஸ்டரில் தங்கினேன்; ஆனால் தனியாக அறை எடுத்துக்கொண்டேன், பிஷப்பின் வீட்டில் அல்ல. பிஷப் சாஹேப் அவருக்குத் தெரிந்த பெண்மணி ஒருவர் வீட்டில் அறையொன்று பார்த்துக் கொடுத்தார். மான்செஸ்டரிலிருந்து நாற்பது மைல் தொலைவில் லிதம் நகரம் உள்ளது; அங்கேதான் ஸ்ரீ ராமசந்திர விஷ்ணு மட்காவோங்கர் (பல்வந்த்ராவின் தந்தையார்) வசித்துவந்தார். இரண்டு நாட்கள் மான்செஸ்டரில் கழித்துவிட்டு அவரைப் பார்க்க அங்கே போனேன். என்னை மூன்று நாட்கள் தன்னுடன் தங்க வைத்தார். அதன்பிறகு நான் மான்செஸ்டர் போகாமல் நேராக லிவர்பூல் திரும்பினேன்; அங்கே இரண்டு தினங்கள் இருந்துவிட்டு. குறிப்பிட்ட நாளில் லேலண்டு கம்பெனியின் ஸ்டீமரான *‘த டேவோனியனில்’* போஸ்டன் போனேன்.

இந்தப் பருவகாலத்தில் அமெரிக்காவுக்கு அதிகம் பேர் செல்ல மாட்டார்கள். மே மாதத்திலும் ஜூன் மாதத்திலும் அமெரிக்காவிலிருந்து ஐரோப்பா போவார்கள்; ஆனால் இங்கிருந்து யாரும் அங்கே போக மாட்டார்கள். கப்பலில் மிகச் சிறப்பான கேபின் ஒன்றை எனக்காக டாக்டர் வுட்ஸ் முன்பதிவு செய்து வைத்திருந்தார். அதில் மூன்று படுக்கைகள் இருந்தன. ஆனால் நான் மட்டுமே இருந்தேன். கடல் அமைதியாக இருந்ததால் ஏதோ பெரிய ஏரி ஒன்றில் பயணிப்பதுபோல தோன்றியது. ஆனால் அமெரிக்காவை நெருங்க நெருங்க மூடுபனி தொந்தரவு கொடுத்தது. பக்கத்தில் கப்பல் வந்தால்கூடத் தெரியாத அளவுக்குப் பனி. எனவே மாலுமிகள் ‘ஃபோக் ஹார்ன்’ *(fog horn)* எழுப்பி அவ்வப்போது எச்சரிக்கைச் செய்ய வேண்டியிருந்தது. இந்தச் சத்தத்தால் என் தூக்கம் அவ்வப்போது கெட்டது. ஆனால் இரண்டொரு நாளில் இது பழகிப் போய்விட்டது.

எங்கள் ஸ்டீமர் போஸ்டனை நெருங்கியபோது, கம்பியில்லாத் தந்தி அதிகாரி ஒருவர் – ஒரு ஆங்கிலேய இளைஞர் – என்னோடு மிகவும் நட்பானார்; நான் எங்கிருந்து வருகிறேன், எங்கே போகிறேன் என்றெல்லாம் கேட்டுத் தெரிந்துகொண்டார். எங்கள் ஸ்டீமர் போய் நின்றதும், சுங்க அதிகாரிகள் சோதனை

போட வந்தார்கள். நான் என் உடைமைகளைக் கட்டிக்கொண்டிருக்கும்போது கப்பல் தலைவர் என்னிடம் வந்து அதிகாரிகள் வந்திருப்பதாகச் சொன்னார். தலைமை அதிகாரி என்னிடம் ஐம்பது டாலர் இருக்கிறதா என்று கேட்டார். அதற்கு நான், "என்னிடம் எண்பது டாலர் இருக்கிறது. மேலும் தேவை என்றால் கப்பலிலுள்ள நண்பரிடமிருந்து வாங்கித் தர முடியும்" என்றேன். "தப்பாக நினைத்துக்கொள்ளாதீர்கள். இது அரசாங்க விதிமுறை. பணத்தை நீங்கள் என்னிடம் காட்ட வேண்டியதில்லை. உங்களை நான் நம்புகிறேன்." என்றார் அவர். பேசி முடித்ததும் நாங்கள் இறங்கினோம். டாக்டர் வுட்ஸ் வரக் கொஞ்சம் தாமதமானது. ஆனால் பத்து நிமிடத்தில் வந்துவிட்டார். அவர்கூடவே ஒருசில பத்திரிகை நிருபர்களும் வந்துவிட்டார்கள். அவர்கள் என்னிடம் கேள்விகளைத் தொடுக்க ஆரம்பித்தார்கள். ஹார்வர்டு பல்கலைக்கழகத்துக்கு வரவிருக்கும் இந்தியர் நான்தானா என்று அவர்கள் கேட்ட போதுதான், டாக்டர் வுட்ஸ் பத்திரிகைகளுக்குச் செய்தி கொடுத்திருக்கிறாரோ என்று எனக்குத் தோன்றியது. என்னுடைய சந்தேகத்தைத் தீர்த்துக்கொள்வதற்காக அவரிடம் கேட்டேன். ஆனால் அவர், "எந்தப் பத்திரிகை நிருபரையும் நான் பார்க்கவில்லை. அப்படிப் பார்த்திருந்தாலும் எதுவும் சொல்லியிருக்க மாட்டேன். ஆனால் பல பத்திரிகைகள் உங்களைப் பற்றி நேற்றே செய்தி வெளியிட்டன. அவர்களே கற்பனை செய்து உங்களின் வினோதமான படம் ஒன்றைப் போடாமல் செய்தியோடு விட்டார்களே என்று சந்தோஷப்படுங்கள்!" என்றார். கப்பலில் கம்பியில்லாத் தந்தி அதிகாரி என்னைப் பற்றி எதற்காக விசாரித்தார் என்பதற்கான விடை இப்போது கிடைத்துவிட்டது. நிருபர்களிடம் டாக்டர் வுட்ஸைக் கைகாட்டி விட்டு நான் விடுபட்டேன். அவர் நடந்துகொண்டே ஓரிரு பதில்கள் சொல்லி அவர்களைத் தட்டிக்கழித்து அனுப்பினார். என்றாலும் அவர்கள் என் முகவரியை எழுதி பாக்கெட்டில் இட்டுகொண்டார்கள்!

டாக்டர் வுட்ஸ் பொருட்களைக் கொண்டு சேர்க்கும் ஒரு நிறுவனத்திடம் எனது பயணச்சுமைகள் எல்லாவற்றையும் ஒப்படைத்துவிட்டு என்னை ஹார்வர்டு யூனியன் கிளப்பிற்கு அழைத்துச் சென்றார். அங்கேயே நான் சில நாட்கள் இருந்திருக்க வேண்டும். ஆனால் ஐந்து நாட்களுக்குள் எனக்கு வாரன் ஹவுஸில் அறை அளிக்க வேண்டும் என்று பேராசிரியர் லான்மன்னுக்கும் டாக்டர் வுட்ஸுக்கும் இடையே ஒப்பந்தம் ஏற்பட்டது. வாரன் ஹவுஸ் அறை மிகவும் அசௌகரியமாக இருந்தது; அதிலிருக்க எனக்குப் பிடிக்கவே இல்லை. எனவே டாக்டர் வுட்ஸ் என்னையும் அழைத்துக்கொண்டு ஃபெல்டன்

ஹால் என்ற கட்டடத்திற்கு வந்து, அங்கே ஒரு நல்ல அறையை அறுபது ரூபாய் [இருபது டாலர்] வாடகையில் பெற்றுத் தந்தார்.

தங்குமிடத்தின் பிரச்சினை விட்டதால் நான் பேராசிரியர் லான்மன்னோடு 'விசுத்தி மாக்க' வேலையில் இறங்கினேன். முதல் ஒன்றிரண்டு வாரங்கள் அவர் என்னுடைய வேலையை ஒரு பொருட்டாகவே மதிக்கவில்லை. முதலில் அவருக்கு வாரன் நிதியிலிருந்து எனக்குப் பணம் தரக்கூட விருப்பம் இல்லையாம்; டாக்டர் வுட்ஸ் என்னிடம் சொன்னார். என்னால் பயனிருக்கிறது என்பது தெரிந்தபிறகுதான் அவர் ஆண்டுக்கு 800 டாலர் [2400 ரூபாய்], எல்லாவற்றிற்குமாகச் சேர்த்து, தர இசைந்தார். மாதம் தோறும் அறுபது ரூபாய் புனேயிலிருந்த என் குடும்பத்துக்கு அனுப்ப வேண்டும். என் வாடகை கொடுத்தது போக மீதமிருக்கும் பணத்தில் செலவுகளைச் சமாளிப்பது கஷ்டமாகத்தான் இருந்தது. என்றாலும் பத்து மாதம் தாக்குப்பிடித்துவிட்டேன்.

விசுத்தி மாக்க ஆய்வுப்பதிப்புப் பணி நிறைவடைந்துவிட்டால் அதற்குமேல் கேம்பிரிட்ஜில் (ஹார்வர்டு) இருக்க மாட்டேன் என்று டாக்டர் வுட்ஸிடம் அடிக்கடிச் சொல்வேன். பேராசிரியர் லான்மான் வார்ன் ஹவுஸில் அறையைத் தந்தும், என் செலவுக்கு மிக அற்பமான தொகையை வழங்கியும் என்னைக் காயப்படுத்திவிட்டார் என்று அவருக்குப் பட்டது. எனவே அங்கேயே என்னை இருக்கச் சொல்லி அவராக என்னிடம் வற்புறுத்தாமல், மிஸ்டர் ஒகாகூரா என்ற ஜப்பானியர் மூலமாக முயன்றார். ஒகாகூரா போஸ்டனிலிருக்கும் அருங்காட்சியகத்தில் கீழைத்தேயப் பகுதியின் பொறுப்பாளராக இருப்பவர். அவரோடு எனக்கு நல்ல நட்பிருந்தது. அவருக்கு என்னிடமிருந்த தனிப் பிரியத்துக்கு முதல் காரணம், அவருக்குக் கீழைநாட்டு மனிதர்கள் எல்லோரையும் பிடிக்கும்; அடுத்த காரணம், நான் பௌத்தனாக இருந்தது. ஒரு முறை அவர், டாக்டர் வுட்ஸ் சொன்னதன் பேரில், ஹார்வர்டில் இன்னும் சில ஆண்டுகள் இருங்களேன் என்று என்னிடம் சொல்லிக்கொண்டே இருந்தார். அப்போது அவரிடம் நான் நடந்த எல்லாவற்றையும் விளக்கமாகச் சொன்னேன். அதைக் கேட்டு அவர் வருந்தினார். நான் இந்தியாவிலிருந்து கிளம்பும்போதே ஒப்பந்தம் போட்டுக்கொள்ளாமல் கிளம்பியது தவறு என்றும் அவர் நினைத்தார். "நடந்தது நடந்துவிட்டது. லான்மானுக்கு உங்களை மரியாதையோடு நடத்த விருப்பமில்லை என்றால் நீங்கள் நாடு திரும்பிவிடுங்கள். நான் அதற்குரிய செலவை உடனே தந்துவிடுகிறேன். நீங்கள் விரும்பினால் நான் ஹார்வர்டு பல்கலைக்கழகத்தின் தலைவரைச் சந்தித்து, என்ன நடந்ததென்பதை அவருக்குத் தெரிவிக்கிறேன்" என்றார் அவர்.

தலைவரிடம் ஒகாகூரா மூலமாகக் குறையைச் சொல்வது சரியென்று எனக்குத் தோன்றவில்லை. ஆனால் பல்கலைக்கழகத்

தலைவர் மூலமாக ஒரு ஒப்பந்தம் ஏற்படுத்திக்கொள்ள பேராசிரியர் லான்மான் தயாரில்லை என்றால் ஓகாசுராவிட மிருந்து பணம் பெற்று நாடு திரும்புவது என்று முடிவெடுத்தேன். சந்தர்ப்பம் கிடைத்தபோது லான்மானிடம் இதைப் பற்றி பேசினேன். அவர் பயங்கரமாகக் கோபப்பட்டார்; ஆனால், நான் சொன்னதுபோல தலைவர் கையெழுத்தோடு ஒப்பந்தம் ஒன்றைத் தயார் செய்தார். அந்த ஒப்பந்தத்தின்படி எனக்கு மாதம் ஐந்நூறு ரூபாய், அதாவது ஆண்டுக்கு 2000 டாலர் சம்பளம், நான் பம்பாயிலிருந்து கிளம்பிய நாளிலிருந்து அது வழங்கப்பட வேண்டும். எனக்காக ஏற்கனவே செய்திருந்த செலவு களைக் கழித்தது போக 800 டாலர் எனக்கு உடனே கிடைத்தது. இந்தப் பணத்தை நான் ஒரு வங்கியில் போட்டேன். அன்றிலிருந்து எனக்கு பல்கலைக்கழக நிதி அலுவலரிடமிருந்து மாதம்தோறும் ஒழுங்காகச் சம்பளம் கிடைத்தது.

இரண்டாவது பிரச்சினை, ‘விசுத்தி மாக்க’ நூலின் அட்டையில் பதிப்பாசிரியர்களாக எங்கள் இருவரின் பெயரும் – லான்மான் பெயரும் எனது பெயரும் – இடம்பெற வேண்டுமா என்பது. சம்பளம் பற்றி பேசும்போது இதையும் பேசி முடிவு செய்துகொள்ளும்படி ஓகாசுரா சொன்னார். ஆனால் இதைச் சொல்லப் போனால் லான்மானுக்குப் பிடிக்காமல் போய் ஒப்பந்தம் தயார் செய்ய மறுத்துவிடுவார் என்று நான் எண்ணி னேன். எனவே அதைத் தற்போதைக்குத் தள்ளிப் போடுவது நல்லதாக எனக்குப் பட்டது. விசுத்தி மாக்க நூலின் பணி முடிந்ததும் நான் லான்மானிடம் அட்டையில் பெயர் போடுவது பற்றிக் கேட்டேன். அவர் தன் பெயரைப் பதிப்பாசிரியர் என்று போட்டுக்கொண்டு, வாரனிடமிருந்த கையெழுத்துப் பிரதியின் உதவியுடன் எனது துணையோடு செய்ததாக நன்றிக்குறிப்பில் சொல்லிவிடலாம் என்றார். நான், “இது முறையே அல்ல. வாரனின் பெரும் முயற்சியாலும் பெருந்தன்மையாலும்தான் பணி இவ்வளவு தூரத்திற்கு நடந்திருக்கிறது. அவர் நிறுவிய நிதியிலிருந்துதான் எனக்குச் சம்பளம் கொடுக்கப்பட்டது. எனவே இந்த நூல் ஒன்றில் நம் மூவரின் பெயரில் – வாரன், லான்மான், கோஸம்பி – வெளியாக வேண்டும்; இல்லையென்றால் வாரன் பெயரில் மட்டும் வெளியாகட்டும். முன்னுரையில் என்னென்ன மாற்றங்கள் செய்திருக்கிறோம் என்பதைக் கொடுத்துவிடலாம்” என்றேன். பேராசிரியர் லான்மானுக்கு இது பிடிக்கவே இல்லை. கடும் ஆத்திரத்தோடு அவர் என்னை வசைபாடத் தொடங்கினார்.[2]

2. 1950இல் ஹார்வர்டு பல்கலைக்கழக வெளியீடாக மிகத் தாமதமாக வெளியாகிய இந்த நூலில் பதிப்பாசிரியராக ஹெச்.சி.வாரனின் பெயரும், திருத்தங்கள் செய்தவராக தர்மானந்த கோஸம்பியின் பெயரும் இடம்பெற்றன. லான்மானின் பெயர் அட்டையிலோ அல்லது முகப்புப் பக்கத்திலோ இடம்பெறவில்லை.

அன்றிலிருந்து நான் லான்மானைச் சந்திப்பதில்லை என்று முடிவு செய்தேன். அவர் ஏதாவது சூழ்ச்சி செய்து என்னை எதிலாவது மாட்டிவைத்துவிடுவார் என்று சந்தேகப்பட்டு, டாக்டர் வுட்ஸிடம் எல்லாவற்றையும் தெரிவித்தேன். நியூயார்க்கிலிருந்து 1912 ஜனவரி 4இல் புறப்பட இருக்கும் ஹம்பர்க் அமெரிக்கன் கம்பெனியின் 'த ஹம்பர்க்' ஸ்டீமரில் எனக்குப் பணம் கட்டி, படுக்கை வசதியுடன் இருக்கை ஏற்கனவே முன்பதிவு செய்யப்பட்டிருந்தது. ஆனால் இந்தச் சம்பவம் அதற்குப் பத்து நாட்கள் முன்பு நடந்தது. வுட்ஸ் என்னை உடனே நியூயார்க் கிளம்பிப் போய் மீதமுள்ள நாட்களை அங்கே செலவழிக்கச் சொன்னார். அங்கே சென்றால் லான்மானைப் பற்றிய பயம் இல்லாமல் இருக்கலாம். ஆனால் எனக்கு இந்த ஆலோசனை பிடிக்கவில்லை. நான் நண்பர்கள் பலரைப் பார்க்க வேண்டியிருந்தது; பலரிடம் வருவதாகச் சொல்லியிருந்தேன். இவற்றை எல்லாம் விட்டுவிட்டு ஓடிப் போவது எனக்குச் சரியாகப் படவில்லை; எனவே டாக்டர் வுட்ஸிடம், "லான்மான் பழிவாங்க வேண்டும் என்று விரும்பினால் எப்படி வேண்டுமானாலும் பழி வாங்கிக் கொள்ளட்டும். எனக்குப் பயமில்லை. என் வழியில் என்ன கஷ்டங்கள் வந்தாலும் எதிர்கொள்ள நான் தயார். ஆனால் நியூயார்க்கிற்கு ஓடிப் போவது போன்ற கோழைத்தனத்தை நான் செய்ய மாட்டேன்" என்றேன்.

அதன் பிறகு நான் ஸ்டீமருக்குச் செல்லும் நாள் வரையிலும் கேம்பிரிட்ஜிலேயே தங்கினேன். அழைத்த இடங்களுக்கெல்லாம் போனேன்; சந்திக்க விரும்பிய நண்பர்களைச் சந்தித்தேன்; அதன் பின்னர் எனது உடைமைகளை எடுத்துவைத்தேன். இடைப்பட்ட நேரத்தில் பேராசிரியர் லான்மான் இரண்டொரு கடிதங்கள் மூலம் எனக்கு அழைப்புவிடுத்தார். ஆனால் இதில் ஏதாவது சூது இருக்கும் என்று சந்தேகப்பட்டு நான் அவற்றைத் திறக்கவே இல்லை; நான் ஸ்டீமரில் ஏறும்வரையிலும் அவற்றைத் திறக்கப் போவதில்லை என்று அவருக்கு நான் டாக்டர் வுட்ஸ் மூலமாகத் தகவல் தெரிவித்தேன். அவர் டாக்டர் வுட்ஸ் வழியே விருந்துக்கும் அழைப்பு விடுத்தார். ஆனால் நான், தனியாக அவரது வீட்டுக்கு வரத் தயாராக இல்லை, டாக்டர் வுட்ஸ் உடன் வந்தால் வருகிறேன் என்று தகவல் கொடுத்தேன். மொத்தத்தில், பேராசிரியர் லான்மானும் நானும், அவர் வீட்டிலோ அல்லது வேறு எங்குமோ, கடைசிவரையிலும் சமாதானமாகப் பேசிக்கொள்ளவில்லை. அவர் இரண்டொரு தடவை என் அறைக்கு வந்திருக்கிறார். அப்போதும் ஒரு சில வார்த்தைகள் பேசியதோடு எங்கள் பேச்சு நின்றுவிட்டது. ஸ்டீமர் கிளம்புவதற்கு நான்கு நாட்கள் முன்னால் கேம்பிரிட்ஜிலிருந்து கிளம்பினேன். இந்த நான்கு நாட்களும் நியூயார்க் போய் அதை

பௌத்த வேட்கை

நன்றாகப் பார்க்க வேண்டும் என்று திட்டமிட்டிருந்தேன். நியூயார்க்கிலிருந்த ஹார்வர்டு கிளப்பில் டாக்டர் வுட்ஸ் எனக்கு முன்கூட்டியே அறை ஏற்பாடு செய்திருந்தார். ஹார்வர்டில் விஸ்பாக் என்ற யூத மாணவர் ஒருவர் இருந்தார். அவரது தந்தையும் அண்ணனும் நியூயார்க் நகரத்தில் இருந்தார்கள். விஸ்பார்க் கடிதம் போட்டிருந்ததால் அவர்கள் ரயில்நிலையம் வந்து என்னை ஹார்வர்டு கிளப்புக்கு அழைத்துச் சென்றார்கள். நான் நியூயார்க் நகரத்தில் இருந்தவரையிலும் அவர்களில் யாராவது ஒருவர் வந்து என்னை வெளியே அழைத்துச் சென்றார்கள்.

ஒருநாள் மிஸ்டர் விஸ்பார்க் என்னை ஹிப்போட்ரோம் என்ற பிரம்மாண்டமான திரையரங்கிற்கு அழைத்துச் சென்றார்; உலகின் பல்வேறு நாடுகளிலுள்ள காட்சிகளை அதில் திரையிட்டார்கள்; இந்திய மகாராஜாக்களின் தசரா ஊர்வலம், உண்மையான யானைகள் குதிரைகள், தாஜ்மகால் அளவுக்குப் பெரிய கட்டடங்கள் போன்றவை. அதன்பிறகு துருக்கிய சுல்தான்களின் அந்தப்புரங்கள், அவர்களின் நூற்றுக்கணக்கான மனைவியர், அற்புதமான சில சாகச விளையாட்டுகள் போன்றவை. யானைகள், குதிரைகள், ஒட்டகங்கள், வேறு பல விலங்குகள். விதவிதமான ஆண்கள், பெண்கள் – இவை எல்லாவற்றையும் இந்தப் பிரம்மாண்டமான திரையரங்கில் பார்க்கலாம். இப்படியாக நியூயார்க் நகரத்தின் பல்வேறு இடங்களைப் பார்த்துவிட்டு, குறித்த நாளில் நான் ஸ்டீமர் ஏறினேன்.

அமெரிக்காவில் என் தினசரி வாழ்க்கையைப் பற்றி இங்கே சொல்வது பொருத்தமாக இருக்கும். நான் ஃபெல்டன் ஹாலில் தங்கியிருந்தபோது, ஐரோப்பிய வழக்கப்படி எனக்கு மூன்று வேளை உணவும் இரண்டு வேளை தேநீரும் தருவதற்கு ஏற்பாடாகியிருந்தது. பெரும்பாலான உணவுகள் மாமிசம் சேர்ந்தவை; எனவே நான் அவித்த உருளைக் கிழங்கு, பிரெட், வெண்ணெய் போன்றவற்றைச் சாப்பிட்டு வாழ்ந்தேன். சாப்பாட்டிற்கு மாதம் பதினாறு டாலர் (48 ரூபாய்); ஆனால் திருப்தியாக இல்லாததுபோல எனக்குத் தோன்றியது. அதே விடுதியில் தங்கியிருந்த ஒரு சீன மாணவர் இந்த ஏற்பாடு தேவையில்லை என்று என்னிடம் சொன்னார். வேண்டியதைக் கடைக்குத் தெரியப்படுத்தினால், வீட்டில் கொண்டு தந்துவிடுவார்கள்; மிகக் குறைந்த கட்டணத்தில் எளிய உணவு கிடைத்துவிடும். இந்த ஆலோசனை எனக்குப் பிடித்தது; நான் மிஸ்டர் வாரனின் சகோதரியின் பண்ணையிலிருந்து பாலும் கடையிலிருந்து கோதுமையில் செய்த சேமியா போன்ற ஒன்றையும் தருவித்துக்கொண்டேன்; இவற்றை வைத்தே இரண்டு வேளையை ஓட்டினேன்.

அதிகாலையில் எழுந்ததும் கோதுமை பிஸ்கெட் இரண்டோடு ஒரு தம்ளர் குளிர்ந்த பால் குடிப்பேன். அதன்பிறகு பேராசிரியர் லான்மானின் (சொந்த) நூல் நிலையத்தில் 8.30 முதல் 12.30வரை வேலை செய்வேன். பின்னர் என் இருப்பிடத்துக்குத் திரும்பி வந்து ஒரு தம்ளர் பால் அருந்திவிட்டு உடற்பயிற்சி செய்யப் போவேன். கோடையில் துடுப்புப் படகோட்டுவேன்; குளிர்காலத்தில் உடற்பயிற்சிக்கூடத்துக்குச் செல்வேன். உடற்பயிற்சி செய்வதற்கு நான் மதிய வேளையைத் தேர்வு செய்ததற்குக் காரணம் உண்டு: உடற்பயிற்சிக்குப் பிறகு குளிக்க வேண்டியிருக்கும். போட் கிளப்பில் பெரிய குளியலறை ஒன்று இருந்தது; வேறு நேரங்களில் அங்கே மாணவர்களின் கூட்டமாக இருக்கும். மாணவர்கள் ஆடையில்லாமல் குளிப்பார்கள்; நானும் அதுபோலத்தான் குளிக்க வேண்டியிருக்கும். ஆனால் பிறர் முன்னே ஆடையில்லாமல் குளிப்பது நமது பண்பாட்டிற்கு மாறானது என்பதால் நான் அதை விரும்பவில்லை. துடுப்புப் படகு கிடைப்பது இன்னொரு பிரச்சினை. ஆனால் 12 மணி முதல் 2 மணிவரை போட் கிளப்பில் நான் மட்டுமே இருப்பேன்; அப்போது எனக்குப் படகும் கிடைக்கும்; தனியாகக் குளிக்கவும் முடியும். உடற்பயிற்சிக் கூடத்தில் குளியல் பிரச்சினை கிடையாது. பல்கலைக்கழகத் துறைகளில் பணியாற்றுபவர்களுக்குத் தனியாக அறை ஒதுக்கியிருந்தார்கள். ஆனாலும், வேறு வேறு உடற்பயிற்சிச் சாதனங்களில் பயிற்சி செய்ய 12 மணி முதல் 2 வரைதான் மிகச் சரியான நேரம். எனவே உடற்பயிற்சி செய்யவும் இந்த நேரத்திலேயே போவேன். பயிற்சியை முடித்து விட்டு நான் கபேடேரியா போய் பிரெட் ஒரு துண்டும் கோக்கோ ஒரு கோப்பையும் எடுத்துக்கொள்வேன். மாலை நேரத்தை ஹார்வர்டு நூல்நிலையத்திலோ அல்லது வீட்டிலோ படிப்பதில் செலவிடுவேன். இரவில் நான் வழக்கமாக 'விசுத்தி மாக்க' வேலையைப் பார்ப்பேன்; கஷ்டமான பகுதிகளை எப்படி வாசிக்க வேண்டும் என்ற முடிவெடுப்பேன்; அல்லது இடைச்செருகல்களாகப் பிற்காலத்தில் சேர்க்கப்பட்டவை எவை என்று இனம்காண்பேன்.

ஞாயிற்றுக் கிழமைகளில் இந்த நடைமுறை மாறும். அன்று அமெரிக்கரில் அதிகமானோர் தாமதமாகவே எழுவார்கள்; நான் ஏழு மணிவாக்கில் எழுந்துவிடுவேன். ஆனால் லான்மானின் வீட்டிற்கு வழக்கத்தைவிட தாமதமாகப் போவேன். அங்கே பதினோரு மணிவரை வேலை பார்த்துவிட்டு, ஏதாவது தேவாலயத்துக்குப் போய் பிரசங்கம் கேட்பேன். – வழக்கமாகப் போவது ஆப்பிள்டன் தேவாலயத்துக்கு. இது ஹார்வர்டு பல்கலைக்கழகத்துக்குரியது. இந்தத் தேவாலயத்தில் கிறிஸ்தவப்

பிரிவுகளின் வேறுபாடு பார்ப்பதில்லை. யூத குருமார்களும் வந்து பிரசங்கம் செய்வார்கள். இங்கே எனக்கு அமெரிக்காவின் பிரபலமான மத போதகர்களின் பிரசங்கங்களைக் கேட்கும் வாய்ப்பு கிடைத்தது. ஆனால் பல்கலைக்கழகம் நீண்ட விடுமுறையில் மூடியிருக்கும்போது நல்ல பிரசங்கங்களைக் கேட்க வாய்ப்பு கிடைக்காது; வழக்கமான தொழுகைகள்தான் நடைபெறும். எனவே கோடைவிடுமுறையில் வேறு தேவாலயங் களுக்குப் பிரசங்கம் கேட்கப் போவேன். ஞாயிறு மாலை வேளைகளில் போஸ்டனிலுள்ள பல்வேறு அமைப்புகளில் நடக்கும் உரைகளைக் கேட்பதற்காகப் போவேன். இப்படியாக ஒரு ஞாயிறு ராஷனிலிஸ்ட் சொஸைட்டியில் உரை என்றால், மற்றொரு ஞாயிறு சோஷலிஸ்ட் சொஸைட்டியில் உரை. ஒரே நாளில் வெவ்வேறு நேரங்களில் உரைகள் நிகழுமானால், சில சமயங்களில் இரண்டு மூன்று உரைகள்கூடக் கேட்டிருக்கிறேன்.

சமூக அறிவியல் சார்ந்த நூல்களையே முக்கியமாகப் படித்தேன். அதிகம் படித்ததும் இவற்றைதான். நூல்களை வாங்கவும் செய்தேன். அதன்மீது வெறியோடிருந்தேன் என்றுதான் சொல்ல வேண்டும். இந்தக் காலகட்டத்தில் நான் சுபோத் பத்திரிகாவிலும் சுதாரக்கிலும் பம்பாய்த் தொழிலாளர்களின் நிலைமையைக் கூட்டுறவுக் கொள்கை மூலமாக எப்படி மேம்படுத்துவது என்று கட்டுரைகள் எழுதினேன். இந்தியாவின் மனித வளம் வீணாவதை எவ்வாறு தடுத்து நிறுத்தி புறரீதி யாகவும் அகரீதியாகவுமான மகிழ்ச்சிக்கு மடைமாற்ற முடியுமா என்ற சிந்தனையிலே நான் இருந்தேன். நமது நாட்டில் யோசனைகளை நடைமுறைக்குக் கொண்டுவருவது அவ்வளவு எளிதல்ல என்பதும் அந்தத் திறமை என்னிடமில்லை என்பதும் எனக்குத் தெரியும். ஆனால் இந்தச் சிந்தனைகள் – அல்லது கனவுகள் என்றுகூடச் சொல்லலாம் – எனக்கு அபாரமான சந்தோஷத்தைத் தந்தன. நமது நாட்டின் ஏழை மக்களின் வாழ்நிலையை எப்படி மேம்படுத்தலாம், பின்தங்கிய நம் சக நாட்டவருக்குக் கல்வியின் பயனை எவ்வாறு கொண்டு செல்லலாம் என்றெல்லாம் இப்போதும்கூட நான் சிந்தனையில் ஆழ்ந்திருப்பேன். இந்த நேரங்களில் என் சொந்த உடல் நோவுகளையும் மனவேதனைகளையும் மறந்திருப்பேன்.

ஆக நான் அமெரிக்கா சென்றுவந்ததில் மிகப் பெரிய பலன், சமூக அறிவியலில் எனக்கு நாட்டம் வந்ததுதான். இந்தியாவிலேயே நான் இருந்திருந்தால், எனது வாழ்நாள் முழுவதும் சமயச் சிந்தனையிலேயே கழிந்திருக்கும். 'உடலே ஆன்மீக வாழ்க்கைக்குப் பிரதானம்' என்ற போதனையை நிச்சயம் மறந்து இருந்திருப்பேன். அமெரிக்கா சென்ற பின்னர்தான் அதன் உண்மை எனக்குத்

தெளிவாகத் தெரிந்தது; மேற்கத்திய அறிவியலாளர்கள் அதை எப்படி எடுத்துக்கொண்டார்கள் என்பதும் புரிய வந்தது. 'உடலே ஆன்மீக வாழ்க்கைக்குப் பிரதானம்' அல்லது 'உணவே உயிர்' போன்ற போதனைகளை அப்படியே ஏற்றுக்கொண்டேன் என்றல்ல இதன் பொருள். இந்தப் போதனையின் சாரம்சம் பற்றி முன்பு எனக்கு எதுவுமே தெரியாமலிருந்தது. அதற்கு இப்போது உரிய முக்கியத்துவம் கொடுக்கத் தொடங்கினேன். ஆன்மீகரீதியான உயர்வை அடையாமல் மனிதச் சமூகம் முன்னேறாது என்ற கொள்கையில் இப்போதும்கூட எனக்கு நம்பிக்கை இருக்கிறது. அதே நேரம், உடலை அலட்சியம் செய்தோ அல்லது வருத்தியோ ஆன்மீக முன்னேற்றத்தைச் சாதிக்க முடியவே முடியாது.

தேவையான உணவை உட்கொள்பவனும் தேவையான பொழுதுபோக்கை உடையவனும் தேவையான கர்மங்களை செய்பவனும் தேவையான அளவே உறக்கத்தையும் விழிப்பையும் கொண்டிருப்பவனுமான ஒருவனே துக்கத்தை ஒழிக்கும் யோகத்தைச் சாதிப்பான் (பகவத் கீதை அத்.6; சுலோகம் 17).

இந்த அறிவுரை முழுச் சமூகத்துக்குமே பொருந்தும். அதே நேரம் ஒன்றை நினைவில் வைத்துக்கொள்ள வேண்டும். மனிதனின் முன்னேற்றம் அவன் வாழும் சூழ்நிலையைப் பொருத்தது; இந்தப் (பழைய மராத்தி) பாடல் வரியின் உள்ளுறையாக இருப்பது இதுதான்.

வசிப்பது வேசிச் சந்தை
சொல்லிக்கொள்வதோ பிரம்மச்சாரிக் கட்டை!

எடுத்துக்காட்டாக, ஏதோ உண்டு உயிர்வாழ்வதற்காக ஒரு நாளில் பன்னிரண்டு மணிநேரம் முதுகொடிய உழைக்கிற, அழுக்குக் குடிசையில் வாழ்கிற உழைப்பாளி எப்படி ஆன்மீக முன்னேற்றத்தை அடைய முடியும்? முதலில் அவருக்குத் தேவையான உணவும் பணியும் அளிக்க வேண்டும்; அதன்பிறகு, ஆன்மீக வாழ்வுக்கு முட்டுக்கட்டையாக இருக்கும் அந்த அழுக்குச் சூழலிலிருந்து அவரை மாற்றி, காற்றோட்டமான சூழலில் குடியிருத்த வேண்டும். இவற்றைச் செய்தால்தான் குடி போன்ற போதைப் பழக்கங்களிலிருந்து அவரை விடுவித்து, ஆன்மீகப் பாதையில் முன்னேற்றம் அடைய வைக்க முடியும்.

துணைநூல் பட்டியல்

ENGLISH

Ambedkar, B.R., *The Buddha and His Dhamma (Dr Babasaheb Ambedkar: Writings and Speeches*, vol. 11), Bombay: Government of Maharashtra, Education Department, 1992.

Balvantsinha, 'Prof. Dharmananda Kosambi', in *Under the Shelter of Bapu*, translated from the Hindi by Gopalrao Kulkarni, Ahmedabad: Navajivan Publishing House, 1962, pp. 196–203.

Chatterjee, Satischandra and Dhirendramohan Datta, *An Introduction to Indian Philosophy*, 6th edn, Calcutta: University of Calcutta, 1960.

Karve, Irawati, *Maharashtra: Land and Its People*, Bombay: Maharashtra State, 1968 (Maharashtra State Gazetteer).

Keni, Chandrakant, *The Saraswats*, Vasco da Gama (Goa): V.M. Salgaocar Foundation, 2008.

Kosambi, D.D., 'The Village Community in the "Old Conquests" of Goa', in *Myth and Reality*, rpnt, Bombay: Popular Prakashan, 1983 (1962), pp. 152-71.

Kosambi, Dharmanand, 'A New Edition of the Visuddhi-magga', *The Fergusson College Magazine*, vol. III, no. 1, April 1912, pp. 5–9 (pub- lished under the name Kaushambi).

--------, *Nivedan* (A Narrative), Mumbai: Manoranjak Grantha Prakashan, 1924. Also reproduced in J.S. Sukhthankar, *Dharmanand*, 1-171.

--------, 'Preface', in *Visuddhimagga of Buddhaghosacariya*, ed. H.C. Warren, revised by Dharmananda [sic] Kosambi, Cambridge, Mass.: Harvard University Press (Harvard Oriental Series), 1950.

--------, 'Preface', *Visuddhimagga of Buddhaghosacariya*, Part I: Text, Bombay: Bharatiya Vidya Bhavan, 1940, PP. ix-xviii.

Kosambi, Meera, *Crossing Thresholds: Feminist Essays in Social History*, Ranikhet: Permanent Black, 2007.

--------, ed. and trans., *Dharmanand Kosambi: The Essential Writings*, Ranikhet: Permanent Black, 2010.

Phadke, Y.D., *Social Reform Movements in Maharashtra*, New Delhi: Maharashtra Information Centre, Government of Maharashtra, 1989.

Warren, Edward Perry, 'Foreword', *Visuddhimagga of Buddhaghosacariya*, ed. H.C. Warren, revised by Dharmananda [sic] Kosambi, Cambridge, Mass.: Harvard University Press (Harvard Oriental Series), 1950, PP. xix-xxi.

Woolf, Virginia, *A Room of One's Own and Three Guineas*, London: Chatto & Windus, 1984.

MARATHI

Athavale, Parvatibai, *Majhi Kahani* (My Story), Hingane: Anatha-balikashram, 1928.

Godse, Vishnubhat, *Maza Pravas* (My Travels) edited by D.V. Potdar, 4th edn, rpnt, Pune: Venus Prakashan, 1974.

Jog, R.S., 'Charitre, Itihas, ani Vangmaya-vichar', in *Marathi Vangmayacha Itihas* (A History of Marathi Literature), ed. R.S. Jog, Khanda 4 (1800-74), 2nd edn, rpnt, Pune: Maharashtra Sahitya Parishad, 1999 (1965), pp. 540-87 (pp. 550-1).

Karve, Dhondo Keshav, *Atma-vritta* (An Autobiography), 2nd edn, Hingane: Anatha-balikashram, 1928 (1915).

Kesari (Marathi weekly published in Pune), selected issues.

Kosambi, Dharmanand, '*Ashokachya Shilalekhatil Veche*' (Selections from Asoka's Rock Edicts), *Manoranjan*, Diwali Anka (Issue), 1909.

--------, *Bauddha Sanghacha Parichay* (An Introduction to the Buddhist Sangha), Mumbai: Mangesh Narayan Kulkarni, 1926.

--------, *Bhagavan Buddha, Purvardha* (Part I) and *Uttarardha* (Part II), Nagpur and Pune: Suvichar Prakashan Mandal, 1940 and 1941.

--------, *Buddha, Dharma ani Sangha* (The Buddha, the Dhamma, and the Sangha), Mumbai: Nirnayasagar Press, 1910.

--------, *Nivedan* (A Narrative), Mumbai: Manoranjak Grantha Prakashan, 1924. Also reproduced in J.S. Sukhthankar, *Dharmanand*, Pp. 1-171.

Kulkarni, G.M., 'Atma-charitra', in *Marathi Vangmayacha Itihas*, Khanda 6 (1920–50), pt 1, ed. G.M. Kulkarni and V.D. Kulkarni, Pune: Maharashtra Sahitya Parishad, 1988, pp. 525–44.

Lad, P.M., 'Dharmanand Kosambi', in *Akash-ganga*, Mumbai: Popular Book Depot, 1957, pp. 17–23.

Padmanji, Baba, *Arunodaya* (Sunrise), 3rd edn, rpnt, Bombay: Bombay Tract and Book Society, 1963 (1884).

Ranade, Ramabai, *Amachya Ayushyatil Kahi Athavani* (Reminiscences of Our Life), 7th edn, Pune: K.G. Sharangpani, 1953 (1910).

Sawkar, Indrayani, *Bala-Bapu*, Mumbai: Dharmanand Kosambi Smarak Trust, 1999.

Subodha Patrika (Anglo-Marathi weekly published in Mumbai), selected issues.

Sukhathankar, Jagannath Sadashiv, *Dharmanand: Acharya Dharmanand Kosambi Yanche Atma-charitra ani Charitra* (Dharmanand: Acharya Dharmanand Kosambi's Autobiography and Biography), Mumbai: The Goa Hindu Association, 1976.

Vaidya, Dwarkanath Govind, *Prarthana-samajacha Itihas* (A History of the Prarthana Samaj), Mumbai: Prarthana Samaj, 1927.